ಪಿ. ಚಂದ್ರಿಕಾ

ಮೂಲತಃ ಚಿತ್ರದುರ್ಗ ಜಿಲ್ಲೆ ಚಳ್ಳಕೆರೆಯವರು. ಪಾಳ್ಯ, ಚಳ್ಳಕೆರೆ, ಕುವೆಂಪು ವಿಶ್ವವಿದ್ಯಾಲಯಲ್ಲಿ ವಿದ್ಯಾಭ್ಯಾಸ.

'ಕನ್ನಡ ಸಾಹಿತ್ಯ ವಿಮರ್ಶೆಯ ಐತಿಹಾಸಿಕ ಅಧ್ಯಯನ' ಬೆಂಗಳೂರು ವಿಶ್ವವಿದ್ಯಾನಿಲಯಕ್ಕೆ ಸಲ್ಲಿಸಿದ ಪಿಎಚ್.ಡಿ. ಪ್ರಬಂಧ.

ಹಲವಾರು ಕಿರುತೆರೆ ಧಾರಾವಾಹಿಗಳು ಮತ್ತು ಸಿನಿಮಾಗಳಿಗೆ ಕಥಾ ವಿಸ್ತರಣೆ, ಸಂಭಾಷಣೆ. ಕಿರುಚಿತ್ರಗಳ ನಿರ್ದೇಶನ, ನಿರ್ಮಾಣ, ನಿರ್ವಹಣೆ.

'ಅಭಿನವ' ಚಾತುರ್ಮಾಸಿಕ ಪತ್ರಿಕೆಯ ಸಹ ಸಂಪಾದಕಿಯಾಗಿ, ಕೇಂದ್ರ ಸಾಹಿತ್ಯ ಅಕಾಡೆಮಿಯ ಕನ್ನಡ ಸಲಹಾ ಸಮಿತಿಯ ಸದಸ್ಯೆಯಾಗಿ ಕೆಲಸ ನಿರ್ವಹಣೆ.

ಪ್ರಕಟಿತ ಕೃತಿಗಳು: 'ನಿಮ್ಮ ಚರಿತ್ರೆಯಲ್ಲಿ ನಮಗೆ ಜಾಗವಿಲ್ಲ' 'ಸೂರ್ಯಗಾಂಧೀ ಧರಣಿ' 'ಜುಗಲ್ಬಂದಿ ಕವಿತೆಗಳು' 'ತಾಮ್ರವರ್ಣದ ತಾಯಿ' 'ಒಬ್ಬಳೇ ಆಡುವ ಆಟ' 'ಎಲೆಯೆಂಬುದು ಗಾಳಿಯ ಅಧೀನ' (ಕವನ ಸಂಕಲನಗಳು) 'ನನ್ನೊಳಗಿನ ನಿನ್ನ ಕಥೆಗಳು' (ಅತಿಸಣ್ಣ ಕತೆಗಳು) 'ಭಿನ್ನ ವಿಭಿನ್ನ' (ಲೇಖನಗಳ ಸಂಕಲನ) ಚಿಟ್ಟಿ (ಕಾದಂಬರಿ) 'ಮೋದಾಳಿ' (ನಾಟಕ).

'ಯಾರ ಜಪ್ತಿಗೂ ಸಿಗದ ನವಿಲುಗಳು' (ದೇವನೂರ ಮಹಾದೇವ ಸಾಹಿತ್ಯ ಕುರಿತು) 'ಆಕಾಶದಗಲ ನಗುವಿನ ಅವಧೂತ' (ಬೆಳಗೆರೆ ಕೃಷ್ಣಶಾಸ್ತ್ರಿ ಅವರನ್ನು ಕುರಿತು) 'ಗುಲಾಬಿ ಟಾಕೀಸ್' (ವೈದೇಹಿಯವರ ಕಥೆಯಾಧಾರಿತ ಸಿನಿಮಾ ಕುರಿತು) 'ದೇಹದ ನಂಟಿನ ತುದಿಯ ಪ್ರೇಮದ ಹೂ' (ಶ್ರೀಮತಿ ಪ್ರೇಮಲೀಲಾ ಎಸ್. ಜಿ. ಸಿದ್ಧರಾಮಯ್ಯ ಅವರ ಕುರಿತು) 'ಸೊಪ್ಪೇ ಸಂಪತ್ತು' (ಸೊಪ್ಪುಗಳ ಕುರಿತ ಬೇಸಾಯ, ಅಡುಗೆ ಇತ್ಯಾದಿ), 'ಮನೆಯಂಗಳ' (ರಜನಿ ನರಹಳ್ಳಿ 60) ಮಹಿಳಾ ಕಾವ್ಯ (ಸಂಪಾದಿತ ಕೃತಿಗಳು).

ಅಮ್ಮ ಪ್ರಶಸ್ತಿ, ಮಾತೋಶ್ರೀ ರತ್ನಮ್ಮ ಹೆಗ್ಗಡೆ ಪ್ರಶಸ್ತಿ, ಜಿ. ಎಸ್. ಎಸ್. ಕಾವ್ಯ ಪ್ರಶಸ್ತಿ, ನರಹಳ್ಳಿ ಪ್ರಶಸ್ತಿ, ಮೈಕೋ ಕನ್ನಡ ಲಲಿತಕಲಾ ಬಳಗದ 'ಕುವೆಂಪು ಪ್ರಶಸ್ತಿ', ಕನ್ನಡ ಸಾಹಿತ್ಯ ಪರಿಷತ್ತಿನ 'ಮಲ್ಲಿಕಾ ದತ್ತಿ ಪ್ರಶಸ್ತಿ', ಮೂಡಬಿದಿರೆಯ 'ಶಿವರಾಮ ಕಾರಂತ ಪ್ರಶಸ್ತಿ'. ಉತ್ತರ ಕರ್ನಾಟಕ ಲೇಖಕಿಯರ ಸಂಘದ 'ಇನ್ಫೋಸಿಸ್ ಪ್ರತಿಷ್ಠಾನ'ದ ಪ್ರಶಸ್ತಿ, ಕೆ.ಪಿ. ಪೂರ್ಣಚಂದ್ರ ತೇಜಸ್ವಿ ನೈಸರ್ಗಿಕ ಕೃಷಿ ಮಹಿಳಾ ಪ್ರಶಸ್ತಿ, ತುಮಕೂರು ಜಿಲ್ಲಾ ಅತ್ಯುತ್ತಮ ರೈತ ಮಹಿಳಾ ಪ್ರಶಸ್ತಿ, ಕುಣಿಗಲ್ ತಾಲ್ಲೂಕು ಮಟ್ಟದ ಶ್ರೇಷ್ಠ ರೈತ ಮಹಿಳಾ ಪ್ರಶಸ್ತಿ, ಮಂಡ್ಯ ಆರ್ಗಾನಿಕ್ ಗೌರವ ಇತ್ಯಾದಿ ಸಂದಿವೆ.

ಮಸ್ರವರು ಮಹಮದರು

ಒಂದು ತುಂಡು ಗೋಡೆಯ ಬೆನ್ನು ಹತ್ತಿ...

ಪಿ. ಚಂದ್ರಿಕಾ

ಗಿರೀಶ್ ಕಾಸರವಳ್ಳಿ

ಬಿ.ಸುರೇಶ್

ಅವರ ನುಡಿಗಳೊಂದಿಗೆ

ಬಹುರೂಪಿ

ಎಂಬೆಸಿ ಸೆಂಟರ್, 111, ಮೊದಲನೇ ಮಹಡಿ, ಕ್ರೆಸೆಂಟ್ ರಸ್ತೆ,

ಕುಮಾರಪಾರ್ಕ್ ಈಸ್ಟ್, ಬೆಂಗಳೂರು 560 001.

ದೂರವಾಣಿ: 70191 82729

59

MOOVARU MAHAMADARU

A book on the making of the movie - Patumma
by **P CHANDRIKA**

P Chandrika
chandrikachallakere@gmail.com

Published By
Bahuroopi
Embassy Centre, 111, First Floor, Crescent Road,
Kumarapark East, Bangalore 560001

editor@bahuroopi.in | Mobile: 70191 82729

online book store: **bahuroopi.in**

Whats App Bookstore: **70191 82729**

ISBN: 978-81-958516-9-0
First Edition: January 2023
Pages: 208
Price: Rs 250

Illustrations: **Srujan**
Inside Design: **Sagar M S**
Photo: **B Devaraj**

Produced by
Bahuroopi Designs and Prints
Bangalore
99454 40841

ನನ್ನ ಬೆಳಕಂತೆ ಪೊರೆದು
ಆತ್ಮಾಭಿಮಾನದ ಪಾಠವನ್ನು
ಹೇಳಿಕೊಟ್ಟ
ಹುಟ್ಟು ಹೋರಾಟಗಾರ
ಅಣ್ಣ
ಬಿ. ಚಿತ್ರಲಿಂಗಸ್ವಾಮಿಗೆ
ಈ ಹೊತ್ತಿಗೆಯ ಶರಣು

ಒರತೆ ಬತ್ತದ ಪ್ರೀತಿಗೆ

ಪಿ ಚಂದ್ರಿಕಾ

ಇದೇನಿದು ಮೂವರು ಮಹಮದರು? ಯಾವ ಕ್ರಾಂತಿ ಮಾಡಲಿಕ್ಕೆ ಹೊರಟಿದ್ದೀಯವ್ವಾ? ಎಂದು ಸ್ನೇಹಿತರು ಕೇಳಿದಾಗ, 'ಉಲ್ಲಾಳದಲ್ಲಿ ಮಹಮದ್ ಪೈಗಂಬರ್ ಒಬ್ಬರು ಮಾತ್ರ ಬಾಕಿಯಿದ್ದರು – ಅಷ್ಟು ಮಹಮದ್‌ರನ್ನು ನೋಡಿಬಿಟ್ಟೆ. ನಾನು ನೋಡಿದ ಅಂಥಾ ಮೂವರು ಮಹಮದರ ಕಥೆ ಇದು' ಎಂದೆ.

ನಾನು 'ಪಾತುಮ್ಮ' ಸಿನೆಮಾ ಶೂಟಿಂಗ್‌ಗೆ ಹೋಗಿದ್ದು 2016ರ ನಂತರ ಅದರ ಬಗ್ಗೆ ಮತ್ತೆ ಯೋಚನೆ ಮಾಡಲೇ ಇಲ್ಲ. ಈ ಮಧ್ಯೆ ಕೊಲ್ಕೊತ್ತಾ ಇಂಟರ್‌ನ್ಯಾಷನಲ್ ಫಿಲಂ ಫೆಸ್ಟಿವಲ್‌ನಲ್ಲಿ ಈ ಸಿನೆಮಾಗೆ ಜ್ಯೂರಿಗಳ ಸ್ಪೆಷಲ್ ಅವಾರ್ಡ್ ಕೂಡ ಸಿಕ್ಕಿತು. ಅದು ಅಷ್ಟಕ್ಕೆ ಸಾರ್ಥಕ ಅಂದುಕೊಂಡಿದ್ದೆವು. ಆದರೆ ಕರೋನಾದ ಹೊತ್ತಿನಲ್ಲಿ ತಬ್ಲಿಘಿಗಳಿಂದ ಶುರುವಾಗಿ ಮುಸಲ್ಮಾನರನ್ನು ಸಮಾಜ ನಡೆಸಿ ಕೊಂಡದ್ದು ನಿಜಕ್ಕೂ ಖೇದದ ಸಂಗತಿಯಾಗಿತ್ತು. ವೈರಸ್‌ಗೂ ಜಾತಿ, ಧರ್ಮಗಳ ಬಣ್ಣವನ್ನು ಬಳಿಯಲು ಸಾಧ್ಯವಾಗುವುದಾದರೆ ನಾವಿನ್ನೂ ಯಾವ ಕಾಲದಲ್ಲಿದ್ದೀವಿ? ಮೂಢನಂಬಿಕೆಗಳ ಮಹಾಕೂಪದಲ್ಲಿ ಬಿದ್ದು ಇನ್ನಷ್ಟು ಸಮಾಜವನ್ನು ಅಧಃಪತನಕ್ಕೆ ನೂಕುತ್ತಿದ್ದೇವಾ? ಅನ್ನಿಸಿಬಿಟ್ಟಿತು.

ನಾನು ನೋಡಿದ ನಾನು ಪ್ರೀತಿಸುವ ಎಲ್ಲಾ ಸ್ನೇಹಿತರನ್ನೂ ನೆನೆದೆ. ಒರತೆ ಬತ್ತದ ಹಾಗೆ ಕಾಪಾಡಿದ್ದ ಪ್ರೀತಿ ನನ್ನ ಕಣ್ಣನ್ನು ತೇವ ಮಾಡಿತು. ತಪ್ಪು ಎಲ್ಲರಲ್ಲೂ ಆಗುತ್ತೆ ಸ್ನೇಹ ಸಂಬಂಧವನ್ನೇ ಮರೆತರೆ ಹೇಗೆ? ಇದನ್ನು ನಾನು ಯಾರೋ ಒಬ್ಬರಿಗೆ ಹೇಳುತ್ತಿರುವುದಲ್ಲ ಎರಡೂ ಕೈ ಸೇರುವುದೇ ಚಪ್ಪಾಳೆ. ಜಗತ್ತಿನ ಮಹಾಸಂತರು, ದಾರ್ಶನಿಕರು ಇದಕ್ಕಾಗೆ ತಾನೆ ದುಡಿದದ್ದು?!

ರಾಜಕೀಯ ಪ್ರೇರಿತವಲ್ಲದ ಮನಸ್ಸುಗಳಲ್ಲಿ ಈಗಲೂ ಯಾವ ಕಲ್ಮಷವೂ ಇಲ್ಲ. ಮಸೀದಿ ಬಿದ್ದಾಗ ನನ್ನೂರಲ್ಲಿ ಹೆಗಲ ಮೇಲೆ ಕೈ ಹಾಕಿಕೊಂಡು ಓಡಾಡಿದ ಹಿಂದೂ, ಮುಸಲ್ಮಾನರನ್ನು ನೋಡಿದ್ದೇನೆ, ನನ್ನ ನೆನೆಸಿಕೊಂಡು ತಿಂಡಿಯನ್ನು ಎತ್ತಿಟ್ಟುಕೊಡುತ್ತಿದ್ದ ತಾಯಂದಿರ ಸುಖವನ್ನು ಅನುಭವಿಸಿದ್ದೇನೆ, ನನ್ನ ಬೆಂಗಾವಲಾಗಿ ಬಂದ ಸ್ನೇಹಿತೆಯರ ಅಣ್ಣಂದಿರಲ್ಲಿ ನನಗೆ ಮುಸಲ್ಮಾನನ ಬದಲು ಅಣ್ಣನೇ ಕಂಡಿದ್ದನ್ನು ಈಗಲೂ ಕೃತಜ್ಞತೆಯಿಂದ ನೆನೆಯುತ್ತೇನೆ. ನನ್ನ ಎಂ ಎ ದಿನಗಳಲ್ಲಿ ಅಕ್ಕನ ಹಾಗೆ ನೋಡಿದ ಖಲೀಂ ಉಲ್ಲಾ, ಸ್ನೇಹಿತರಾದ ಮಹಮದ್ ಬಾಷಾ ಗೂಳ್ಯಂ, ಪೀರ್ ಬಾಷಾ, ಪ್ರತಿ ಹಬ್ಬಕ್ಕೂ ಸಂಭ್ರಮದಿಂದ ಶುಭಾಶಯ ಹೇಳುವ ಹುಸ್ಸೈನ್ ಸಾಬ್ ಕಾಪು ಇವರೆಲ್ಲಾ ನನಗೆ ಬಂಧುಗಳೇ. ಬಾಬರಿ ಮಸೀದಿ ಕೆಡವಿ, ಶಾಶ್ವತವಾಗಿ ಎದ್ದ ಗೋಡೆಯನ್ನು ನಾನು ಯಾವತ್ತೂ ಮರೆಯಲ್ಲ. ಅಂದು ಮುಸಲ್ಮಾನ ಸ್ನೇಹಿತೆಯರ ಜೊತೆ ಹೋಗುವುದನ್ನು ಮನೆಯಲ್ಲಿ ವಿರೋಧಿಸಿದಾಗ 'ಅವಳೇನು ಕುಂಟಾಪಿಲ್ಲೆ ಹಿಂದೂ ಮುಂದಾಡಲ್ಲ. ಅವಳ ಜೊತೆ ಯಾಕೆ ಹೋಗಬಾರದು?' ಎಂದು ನನ್ನ ತಂಗಿಯಂಥ ಪುಟ್ಟ ಜೀವ ಕೇಳಿದ್ದ ದಿನಗಳು ಹಸಿಯಾಗಿವೆ. ದೇವರೇ ಆ ಮುಗ್ಧ ದಿನಗಳನ್ನು ಈ ಸಮಾಜಕ್ಕೆ ಮತ್ತೆ ಮರಳಿ ಕೊಡು ಎಂದು ಪ್ರಾರ್ಥಿಸುವುದನ್ನು ಬಿಟ್ಟು ಮತ್ತೇನು ಮಾಡಲು ಸಾಧ್ಯ?

ಇವತ್ತಿನ ಸಂಕಷ್ಟದ ದಿನಗಳು ನನ್ನಂಥವಳಿಗೆ ನೋವು ಸಂಕಟಗಳನ್ನು ತಂದೊಡ್ಡುತ್ತಿದೆ. ಹೊಟ್ಟೆ ಹೊರೆಯುವುದೇ ಕಷ್ಟವಾದ ಜನರಿಗೆ ಧರ್ಮ ಜೀವನದಲ್ಲಿ ಬಿಡಲಾಗದ ಒಂದು ಅಂಶ ನಿಜ. ಹಾಗೆಂದು ಅದನ್ನು ನಂಬಿ ಇನ್ನೊಬ್ಬರಿಗೆ ಕೆಡುಕು ಮಾಡಲು ಸಾಧ್ಯವಿಲ್ಲ. ಯಾಕೆಂದರೆ ಹೊಟ್ಟೆ, ಬಟ್ಟೆಗೆ ಹೆಣಗುವವರಿಗೆ ಕೈಗಳ ಆಸರೆ, ಮನಸ್ಸುಗಳ ಸಾಂತ್ವನ ಮುಖ್ಯವೇ ಹೊರತು ಕೆಡುಕಲ್ಲ. ಜಗತ್ತಿಗೆ ಎಲ್ಲರೂ ಹೇಳುವ ಕಥೆ ಕಲ್ಪಿತ ಕೆಡುಕಿನದ್ದು. ನಾನು ಮಾತ್ರ ಈ ಗಳಿಗೆಗೂ ಬಯಸುವುದು ಒಳಿತನ್ನು ಮಾತ್ರ. ಯಾಕೆಂದರೆ ನನ್ನ ಸುತ್ತಾ ಒಳಿತಿದೆ. ಹಣವನ್ನು ಕಳಿಸಿ, ಮಗಳಿಗೆ ಗೌರಿ ಹಬ್ಬಕ್ಕೆ ಎಂದು ಎರಡು ಸಾಲು ಬರೆವ ಸತ್ತರ್ ಸಾಬರ ಪ್ರೀತಿ, ಬರುವೆನೆಂದಾಗ, ಅವರ ಶ್ರೀಮತಿ ಅಕ್ಕರೆಯ ಅಮ್ಮ ನನಗಾಗಿ ಮಾಡಿದ ಹಲವಾರು ಖಾದ್ಯ... ಯಾವುದರ ಬಗ್ಗೆ ಬರೆಯಲಿ ಯಾವುದನ್ನು ಬಿಡಲಿ? ಕಡೆಗೂ ಮನುಷ್ಯರಾಗಿ ಬದುಕುವ ಗುಣವೇ ದೊಡ್ಡದು. ಅದನ್ನು ಕಂಡಿದ್ದೇನೆ, ಅನುಭವಿಸಿದ್ದೇನೆ,

ಅಪರೂಪದಲ್ಲಿ ಅಪರೂಪ ಎನ್ನುವ ಹಾಗೆ ಆತ್ಮಕ್ಕೆ ಅಂಟಿಸಿಕೊಂಡಿದ್ದೇನೆ. ಇವೆಲ್ಲವೂ ನನ್ನ ಬದುಕನ್ನು ಮತ್ತೆ ಮತ್ತೆ ಶ್ರೀಮಂತಗೊಳಿಸಿದೆ.

ಉಲ್ಲಾಳದ ಸುಭಾಷ್ ನಗರ ನನಗೆ ಕೊಟ್ಟ ಸೌಖ್ಯದ ಕಥೆಯನ್ನೂ ಹೇಳಿಬಿಡೋಣ ಅನ್ನಿಸಿದ್ದು ಕರೋನಾದ ಕಾಲಘಟ್ಟದಲ್ಲಿ. ಎಂದೋ ಸಿನೆಮಾ ಮಾಡಲಿಕ್ಕೆ ಹೋದಾಗ ಆಗಿಹೋದ ಘಟನೆಗಳು ತಮ್ಮೆಲ್ಲಾ ಮಗ್ಗುಲುಗಳನ್ನು ತೋರುತ್ತಾ ಪ್ರಕಟ ಆಗಿದ್ದು ಕಾಲದ ತುರ್ತೆಂದೇ ಭಾವಿಸುತ್ತೇನೆ. ದಸರಾ ಕವಿಗೋಷ್ಠಿಯಲ್ಲಿ ನಾನು ಓದಿದ 'ಮಹಮದ್ ಪೈಗಂಬರ್' ಕವಿತೆ ಬಹುಜನರ ಚಿತ್ತವನ್ನು ಕೆರಳಿಸಿ, 'ಅವರಿಗೆ ಬುದ್ಧಿ ಹೇಳು, ಅವರು ಇಂಥಾ ಕವಿತೆಯೊಂದನ್ನು ಹಿಂದೂ ದೇವರ ಮೇಲೆ ಬರೆಯಲಿ' ಎಂದರು. ನಮ್ಮ ನಾಡಿನ ಸೂಫಿ ಸಂತರು ರಾಧಾ–ಕೃಷ್ಣರ ಪ್ರೀತಿಯನ್ನು ಎದೆಯಲ್ಲಿರಿಸಿಕೊಂಡರು, ದಾರ್ಶನಿಕ ಇಬ್ರಾಹಿಂ ಸತಾರಾ, ಶಿಶುನಾಳ ಶರೀಫ, ಕಬೀರ ಅಷ್ಟೇ ಯಾಕೆ ನಮ್ಮ ನಿಸಾರ್ ಅಹಮದ್... ಹೀಗೆ ಪಟ್ಟಿ ಬೆಳೆಸಬಹುದು ಇವರೆಲ್ಲಾ ಬರೆದದ್ದು ಹಿಂದೂ ದೇವರುಗಳ ಮೇಲಲ್ಲವೇ? ನಾನವರಿಗೆ ಹೇಳಿದೆ, 'ನಮ್ಮದು ಗುರು ಪರಂಪರೆ. ಈ ಪರಂಪರೆಗೆ ಜಾತಿ, ಧರ್ಮ, ಲಿಂಗ ತಾರತಮ್ಯ ಇರೋದಿಲ್ಲ. ಪೈಗಂಬರ್ ಕೂಡಾ ನಮ್ಮ ಜಗತ್ತಿನ ಆದಿ ಗುರುವಾದ ಕೃಷ್ಣನ ರೀತಿ ಅಷ್ಟೇ. ಅಲ್ಲಿ ಭಾವ ಮುಖ್ಯ, ಜಾತಿ ಅಲ್ಲ' ಎಂದೆ.

ಹೃದಯವಂತರು ಎಲ್ಲಾ ಧರ್ಮಗಳಲ್ಲೂ, ಎಲ್ಲಾ ಸಮಾಜಗಳಲ್ಲೂ ಇರುತ್ತಾರೆ ಎನ್ನುವುದನ್ನು ಮರೆಯುವಂತಿಲ್ಲ. ಕೇವಲ ಇಪ್ಪತ್ತೇ ದಿನಗಳನ್ನು ಕಳೆದ ಸುಭಾಷ್ ನಗರದ ಆ ಮುಸಲ್ಮಾನ ಕೇರಿಗಳು ನನ್ನನ್ನು ಕಾಡುವುದು ಭೀತಿಯ ಕಾರಣಕ್ಕಲ್ಲ, ಅದೊಂದು ಕೋಮಿನ ಕಾರಣಕ್ಕೆ ಸೂಕ್ಷ್ಮ ಪ್ರದೇಶ ಅನ್ನುವ ಕಾರಣಕ್ಕೂ ಅಲ್ಲ, ನನಗೆ ಮಾನವೀಯತೆಯ ಅತ್ಯಂತ ಎತ್ತರದ ಸ್ಥಿತಿಯನ್ನು ಕಾಣಿಸಿದ್ದಕ್ಕಾಗಿ. 'ನೀವು ನಮ್ಮವರಾಗಬೇಕಿತ್ತು' ಎಂದು ಹಿಡಿದ ಕೈಗಳ ಪಸೆಯಾರದ ಆರ್ದ್ರ ಭಾವಕ್ಕಾಗಿ. ನನಗಾಗಿ ಎಂದು ಏನನ್ನಾದರೂ ಸರಿಯೆ, ಮನೆಯಲ್ಲಿ ಕೊಟ್ಟಿದ್ದನ್ನು ತಂದುಕೊಡುತ್ತಿದ್ದ ಪುಟ್ಟ ಮುಗ್ಧ ಜೀವಗಳಿಂದಾಗಿ. ಅನುಭವದಲಿ ಹರಳುಗಟ್ಟಿದ ಭಾವಗಳಿಗೆ ಮಾತುಗಳೇ ಬೇಲಿ. ಆಡದೆ ಉಳಿಯುವುದು ಸರಿಯೇ ಆದರೂ, ಮಾತಲ್ಲದೆ ಬೇರೆ ದಾರಿಯಾದರೂ ಏನಿದೆ?

ಈ ಪುಸ್ತಕವನ್ನು ಬರೆಯುವ ಮುನ್ನ ನಾನು ಕಂಡ ಅಪರೂಪದಲ್ಲಿ ಅಪರೂಪದ ಮೂವರು ಮಹಮದ್ ಹೆಸರಿನ ವ್ಯಕ್ತಿಗಳ ಕುರಿತು ಕವಿತೆ ಬರೆದೆ. ನನ್ನ ಕಾವ್ಯದ ಮೊದಲ ಕೇಳುಗ ಪುಟ್ಟ ಸ್ನೇಹಿತ, ಬೇಲೂರು ರಘುನಂದನ್‌ಗೆ ಕೇಳಿಸಿದೆ. ಕೇಳಿಸಿಕೊಂಡ ರಘುವಿನ ವಿವೇಕವನ್ನು ಈಗಲೂ ನಾನು ಮೆಚ್ಚುವೆ. 'ಇದು ಗದ್ಯವಾಗುವ ವಸ್ತು ಮೇಡಂ, ಗದ್ಯಕ್ಕೆ ಪ್ರಯತ್ನಿಸಿ' ಎಂದಿದ್ದರು. ಅವರ ಆ ಮಾತಿಗಾಗಿ ಈ ಪುಸ್ತಕ ಬರೆದೆ. ಕೃತಜ್ಞತೆ ಎನ್ನುವ ಪದ ಯಾವುದಕ್ಕೂ ಸಾಲದು.

ನನ್ನ ಈ ಪಯಣದಲ್ಲಿ ಅನೇಕರು ನನ್ನ ಜೊತೆಗಿದ್ದಾರೆ ನೆರವಿಗೆ ಬಂದಿದ್ದಾರೆ.

ಮೊದಲಿಗೆ ನನ್ನನ್ನು ಮುಕ್ಕಚ್ಚೇರಿಯ ಕೇರಿಗಳಿಗೆ ಕರೆದೊಯ್ದು ನಿಲ್ಲಿಸಿದ 'ಪಾತುಮ್ಮ' ಸಿನೆಮಾಗೆ, ಒಂದವಕಾಶಕ್ಕೆ ಕಾರಣರಾದ ಚಿತ್ರಕಥೆ ಮತ್ತು ಸಂಭಾಷಣೆಯಲ್ಲಿ ಜೊತೆಯಾಗಿ ದುಡಿದ, ನಿರ್ದೇಶಕ ಪಂಚಾಕ್ಷರಿಗೆ,

ನಿರ್ಮಾಪಕರಾದ ಬಸಂತ್ ಕುಮಾರ್ ಪಾಟೀಲರಿಗೆ, ಮತ್ತು ಬಸಂತ್ ಪ್ರೊಡಕ್ಷನ್ಸ್‌ಗೆ

ನನ್ನ ಪಯಣದಲ್ಲಿ ಬೆಂಗಾವಲಾಗಿ ನಿಂತು, ಸದಾ ಎಚ್ಚರಿಸುತ್ತಲೇ ಇರುವ ರಜನಿ ನರಹಳ್ಳಿ ಮತ್ತು ನರಹಳ್ಳಿ ಬಾಲಸುಬ್ರಹ್ಮಣ್ಯ ದಂಪತಿಗಳಿಗೆ,

ಕನ್ನಡ ಪ್ರಜ್ಞೆಯನ್ನು ವಿಶ್ವಮಟ್ಟದಲ್ಲಿ ಮಾರ್ನುಡಿಸುತ್ತಿರುವ ಗಿರೀಶ್ ಕಾಸರವಳ್ಳಿ ಸರ್‌ಗೆ, ಮತ್ತು ಈ ಪುಸ್ತಕಕ್ಕಾಗಿ ಪ್ರೀತಿಯಿಟ್ಟು ಬರೆದುಕೊಟ್ಟ ಅವರ ಮಾತುಗಳಿಗೆ,

ಈ ಕೃತಿಗೆ ಅಪರೂಪದ ಮಾತುಗಳನ್ನು ಒದಗಿಸಿಕೊಟ್ಟಿರುವ, ಇಪ್ಪತ್ತು ವರ್ಷಗಳಲ್ಲಿ ಒಮ್ಮೆಯೂ ನನ್ನನ್ನು ನೋಯಿಸದ ಬಿ. ಸುರೇಶ ಎನ್ನುವ ಸೌಖ್ಯ ಭಾವಕ್ಕೆ,

ನನ್ನಂತರಂಗದ ಸಾಕ್ಷೀಪ್ರಜ್ಞೆ ದೇವನೂರ ಮಹಾದೇವ ಅವರಿಗೆ,

ಹೋರಾಟವೇ ತಾವಾಗಿ, ನಮ್ಮ ವಿವೇಕವನ್ನು ಸದಾ ಕಾಲಕ್ಕೂ ಬಲಗೊಳಿಸುತ್ತಲಿರುವ ಮೇಷ್ಟ್ರು ಬರಗೂರು ರಾಮಚಂದ್ರಪ್ಪ ಅವರಿಗೆ,

ನನ್ನೊಳಗಿನ ಆಪ್ತ ಜಗತ್ತಿನ ಹೊಕ್ಕುಳು ಬಳ್ಳಿಯಂತಿರುವ ಸರಜೂ ಕಾಟ್ಕರ್ ಅವರಿಗೆ,

ನನ್ನ ನೋವು ನಲಿವುಗಳನ್ನು ತನ್ನದೇ ಎಂದು ಭಾವಿಸುವ ಅಮ್ಮ, ಇಳಾ ವಿಜಯಾಗೆ,

ಪಯಣದಲ್ಲಿ ಕಥೆಯಾಗಿ ಜೊತೆಯಾದ ಬೊಳುವಾರು ಮಹಮದ್ ಕುಂಞ ಅವರಿಗೆ,

ಈ ಬರವಣಿಗೆಯನ್ನು ಅಂಕಣವಾಗಿ ನಿರಂತರವಾಗಿ ಪ್ರಕಟಿಸಿದ 'ಅವಧಿ'(avadhimag.in)ಯ ಟೀಂಗೆ ಮತ್ತು ನನ್ನಿಂದ ಬರೆಸಿದ ಜಿ ಎನ್ ಮೋಹನ್ ಅವರ ಅಪರೂಪದ ಸ್ನೇಹಕ್ಕೆ,

ಆರಂಭದಿಂದಲೂ ನನ್ನ ಬರವಣಿಗೆಯನ್ನು ಗಮನಿಸುತ್ತಲೇ ಬಂದಿರುವ ಎಚ್ ಎಸ್ ಗೋಪಾಲರಾವ್, ಎಂ ಬಸವಣ್ಣ, ವಿದ್ಯಾಗುರು ಬಿ ಪಿ ವೀರೇಂದ್ರ ಕುಮಾರ್, ವಿವೇಕ್ ಶಾನ್‌ಭಾಗ್, ಕೆ ವೈ ನಾರಾಯಣಸ್ವಾಮಿ ಇವರುಗಳ ಪ್ರೀತಿಗೆ,

ಎಲ್ಲ ಕಾಲಕ್ಕೂ ಜೊತೆಯಾಗಿ ನಿಂತಿರುವ ಸ್ನೇಹಿತರಾದ ವೆಂಕಟಗಿರಿ ದಳವಾಯಿ, ದೇವು ಪತ್ತಾರ್, ವೆಂಕಟ್ರಮಣ ಗೌಡ, ವಿಕ್ರಂ ವಿಸಾಜಿ, ರಾಜಶೇಖರ ಹಳೆಮನೆ, ಮಮತಾ ಅರಸೀಕೆರೆ, ರಾಘವೇಂದ್ರ ಹಾಲ್ಕೆರೆ, ಕೃಷ್ಣಾ ಚೆಂಗಡಿ, ಮುತ್ತುರಾಜು ಇವರುಗಳ ದಿವ್ಯ ಸ್ನೇಹಕ್ಕೆ,

ನನ್ನೊಂದಿಗೆ ಸಿನಿಮಾದಲ್ಲಿ ಕೆಲಸ ಮಾಡಿ ಸಿನಿಮಾ ಮುಗಿದ ಮೇಲೂ ಮುಗಿಯದ ಸಂಬಂಧದ ಜೊತೆಗಿರುವ ಚಂಚಲಾ, ಚಂದ್ರಹಾಸ ಉಲ್ಲಾಳ, ಪುಟ್ಟಣ್ಣ, ಪುನೀತ, ಕಬೀರ್ ಮಾನವ್ ಇವರಿಗೆ,

ಕುಟುಂಬ ಸೌಖ್ಯವೇ ಎಲ್ಲಕ್ಕೂ ಮಿಗಿಲು, 'ಏನನ್ನಾದರೂ ಮಾಡುತ್ತಿರು' ಎಂದು ಹುರಿದುಂಬಿಸುತ್ತಾ ನನ್ನೆಲ್ಲಾ ಹುಚ್ಚಾಟಗಳನ್ನು ಸಹಿಸಿಕೊಳ್ಳುತ್ತಿರುವ, ದಾಂಪತ್ಯ ನೆಪವಾದರೂ ಸ್ನೇಹಿತನೇ ಆಗಿರುವ 'ಅಭಿನವ'ದ ರವಿಕುಮಾರ ಮತ್ತು ಮಗ ಸೂರ್ಯವಂಶಿ ಇವರ ಅಪರೂಪದ ಸಹಕಾರಕ್ಕೆ,

ನನ್ನೊಳಗಿನ ಬಲವೋ, ನಾನದರ ಬಲವೋ! ನನ್ನ ಶಕ್ತಿಯೂ, ದೌರ್ಬಲ್ಯವೂ ಆಗಿರುವ 'ಅಭಿನವ'ಕ್ಕೆ,

ನನ್ನ ಮಣ್ಣಿನ ಕನಸನ್ನು ನನಸು ಮಾಡುತ್ತಿರುವ ಪುಟ್ಟಯ್ಯನ ಪಾಳ್ಯ ಎನ್ನುವ ದಿವ್ಯತ್ವಕ್ಕೆ, ಆ ಭೂಮಿಯ ಬಂಧುಗಳಾದ ಗೌರಿ, ನಟರಾಜುರಿಗೆ,

ಬರೆದೂ ಖಾಲಿಯಾಗದ, ಇನ್ನೂ ತುಂಬುತ್ತಲೇ ಇರುವ ನನ್ನ ಅನುಭವ ಜಗತ್ತಿಗೆ,

ಪುಸ್ತಕವನ್ನು ಪ್ರೀತಿಯಿಂದ ಪ್ರಕಟಿಸುತ್ತಿರುವ ಬಹುರೂಪಿಗೆ, ಪುಸ್ತಕವನ್ನು ಪ್ರೀತಿಯಿಂದ ಕೈಗೆತ್ತಿಕೊಳ್ಳುತ್ತಿರುವ ಕನ್ನಡದ ಅಪರೂಪದ ಮನಸ್ಸುಗಳಿಗೆ...

ನನ್ನ ಕೃತಜ್ಞತೆಗಳು.

ಜೀವಪರ ನಿಲುವಿನ ಸಾಮಾಜಿಕ–ಸಾಂಸ್ಕೃತಿಕ ದಾಖಲೆ

ಗಿರೀಶ್ ಕಾಸರವಳ್ಳಿ

ಚಂದ್ರಿಕಾ ಅವರು ಕವಿ ಮತ್ತು ಅಂಕಣಗಾರ್ತಿ ಮಾತ್ರವಲ್ಲ, ದೃಶ್ಯ ಮಾಧ್ಯಮದಲ್ಲಿಯೂ ಕೃಷಿ ಮಾಡಿದವರು. ಚಲನಚಿತ್ರ ಮತ್ತು ದೂರ ದರ್ಶನ ಧಾರಾವಾಹಿಗಳಿಗೆ ಚಿತ್ರಕಥೆ – ಸಂಭಾಷಣೆ ಬರೆದವರು. ನನ್ನ ನಿರ್ದೇಶನದ 'ನಾಯಿ ನೆರಳು' ಚಿತ್ರಕ್ಕೂ ಚಿತ್ರಕಥೆ–ಸಂಭಾಷಣೆ ವಿಭಾಗಕ್ಕೆ ದುಡಿದವರು. ಕೆಲ ಸಾಹಿತಿಗಳಲ್ಲಿ ಕಂಡು ಬರುವ ಸಿನಿಮಾ, ಧಾರವಾಹಿಗಳ ಬಗ್ಗೆ ಅಸಡ್ಡೆ, ಉಪೇಕ್ಷೆ, ಅವು ಕೆಳಮಟ್ಟದ ಕಲೆ ಎಂಬುವ ಮಡಿವಂತಿಕೆ ಅವರಲ್ಲಿ ಇಲ್ಲದಿರುವುದರಿಂದ ಆ ಮಾಧ್ಯಮಗಳ ಇತಿಹಾಸ, ಪರಂಪರೆ ಮತ್ತು ಅವುಗಳ ಶಕ್ತಿ ಮತ್ತು ಮಿತಿ ಅರಿತವರು. ಈ ರೀತಿಯ ಆರೋಗ್ಯಕರ ನಿಲುವಿನಿಂದಾಗಿ ಅವರು ನಿರ್ವಹಿಸಿದ ಚಿತ್ರಗಳಿಗೆ ಹೊಸ ಕಸುವು ತಂದವರು.

ನನ್ನ ಮಿತ್ರ ಪಂಚಾಕ್ಷರಿಯವರ ಚಿತ್ರಗಳಿಗೆ ಅವರು ಬರೆದ ಚಿತ್ರಕಥೆಗಳಲ್ಲಿಯೂ ಈ ಅಂಶಗಳನ್ನು ಕಾಣಬಹುದು. ಕನ್ನಡದ ಬಹುಮುಖ್ಯ ಸಣ್ಣ ಕಥೆಗಳಲ್ಲೊಂದಾದ ಬೊಳುವಾರು ಮಹಮದ್ ಕುಂಞ ಅವರ 'ಒಂದು ತುಂಡು ಗೋಡೆ'ಯನ್ನು ಪಂಚಾಕ್ಷರಿಯವರು ತಮ್ಮ ನಿರ್ದೇಶದಲ್ಲಿ 'ಪಾತುಮ್ಮ' ಎಂಬುದಾಗಿ ಪುನರ್ ನಾಮಕರಣ ಮಾಡಿ, ಚಲನಚಿತ್ರ ಮಾಡಿದಾಗ ಅದರ ಚಿತ್ರಕಥೆ, ಸಂಭಾಷಣೆಯ ನಿರ್ವಹಣೆಯ ಜೊತೆಗೆ, ಕಲಾ ನಿರ್ದೇಶಕರಾಗಿಯೂ ಕೈ ಜೋಡಿಸಿದವರು. ಈ ಚಿತ್ರ ಮಾಡುವಾಗಿನ ಘಟನಾವಳಿಗಳ ಸಾರ ಸಂಗ್ರಹವೇ ಈ ಪುಸ್ತಕ 'ಮೂವರು ಮಹಮದರು'

ಅನೇಕ ವೇಳೆ ಚಿತ್ರೀಕರಣ ಸಮಯದಲ್ಲಿ ಮನುಷ್ಯನ ಸಹಜ ಪ್ರವೃತ್ತಿಗಳಾದ ಪ್ರಲೋಭನೆ, ಆಸೆ, ಅಹಂ, ಮತ್ಸರ, ಅಧಿಕಾರ ವರ್ತುಲವನ್ನು ಪರರು ಪ್ರವೇಶಿಸಿ, ಪ್ರಶ್ನಿಸುತ್ತಾರೆಂಬ ಅನಿಸಿಕೆ – ಇವುಗಳಿಂದಾಗಿ ಭಾರೀ ತಿಕ್ಕಾಟಗಳು ಚಿತ್ರ ತಂಡದ ಹಾಗೂ ಚಿತ್ರೀಕರಣ ನಡೆಯುವಲ್ಲಿನ ಸ್ಥಳೀಯರೊಂದಿಗೂ ನಡೆಯುತ್ತಿರುತ್ತದೆ. ಆರಂಭದಲ್ಲಿ ಚಿಕ್ಕದಾಗಿ ಮೊಳಕೆ ಒಡೆದದ್ದು, ಚಿತ್ರೀಕರಣ ಮುಗಿಯುವಷ್ಟರಲ್ಲಿ ತನ್ನ ವಿರಾಟ್‌ರೂಪ ಪ್ರದರ್ಶಿಸುತ್ತ ನರ್ತನ ಮಾಡಿ, ಚಿತ್ರೀಕರಣ ಮುಗಿದರೆ ಸಾಕು ಎನ್ನುವ ಭಾವನೆ ಹುಟ್ಟಿಸುತ್ತಿರುತ್ತದೆ. ಹಣದ ಬಲ, ಗಾಳಿ ಬಂದತ್ತ ಬಾಗುವ ರಾಜಿ ಮನೋಭಾವದವರು ಈ ಬಿಕ್ಕಟ್ಟಿನಿಂದ ಸುಲಭವಾಗಿ ನುಣುಚಿಕೊಳ್ಳಬಲ್ಲರು. ಅದರೆ ಮಿತ ಬಂಡವಾಳದ ಚಿತ್ರ ತಂಡ ತಮ್ಮ ಧ್ಯೇಯ, ಗುರಿಗೆ ಬದ್ಧರಾಗಿ, ಈ ಹಗ್ಗ ಜಗ್ಗಾಟದಲ್ಲಿ ಸಿಕ್ಕಿ ನರಳುವುದು ಬಲು ಸಾಮಾನ್ಯ. ಎರಡನೆಯ ವರ್ಗಕ್ಕೆ ಸೇರಿದ 'ಪಾತುಮ್ಮ' ಚಿತ್ರತಂಡ ಯಾವುದೇ ಸಂಘರ್ಷ ಸ್ಫೋಟವಾಗದಂತೆ ನಿರ್ವಹಿಸಿರುವುದು ಈ ಪುಸ್ತಕದ ಉದ್ದಕ್ಕೂ ಕಂಡು ಬರುತ್ತದೆ. ಹಾಗೆ ಯಾವುದೇ ಅಹಿತಕರ ಘಟನೆ ನಡೆಯದಂತೆ ಸಾಮರಸ್ಯದಿಂದ ಚಿತ್ರೀಕರಣ ಮುಗಿಸಿದ ಚಿತ್ರ ತಂಡದ ಸಾಧನೆಯಲ್ಲಿ ಲೇಖಕಿ ಚಂದ್ರಿಕಾ ಅವರ ಪಾತ್ರ ಎಷ್ಟು ಮಹತ್ವದ್ದು ಎಂಬುದು ಪುಸ್ತಕ ಓದಿದಾಗ ವೇದ್ಯವಾಗುತ್ತದೆ.

ಚಂದ್ರಿಕಾ ಅವರಿಗೆ ಇದು ಸಾಧ್ಯವಾಗಿದ್ದು ಎರಡು ಕಾರಣಗಳಿಗೆ. ಮೊದಲನೆಯ ಕಾರಣ ಈ ಚಿತ್ರದ ಕಲಾನಿರ್ದೇಶನ ಅವರ ಕಾರ್ಯಕ್ಷೇತ್ರವಾದುದರಿಂದ. ಒಮ್ಮೆ ಚಿತ್ರೀಕರಣವಾಗುತ್ತಿದ್ದಂತೆಯೇ ಚಿತ್ರಾಂಗಣದ ಹೊರತಾಗಿ ಬೇರೆಲ್ಲಾ ಆಗುಹೋಗುಗಳಿಗೆ ಚಿತ್ರದ ನಿರ್ದೇಶಕ ಹಾಗೂ ಛಾಯಾಗ್ರಾಹಕ ಬೆನ್ನು ತಿರುಗಿಸುತ್ತಾರೆ. ತಮ್ಮ ಬಿಂಬಗಳಿಗೆ ಜೀವ ತುಂಬುವುದೇ ಆದ್ಯತೆಯಾಗಿ ಚಿತ್ರೀಕರಣದ ದಿನಗಳಲ್ಲಿ ಅವರು ಕಣ್ಣುಪಟ್ಟಿ ಕಟ್ಟಿಕೊಂಡ ಕುದುರೆಯಂತಾಗಿರುತ್ತಾರೆ. ಚಿತ್ರಾಂಗಣ(ಸೆಟ್)ದ ಮೇಲಿನ ಆಗುಹೋಗುಗಳಲ್ಲೇ ಅವರು ಮುಳುಗಿಹೋಗಿರುತ್ತಾರೆಂದರೆ ಸೆಟ್‌ನಾಚೆಗೆ ನಡೆಯುವ ತಿಕ್ಕಾಟಗಳ, ಜಗಳಗಳು ಅವರ ಗಮನಕ್ಕೆ ಬರುವುದಿಲ್ಲ. ಅಂತಹ ಯಾವುದೇ ಅಹಿತಕರ ಘಟನೆಯಿಂದ ಅವರು ವಿಚಲಿತರಾಗಬಾರದು ಎಂಬ ಉದ್ದೇಶದಿಂದ ಚಿತ್ರತಂಡವೂ ಅವುಗಳನ್ನು ಅವರ ಗಮನಕ್ಕೆ ಬಾರದಿರುವಂತೆ ನೋಡಿಕೊಳ್ಳುತ್ತಾರೆ. ಹಾಗಾಗಿ ಚಿತ್ರೀಕರಣವಾಗುವಷ್ಟು ದಿನ ಹೊರ ಪ್ರಪಂಚದೊಂದಿಗಿನ ಅವರ ಸಂಪರ್ಕ ತೆಳುವಾಗಿರುತ್ತದೆ. ಅದರೆ ಅದೇ ವೇಳೆಯಲ್ಲಿ ಚಿತ್ರ ತಂಡದ ಉಳಿದವರಿಗೆ, ಅದರಲ್ಲೂ ಮುಖ್ಯವಾಗಿ ಕಲಾ ನಿರ್ದೇಶಕರಿಗೆ ಚಿತ್ರೀಕರಣವಾಗುತ್ತಿರುವ ಊರಿನೊಂದಿಗೆ ಸಂಪರ್ಕ ದಟ್ಟವಾಗಿ ಬೇರುಬಿಡುತ್ತದೆ. ಚಿತ್ರಣದಲ್ಲಿ ವಾಸ್ತವದ ಲೇಪನ ತರುವುದಕ್ಕೆ ಸೂಕ್ತವಾದ ಪರಿಕರಗಳನ್ನು ಕಲಾ ನಿರ್ದೇಶಕರು ಸ್ಥಳಿಯವಾಗಿಯೂ ಹುಡುಕುತ್ತಿರುತ್ತಾರೆ. ಹೆಚ್ಚಿನ ಪರಿಕರಗಳನ್ನು ಸ್ಥಳೀಯವಾಗಿ ಹೊಂದಿಸಿಕೊಳ್ಳಬೇಕಾಗಿ ಬರುವುದಕ್ಕೆ ಮಿತಬಂಡವಾಳ ಒಂದು

ಕಾರಣ. ಅದೇ ಆಗಷ್ಟೇ ಕೊಂಡು ತಂದ ಪರಿಕರಕ್ಕೆ ಹೊಸತಿನ ಹೊಳಪು ಮಾತ್ರ ಇರುತ್ತದೆ. ಬಳಸಿ ಬಳಸೀ ಆ ಪರಿಕರಗಳು ಮೈಗೂಡಿಸಿಕೊಳ್ಳುವ 'ಜೀವಗುಣ' ಇಲ್ಲದಿರುವುದಿಲ್ಲ. ಹಾಗಾಗಿ ಕೆಲವು ಕಲಾ ನಿರ್ದೇಶಕರು ಬಳಸಿದ ವಸ್ತುಗಳನ್ನು ಮನೆಮನೆಯಿಂದ ಸಂಗ್ರಹಿಸಿ ಅದಕ್ಕೆ ಬದಲಾಗಿ ಅಂಗಡಿಯಿಂದ ತಂದ ಹೊಸ ವಸ್ತುವನ್ನು ಕೊಟ್ಟು ವಿನಿಮಯ ಮಾಡಿಕೊಳ್ಳುತ್ತಾರೆ. ಹಾಗಾಗಿ ಚಿತ್ರಾಂಗಣದ ಆಚೆಗಿನ ಪರಿಸರದೊಂದಿಗೆ ಅವರ ಸಂಪರ್ಕ ನಿಕಟವಾಗಿರುತ್ತದೆ. ಆ ಸಮುದಾಯಗಳೊಂದಿಗೆ ಸಂಬಂಧ ಸೌಹಾರ್ದವಾದಷ್ಟೂ, ಚಿತ್ರಾಂಗಣದಲ್ಲಿ ಸೃಷ್ಟಿಸುವ 'ಕಲ್ಪಿತ ವಾಸ್ತವ'ಕ್ಕೆ ಮೆರಗು ಬರುತ್ತಿರುತ್ತದೆ. ಅರ್ಥಾತ್ ಆ ಸ್ಥಳೀಯ ಸಮುದಾಯದ ಉಸಿರು ಚಿತ್ರಕ್ಕೆ ಸೇರ್ಪಡೆಯಾಗುತ್ತಾ ಹೋಗುತ್ತದೆ. ಚಂದ್ರಿಕಾ ಅವರು ಈ ರೀತಿಯಲ್ಲಿ ಸಮುದಾಯದೊಂದಿಗಿನ ಸೃಜನಶೀಲ ಸಂಬಂಧ ಸೃಷ್ಟಿಸಿ ಕೊಂಡಿದ್ದರಿಂದ ಚಿತ್ರೀಕರಣ ಸೌಹಾರ್ದಯುತವಾಗಿ ಮುಗಿದಿದ್ದು ಎಂಬುದು ನನ್ನ ಅನಿಸಿಕೆ.

ಚಂದ್ರಿಕಾ ಅವರು ತಮ್ಮ ಕಾರ್ಯದಲ್ಲಿ ಯಶಸ್ವಿಯಾಗುವುದಕ್ಕೆ ಇನ್ನೊಂದು ಕಾರಣವೂ ಇದೆ. ಅದು ಅವರ ಸ್ನೇಹಪರ ವ್ಯಕ್ತಿತ್ವ, ಆಕರ್ಷಕ ಮಾತುಗಾರ್ತಿಯೂ ಆಗಿರುವುದರ ಜೊತೆಗೇ, ಮಹಿಳೆಯೂ ಆಗಿದ್ದರಿಂದ ಆ ಊರಿನ ಮನೆಯೊಳಗಿನ ಸ್ತ್ರೀ ಲೋಕಕ್ಕೆ ಪ್ರವೇಶ ಅವರಿಗೆ ಸುಲಭ ಸಾಧ್ಯವಾಯಿತು. ಅಲ್ಲಿಯ ಜನರು ಹಾಗೂ ಚಿತ್ರ ತಂಡದವರು ಬೇರೆ ಬೇರೆ ಕೋಮಿನವರು ಎನ್ನುವ ಅನ್ನಿಸಿಕೆ ಯಾರಲ್ಲೂ ಹುಟ್ಟಗೊಡಲಿಲ್ಲ. ಮನೆ ಮನೆಗೆ ಹೋಗಿ ಪರಿಕರಗಳನ್ನು ಸಂಗ್ರಹಿಸಿಕೊಳ್ಳುತ್ತಲೇ ಆ ಮಹಿಳೆಯರ ಜೀವನದ ಘಮಲನ್ನು ಆಸ್ವಾದಿಸಿ ತಮ್ಮದಾಗಿಸಿಕೊಂಡಿರುವುದು ಈ ಕೃತಿಯಲ್ಲಿ ಪ್ರತಿಫಲನಗೊಂಡಿದೆ.

ಈ ಕೃತಿಯ ಹೆಚ್ಚುಗಾರಿಕೆ ಇರುವುದೇ ಆ ಘಮಲನ್ನು ಸೆರೆ ಹಿಡಿಯುವುದರಲ್ಲಿ. ಚಿತ್ರೀಕರಣ ಸಂದರ್ಭದಲ್ಲಿ ಸಾಧಿಸಿದ ಆವಿರ್ಭವಿಸಿದ ಘಟನೆಗಳ ಕಾರ್ಯಕಾರಣ ಸಂಬಂಧಗಳ ದಾಖಲಾಗುವುದಷ್ಟೇ ಈ ಕೃತಿಯ ಉದ್ದೇಶವಾಗಿದ್ದಿದ್ದರೆ, ಕೃತಿಯ ಆಶಯ ಸೀಮಿತವಾಗಿರುತ್ತಿತ್ತು. ಆಗ ಈ ಕೃತಿಗೆ ಸಿನಿಮಾ ಸೃಷ್ಟಿಯಲ್ಲಿನ ತೆರೆಯ ಹಿಂದಿನ ಸೋಲು ಗೆಲುವಿನ ದಾಖಲೆಯಾಗಿ, ರಂಜನೀಯ ಗುಣ ಮಾತ್ರ ಪಡೆಯುತ್ತಿತ್ತು. ಆದರೆ ಚಂದ್ರಿಕಾ ಅವರ ಕಣ್ಣು ಸೆರೆ ಹಿಡಿಯ ಹೊರಟದ್ದು ಬೇರೊಂದು ಘಮಲನ್ನು. ತೆರೆಯ ಆಚೆಗಿರುವ ಸ್ಥಳೀಯರ ಜನಜೀವನವನ್ನು ದಾಖಲಿಸುವುದರೊಂದಿಗೇ ಈ ಸಿನೆಮಾ ಶೂಟಿಂಗ್ ನೆಪವಾಗಿ ಅವರ ಜೀವನ ತೆರೆದುಕೊಳ್ಳುತ್ತಾ ಹೋಗುವುದನ್ನು ದಾಖಲಿಸುತ್ತಾರೆ. (ಮೃಣಾಲ್ ಸೇನ್‌ರ 'ಅಕಾಲೇರ್ ಸಂಧಾನೆ' ಚಿತ್ರದಂತೆ, ಶ್ಯಾಮ್ ಬೆನಗಲ್ ಅವರ 'ಸಮರ್' ಚಿತ್ರದಲ್ಲಾಗುವಂತೆ) ಹಾಗಾಗಿ ತೆರೆಯ ಮೇಲೆ ಪಂಚಾಕ್ಷರಿಯವರು ಹಾಗೂ ಬೊಳುವಾರರು ಚಿತ್ರಿಸುತ್ತಿರುವ ಪಾತುಮ್ಮ, ಚಂದ್ರಣ್ಣ ಆಚಾರಿ ಅವರ ಆಸೆ,

ಅಭಿಲಾಷೆ, ಹುನ್ನಾರ ಅನಾವರಣಗೊಳ್ಳುತ್ತಾ ಹೋದಂತೆ, ಚಂದ್ರಿಕಾ ಅವರು ಚಿತ್ರಿಸಿದ ಅಲೀಮಮ್ಮ, ಹಸೀನಮ್ಮ, ಜಕ್ಕು ಮಹಮದರೂ ಆಪ್ತವಾಗುತ್ತಾ ಹೋಗುತ್ತಾರೆ. ಆ ಊರಿನ ಮುಸ್ಲಿಂ ಸಮುದಾಯದ ಹೆಂಗಸರ ವ್ಯಕ್ತಿತ್ವ, ಕನಸುಗಳು, ಆಸೆಗಳನ್ನು ಈ ಲೇಖನಗಳು ಹೊಳೆಯಿಸುವುದು ಆ ಹೆಂಗಸರ ದೈನಂದಿಕದಲ್ಲೇ. ಬೀಡಿ ಕಟ್ಟುತ್ತಲೇ 'ನಿಮ್ಮ ಸಂಬಳವೆಷ್ಟು?', 'ಮಗನನ್ನು ಇಷ್ಟು ದಿನ ಬಿಟ್ಟಿರಲು ಸಾಧ್ಯವೇ?' ಎಂದು ಕೇಳಿ ಆಶ್ಚರ್ಯ ಪಡುವ ಮುಕ್ಕಚ್ಚೇರಿಯ ಹೆಂಗಸರು, ತನ್ನ ಗಂಡನ ಸೌಂದರ್ಯವನ್ನು ವಿವರಿಸುತ್ತಾ ನಾಚುವ ಅಲೀಮಮ್ಮ, ಸಸ್ಯಾಹಾರಿಯಾದ ಚಂದ್ರಿಕಾರಿಗೆ ಅವಲಕ್ಕಿ ಮಾಡಿಕೊಡುವ ಹಸೀನಮ್ಮ, ನಿರ್ಜನ ಕುದ್ರುವಿನಲ್ಲೇ ಜೀವನ ನಡೆಸುತ್ತಾ 'ಭಯ ಎಂದರೆ ಏನು?' ಎಂದು ಕೇಳುವ ಫ್ರೀಡಾ, ತನ್ನ ಚಿಕ್ಕ ತಮ್ಮನನ್ನು ಮಾತಾಡಿಸಲಿಲ್ಲ ಎಂದು ಸಿಟ್ಟುಗೊಳ್ಳುವ ಮೆಹರ್- ಹೀಗೆ ಕಿರು ಕಥಾನಕಗಳಲ್ಲೇ ಕೃತಿಯು ಚಿಕ್ಕದ್ದರ ಮೂಲಕ ಮಹತ್ವವಾದ್ದನ್ನು ಹೇಳುತ್ತದೆ. ಹಾಗಂತ ಅಲ್ಲಿಯ ಜನರ ರಮ್ಯ ಚಿತ್ರಣ ಇದಲ್ಲ. ಬಿಗುಮಾನದ ಬ್ರಿಟಿಷ್ ಮಹಮದ್, ಸುಳ್ಳೇ ಕಿರಿಕ್ ಮಾಡಿ ಹಣ ಕಿತ್ತುಕೊಳ್ಳುವ ಬ್ಯೂಟಿ ಪಾರ್ಲರ್ ಹೆಂಗಸು, ಕುಡಿದು ಗಲಾಟೆ ಮಾಡುವ ನಟ, ಟಿಪ್ಪುವಿನ ಜನ್ಮದಿನ ಆಚರಿಸುವ ಸರ್ಕಾರದ ನಿರ್ಧಾರವನ್ನೇ ನೆಪ ಮಾಡಿಕೊಂಡು ಕೆಲವರು 'ಬಂದ್'ಗೆ ಕರೆಕೊಟ್ಟಾಗ ಚಿತ್ರೀಕರಣ ಸುಗಮವಾಗಿ ಸಾಗಲು ಸಹಕರಿಸಿದ ಆರಕ್ಷಕರು, ಅರ್ಧ ರಾತ್ರಿಯಲ್ಲಿ ಎಬ್ಬಿಸಿ ಹ್ಯಾಪಿ ಬರ್ತ್ ಡೇ ಹೇಳುವ ಪುನೀತ, ಈ ರೀತಿಯಲ್ಲಿ ವ್ಯಕ್ತಿ ಸಮೂಹದ chiaroscuro ಚಿತ್ರಣವೂ ಇದೆ.

ನಮ್ಮ ಪೂರ್ವಾಗ್ರಹಗಳಿಂದ ಘಟನೆಗಳು ಕಣ್ಣೆದುರೇ ನಡೆಯುತ್ತಿದ್ದರೂ ಅದರ ಸತ್ಯವನ್ನು, ಸತ್ವವನ್ನು ಕಾಣದಂತೆ ಮರೆಮಾಚುತ್ತಿರುತ್ತೇವೆ. ಕೆಲ ಜನರು ನಿಜವೆಂದೇ ಸಾಧಿಸ ಹೊರಟ ಹಲವು ಸುಳ್ಳುಗಳನ್ನು ಚಂದ್ರಿಕಾ ಅವರು ಅನಾವರಣಗೊಳಿಸುತ್ತಾರೆ. ಪಾತ್ರವೊಂದು ತನ್ನ ಹೆಣ್ಣು ಮಗುವಿನ ಭವಿಷ್ಯದ ಬಗ್ಗೆ ಕನಸನ್ನು ಹಂಚಿಕೊಂಡಾಗ ಚಿತ್ರೀಕರಣ ನೋಡಲು ನೆರೆದಿದ್ದ ಸಹೃದಯರೆಲ್ಲರೂ ಚಪ್ಪಾಳೆ ತಟ್ಟಿ ಹರ್ಷ ವ್ಯಕ್ತಪಡಿಸಿದರಂತೆ. ಒಬ್ಬ ಮುಸ್ಲಿಂ ಹಿರಿಯರು, 'ಹೆಣ್ಣು ಮಕ್ಕಳ ಬಗ್ಗೆ ನಾವೆಲ್ಲಾ ಹೀಗೆ ಯೋಚಿಸಿದರೆ ನಮ್ಮ ಮಕ್ಕಳು ಚೆನ್ನಾಗಿರುತ್ತಾರೆ, ಅಲ್ಲವಾ?' ಎಂದು ಉದ್ಗರಿಸಿದರಂತೆ. ಆ ಮುಸ್ಲಿಂ ಸಮುದಾಯದ ಎಲ್ಲ ಗಂಡಸರೂ ಹೆಣ್ಣುಮಕ್ಕಳ ಓದಿನ ಬಗ್ಗೆ, ಸ್ವಾತಂತ್ರ್ಯದ ಬಗ್ಗೆ ಕಠೋರ ನಿಲುವನ್ನು ಪಡೆದಿರುತ್ತಾರೆ ಎಂಬ ನಮ್ಮಲ್ಲನೇಕರ ನಂಬಿಕೆ ಎಷ್ಟು ಪೊಳ್ಳು ಎಂಬುದನ್ನು ಕನ್ನಡಿ ಹಿಡಿದು ತೋರಿಸಿ ಆ ನಿಲುವನ್ನು ಪರಿಶೀಲಿಸಲು ಆಹ್ವಾನಿಸುತ್ತದೆ. ಹಾಗೇ ಬ್ಯಾರಿ ಹೆಂಗಸು ಹೇಳುವ ಮಾತೂ ಗಮನಾರ್ಹ. 'ಈಗೆಲ್ಲಾ ಯಾರು ತುಂಬಾ ಮಕ್ಕಳನ್ನು ಮಾಡಿಕೊಳ್ಳುತ್ತಾರೆ? ಹೆಚ್ಚು ಮಕ್ಕಳಾದರೆ ಅವರನ್ನು ಓದಿಸುವುದು ಹೇಗೆ? ಅವರಿಗೆ ಒಳ್ಳೆಯ ಜೀವನ ಕೊಡಬೇಕೋ ಬೇಡವೋ?' ಎನ್ನುವ ಕಪೋಲಕಲ್ಪಿತ ವದಂತಿಗಳ

ಸುಳ್ಳು ಸ್ವರೂಪದ ಬಗ್ಗೆ ಬೆಳಕು ಚೆಲ್ಲುವ ಒಂದು ಉದಾಹರಣೆ. ಇಡೀ ಒಂದು ಕೋಮನ್ನೇ ವೈವಿಧ್ಯತೆ ಇಲ್ಲದ, ಏಕಶಿಲಾಕೃತಿಯ ಸ್ಥಾವರ ಎಂಬ ನಮ್ಮಲ್ಲನೇಕರ ನಂಬಿಕೆಯನ್ನು ಇಂತಹ ಉದಾಹರಣೆಗಳು ಸಾಕ್ಷಿ ಸಹಿತ ತಳ್ಳಿ ಹಾಕುತ್ತವೆ.

ಶೂಟಿಂಗ್‌ಗೆ ಬಳಸುವ ಜನರೇಟರ್‌ಗೆ ಬೆಂಕಿ ಬಿದ್ದಾಗ, ಘಟನೆಯನ್ನು ಕಣ್ಣಾರೆ ಕಂಡಂತೆ ಒಬ್ಬಾತ ಹೇಳುವುದು, 'ಅದು ಮತ್ತೊಂದು ಕೋಮಿನವರು ಬೆಂಕಿ ಇಟ್ಟಿದ್ದು' ಎಂಬ ಸುಳ್ಳು. ಅದೇ ನಿಜವೆಂದು ಎಲ್ಲರೂ ಭ್ರಮಿಸುವುದು ಇನ್ನೊಂದು ಅಂತಹ ಘಟನೆ. ಆದರೆ ಜನರೇಟರ್ ಅನ್ನು ಪರಿಶೀಲಿಸಿದ ಟೆಕ್ನಿಷಿಯನ್ 'ಅದು ಶಾರ್ಟ್ ಸರ್ಕ್ಯೂಟ್‌ನಿಂದ ಸಂಭವಿಸಿದ್ದು' ಎಂದು ಸ್ಪಷ್ಟಪಡಿಸುತ್ತಾನೆ.

ಅದೇ ವೇಳೆಗೆ ಹೊರ ಜಗತ್ತಿನ ಘಟನಾವಳಿಗಳು ಶೂಟಿಂಗ್ ಮೇಲೆ ಯಾವ ಪರಿಣಾಮವನ್ನು ಬೀರುತ್ತಿತ್ತು ಎನ್ನುವುದನ್ನು ಚಂದ್ರಿಕಾ ದಾಖಲಿಸುತ್ತಾ ಹೋಗುತ್ತಾರೆ. ಅದು ಟಿಪ್ಪು ಜಯಂತಿ ಆಚರಿಸುವ ರಾಜ್ಯ ಸರ್ಕಾರದ ನಿರ್ಧಾರ, ಡಿಮಾನಿಟೈಸೇಷನ್ ಮಾಡುವ ಕೇಂದ್ರ ಸರ್ಕಾರ– ಇವು ತಂದೊಡ್ಡುವ ಹಲವು ಸಂಗತಿಗಳನ್ನು ದಾಖಲಿಸುತ್ತಾರೆ. ಸಿನಿಮಾ ಕೃತಿಯೊಂದು 'ನಿಜ'ದಲ್ಲೇ ಅರಳಿ ಸಾರ್ಥಕವಾಗಬೇಕಾದ ಅನಿವಾರ್ಯತೆ ಇರುತ್ತದೆ. ಅದು ಒಬ್ಬ ಕಲಾವಿದನ ಸೃಷ್ಟಿ ಆಗಿರುವುದಿಲ್ಲ, ಸಾಂಘಿಕ ಪ್ರಯತ್ನವಾಗಿರುತ್ತದೆ. ಚಂದ್ರಿಕಾ ಅವರ ಸೂಕ್ಷ್ಮ ಮನಸ್ಸು ಇವುಗಳನ್ನು ದಾಖಲಿಸುತ್ತಾ ಹೋಗುವುದರಿಂದ ಈ ಕೃತಿ ಕೇವಲ 'ಪಾತುಮ್ಮ' ಚಿತ್ರ ಮಾಡುವುದರ ಹಿನ್ನೆಲೆಯ ಕಥೆ ಆಗುವುದಿಲ್ಲ. ಆ ಚಿತ್ರ ಮಾಡುವಾಗಿನ ಕಾಲದೊಂದಿಗೇ ಅದು ತಳುಕು ಹಾಕಿಕೊಂಡಿರುವುದನ್ನೂ ಚಿತ್ರಿಸುತ್ತಾ ಈ ಕೃತಿಯೊಂದು ವ್ಯಾಪಕತೆ ಪಡೆಯುತ್ತದೆ.

ಬೊಳುವಾರು ಮಹಮದ್ ಕುಂಞರವರ 'ಒಂದು ತುಂಡು ಗೋಡೆ' ಬಾಬರಿ ಮಸೀದಿ ಉರುಳಿಸಿದ ಪರಿಣಾಮದ ಪರ ಅಥವಾ ವಿರುದ್ಧದ ಕಥೆ ಅಲ್ಲ. ಹಲವು ಪಾತಳಿಗಳಲ್ಲಿ ತೆರೆದುಕೊಳ್ಳುತ್ತಾ ಹೋಗುವ ಈ ಕಥೆ, ಮೇಲ್ಕಾಣಿಸಿದ ಯುಗ್ಮ ವೈರುಧ್ಯವನ್ನೂ ದಾಟಿ, ಮನುಷ್ಯರಿಗೆ ಸಹಜವಾದ ಕನಸು, ವಿನಾ ಕಾರಣ ದ್ವೇಷ, ಪಶ್ಚಾತ್ತಾಪ, ಕ್ರೌರ್ಯಗಳ ಕಥೆಯೂ ಆಗಿದೆ. ಈ ಕಥೆಯನ್ನು ಆಧರಿಸಿದ ಪಂಚಾಕ್ಷರಿಯವರು ನಿರ್ದೇಶನ ಮಾಡಿದ 'ಪಾತುಮ್ಮ' ಚಿತ್ರದ ನಿರ್ಮಾಣದ ಹಿಂದಿನ ಕಥೆಯನ್ನು 'ಮೂವರು ಮಹಮದರು' ಎಂಬ ಚಂದ್ರಿಕಾ ಅವರು ಬರೆದ ಈ ಹೊತ್ತಿಗೆಯೂ ತನ್ನ ಜೀವಪರ ನಿಲುವಿನಿಂದಾಗಿ, ಲವಲವಿಕೆಯ ಭಾಷೆಯಿಂದಾಗಿ, ಜೀವನೋತ್ಸಾಹದಿಂದ ಪುಟಿಯುತ್ತಿರುವ ವ್ಯಕ್ತಿಗಳ ಚಿತ್ರಣದಿಂದಾಗಿ, ಸಾಂಸ್ಕೃತಿಕ–ಸಾಮಾಜಿಕ ಒಳನೋಟಗಳಿರುವ ಒಂದು ದಾಖಲೆಯಾಗಿ ಕೃತಿಯ ಸಾರ್ಥಕತೆಯನ್ನು ಹೆಚ್ಚಿಸಿದೆ.

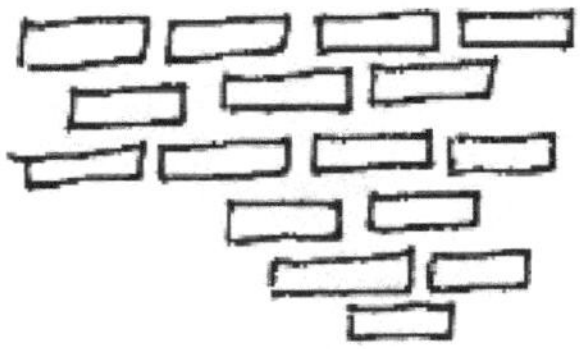

ಪಾತುಮ್ಮಳ ಹಿಂದೆ...

ಮುಕ್ಕಚ್ಚೇರಿಯಲ್ಲಿ

ಮುಕ್ಕಚ್ಚೇರಿಯ ಸುಭಾಷ್‌ನಗರದ ಒಳಗೆ ಕಾರು ತಿರುಗಿದಾಗ ದಾರಿಯುದ್ದಕ್ಕೂ ಕಂಟಿಯ ಗಿಡಗಳು. ಮುಂದೆ ವಿಶಾಲ ಮೈದಾನ. ಹುಡುಗರ ಹ್ಹೋ ಎನ್ನುವ ಸದ್ದು ಕಾರು ಒಳ ತಿರುಗಿದಾಗಲೆ ಕಿವಿಗೆ ಬಿದ್ದಿತ್ತು. 'ಕಾರ್ ಇಲ್ಲೇ ಪಾರ್ಕ್ ಮಾಡೋಣ ಮತ್ತೆ ಮುಂದೆ ಜಾಗ ಇಲ್ಲ' ಎಂದರು ಚಂದ್ರಹಾಸ ಉಲ್ಲಾಳರು. ಕಾರು ಅವರದ್ದಾದ್ದರಿಂದ ಅವರು ಹಾಗೆ ಹೇಳುವುದು ಸಹಜವಾಗೇ ಇತ್ತು. ನಾನು, ಚಂಚಲಾ ಮತ್ತು ನಿರ್ದೇಶಕ ಪಂಚಾಕ್ಷರಿ ಇಳಿಯಲು ಅನುವಾದೆವು. ಮೈದಾನದಲ್ಲಿ ಕ್ರಿಕೆಟ್ ಆಡುವ ಹುಡುಗರು 'ಕಾರನ್ನು ಸ್ವಲ್ಪ

ಮುಂದೆ ಹಾಕಿ ಅಂಕಲ್, ನಮಗೆ ಅಡ್ಡಿಯಾಗುತ್ತದೆ' ಎಂದರು. ಇಕ್ಕಟ್ಟಾದ ಮಣ್ಣಿನ ರಸ್ತೆಯಲ್ಲಿ ಹಾದು ಬರುವಾಗ ಕಾರು ಆಚೆ ಈಚೇ ಆಡಿತ್ತು. ಸುತ್ತ ಮುತ್ತ ಇದ್ದ ಮುಳ್ಳುಕಂಟಿಯ ಗಿಡಗಳು ರಸ್ತೆಯ ಒಳ ಹೊಕ್ಕಾಗ 'ನಮ್ಮನ್ನು ಹಾದು ಹೋಗಬಲ್ಲಿರಾ?' ಎಂದು ಅಡ್ಡಲಾಗಿ ತನ್ನ ಟೊಂಗೆಗಳನ್ನು ಆಡಿಸಿದ್ದವು. ಕಾರಿಂದ ಇಳಿದು ಕಂಟಿ ತರಚಿದ ಗುರುತುಗಳನ್ನು ಹುಡುಕುತ್ತಿದ್ದ ಚಂದ್ರಹಾಸರು, ಹುಡುಗರ ಕಲರವಕ್ಕೆ ಬೆಚ್ಚಿ, ಇಳಿಯುತ್ತಿದ್ದ ನಮ್ಮನ್ನು ತಡೆದು ಕಾರನ್ನು ಪಕ್ಕಕ್ಕೆ ಹಾಕಿದರು. 'ಕಿಡಿಗೇಡಿಗಳು ಕಾರಿನ ಮೇಲೆ ಗೀಚಿಯೋ, ಬ್ಯಾಟನ್ನು ತಾಕಿಯೋ, ಗುರುತು ಮಾಡಿದ್ರೆ ಕಷ್ಟ' ಎಂದು ತಮಗೇ ಹೇಳಿಕೊಳ್ಳುವಂತೆ ನಮಗೂ ಹೇಳಿದ್ದರು. ಕಾರು ನಿಂತ ಕಡೆಯಿಂದ ಇಳಿಯಲು ನೋಡುವಾಗ ಹುಡುಗರ ದಂಡು ಹತ್ತಿರ ಬಂದು 'ಯಾರ ಮನೆಗೆ ಅಂಕಲ್?' ಎನ್ನುತ್ತಾ ನಮ್ಮನ್ನು ಸುತ್ತುವರೆದರು. ಆ ಹುಡುಗರೆಲ್ಲರೂ ಮುಸ್ಲಿಮರೇ. ಕೆಲವರ ತಲೆಯ ಮೇಲೆ ಟೋಪಿ ಇದ್ದರೆ, ಕೆಲವರ ತಲೆ ಮೇಲೆ ಇರಲಿಲ್ಲ. ಪಕ್ಕಾ ಮುಸ್ಲಿಂ ಶೈಲಿಯ ಜುಬ್ಬಾ ಇಜಾರ. ನಮ್ಮನ್ನು ನೋಡಿದರೆ ಇವರು ಇಲ್ಲಿಗೆ ಬರಬಾರದವರು ಎಂದವರಿಗೆ ಅನ್ನಿಸಿರಲಿಕ್ಕು ಸಾಕು. '... ಇಲ್ಲ ಹೀಗೆ ಸಮುದ್ರ ನೋಡಲಿಕ್ಕೆ ಬಂದೆವು' ಎಂದಾಗ ಅವರ ಉತ್ಸಾಹ ಜಾರಿ 'ಆರೇ ಆರೇ ಖೇಲ್ ಖತಂ ಕರೇಗಾ' ಎಂದು ಬ್ಯಾಟನ್ನು ಬೀಸುತ್ತಾ ಹೊರಟುಬಿಟ್ಟರು.

'ಸಮುದ್ರದ ಕಡೆಗೆ ಹೋಗುವುದಾದರೂ ಹೇಗೆ?' ಎಂದು ಕೇಳೋಣವೆಂದರೆ ಎಲ್ಲರೂ ಆಟದಲ್ಲಿ ಮಗ್ನರಾಗಿದ್ದರು. 'ಬನ್ನಿ ನಂಗೊತ್ತು, ಇಲ್ಲೊಂದು ಮಸೀದಿ ಇದೆ; ಅದರ ಪಕ್ಕದಲ್ಲೇ ಹೋಗಬೇಕು. ಇದೆಲ್ಲಾ ನಾವು ಸುತ್ತಾಡಿದ ಜಾಗಗಳೇ' ಎಂದು ಚಂದ್ರಹಾಸ್ ನಮ್ಮನ್ನು ಕರೆದೊಯ್ದರು. ತೆಳು ದೇಹದ, ಎತ್ತರದ ನಿಲುವಿನ ಚಂದ್ರಹಾಸ್ ಬಿಎಸ್‌ಎನ್‌ಎಲ್‌ನಲ್ಲಿ ಸಹಾಯಕ ಇಂಜಿನಿಯರ್. ಸ್ಥಳ ಮಂಗಳೂರಿನ ಬಳಿಯ ಉಲ್ಲಾಳ. ತೋಟದ ನಡುವೆ ಅದ್ಭುತವಾದ ಮನೆಯನ್ನು ಕಟ್ಟಿಕೊಂಡು, ಪ್ರಶಾಂತವಾದ ಜೀವನ ನಡೆಸುವ ಅವರ ಹವ್ಯಾಸ – ರಂಗಭೂಮಿ. ಹೆಂಡತಿ ಬ್ಯಾಂಕಿನಲ್ಲೋ, ಟೀಚರಿಕೆ ಮಾಡುತ್ತಾರೋ ಸರಿಯಾಗಿ ಗಮನ ಕೊಟ್ಟು ಕೇಳಿಲ್ಲವಾದ್ದರಿಂದ ತಲೆಯಲ್ಲಿ ಉಳಿದಿಲ್ಲ. ಒಟ್ಟಿನಲ್ಲಿ ಅವರಲ್ಲಿ ಸುಖೀ ಸಂಸಾರದ ಲಕ್ಷಣಗಳು ಕಾಣುತ್ತಿದ್ದವು. ಹಾಗಾಗಿ ಇವರ ಹುಚ್ಚುಗಳೂ ಹೆಚ್ಚಿದ್ದವು. ಮನೆಯಲ್ಲಿ ಇವಕ್ಕೆಲ್ಲಾ ಮಾಫಿಯೂ ಇತ್ತು ಅನ್ನಿಸುತ್ತೆ. ನಾಟಕ ಬಿಟ್ಟರೆ, ಅನೇಕ ಕಲಾತ್ಮಕ ಚಲನಚಿತ್ರಗಳ ಜೊತೆ ಕೆಲಸ ಮಾಡುತ್ತಾ ಸಾರ್ಥಕ್ಯವನ್ನು ಕಂಡುಕೊಳ್ಳುವ ಚಂದ್ರಹಾಸ್, ನಮ್ಮ ಪಾಲಿನ ನಿಜವಾದ ಮಾರ್ಗದರ್ಶಿ.

ಆಟದ ಮೈದಾನದಿಂದ ಸ್ವಲ್ಪ ಪಕ್ಕಕ್ಕೆ ತಿರುಗಿದರೆ ಪುಟ್ಟದೊಂದು ಪಳ್ಳಿ (ಮಸೀದಿ) ಅದರ ದೊಡ್ಡ ಗುಮ್ಮಟದ ಕೆಳಭಾಗಕ್ಕೆ ನಾಲ್ಕು ಚಿಕ್ಕ ಗುಮ್ಮಟಗಳು, ಅವಕ್ಕೆ ಧ್ವನಿವರ್ಧಕಗಳು ಕೂಗುವ ಭಾಂಗ್ (ಆಜಾನ್) ಕೇರಿಯವರನ್ನೆಲ್ಲಾ ತಲುಪುವ ಜರೂರು. ಇಕ್ಕಟ್ಟಾದ ಕಿರು ದಾರಿಯಲ್ಲಿ ಸ್ವಲ್ಪ ದೂರ ಸಾಗಿದರೆ,

ಸಮುದ್ರದ ಭೋರ್ಗರೆತ ಇನ್ನಷ್ಟು ಹತ್ತಿರ. ಈಗ ಅಲೆಗಳು ಎದ್ದೆದ್ದು ಕುಣಿವ ಚಿತ್ರ ಕಣ್ಣಿಗೆ ಗೋಚರವಾಗದಿದ್ದರೂ, ಕಿವಿ ಅದನ್ನು ಕಣ್ಣಿಗೆ ತಲುಪಿಸುತ್ತಿತ್ತು. ಕಾರಣ ಸಮುದ್ರದ ದಂಡೆಯ ಉದ್ದಕ್ಕೂ ಹಾಕಿದ್ದ ತಡೆಗೋಡೆಗಳು. ಸಮುದ್ರದ ತಡೆಗೋಡೆಯನ್ನು ಅಷ್ಟು ಹತ್ತಿರದಿಂದ ನಾನು ನೋಡಿರಲಿಲ್ಲ. ನನ್ನ ಬಾಲ್ಯ ಸಮುದ್ರವನ್ನು ನೋಡದೆಯೇ ಕಳೆದಿತ್ತು. ಯಾಕೆಂದರೆ ಬಯಲುಸೀಮೆಯವಳಾದ ನನಗೆ ಕರಾವಳಿಯಾಗಲಿ, ಅಲ್ಲಿನ ಮೀನುಗಾರರಾಗಲಿ ಬರೀ ಪುಸ್ತಕದ ಜಗತ್ತು ಮಾತ್ರ. ಪಂಚಾಕ್ಷರಿ ಅವರ ಸ್ಥಿತಿಯೂ ನನಗಿಂತ ಬೇರೆ ಇರಲಿಲ್ಲ. ಚಂಚಲಾ ಉಡುಪಿಯವರು, ಚಂದ್ರಹಾಸರು ಉಲ್ಲಾಳದವರೇ ಆದ್ದರಿಂದ, ಜೊತೆಗೆ ಸುಮಾರು ತುಳು ಸಿನಿಮಾಗಳಿಗೆ ಕೆಲಸ ಮಾಡಿದ್ದರಿಂದ ಅವರಿಗೆ ಈ ವಾತಾವರಣ ಸಾಮಾನ್ಯವಾಗಿತ್ತು.

ಸಮುದ್ರ ತಡೆಗೋಡೆಯ ಪಕ್ಕದಲ್ಲೇ ಸಾಲು ಸಾಲು ತೆಂಗಿನ ಮರಗಳು– ಅಲ್ಲಲ್ಲಿ ಬಿದ್ದವಕ್ಕೆ ಲೆಕ್ಕವಿಲ್ಲ. ಕಡಲ ಕೊರೆತಕ್ಕೆ ಬಿದ್ದ ಮರಗಳು ಹಳತಾಗಿದ್ದರಿಂದಲೋ ಅಥವಾ ಸಮುದ್ರದ ಉಪ್ಪು ಮತ್ತು ತೇವ ತಾಕಿದ್ದರಿಂದಲೋ ಕಪ್ಪಾಗಿದ್ದವು. ಅದರ ಕೊಯ್ದ ಬೊಡ್ಡೆಯನ್ನೇ ಟೇಬಲ್ ಥರ ಮಾಡಿಕೊಂಡು ಕೆಲ ಮಕ್ಕಳು ಕಡಲೇಪುರಿ, ಈರುಳ್ಳಿ, ಎಣ್ಣೆ ಮುಂತಾದವುಗಳನ್ನು ಇಟ್ಟುಕೊಂಡು ಚುರುಮುರಿ ಮಾಡುತ್ತಿದ್ದರು. ಅವರಲ್ಲಿ ಒಬ್ಬನ ವಯಸ್ಸು ಏಳೆಂಟು ಇರಬಹುದು. ಎಲ್ಲಾ ಪದಾರ್ಥಗಳನ್ನೂ ಸೇರಿಸಿ ಕಲೆಸುವ ಅವನ ಚಾಕಚಕ್ಯತೆಯನ್ನು ನೋಡಿ ಅಚ್ಚರಿಗೊಂಡು ನಿಂತ ನಮಗೆ ಆತ ಚುರುಮುರಿ ಕೊಳ್ಳುವಂತೆ ದುಂಬಾಲು ಬಿದ್ದ. ಆಗ ತಾನೆ ಊಟ ಮುಗಿಸಿ ಬಂದಿದ್ದರಿಂದ ನಮಗೆ ತಿನ್ನುವುದು ಬೇಡವಾಗಿತ್ತು. ಆದರೆ ಅವನು ಬಿಡುವಂತಿರಲಿಲ್ಲ. ಚಂದ್ರಹಾಸ ಮತ್ತು ಪಂಚಾಕ್ಷರಿ ಇಬ್ಬರೂ ಮುಂದೆ ಹೊರಟುಬಿಟ್ಟರು. ಅವರಿಗೆ ಜಾಗದ ಇಂಚಿಂಚನ್ನೂ ನೋಡುವುದಿತ್ತು. 'ಚುರುಮುರಿ ಬರೀ ಹತ್ತು ರೂಪಾಯಿ' ಎಂದದ್ದಕ್ಕೆ ಚೆನ್ನಾಗಿದ್ದರೆ ಆಮೇಲೆ ನೋಡೋಣ ಎಂದುಕೊಂಡು ನಾನು, ಚಂಚಲಾ ತೆಗೆದುಕೊಂಡೆವು. ನಾವಂದುಕೊಂಡದ್ದಕ್ಕಿಂತ ತುಂಬಾ ಚೆನ್ನಾಗಿತ್ತು. 'ನೀನೇ ಮಾಡಿದ್ದಾ?' ಎಂದು ಆ ಹುಡುಗನನ್ನು ಕೇಳಿದೆ. ಅಷ್ಟರಲ್ಲಿ ಕರ್ಟನ್ ಹಾಕಿದ್ದ ಮನೆಯ ಒಳಗಿಂದ ಮೂವತ್ತರ ಹೆಂಗಸು ಬಗ್ಗಿ ನೋಡಿ, 'ಚೆನ್ನಾಗಿಲ್ಲವಾ? ಈ ಮಕ್ಕಳು ಬೇಡಾಂದ್ರೆ ಕೇಳಲ್ಲ, ಭಾನುವಾರ ನೋಡಿ...' ಎಂದು ನಕ್ಕಳು. 'ಇಲ್ಲ ತುಂಬಾ ಚೆನ್ನಾಗಿದೆ... ಅದಕ್ಕೆ ಕೇಳಿದೆ' ಎಂದೆ. 'ಓ ಹೌದಾ? ಇವನಿಗೆ ಭಾರೀಮನೆ ಕಟ್ಟಲಿಕ್ಕುಂಟು, ಅದಕ್ಕೆ ಈಗಿನಿಂದಲೇ ಹಣ ಸೇರಿಸ್ತಿದಾನೆ' ಎಂದಳು. ಅವನ ಕಡೆ ಕಣ್ಣರಳಿಸಿದೆ. ಆ ವಯಸ್ಸಿನ ನಮ್ಮ ಮಕ್ಕಳು ಆಡಲಿ ಎಂದು ಬಯಸುತ್ತೇವೆ. ಅವೂ ಅದು ಬೇಕು, ಇದು ಬೇಕು ಎಂದು ಹಠ ಮಾಡುತ್ತವೆ. ಆದರೆ ಈ ಹುಡುಗ ಮನೆ ಕಟ್ಟುವ ಕನಸನ್ನು ನನಸು ಮಾಡಲಿಕ್ಕೆ ನಿಂತಿದ್ದಾನೆ. ಅವನನ್ನು ನೋಡಿ ಅಚ್ಚರಿ ಎನಿಸಿತು. ಹೃದಯ ತುಂಬಿ

ಬಂತು. ಅಪ್ರಯತ್ನಪೂರ್ವಕವಾಗಿ 'ಚೆನ್ನಾಗಿ ಓದು ಮಗೂ' ಎಂದೆ. ಅವನು ಮುಟ್ಟ ಪೈಜಾಮಾದ ಜೇಬಿನಿಂದ ನೋಟುಗಳನ್ನು ತೆಗೆದು ಅದರೊಂದಿಗೆ ನಾನು ಕೊಟ್ಟದ್ದನ್ನು ನೀಟಾಗಿ ಜೋಡಿಸಿಕೊಂಡ. ಎರಡು ಹೆಜ್ಜೆ ಮುಂದೆ ಹೋಗಿ ಹಿಂದಕ್ಕೆ ತಿರುಗಿ, 'ನಿನ್ನ ಹೆಸರೇನು' ಕೇಳಿದೆ. ಹೆಸರನ್ನು ಹೇಳಿ ಅವ ಮುಗುಳುನಕ್ಕ. ಆ ನಗು ಗಾಳಿಯಲ್ಲಿ ತೇಲಿ ನನ್ನನ್ನು ತಲುಪಿ, ನನ್ನ ಮಗ ಕಣ್ಣ ಮುಂದೆ ಬಂದ ಹಾಗಾಯಿತು. 'ನಮ್ಮ ಮಕ್ಕಳನ್ನು ತುಂಬಾ ಕಾಳಜಿ ಮಾಡುತ್ತೇವೆ ಅಲ್ಲವಾ? ಆದರೆ ಈ ಹುಡುಗ ಏಳೆಂಟು ವರ್ಷಕ್ಕೇ ದೊಡ್ಡವನಾಗಿಬಿಟ್ಟ ಅಬ್ಬಾ!' ಎಂದೆ. ಚಂಚಲಾ ತಮ್ಮ ಅನುಭವವನ್ನು ಹೇಳುತ್ತಿದ್ದರು. ಇಬ್ಬರೂ ಚುರುಮುರಿಯನ್ನು ಸವಿಯುತ್ತಾ ಸಾಗಿದೆವು.

ನಮ್ಮ ಮುಖದಲ್ಲಿ ಹರಡಿದ್ದ ನಗುವಿಗೆ ಕಾರಣವನ್ನು ಹುಡುಕುವಂತೆ ಅಳೆಯುತ್ತಾ 'ಎಲ್ಲಿ ಹೋಗಿಬಿಟ್ಟಿದ್ದಿರಿ?' ಎಂದರು ಪಂಚಾಕ್ಷರಿ. 'ಕನಸುಗಳು ನನಸಾಗಲಿವೆ' ಎಂದೆ. ಚಂಚಲಾ ನಕ್ಕರು. ಅವರಿಗೆ ಏನರ್ಥವಾಯಿತೋ ಗೊತ್ತಾಗಲಿಲ್ಲ. 'ಹೆಣ್ಣುಮಕ್ಕಳೇ ಹೀಗೆ... ದೊಡ್ಡ ಒಗಟು' ಎಂದರು ಚಂದ್ರಹಾಸ್. ಅಷ್ಟು ದೊಡ್ಡ ತಡೆಗೋಡೆಯ ಪಕ್ಕದಲ್ಲೇ ನಡೆದು ಹೋಗುವಾಗ ನಮ್ಮನ್ನು ಕೆಲ ಕುತೂಹಲದ ಕಣ್ಣುಗಳು ಹಿಂಬಾಲಿಸಿದವು. ಎದುರಾದ ಗಡ್ಡಧಾರಿಯೊಬ್ಬ 'ಏನು ಬಂದಿರುವುದು? ಸರ್ವೆ ಮಾಡಲಿಕ್ಕುಂಟಾ? ಸುಮ್ಮನೆ ಸರ್ವೆಮಾಡಿಕೊಂಡು ಹೋಗಿ ಸರಕಾರಕ್ಕೆ ಲೆಕ್ಕ ಒಪ್ಪಿಸಿ, ನಮಗೆ ಮಾತ್ರ ಹಣ ತಲುಪಿಸದೆ ನೀವೇ ನುಂಗಿ ಹಾಕುವುದಾ?' ಎಂದರು. 'ಯಾವ ಸರ್ವೆ? ನಮಗೂ ಅದಕ್ಕೂ ಸಂಬಂಧ ಇಲ್ಲ. ನಾವಿಲ್ಲಿ ಸಿನಿಮಾಗೆ ಜಾಗ ನೋಡಲಿಕ್ಕೆ ಬಂದಿರೋದು' ಎಂದರು ಪಂಚಾಕ್ಷರಿ. 'ಓಹ್ ಸಿನಿಮಾದವರಾ? ಈ ಜಾಗ ನಿಮಗೆ ಯಾರು ಹೇಳಿದ್ದು?' ಎಂದೆಲ್ಲಾ ಪ್ರಶ್ನೆಗಳನ್ನು ಕೇಳತೊಡಗಿದರು. 'ಒಬ್ಬ ಹೆಂಗಸು ಸಮುದ್ರದ ಉಬ್ಬರದಲ್ಲಿ ಮನೆಯನ್ನು ಕಳಕೊಳ್ತಾಳೆ ಆ ಕಥೆ ಮಾಡಲಿಕ್ಕೆ ಬಂದಿದ್ದೇವೆ' ಎಂದೆ. 'ವರ್ಷಾ ಮಳೆಗಾಲಕ್ಕೆ, ಚಂಡಮಾರುತಕ್ಕೆ ಮನೆಗಳು ಸಮುದ್ರದ ಪಾಲಾಗ್ತಾನೇ ಇರುತ್ವೆ. ಇದನ್ನ ನೀವು ಕಥೆ ಮಾಡಲಿಕ್ಕೆ ಬಂದದ್ದಾ? ಇದರಿಂದ ಏನು ಪ್ರಯೋಜನಾ? ಸರ್ಕಾರದ ಕಣ್ಣು ತೆಗೀಲಿಕ್ಕುಂಟಾ?' ಎಂದು ಗೊಣಗುತ್ತಾ ಹೊರಟುಹೋದರು. ಆರಂಭದಲ್ಲೇ ಇಂಥಾ ವಿರೋಧವಾ? ಇನ್ನು ಇಲ್ಲಿ ಸಿನಿಮಾ ತೆಗೆದ ಹಾಗೆ ಎನಿಸಿತು. ಆದರೆ ಅವರ ಹಾವ ಭಾವ, ನಿಲುವು ನನಗೆ ಯಾರು ಯಾರನ್ನೋ ನೆನಪಿಸಲಿಕ್ಕೆ ಶುರುಮಾಡಿದವು. ಅದರಲ್ಲೂ ತೀಕ್ಷ್ಣವಾದ ಆ ಕಣ್ಣುಗಳು ಚಿರಪರಿಚಿತ ಅನ್ನಿಸತೊಡಗಿತು.

ಮೊದಲಿಂದಲೂ ಮುಸಲ್ಮಾನ ಸ್ನೇಹಿತರ ಜೊತೆ ಬೆಳೆದ ನನಗೆ ಕೇರಿ ಹೊಸದೇ ಆದರೂ ವಾತಾವರಣ ಚಿರಪರಿಚಿತ. ಮಸೀದಿ ಬಿದ್ದ ದಿನವೂ ನನ್ನೂರಿನಲ್ಲಿ ಮುಸಲ್ಮಾನ ಹುಡುಗರ ಹೆಗಲ ಮೇಲೆ ಹಿಂದೂ ಹುಡುಗರ ಕೈ ಇತ್ತು. ಕಣ್ಣುಗಳಲ್ಲಿ ಸ್ನೇಹವಿತ್ತು. ಹೊರಗಿನ ವಿಪರೀತಗಳ ಬಗ್ಗೆ ಇಬ್ಬರಲ್ಲೂ ಆತಂಕವಿತ್ತು. ಆದರೆ

ಒಬ್ಬರ ಮೇಲೆ ಒಬ್ಬರಿಗೆ ಅಪನಂಬಿಕೆ ಇರಲಿಲ್ಲ. ಬ್ರಾಹ್ಮಣರ ಮನೆಯ ನನಗೋ, ಮುಸಲ್ಮಾನರು ಮಾಡುವ ಸೀರೊಟ್ಟಿ, ಶ್ಯಾವಿಗೆ ಪಾಯಸದ ಮೇಲೆ ಅಪಾರ ಪ್ರೀತಿ. ರಂಜಾನ ಹಬ್ಬದಲ್ಲಿ ಸ್ನೇಹಿತೆ ತಾಜುಮಾ ಮನೆಗೆ ನನ್ನ ಖಾಯಂ ಭೇಟಿ. ತಾಜುಮಾಳ ತಾಯಿ 'ಬೊಮ್ಮನ್ ಕಾ ಬಚ್ಚಿಕೊ' ಎಂದು ನನಗೆ ಬೇಕಾದುದನ್ನು ಮೊದಲು ಎತ್ತಿಡುತ್ತಿದ್ದರು. ತಾಜುಮಾಗೆ ನಮ್ಮ ಮನೆಯ ತಿಳಿ ಸಾರು ಇಷ್ಟವಾಗುತ್ತಿತ್ತು. ಆದರೆ ಅದನ್ನು ಅವಳು 'ತುಳಿ ಸಾರು' ಎನ್ನುತ್ತಿದ್ದಳು. ಅವಳು ಹಾಗೆನ್ನುವಾಗಲೆಲ್ಲಾ ನಾವು ನಗುತ್ತಿದ್ದೆವು. ಎಷ್ಟು ಸಲ ಹೇಳಿದರೂ ಒಮ್ಮೊಮ್ಮೆ ಕಷ್ಟ ಪಟ್ಟು ಸರಿ ಮಾಡಿಕೊಂಡರೂ, ಇನ್ನೊಮ್ಮೆ ಹೇಳುವಾಗ ಹಾಗೇ ಹೇಳುತ್ತಿದ್ದಳು. 'ಈ ಸಾಬರಿಗೂ ಕನ್ನಡಕ್ಕು ಯಾಕೋ ಆಗಿಬರಲ್ಲ ಬಿಡು' ಎಂದು ಹಾಸ್ಯ ಮಾಡುತ್ತಿದ್ದೆ. ಆಗೆಲ್ಲಾ ಆಕಾಶದ ಹಾಗೆ ತಾಜುಮ ನಕ್ಕು ಬಿಡುತ್ತಿದ್ದಳು, 'ಈ ಬೊಮ್ಮನ್‌ಗಳೆಲ್ಲಾ ನಾಲಿಗೇನ ಹುಂಚೆ ಹುಲಿ ಹಾಕಿ ತಿಕ್ಕಿ ತಿಕ್ಕಿ ಕಿಲೀನ್ ಮಾಡಿಕೊಂಡಿರ್ತಾರೆ' ಎನ್ನುತ್ತಿದ್ದ ತಾಜುಮ್ಮಾಳ ಅಮ್ಮಿ ಉನ್ನೀಸಾ, ನನ್ನ ಬಗ್ಗೆ ಅಭಿಮಾನ ಇಟ್ಟುಕೊಂಡಿದ್ದರು. ಪಡಖಾನೆಯಲ್ಲಿ ಜಮುಖಾನದ ಮೇಲೆ ಖಾದ್ಯಗಳನ್ನಿರಿಸಿ ಎಲ್ಲರೂ ಒಟ್ಟಿಗೆ ತಿಂದರೆ, ನನಗೆ ಮಾತ್ರ ಅಡುಗೆಮನೆಯಲ್ಲಿ ಕೂರಿಸಿ ಬೇರೊಂದು ತಟ್ಟೆಯಲ್ಲಿ ಕೊಡುತ್ತಿದ್ದರು. ಚಿಕ್ಕ ಊರು. ಮನೆಯವರಿಗೆ ಇದು ಹೇಗೋ ಗೊತ್ತಾಗಿಬಿಡುತ್ತಿತ್ತು. ಅಜ್ಜಿ ಪಂಚಗವ್ಯವನ್ನು ಹಿಡಿದು ನಿಂತರೆ ಅದನ್ನು ತಪ್ಪಿಸಿಕೊಳ್ಳುವುದು ಹೇಗೆಂದು ಯೋಚಿಸುತ್ತಿದ್ದೆ. ಅಜ್ಜಿಯದ್ದು ಉಡದ ಪಟ್ಟು– 'ಸ್ವಧರ್ಮೇ ನಿಧನಂ ಶ್ರೇಯಃ' ಎಂದು ನನ್ನನ್ನು ಚುಚ್ಚುವ ಹಾಗೆ ಶ್ಲೋಕಗಳನ್ನು ಹೇಳುತ್ತಿದ್ದಳು. ಅನಿವಾರ್ಯಕ್ಕೆ ಪಂಚಗವ್ಯವನ್ನು ಕುಡಿಯಲೇಬೇಕಾದ ಸ್ಥಿತಿ ಬಂದುಬಿಡುತ್ತಿತ್ತು. ಅಜ್ಜಿ ಇದನ್ನು ಮಾತ್ರಾ ಯಾವಾಗಲೂ ಜಿದ್ದಿನ ಹಾಗೆ ತೆಗೆದುಕೊಳ್ಳುತ್ತಿದ್ದಳು. ನನ್ನ ಸಂಕಟಗಳಿಗೆ ಬೆಲೆಯೇ ಇರುತ್ತಿರಲಿಲ್ಲ. ನಮ್ಮ ಜೊತೆ ಆಡುತ್ತಾ ಬೆಳೆಯುತ್ತಿದ್ದ ತಾಜುಮಾಗೆ ಇದ್ದಕ್ಕಿದ್ದ ಹಾಗೆ ಮದುವೆಯಾಗಿಬಿಟ್ಟಿತು. ನಮಗೆಲ್ಲಾ ಅಚ್ಚರಿ ಇಷ್ಟು ಬೇಗ ಇವಳಿಗೆ ಮದುವೆ ಆಗಿದ್ದು ಯಾಕೆಂದು?. 'ನಮ್ಮಲ್ಲಿ ಹೀಗೇ ತುಂಬಾ ದಿವಸ ಮನೆಯಲ್ಲಿ ಹೆಣ್ಣು ಮಕ್ಕಳನ್ನು ಇಟ್ಟುಕೊಳ್ಳುವುದಿಲ್ಲ. ನಮಗೆ ಮದುವೆ ಆಗಿದ್ಯಲ್ಲ, ಅದರ ಅಮ್ಮಿ ಓದೋದಕ್ಕೆ ಪರ್ಮೀಷನ್ ಕೊಟ್ಟಿದೆ' ಎಂದಿದ್ದಳು ತಾಜುಮಾ. ದುರಂತ ಎಂದರೆ ಅಷ್ಟೇ ಬೇಗ ಅವಳಿಗೆ ತಲ್ಲಾಖ್ ಆಗಿ ತವರಿಗೆ ಬಂದುಬಿಟ್ಟಿದ್ದಳು. ದಿನಾ ಅವರಣ್ಣನೇ ಅವಳನ್ನು ಬೈಕ್‌ನಲ್ಲಿ ಕಾಲೇಜಿಗೆ ಬಿಡುತ್ತಿದ್ದ.

ನಮ್ಮ ಹತ್ತಿರ ಮಾತಾಡಿಹೋದ ಆ ಗಂಡಸು ಥೇಟ್ ತಾಜುಮಾನ ಅಣ್ಣ ಉಮರ್ ಥರಾನೇ ಇದ್ದ. ಅದೇ ಕಣ್ಣುಗಳು, 'ಅವನೇನಾ ಇವನು?' ಎನ್ನಿಸಿದರೂ 'ಅವ ಯಾಕೆ ಬರ್ತಾನೆ? ಅದೂ ಬಯಲು ಸೀಮೆಯಿಂದ ಮಂಗಳೂರಿಗೆ'. ಒಳಗೇ ಅನುಮಾನ. ನಮ್ಮೂರಿನ ಎಷ್ಟೋ ಜನ ಮುಸ್ಲಿಮರು ಕೆಲಸ ಹುಡುಕಿಕೊಂಡು ಮಂಗಳೂರಿಗೇ ಬರುತ್ತಿದ್ದರು. ಇಲ್ಲಿಂದ ಬಾಂಬೆ, ದುಬೈಗೆ ಹೋಗುತ್ತಿದ್ದರು.

ನನ್ನ ಆಲೋಚನೆ ಹೀಗೆ ಎಲ್ಲೆಲ್ಲೋ ಹರಿದಾಡುತ್ತಿದ್ದರೆ ಪಂಚಾಕ್ಷರಿ, 'ಅಲ್ಲಾ ಹೀಗೆ ವರ್ಷಾ ವರ್ಷ ಮಳೆಗಾಲಕ್ಕೆ ಮನೆಗಳನ್ನು ಕಳಕೊಳ್ಳುವ ಜನ ಇನ್ನೂ ಯಾಕೆ ಇಲ್ಲೇ ಉಳಿದಿದ್ದಾರೆ?' ಎಂದು ಅಚ್ಚರಿಯಿಂದ ಚಂದ್ರಹಾಸರ ಬಳಿ ಹೇಳುತ್ತಿದ್ದರು. ಆ ಮಾತುಗಳು ನನ್ನನ್ನು ಮತ್ತೆ ವಾಸ್ತವಕ್ಕೆ ಎಳೆದು ತಂದಿತು. ಸುತ್ತಾ ನೋಡಿದೆ. ಚಿಕ್ಕ ಪುಟ್ಟ ಹುಡುಗಿಯರು, ಹುಡುಗರು ಸಮುದ್ರಕ್ಕೆ ಒಡ್ಡಿದ್ದ ತಡೆಗೋಡೆಯ ಮೇಲೆ ಸಲೀಸಾಗಿ ನಡೆಯುತ್ತಾ ಬರುತ್ತಿದ್ದರು. ಆಗೊಮ್ಮೆ ಈಗೊಮ್ಮೆ ತಡೆಗೋಡೆಯನ್ನು ಮೀರಿ ಕಾಣುತ್ತಿದ್ದ ಸಮುದ್ರ ಕಣ್ಣ ಪಾಪೆಯನ್ನೂ ಮೀರಿ ಎದೆಯಲ್ಲಿ ಚಿತ್ರ ಮೂಡಿಸತೊಡಗಿತು. ಇಡೀ ವಾತಾವರಣ ನಮ್ಮ ಮನಸ್ಸಿಗೆ ಒಂದು ಸಮಾಧಾನ ತಂದಿತ್ತು ಕೂಡಾ– ನಾವು ಮಾಡಿಕೊಂಡಿದ್ದ ಕಥೆಗೆ ಇದು ಸರಿಯಾದ ಜಾಗ ಆಗಬಲ್ಲದು ಎಂದು.

ಪಳ್ಳಿಗೆ ಅಂಟಿಕೊಂಡ ಹಾಗೆ ಸಮುದ್ರ ನೆಲವನ್ನು ಕೊರೆಯದಂತೆ ಅಡ್ಡಲಾಗಿ ಹಾಕಿರುವ ದೊಡ್ಡ ತಡೆಗೋಡೆಗೆ ಆ ಕಲ್ಲುಗಳನ್ನು ಎಲ್ಲಿ ತಂದರು? ಹೇಗೆ ಹಾಕಿದರು? ಜನರು ಅಲ್ಲೇ ದಡದಲ್ಲಿ ಯಾವ ನಂಬಿಕೆಯಲ್ಲಿ ಮನೆಗಳನ್ನು ಕಟ್ಟಿಕೊಂಡು ರಾತ್ರಿಗಳನ್ನು ನೆಮ್ಮದಿಯಾಗಿ ಕಳೆಯುತ್ತಾರೆ? ಎಂದೆಲ್ಲಾ ಯೋಚಿಸುವಾಗಲೇ ಚಂದ್ರಹಾಸರು ತಡೆಗೋಡೆಯ ಮೇಲೆ ನಿಂತು 'ಬನ್ನಿ' ಎಂದು ನಮ್ಮನ್ನು ಕರೆದರು. ಜಾರುವ ಚಪ್ಪಲಿಗಳನ್ನು ನೆಲಕ್ಕೆ ಬಿಟ್ಟರೆ ಕಾದ ಬಂಡೆಗಳು ಅಂಗಾಲನ್ನು ಸುಟ್ಟುಬಿಡಬಹುದು ಎನ್ನುವ ಭಯದಿಂದ, ಮೆಟ್ಟಿದ್ದ ಚಪ್ಪಲಿಯನ್ನೂ ಬೆರಳುಗಳಿಂದ ಬಿಗಿಯಾಗಿ ಹಿಡಿದು, ನಮ್ಮನ್ನೂ ಜೋಪಾನ ಮಾಡಿಕೊಳ್ಳುತ್ತಾ ಬಂಡೆಗಳ ಮೇಲೇರತೊಡಗಿದೆವು. ಇದ್ದಕ್ಕಿದ್ದ ಹಾಗೆ ಕಟ್ಟೆಯೇ ಇಲ್ಲದ ವಿಶಾಲ ಸಮುದ್ರ ಒಮ್ಮೆಗೆ ಗೋಚರಿಸಿ ಮನಸ್ಸು ನಿರಾಳವಾಗಿಬಿಟ್ಟಿತು. ನಮ್ಮ ಹಿಂದೆ ಮನೆಗಳು, ಮರಳ ರಾಶಿ, ಹುಡುಗರು, ಗಂಡಸು, ಹೆಂಗಸು ಎಲ್ಲರೂ ಮರೆತು ಹೋಯಿತು. ಸೂರ್ಯನ ಬಿಸಿಗೆ ಬೀಸುವ ಗಾಳಿಯೂ ಮತ್ತಷ್ಟು ಬಿಸಿಯಾಗಿ ಬೆವರು ದೇಹದಿಂದ ಇಳಿಯತೊಡಗಿತು. ಬೇಂದ್ರೆಯವರ 'ದೀಪ' ಕವಿತೆ ನೆನಪಾಯಿತು. 'ನೆತ್ತಿ ಕಾದು ಅಂಗಾಲು ಕಾದು ನಾನಾದೆ ಬತ್ತಿಗೊಂಡ ಬೆಂಕಿ'. ಅದನ್ನು ಹೇಳಿದಾಗ 'ಎಲ್ಲಿಯ ಸಮುದ್ರ? ಎಲ್ಲಿಯ ಬೇಂದ್ರೆ?' ಎಂದರು ಪಂಚಾಕ್ಷರಿ. 'ಇಲ್ಲ, ಇಲ್ಲ, ಅವರು ಗೋಕರ್ಣದಲ್ಲಿ ಸೂರ್ಯ ನಮಸ್ಕಾರ ಹಾಕುತ್ತಿರುವ ಅದ್ಭುತವಾದ ಫೋಟೋ ನನ್ನ ಬಳಿಯಿದೆ' ಎಂದೆ. 'ಇರಬಹುದು ಬೇಂದ್ರೆಯನ್ನ ನಾವು ಸುಮ್ಮನೆ ಅಳೀಲಿಕ್ಕಾಗಲ್ಲ, ಅವರ ಅನುಭವವೇ ವಿಚಿತ್ರ' ಎಂದರು ಚಂದ್ರಹಾಸ್. ಪ್ರತಿ ವರ್ಷ ಸರ್ಕಾರ ತಡೆ ಗೋಡೆಯನ್ನು ನಿರ್ಮಿಸಲಿಕ್ಕೆ ಕೋಟ್ಯಾಂತರ ಹಣವನ್ನು ಸುರಿಯುತ್ತಿರುವ ಬಗ್ಗೆ, ಅದರಲ್ಲೂ ದುಡ್ಡು ಹೊಡೆಯುವ ಜನರ ಬಗ್ಗೆ ಒಂದಿಷ್ಟು ಸಂಗತಿಗಳನ್ನು ಹೇಳಿದರು. ನಮಗೋ ಕುತೂಹಲ. ಮತ್ತೆ ಆ ಗೋಡೆ ಎಲ್ಲಿ ಹೋಗುತ್ತದೆ? ಎಂದು. 'ದಡಕ್ಕೆ ಬಂದು ಬಡೆಯುವ

ಅಲೆಗೆ ಸಣ್ಣ ಶಕ್ತಿ ಎಂದುಕೊಳ್ಳಬೇಡಿ, ಇಂಥಾ ದೊಡ್ಡ ಬಂಡೆಗಳನ್ನು ತನ್ನೊಳಗೆ ಜಾರಿಸಿಕೊಂಡುಬಿಡುತ್ತದೆ. ಮನುಷ್ಯನ ಹಠಮಾರಿತನಕ್ಕೆ ಪ್ರಕೃತಿ ಕೊಡುವ ಉತ್ತರವಿದು' ಎಂದರು. ಗಾಳಿಗೆ ತನ್ನೆದೆಯ ಮೇಲೆ ಮೂಡುವ ಅಲೆಗಳನ್ನು ತಂದು ದಡಕ್ಕೆ ಹಾಯೆಂದು ಬಿಡುತ್ತಿದ್ದ ಈ ಸಮುದ್ರ ಕೆರಳಿಬಿಟ್ಟರೆ ಅಷ್ಟೆಲ್ಲಾ ಅನಾಹುತ ಆಗಿಬಿಡುತ್ತಲ್ಲಾ? ಎಂದು ಅಚ್ಚರಿಗೊಂಡೆ. ಹರಿಯುತ್ತಿದ್ದ ಬೆವರು ತಡೆಗೋಡೆಯ ಮೇಲೆ ನಿಂತ ನಮ್ಮ ಜರೂರು ಇನ್ನೂ ನಾವು ನೋಡಬೇಕಿರುವ, ಹುಡುಕಬೇಕಿರುವ ಕಥೆಯಲ್ಲಿ ಕಾಡಿದ ಮನೆ ಬಾಕಿಯಿದೆ ಎನ್ನುವುದನ್ನು ನೆನಪಿಸತೊಡಗಿತು.

ಆ ಕೇರಿಯಲ್ಲಿದ್ದ ಮರದ ಗೂಡಂಗಡಿಯ ಬಳಿ ಹೋಗಿ ಲೋಕಲ್ ಸೋಡಾ ಕುಡಿದೆವು. ತಣ್ಣಗಿದ್ದದ್ದರಿಂದ ದಗೆಗೆ ಹೋಗಿದ್ದ ಜೀವ ಬಂದಂತೆನ್ನಿಸಿತು. ಗುಂಪು ಗುಂಪಾಗಿ ಕೂತು ಮಾತಾಡುತ್ತಾ ಬೀಡಿ ಕಟ್ಟುತ್ತಿದ್ದ ಹೆಂಗಸರು ನಮ್ಮ ಕಡೆಗೆ ಕುತೂಹಲದಿಂದ ಬಗ್ಗಿ ನೋಡುತ್ತಿದ್ದರು. 'ನಾವಿಲ್ಲಿ ಶೂಟಿಂಗ್‌ಗೆ ಬರಬೇಕೆಂದರೆ ಇಲ್ಲಿಯ ಜನರನ್ನು ವಿಶ್ವಾಸಕ್ಕೆ ತೆಗೆದುಕೊಳ್ಳಬೇಕು. ಹೇಗಾದರೂ ಅವರನ್ನ ಮಾತಾಡಿಸಿ' ಎಂದು ನನಗೂ, ಚಂಚಲಾಗೂ ಸೂಚನೆ ಕೊಟ್ಟರು ನಿರ್ದೇಶಕರು. ಬೀಡಿ ಹೊಸೆಯುತ್ತಾ ಕೂತಿದ್ದ ಹೆಂಗಸರ ಗುಂಪಿನ ಕಡೆಗೆ ಹೋದೆವು. ಕಿವಿಯ ಅಲೀಖತ್ತು, ತಲೆಗೆ ಕಟ್ಟಿದ್ದ ಬಟ್ಟೆ, ಕೊರಳಲ್ಲಿ ಕರಿಮಣಿ ಸರ, ಬಳೆಗಳಿಲ್ಲದ ಕೈಗಳು, ಮುಗ್ಧ ನಗು ಅದೊಂದು ಜಗತ್ತನ್ನು ಸೃಷ್ಟಿಸಿಬಿಟ್ಟಿತ್ತು. ಯಾವ ಕಲಾ ನಿರ್ದೇಶಕನಿಗೂ ಸಾಧ್ಯವಾಗದ ವಾತಾವರಣ, ಯಾವ ಮೇಕಪ್‌ಮನ್‌ಗೂ ಎಟುಕಲಾಗದ ನೋವೇ ಜೀವ ತಳೆದಂತಿರುವ ಸುರ್ಮಾ ಹಚ್ಚಿದ ಹೊಳಪಿನ ಕಣ್ಣುಗಳು, ಬೀಡಿ ಸುತ್ತಿ ಸುತ್ತಿ ಬೆರಳುಗಳಿಗೆ ಗುರುತು ಮೂಡಿಸುವ ದಾರ, ತುಂಬು ತೋಳಿನ ರವಿಕೆ... ಕತ್ತರಿಸುತ್ತಿದ್ದ ಎಲೆ, ಸುತ್ತುವ ವೈಖರಿಗೆ 'ಆಹಾ' ಎಂದೆ. ಬೀಡಿ ಕಟ್ಟುತ್ತಾ ಕುಳಿತಿದ್ದ ತಾಯಿಯ ತೊಡೆಯ ಮೇಲಿದ್ದ ಮಗುವಿನ ಕೆನ್ನೆ ಸವರಿದೆ. ಅಪರಿಚಿತ ಸ್ಪರ್ಶಕ್ಕೆ ಮಗು ಅಳತೊಡಗಿತು. ನನಗೆ ಸುಮ್ಮನಿದ್ದ ಮಗುವನ್ನು ಅಳಿಸಿದೆನಲ್ಲಾ ಎಂದು ಖೇದವಾಯಿತು. ಹೆಂಗೆಳೆಯರ ಜಗತ್ತೇ ಹಾಗೆ, ನಮ್ಮನ್ನು ಕುತೂಹಲದಿಂದ ನೋಡುತ್ತಾ ಮಾತಿಗಿಳಿದರು. 'ನೀವಿಲ್ಲಿಗೆ ಎಂತಕ್ಕೆ ಬಂದದ್ದು?' ಎನ್ನುವ ಅವರ ಪ್ರಶ್ನೆಗೆ, 'ಸಿನೆಮಾ ತೆಗೆಯಲಿಕ್ಕೆ' ಎನ್ನುವ ಉತ್ತರವನ್ನೇ ಕೊಟ್ಟೆ. 'ಹೌದೋ ಅದರಲ್ಲಿ ನೀವೆಂತ ಮಾಡುದು ಆಕ್ಟಿಂಗಾ?'. 'ಇಲ್ಲ ನಾನು ಕಥೆ, ಸಂಭಾಷಣೆ ಬರೆದಿದ್ದೇನೆ. ಜೊತೆಗೆ ಈಗ ಆರ್ಟ್ ಡೈರೆಕ್ಷನ್ ಮಾಡಬೇಕು. ಇವರು ಸಹಾಯಕ ನಿರ್ದೇಶಕಿ' ಎಂದು ಚಂಚಲಾರ ಕಡೆ ಕೈತೋರಿಸಿದೆ. 'ಏನು ಕಥೆ ಬರೆದಿರುವುದು ನೀವು?' ಕೇಳಿದರು ಕುತೂಹಲದಿಂದ. ಏನು ಹೇಳುವುದು? ಉಲ್ಲಾಳ ಸೂಕ್ಷ್ಮ ಪ್ರದೇಶ. ಅಲ್ಲಿ ಯಾವಾಗಲೂ ಹಿಂದೂ ಮುಸಲ್ಮಾನರ ಜಗಳ ನಡೆಯುತ್ತಲೇ ಇರುತ್ತದೆ. ಅಂಥಾ ಕಥೆಯನ್ನು ನಿಮ್ಮ ಏರಿಯಾಗೆ ಬಂದು ಶೂಟ್ ಮಾಡ್ತೇವಿ ಎನ್ನಲಾಗುತ್ತದಾ? ಅಕಸ್ಮಾತ್ ಅದೇ ವಿಕೋಪಕ್ಕೆ ಹೋದರೆ? ಈ ಸುಳಿವನ್ನು ಬಿಟ್ಟುಕೊಡದ ಹಾಗೆ

ಮಾತಾಡಬೇಕು ಎಂದು ಮುಂಚೆಯೇ ತೀರ್ಮಾನವಾದ ಕಾರಣ ಯೋಚನೆ ಮಾಡಿ, 'ನಿಮ್ಮ ಥರದ ಒಬ್ಬ ಹೆಂಗಸು ಮನೆ ಕಟ್ಟಿಕೊಳ್ಳಲು ನಡೆಸುವ ಹೋರಾಟದ ಕಥೆ' ಎಂದೆ. ಅದಕ್ಕೆ ಅವರಲ್ಲಿ ಒಬ್ಬಳು, 'ಎಂಥಾ ಹೇಳುವುದು? ನೀವು ಸುಮ್ಮನಿರಿ, ನಮ್ಮಂಥವರು ಸಿನಿಮಾದ ಹೀರೋಯಿನ್‌ಗಳಾಗುವುದಾ? ತಮಾಷೆ ಮಾಡುವುದಾ ಹೇಗೆ?' ಎಂದಳು. ಸಿನಿಮಾ ಎಂದರೆ ರಂಗಿನ ಜಗತ್ತು. ಪ್ರೀತಿ-ಪ್ರೇಮಗಳೇ ಮುಖ್ಯವಾದ ವಿಷಯ, ತೆಳ್ಳಗೆ ಬಳಕುವ ದೇಹದ, ಗಾಢವಾದ ಮೇಕಪ್ ಹಾಕಿಕೊಂಡ ಹೆಣ್ಣುಗಳು ಮಾತ್ರವೇ ಹೀರೋಯಿನ್‌ಗಳು ಎಂದು ನಂಬಿರುವ ಅವರಿಗೆ, ಹೀಗೆ... ಹೀಗೆ... ಎಂದು ವಿವರಣೆ ಕೊಡುವ ಹೊತ್ತಿಗೆ ನಾವು ಹೈರಾಣಾದೆವು.

ನನ್ನ ಬಳಿ ಮಾತಾಡುತ್ತಲೇ ಬೀಡಿ ಸುತ್ತುತ್ತಿದ್ದ ಅವರ ಕೈಚಳಕಕ್ಕೆ ಮನಸೋತು, ಅವರ ಬಳಿಯಿಂದ ಮೊರವನ್ನು ತೆಗೆದುಕೊಂಡೆ. 'ನೀವು ಬೀಡಿ ಸುತ್ತುತ್ತೀರಾ?' ಎಂದು ನಗುತ್ತಾ ನನ್ನ ಕೈಗಿತ್ತ ಮೊರದಲ್ಲಿ ಬೀಡಿಯ ಎಲೆ, ಅದನ್ನು ಕತ್ತರಿಸುವ ಕತ್ತರಿ, ತುಂಬಲಿಕ್ಕೆ ಪುಡಿ, ಅದನ್ನು ಮಡಚಲಿಕ್ಕೆ ಸಣ್ಣ ಚಿಮ್ಮಟದ ಥರದ ಹತಾರ ಮತ್ತು ಕಟ್ಟಲಿಕ್ಕೆ ದಾರ ಎಲ್ಲ ಇತ್ತು. ಸುಮಾರು ಪ್ರಯತ್ನಪಟ್ಟೆ ಆದರೆ ಸುತ್ತಿದ ಎಲೆಯೊಳಗೆ ತುಂಬುವ ಪುಡಿ ಜಾರಿ ಜಾರೇ ಬೀಳುತ್ತಿತ್ತು. ಚಂಚಲಾ ಸುಮಾರಾಗಿ ಕಟ್ಟಿಬಿಟ್ಟರು. ಯಾವುದೋ ತುಳು ಸಿನೆಮಾದಲ್ಲಿ ಇಂಥಾದ್ದೆ ಪ್ರಯತ್ನ ಪಟ್ಟಿದ್ದರಂತೆ. ಬೀಡಿ ಕಟ್ಟುವ ನನ್ನ ಹರಸಾಹಸವನ್ನು ನೋಡಿ, 'ನೀವು ಇಲ್ಲೇ ಇದ್ದುಬಿಡಿ, ಬೀಡಿ ಕಟ್ಟುವುದನ್ನು ಚೆನ್ನಾಗಿ ಕಲೀಬಹುದು' ಎಂದು ಚಂದ್ರಹಾಸರು ನಗುತ್ತಾ ಹೇಳಿದಾಗ, ಒಬ್ಬಳು 'ಅವರಿಲ್ಲಿ ಇದ್ದುಬಿಟ್ಟರೆ ಅವರ ಗಂಡ ಸುಮ್ಮನೆ ಬಿಡುತ್ತಾರಾ?' ಎಂದು ಹಾಸ್ಯ ಮಾಡಿ, 'ಈ ಬೀಡಿ ಕಟ್ಟುವುದರಿಂದ ಏನು ಸಿಗುತ್ತೆ ಬಿಡಿ' ಎಂದಳು ಒಬ್ಬ ಆಗತಾನೆ ಮಗುವಿಗೆ ತಾಯಿಯಾಗಿದ್ದ ಯುವತಿ. 'ನೀವೆಲ್ಲಾ ಇದರಿಂದ ದುಡೀತಿಲ್ವಾ?' ಎನ್ನುತ್ತಾ ಅವರ ಬಳಿ ತೆಗೆದುಕೊಂಡ ಎಲ್ಲಾ ವಸ್ತುಗಳನ್ನು ಅವರಿಗೇ ವಾಪಾಸು ಮಾಡಿದೆ. 'ನಮ್ಮ ದುಡಿಮೆ ಯಾವುದಕ್ಕೂ ಬರಲ್ಲ, ಅಬ್ಬಬ್ಬಾ ಎಂದರೆ ಒಂದು ಸೀರೆ' ಎಂದರು ವಿಷಾದದಿಂದ. ನನಗೆ ಮಾತಾಡುವ ಉಮೇದು ಇತ್ತಾದರೂ ನಮ್ಮ ಹುಡುಕಾಟ ಇದ್ದಿದ್ದರಿಂದ ಪಂಚಾಕ್ಷರಿ, ಚಂದ್ರಹಾಸ್ ಅವಸರಿಸಿದರು. 'ಮತ್ತೆ ಬರುತ್ತೇವೆ, ನಿಧಾನವಾಗಿ ಮಾತಾಡುವ' ಎಂದು ಅಲ್ಲಿಂದ ಹೊರಟು ಸ್ವಲ್ಪ ಮುಂದೆ ಬರುತ್ತಿದ್ದಂತೆ ಇದ್ದಕ್ಕಿದ್ದ ಹಾಗೆ ಪಂಚಾಕ್ಷರಿ ನಿಂತು ಸಂತೋಷದಲ್ಲಿ 'ಅಲ್ಲಿ ನೋಡಿ' ಎಂದು ಕೈ ತೋರಿದರು. ನಾವು ನಾಕೂ ಜನ ಮಾತು ಬಾರದವರಂತೆ ಅದ್ಭುತವೊಂದು ಘಟಿಸಿಯೇ ಬಿಟ್ಟಿತು ಎನ್ನುವಂತೆ ದಂಗಾಗಿ ನಿಂತುಬಿಟ್ಟೆವು. ಕಲ್ಪನೆಯೊಂದು ಕಣ್ಣೆದುರು ಸಾಕಾರಗೊಂಡಂತಿತ್ತು ಆ ಮನೆ.

ಕಥೆಯಿಂದ ಸಿನೆಮಾಗೆ ಪಯಣ

ನಾವು ಹೀಗೆ ಮನೆಯನ್ನು ಹುಡುಕುತ್ತಾ ಬಂದದ್ದಕ್ಕೂ ನಮ್ಮ ಕಥೆಗೂ ಗಾಢವಾದ ಸಂಬಂಧವಿತ್ತು. ಮನೆಯೊಂದು ಬರಿಯ ಮನೆಯಾಗಿರದೆ ನಮ್ಮ ಪಾಲಿಗೆ ಪಾತ್ರವಾಗೇ ಕಾಡುತ್ತಿತ್ತು. ಸಿನಿಮಾ ಮಾಡಲಿಕ್ಕೆ ಯು. ಆರ್. ಅನಂತಮೂರ್ತಿಯವರ 'ಸೂರ್ಯನ ಕುದುರೆ' ಸೇರಿದಂತೆ ನಮ್ಮ ಕೈಲಿ ಮೂರು ಕತೆಗಳಿದ್ದಾಗಲೂ ಈ ಸಲ 'ಒಂದು ತುಂಡುಗೋಡೆ'ಯನ್ನೇ ಸಿನೆಮಾ ಮಾಡಬೇಕು ಎಂದು ನಿರ್ಧರಿಸಿದ್ದು ಎರಡು ಕಾರಣಕ್ಕೆ. ಒಂದು ಭಾರತದ ರಾಜಕೀಯ ಸನ್ನಿವೇಶದಲ್ಲಿ ಆಗುತ್ತಿದ್ದ ಬದಲಾವಣೆ. ಎರಡನೆಯದು ಸಾಂಸ್ಕೃತಿಕ

ವಾತಾವರಣದಲ್ಲಾಗುತ್ತಿದ್ದ ತಲ್ಲಣ. ಒಂದು ಕಡೆ ರಾಮಜನ್ಮಭೂಮಿ ಮತ್ತೊಂದು ಕಡೆ ತ್ರಿವಳಿ ತಲ್ಲಾಖ್‌ಗೆ ಸಂಬಂಧಪಟ್ಟ ಸಂಗತಿಗಳು ದೇಶಾದ್ಯಂತ ಸದ್ದು ಮಾಡುತ್ತಿದ್ದವು. ನಮ್ಮ ಚರ್ಚೆ ವಾದಗಳ ನಡುವೆ ತುಂಬಾ ಸಮಕಾಲೀನವಾದ ಸಂಗತಿಗಳನ್ನು ಹೇಳಲಿಕ್ಕೆ ಇಲ್ಲಿ ಅವಕಾಶವಿರುವುದರಿಂದ ಈ ಕತೆಯನ್ನೇ ತೆಗೆದುಕೊಳ್ಳಬೇಕು ಎನ್ನುವ ತೀರ್ಮಾನಕ್ಕೆ ಬಂದಿದ್ದೆವು. ಒಳ್ಳೆಯ ಕತೆ ಎಂದರೆ ಇಷ್ಟು ಹೊತ್ತಿಗೆ ಯಾರಾದರೂ ಪರ್ಮಿಷನ್ ತೆಗೆದುಕೊಂಡುಬಿಟ್ಟಿರಬಹುದು ಎನ್ನುವ ಅನುಮಾನ, ಆತಂಕ ಕಾಡತೊಡಗಿತು. ನನಗೆ ಬೊಳುವಾರು ಮಹಮದ್ ಅವರು ಪರಿಚಯವಿದ್ದ ವಿಚಾರ ಗೊತ್ತಿದ್ದ ಪಂಚಾಕ್ಷರಿ ಫೋನ್ ಮಾಡಿ ಮಾತನಾಡುವಂತೆ ಹೇಳಿದ್ದರು. ಫೋನ್ ಮಾತುಕತೆಯಲ್ಲಿ ನಾನು, 'ನಿಮ್ಮ ಕಥೆಯನ್ನು ಸಿನಿಮಾಗಾಗಿ ತೆಗೆದುಕೊಳ್ಳಬೇಕು ಎಂದುಕೊಂಡಿದ್ದೇವೆ' ಎಂದು ಹೇಳಿದೆ. 'ಅದರ ಪರ್ಮಿಷನ್ ಯಾರಿಗೂ ಕೊಟ್ಟಿಲ್ಲ. ಬನ್ನಿ ಮಾತಾಡುವ' ಎಂದರು. ನಮಗೆ ತುಂಬಾ ಸಂತೋಷ ವಾಯಿತು. ಅವರನ್ನು ಭೇಟಿಯಾಗಲು ಹೊರಟಾಗ ಒಂದಿಷ್ಟು ಸ್ವೀಟ್ಸ್ ಹಾಗೂ ಬೊಕ್ಕೆಯನ್ನು ತೆಗೆದುಕೊಂಡೆವು– ದೊಡ್ಡವರನ್ನು ನೋಡಲು ಹೋಗುವಾಗ ಬರಿ ಕೈಲಿ ಹೋಗಬಾರದಲ್ಲ.

ತಮ್ಮ ಕತೆ ಸಿನಿಮಾ ಆಗುವುದು ಬೊಳುವಾರರಿಗೆ ಸಂತೋಷದ ವಿಷಯ ವಾಗಿತ್ತು. ಅವರು ನಮ್ಮೊಂದಿಗೆ ಕಥೆಯ ಬಗ್ಗೆ ಅದನ್ನು ಬರೆದ ಸಂದರ್ಭವನ್ನು ವಿವರಿಸುತ್ತಾ ಹೋದರು. 'ಕಥೆಯ ಕೊನೆಯಲ್ಲಿ ನಾನು ಅದೊಂದು ಭಾಗವನ್ನು ಸೇರಿಸದೇ ಹೋಗಿದ್ದರೆ ಕತೆ ಸಾಧಾರಣ ಅನ್ನಿಸಿಬಿಡುತ್ತಿತ್ತು. ಮತ್ತು ಇಡೀ ಕತೆ ಹಿಂದೂ ಮತ್ತು ಮುಸಲ್ಮಾನ ಎನ್ನುವ ಎರಡು ಧ್ರುವಗಳಲ್ಲೆ ಉಳಿದುಬಿಡುತ್ತಿತ್ತು. ಕ್ರಿಯೇಟಿವಿಟಿ ತುಂಬಾ ವಿಚಿತ್ರವಾದ ಕ್ರಿಯೆ. ಯಾವುದು ಯಾಕೆ, ಯಾವಾಗ, ಹೇಗೆ ಹೊಳೆಯುತ್ತದೆ ಎಂದು ಹೇಳಲು ಬರುವುದಿಲ್ಲ. ಹಾಗೆ ಹೊಳೆದದ್ದು ತುಂಬಾ ಅಪರೂಪದಲ್ಲಿ ಅಪರೂಪ ಎನ್ನುವ ಹಾಗೆ ಎಲ್ಲರ ಮನಸ್ಸಿನಲ್ಲೂ ಉಳಿದು ಬಿಡುವ ಸಂಗತಿಯಾಗುತ್ತದೆ' ಎಂದಿದ್ದರು. ಅವರ ಮಾತು ನಿಜ. ಮಾತುಕತೆಯ ನಡುವೆ ಅವರ ಶ್ರೀಮತಿ ಊರಲ್ಲಿ ಇಲ್ಲದಿದ್ದ ಕಾರಣ ತಾವೇ ಟೀ ಮಾಡಿಕೊಟ್ಟರು. 'ನೀವು ನಾನ್ ವೆಜ್‌ನವರಾದರೆ ಚಿಕನ್ ಇದೆ, ಊಟ ಮಾಡಿಕೊಂಡೇ ಹೋಗಿ' ಎಂದು ಆಗ್ರಹಿಸಿದರು. 'ಇಲ್ಲ ಸಾರ್ ನಾವಿಬ್ಬರೂ ತಿನ್ನುವುದಿಲ್ಲ' ಎಂದೆವು. 'ನಿಮ್ಮ ತರಕಾರಿಗಿಂತಲೂ ನಮ್ಮ ಚಿಕನ್ ತುಂಬಾ ಅಗ್ಗ. ರೇಟು ಬಹಳ ಇರಬಹುದು ಬಳಸುವ ಪ್ರಮಾಣ ಕಡಿಮೆ' ಎಂದು ತಮಾಷೆ ಮಾಡಿಕೊಂಡು ನಕ್ಕರು. ಗೌರವ ಸಂಭಾವನೆಯ ವಿಷಯವೂ ಪ್ರಸ್ತಾಪವಾಗಿ ಮತ್ತೆ ಒಪ್ಪಂದ ಪತ್ರದ ಜೊತೆ ಬರುವುದಾಗಿ ತಿಳಿಸಿದೆವು.

ಇರುವ ಕತೆಯನ್ನೇ ಹೇಳುವುದಾದರೆ ಸಿನಿಮಾ ಮಾಡುವುದಾದರೂ ಯಾಕಲ್ಲವೇ? ಘಟನೆ ಎಂದೋ ನಡೆದಿರಬಹುದು ಅದನ್ನ ಇವತ್ತಿಗೆ ಹೇಳಲು

ಸಾಧ್ಯವಾಗದಿದ್ದರೆ ಸಾರ್ಥಕ್ಯವೇನು? ಆ ಕಥೆ ಯಾಕೆ ನಮ್ಮನ್ನು ಸೆಳೆಯಿತು? ಅದರಲ್ಲಿ ನಮಗೆ ಕಂಡ ಅವಕಾಶಗಳು ಏನೆಂದು ಹುಡುಕುತ್ತಾ ಹೋದೆವು. ಇಡೀ ಕತೆ ಸಾಮಾಜಿಕವಾಗಿ ಬೆಳೆಯುತ್ತಾ ಹೋಗುತ್ತದೆಯೇ ಹೊರತು ಪಾತುಮ್ಮಳ ವೈಯಕ್ತಿಕ ಜೀವನದ ವಿವರಗಳು ಇಲ್ಲ. ಈ ವಿವರಗಳನ್ನು ಕತೆ ಬಯಸುವುದೂ ಇಲ್ಲ. ಆದರೆ ಸಿನಿಮಾ ಹಾಗಲ್ಲವಲ್ಲ! ದೃಶ್ಯವನ್ನು ಕಟ್ಟುವಾಗ ವಿವರಗಳೇ ಮುಖ್ಯವಾದ್ದರಿಂದ ನಮ್ಮೆದುರಿನ ಸವಾಲೇ ಇದಾಗಿತ್ತು. ಅದ್ಭುತವಾದ ಎಳೆಯೇ ಆದರೂ ಸಿನಿಮಾ ಆಗಲಿಕ್ಕೆ ಸಾಕಾಗುವಷ್ಟು ಸಂಗತಿಗಳು ಅದರಲ್ಲಿ ಸೇರಬೇಕಿತ್ತು. ಕಥೆಯ ಮೈ ಕೆಡದಂತೆ ಮತ್ತೊಂದು ಕಥೆಯನ್ನು ಹೆಣೆಯುವ ಜರೂರು ಎಲ್ಲ ಕಾಲದಲ್ಲೂ, ಎಲ್ಲ ಮಾಧ್ಯಮಗಳಲ್ಲೂ ಇದ್ದೇ ಇರುತ್ತದೆ. ಕತೆಯಿಂದ ಸಿನಿಮಾ ಕತೆಗೆ ಪಯಣ ಬೆಳೆಸುವಾಗ ಎಷ್ಟೊಂದು ತಡೆಗಳಿರುತ್ತವೆ. ನಮ್ಮೆದುರೂ ಇಂಥಾ ಸಮಸ್ಯೆಗಳು ಸಾಲು ಸಾಲಾಗಿ ನಿಂತಿದ್ದವು. ಕಥೆಯಲ್ಲಿ ಅವಳು ಒಂಟಿ. ಹಾಗಿದ್ದೂ ಅವಳಿಗೆ ಮನೆಯನ್ನು ಕಟ್ಟಿಕೊಳ್ಳುವ ಆಸೆ. ಮನುಷ್ಯ ಎಂದ ಮೇಲೆ ಆಸೆಗಳಿದ್ದೇ ಇರುತ್ತವೆ. ಆದರೆ ಆ ಆಸೆಗಳಿಗೆ ಪುಷ್ಟಿಕೊಡುವಂತೆ ಇನ್ನಷ್ಟು ಕಾರಣ ಕೊಡದಿದ್ದರೆ ಅವಳ ಮನೆ ಕಟ್ಟಿಕೊಳ್ಳುವ ಕನಸಿಗೆ ಬಲ ಸಿಗದಂತಾಗುತ್ತದೆ. ಈ ಕಥೆಗೆ ನಮ್ಮ ಮನಸ್ಸಿನಲ್ಲಿ ಸಮಕಾಲೀನ ಎನ್ನಿಸುವ ಸಂಗತಿಗಳನ್ನು ಎಳೆಯಾಗಿ ಕಥೆಯಲ್ಲಿ ಸೇರಿಸಿದೆವು.

ನಾವು ವಿಸ್ತಾರ ಮಾಡಿಕೊಂಡ ಕಥೆಯಲ್ಲಿ ಇರುವ ಸಂಗತಿಯ ಜೊತೆಗೆ ಮೂರು ಸಂಗತಿಗಳು ಹೊಸದಾಗಿ ಬೆಸೆದುಕೊಂಡಿದ್ದವು. ಕಡಲ್ಕೊರೆತದ ಎದುರು ಮನುಷ್ಯ ಬದುಕಿನ ಪ್ರಯತ್ನ, ಮನೆಯನ್ನು ಕಟ್ಟಿಕೊಳ್ಳಲಿಕ್ಕಾಗದ ಅಸಹಾಯಕ ಜೀವಗಳ ಸಮಸ್ಯೆ, ಬಾಬರಿ ಮಸೀದಿ ಬಿದ್ದು ದೇಶವನ್ನು ಮಾನಸಿಕವಾಗಿ ಇಬ್ಭಾಗ ಮಾಡಿದಾಗಲೂ ಮಾನವೀಯ ಸಂಬಂಧಗಳು ತಮ್ಮ ಮೂಲಗಳಲ್ಲಿ ಬದಲಾಗದೇ ಉಳಿದಿರುವುದು. ಮುಸ್ಲಿಂ ಹೆಣ್ಣುಮಕ್ಕಳ ಸಮಸ್ಯೆಯಾದ ತ್ರಿವಳಿ ತಲ್ಲಾಖಿನ ಪ್ರಶ್ನೆಯನ್ನು ಹೇಗೆ ಬಗೆಹರಿಸಿಕೊಳ್ಳಬಹುದು ಎನ್ನುವುದನ್ನು ಎತ್ತಿಹಿಡಿಯುವ ಉದ್ದೇಶವಿತ್ತು. ಹೀಗಾಗಿ ಪುತ್ತೂರಿನ ಸುತ್ತಾ ನಡೆವ ಕತೆ ಮಂಗಳೂರಿಗೆ ಬದಲಾಯಿತು. ಹೀಗಾಗಿ ಕಡಲಕೊರೆತದ ಕತೆ ಹೆಚ್ಚುವರಿಯಾಗಿ ಸೇರಿತು. ಜೊತೆಗೆ ತ್ರಿವಳಿ ತಲ್ಲಾಖಿನ ಕಾರಣಕ್ಕೆ ನರಳುವ ಮತ್ತು ಅದನ್ನು ದಿಟ್ಟವಾಗಿ ಎದುರಿಸುವ ಸಲ್ಮಾಳ ಕತೆ ಕೂಡ. ಈಗ ಮೂರು ಎಳೆಗಳಲ್ಲಿ ಕತೆ ಬೆಳೆಯಿತು. ಬಾಬರಿ ಮಸೀದಿ ಬಿದ್ದ ಬೆನ್ನಲ್ಲೆ ದೇಶದ ನಂಬುಗೆಯ ಗೋಡೆಯೇ ಕುಸಿದ ಕತೆಯ ಜೊತೆ, ಸಾಮಾನ್ಯ ಹಿಂದೂ ಮತ್ತು ಮುಸಲ್ಮಾನರ ಸಂಬಂಧಗಳು ಹೇಗಾಗಿವೆ ಎನ್ನುವುದನ್ನು ಹೇಳಲು ಅವಕಾಶಗಳು ತೆರೆದುಕೊಂಡವು.

ರೊಟ್ಟಿ ಪಾತುಮ್ಮಾ ವಿಧವೆ, ತನಗೆ ಸರಕಾರ ಕೊಟ್ಟ ಜಾಗದಲ್ಲಿ ಮನೆ ಕಟ್ಟಿಕೊಳ್ಳುವ ಕನಸನ್ನು ಕಾಣುತ್ತಿದ್ದಾಳೆ. ರೊಟ್ಟಿಯನ್ನು ಮಾಡುತ್ತಾ ಜೀವನ ನಿರ್ವಹಣೆ ಮಾಡುತ್ತಿರುವುದೇ ಅಲ್ಲದೆ ಅದರಲ್ಲಿ ಉಳಿದ ಹಣವನ್ನು

ಶ್ರೀನಿವಾಸಾಚಾರಿಯ ಚಿನ್ನದ ಅಂಗಡಿಯಲ್ಲಿ ಇಡುತ್ತಾ ಬಂದಿದ್ದಾಳೆ. ಈಗ ಸದ್ಯ ಸಿನೆಮಾ ಆರಂಭವಾಗುವಾಗ ಸಮುದ್ರದ ತೀರದಲ್ಲಿ ಅವಳು ಬಾಡಿಗೆಗೆ ಇರುವ ಗುಡಿಸಲು ಮಳೆಗಾಲದಲ್ಲಿ ಕಡಲ್ಕೊರೆತದಿಂದ ಬೀಳುವ ಆತಂಕದಲ್ಲಿದ್ದಾಳೆ.

ಪಾತುಮ್ಮಾಳ ಮಗಳು ಸಲ್ಮಾಗೆ ನಾಲ್ಕನೆ ಬಾರಿಯೂ ಹೆಣ್ಣು ಮಗುವೇ ಹುಟ್ಟುತ್ತದೆ. ಹೆರಿಗೆಯ ಹೊತ್ತಿನಲ್ಲಿ ಮೊಹಮದ್ ಮೀನು ಹಿಡಿಯಲು ಸಮುದ್ರಕ್ಕೆ ಹೋಗಿರುತ್ತಾನೆ. ಸಲ್ಮಾಳ ಅನಾರೋಗ್ಯದ ಕಾರಣಕ್ಕೆ ಅದಾಗಲೇ ಮೂರು ಮಕ್ಕಳಿದ್ದು ನಾಲ್ಕನೆಯ ಮಗುವಿನ ನಂತರವಾದರೂ ಆಪರೇಷನ್ ಮಾಡಿಸಿಕೊಳ್ಳುವಂತೆ ಸಲಹೆ ಮಾಡುತ್ತಾರೆ. ಡಾಕ್ಟರ್ ಸಲಹೆಯ ಪ್ರಕಾರ ಮೊಹಮದನ ಅನುಪಸ್ಥಿತಿಯಲ್ಲಿ ಸಲ್ಮ ಸಂತಾನ ನಿಯಂತ್ರಣ ಆಪರೇಷನ್ ಮಾಡಿಸಿಕೊಳ್ಳುತ್ತಾಳೆ. ಇದರಿಂದ ಕೋಪಗೊಂಡ ಮೊಹಮದ್ ಸಲ್ಮಾಗೆ ಒಂದೇ ಉಸಿರಿಗೆ ಮೂರು ತಲ್ಲಾಖ್ ಹೇಳುತ್ತಾನೆ. ಇದರಿಂದಾಗಿ ಹೆರಿಗೆಗೆಂದು ಹೋದ ಸಲ್ಮಾ ತಾಯಿ ಪಾತುಮ್ಮಾಳ ಮನೆಯಲ್ಲಿಯೇ ಉಳಿಯಬೇಕಾಗುತ್ತದೆ. ಕೆಲ ತಿಂಗಳುಗಳ ನಂತರ ಮೊಹಮದ್‌ಗೆ ಹೆಂಡತಿ ಮಕ್ಕಳ ಅನುಪಸ್ಥಿತಿಯಿಂದ ಏಕಾಂಗಿತನ ಕಾಡುತ್ತದೆ. ಮೊಹಮದ್ ತನ್ನ ತಾಯಿಯ ಜೊತೆ ಸಂಕಟವನ್ನು ಹೇಳಿಕೊಳ್ಳುತ್ತಾನೆ. ಪಾತುಮ್ಮನ ಬಳಿ ಬಂದ ಮೊಹಮದನ ತಾಯಿ ಮತ್ತೆ ಸಲ್ಮಾಳನ್ನು ವಾಪಾಸು ತನ್ನ ಮನೆಗೆ ಕರೆದೊಯ್ಯುವ ಇಂಗಿತವನ್ನು ವ್ಯಕ್ತಪಡಿಸುತ್ತಾಳೆ. ಜೊತೆಗೆ ಈ ಪ್ರಕ್ರಿಯೆಗೆ ಅಡ್ಡಿಯಾಗುತ್ತಿರುವ ತಲ್ಲಾಖಿನ ನಂತರ ಅದೇ ಗಂಡನನ್ನು ಮದುವೆಯಾಗಲು ಅವಳು ಇನ್ನೊಬ್ಬನೊಂದಿಗೆ ಮದುವೆಯಾಗಿ ಒಂದು ದಿನವಾದರೂ ದೈಹಿಕ ಸಂಪರ್ಕ ಮಾಡಬೇಕಾಗುತ್ತದೆ. ಈ ಧಾರ್ಮಿಕ ನಿರ್ಬಂಧದ ಬಗ್ಗೆ ಅತ್ತೆ ಹೇಳಿದಾಗ ಸಲ್ಮಾ ಇನ್ನೊಂದು ಮದುವೆಯಾಗಿ ತಲ್ಲಾಖ್ ಪಡೆದು ಬರಲು ಒಪ್ಪುವುದಿಲ್ಲ. 'ತಪ್ಪು ಮಾಡುವುದು ಗಂಡಸು, ಶಿಕ್ಷೆ ಮಾತ್ರ ಹೆಂಗಸಿಗಾ' ಎಂದು ವಿರೋಧಿಸುತ್ತಾಳೆ. ಈ ಸಮಸ್ಯೆಯನ್ನು ಬಿಡಿಸಿಕೊಳ್ಳುವುದು ಹೇಗೆಂದು ತಿಳಿಯದೆ ಪಾತುಮ್ಮಾ ಜಮಾತಿನ ಅಧ್ಯಕ್ಷರ ನೆರವನ್ನು ಬೇಡುತ್ತಾಳೆ. ಅವರು ಜಮಾತಿನಲ್ಲಿ ಈ ಸಮಸ್ಯೆಯನ್ನು ಇಟ್ಟು ಪರಿಹಾರವನ್ನು ಕೇಳುತ್ತಾರೆ. ಆಗ ಈ ಸಮಸ್ಯೆ ಬಿಡಿಸಲು ಬಂದಿದ್ದ ಖ್ವಾಜಿಗಳು ಕುರಾನಿನ ಆಧಾರದ ಮೇಲೆ 'ಸಲ್ಮಾಳಿಗೆ ಮೊಹಮದ್ ಒಂದೇ ಉಸಿರಿಗೆ ಕೊಟ್ಟ ತ್ರಿತಲ್ಲಾಖ್ ಮಾನ್ಯವಲ್ಲ, ಮತ್ತು ಹೆಣ್ಣುಮಕ್ಕಳೇ ಹುಟ್ಟಿವೆ ಎನ್ನುವ ಕಾರಣಕ್ಕೆ ತಲ್ಲಾಖ್‌ನ್ನು ಕೊಡುವುದು ಧರ್ಮಕ್ಕೆ ವಿರುದ್ಧವಾದದ್ದು, ಸಲ್ಮಾಳನ್ನು ವಾಪಾಸು ಮನೆಗೆ ಕರೆದೊಯ್ಯಲು ಯಾವುದೆ ತೊಡಕುಗಳಿಲ್ಲ' ಎಂದು ಸೂಚಿಸುತ್ತಾರೆ. ಇದರಿಂದ ಸಂತಸಗೊಂಡ ಮೊಹಮದ್ ಸಲ್ಮಾಳನ್ನು ಮನೆಗೆ ಕರೆದೊಯ್ಯುತ್ತಾನೆ.

ಚಿನ್ನದ ಅಂಗಡಿಯ ಶ್ರೀನಿವಾಸಾಚಾರಿಯ ಮಗ ಚಂದ್ರಣ್ಣ ರಾಮದಾಸ ಕಿಣಿಯ ಒತ್ತಾಯದ ಮೇರೆಗೆ ಅಯೋಧ್ಯೆಯ ಕರಸೇವೆಗೆ ಹೋಗಿ ಬರುತ್ತಾನೆ. ಅವನು ಅಯೋಧ್ಯೆಯವರೆಗೆ ಹೋಗಲಾಗದ ಪರಿಸ್ಥಿತಿ ಇದ್ದದ್ದರಿಂದ ಕಾಶಿಯಲ್ಲಿಯೇ

ಉಳಿಯಬೇಕಾಗುತ್ತದೆ. ಆ ಸಂದರ್ಭದಲ್ಲಿ ಅಯೋಧ್ಯೆಗೆ ಹೋಗಲಾಗದ ಅಸಮಾಧಾನ ವನ್ನು ಮತ್ತು ಕಾಶಿಯಲ್ಲೇ ಉಳಿದು ಕಾಲ ಕಳೆಯಬೇಕಾದ ಅನಿವಾರ್ಯತೆಗೆ ತನ್ನ ಸಹ ಕರಸೇವಕರಲ್ಲಿ ಬೇಸರ ವ್ಯಕ್ತಪಡಿಸುತ್ತಾನೆ. ಈ ಹೊತ್ತಿನಲ್ಲೇ ಬಾಬರಿ ಮಸೀದಿ ಬಿದ್ದ ಘಟನೆ ನಡೆಯುತ್ತದೆ. ಬಿದ್ದು ಹೋಗಿದ್ದ ಆ ಗೋಡೆಯ ಒಂದು ತುಂಡನ್ನು ತಂದಿದ್ದ ಆಯೋಜಕನೊಬ್ಬ 'ಅಯೋಧ್ಯೆಗೆ ಹೋಗಲು ಸಾಧ್ಯವಾಗದೇ ಇದ್ದದ್ದಕ್ಕೆ ಬೇಸರ ಬೇಡ' ಎಂದು ಹೇಳಿ, ತನ್ನ ಬಳಿ ಇದ್ದ ಗೋಡೆಯ ತುಂಡನ್ನು ಜ್ಞಾಪಕಾರ್ಥವಾಗಿ ಕೊಡುತ್ತಾನೆ. ಆ ತುಂಡನ್ನು ಚಂದ್ರಣ್ಣ ಊರಿಗೆ ಬರುವಾಗ ತನ್ನೊಂದಿಗೆ ಜೋಪಾನ ಮಾಡಿ ತಂದಿರುತ್ತಾನೆ. ಇದೇ ಅವನನ್ನು ಪ್ರತಿಕ್ಷಣವೂ ಆತಂಕಕ್ಕೆ ಒಳಗು ಮಾಡುತ್ತದೆ. ಕರಸೇವೆಗೆ ಕಳಿಸಿದ್ದ ರಾಮದಾಸ ಕಿಣಿಯೂ ಕೂಡಾ ಆ ಗೋಡೆಯ ತುಂಡನ್ನು ಪಡೆಯದೆ, ಸ್ವಲ್ಪ ದಿನ ಯಾರಿಗೂ ಕಾಣದಂತೆ ಅವನಿಗೆ ಬಚ್ಚಿಡಲು ಹೇಳುತ್ತಾನೆ. ನಂತರ ವಿದ್ಯಮಾನಗಳಿಂದ ಭಯಗೊಂಡು ಚಂದ್ರಣ್ಣನ ಕೈಗೆ ಸಿಗದೆ ತಪ್ಪಿಸಿಕೊಂಡು ಓಡಾಡುತ್ತಾನೆ.

ಇದೇ ಹೊತ್ತಿನಲ್ಲಿ ತಮ್ಮ ಅಂಗಡಿಯ ಮೇಲೆ ನಂಬಿಕೆ ಇಟ್ಟ ರೊಟ್ಟಿ ಪಾತುಮ್ಮಾ ಮನೆ ಕಟ್ಟಿಕೊಳ್ಳಬೇಕು ಎಂದು ಹಣ ವಾಪಾಸು ಕೇಳುತ್ತಾಳೆ. ಈ ಸಂದರ್ಭದಲ್ಲಿ ಅಹಮದ್ ಬ್ಯಾರಿಯು ಬೆಹರಿನ್‌ನಿಂದ ಊರಿಗೆ ಬಂದರೂ ತಮ್ಮ ಅಂಗಡಿಗೆ ಬರದೇ ಹೋಗುತ್ತಾನೆ. ಈ ಎರಡೂ ಪ್ರಸಂಗಗಳು ಚಂದ್ರಣ್ಣನಲ್ಲಿ ಅನೇಕ ಪ್ರಶ್ನೆಗಳನ್ನು ಹುಟ್ಟು ಹಾಕುತ್ತದೆ. ಮತ್ತು ಪಾತುಮ್ಮಾಳಿಗೆ ತಮ್ಮಲ್ಲಿ ವಿಶ್ವಾಸ ಹೋಗಿರಬಹುದೆ? ಎನ್ನುವ ಜಿಜ್ಞಾಸೆ ಉಂಟುಮಾಡುತ್ತದೆ. ಮಾನಸಿಕವಾಗಿ ಕಾಡಿ ಕ್ಷೋಭೆಗೆ ಒಳಗು ಮಾಡಿದ್ದ ಕಾಶಿಯಿಂದ ತಂದಿದ್ದ ಆ ಗೋಡೆಯ ತುಂಡನ್ನು ತನ್ನಲ್ಲಿ ಇಟ್ಟುಕೊಳ್ಳಲಾಗದೆ ಸಮುದ್ರಕ್ಕೆ ಎಸೆದು ನಿರಾಳವಾಗುತ್ತಾನೆ.

ಹಣವನ್ನು ವಾಪಾಸು ತೆಗೆದುಕೊಳ್ಳಲು ಬಂದ ಪಾತುಮ್ಮ, ಶ್ರೀನಿವಾಸಾಚಾರಿ ಯನ್ನು ಚಂದ್ರಣ್ಣನ ಬಳಿ ಇದ್ದ ಆ ಗೋಡೆಯ ಒಂದು ಸಣ್ಣ ಚೂರನ್ನಾದರೂ ಸೇರಿಸಿ ಮನೆ ಕಟ್ಟಿಸುವ ಆಸೆಯನ್ನು ವ್ಯಕ್ತಪಡಿಸಿ, ಚಂದ್ರಣ್ಣನ ಬಳಿ ಇರುವ ಆ ಗೋಡೆಯ ಚೂರನ್ನು ಕೊಡಿಸುವಂತೆಯೂ, ಅದರ ಜೊತೆಯಲ್ಲೇ ಹಣವನ್ನು ಕೊಂಡೊಯ್ಯುತ್ತೇನೆ ಎಂತಲೂ ಕೇಳಿಕೊಳ್ಳುತ್ತಾಳೆ.

ಅಹಮದ್ ಬಾವ ಅಂಗಡಿಗೆ ಬಾರದೇ ಇರುವುದಕ್ಕೆ ಕಾರಣವಾದ ಅವನ ತಂಗಿಗೆ ಹೆರಿಗೆಯಲ್ಲಿ ಮಗು ತೀರಿ ಹೋಗಿದ್ದನ್ನು ವಿವರಿಸುವ ಕೇಶವನ ಮಾತಿಗೆ ಚಂದ್ರಣ್ಣ ತಾನು ತಪ್ಪು ತಿಳಿದೆನಲ್ಲಾ ಎಂದು ಪಶ್ಚಾತ್ತಾಪದಿಂದ ಕೊರಗುತ್ತಾನೆ. ಮತ್ತೆ ಕೇಶವ ಮಾತು ಮುಂದುವರೆಸಿ ಪಾತುಮ್ಮಳಿಗೆ ಚಂದ್ರಣ್ಣನ ಬಳಿಯಿರುವ ಆ ಗೋಡೆಯ ತುಂಡನ್ನು ಸೇರಿಸಿ ತನ್ನ ಮನೆಯನ್ನು ಕಟ್ಟುವ ಇಚ್ಛೆ ವ್ಯಕ್ತಪಡಿಸಿದ್ದನ್ನು ಹೇಳುತ್ತಾನೆ. ಅನಿರೀಕ್ಷಿತವಾದ ಪಾತುಮ್ಮಳ ಈ ಕೋರಿಕೆಯಿಂದ ಚಂದ್ರಣ್ಣ ಮೌನಕ್ಕೆ ಶರಣಾಗುತ್ತಾನೆ.

ರಾತ್ರಿ ಜೋರು ಮಳೆ, ಗಾಳಿಗೆ ಕಡಲು ಉಕ್ಕಿ ಪಾತುಮ್ಮನ ಗುಡಿಸಲು ಬಿದ್ದು ಹೋಗುತ್ತದೆ. ಈ ವಿಷಯ ತಿಳಿದು ಅಲ್ಲಿಗೆ ಬರುವ ಶ್ರೀನಿವಾಸಾಚಾರಿ 'ನಿನ್ನ ಶ್ರಮದ ಈ ಹಣದಲ್ಲೇ ಮನೆ ಕಟ್ಟಿಸು, ಇದರಲ್ಲೇ ರಾಮನೂ ಇದ್ದಾನೆ, ಅಲ್ಲಾಹುನೂ ಇದ್ದಾನೆ' ಎಂದು ಪಾತುಮ್ಮನಿಗೆ ಅವಳು ಕೂಡಿಟ್ಟ ಹಣವನ್ನು ವಾಪಾಸು ನೀಡುತ್ತಾನೆ. ಮತ್ತು ಗುಡಿಸಲು ಬಿದ್ದ ಸಂದರ್ಭದಲ್ಲಿ ಪಾತುಮ್ಮಳಿಗೆ ಆದ ಗಾಯಕ್ಕೆ ಔಷಧಿ ಹಾಕಿಸಲು ಕರೆಯುತ್ತಾನೆ. ಈ ಮೂಲಕ ಸಮಾಕಾಲೀನ ಸಮಾಜದ ಜ್ವಲಂತ ಸಮಸ್ಯೆಗಳನ್ನು ಒರೆಗೆ ಹಚ್ಚುವ ಪ್ರಯತ್ನಿಸಲಾಗುತ್ತದೆ. ತ್ರಿತಲ್ಲಾಖಿನ ಧಾರ್ಮಿಕ ಸಮಸ್ಯೆಯನ್ನು ಬಿಡಿಸಿಕೊಳ್ಳುವ ಸಾಧ್ಯತೆಯನ್ನು ತೋರಿಸುತ್ತದೆ. ಕಡಲ ಕೊರೆತದ ಸಮಸ್ಯೆಯಿಂದ ತಮ್ಮ ಮನೆ ಕಳೆದುಕೊಳ್ಳುತ್ತಿರುವ ಜನರ ಬಗ್ಗೆ ಚಿಂತನೆಗೆ ಹಚ್ಚುತ್ತದೆ. ಹಾಗೂ ಬಾಬರಿ ಮಸೀದಿಯ ವಿವಾದಾತ್ಮಕ ಘಟನೆಯಿಂದ ದೇಶದಲ್ಲಿ ಏನೆಲ್ಲಾ ನಡೆದರೂ ಜನ ಸಾಮಾನ್ಯ ಹಿಂದೂ–ಮುಸಲ್ಮಾನರ ನಡುವೆ ಉಳಿದು ಬಂದಿರುವ ಮಾನವೀಯ ಸಂಬಂಧಗಳ ಹಾಗೂ ಮೌಲ್ಯಗಳ ಬಗ್ಗೆ ಹೇಳುತ್ತ ಭಾವೈಕ್ಯತೆಯನ್ನು ಎತ್ತಿಹಿಡಿಯುತ್ತದೆ.

ಇದನ್ನು ಬೊಳುವಾರರ ಜೊತೆ ಚರ್ಚಿಸಿ ಅಂತಿಮಗೊಳಿಸಿಕೊಂಡೆವು. ಮೊದ ಮೊದಲು ಬೊಳುವಾರರಿಗೆ ನಾವು ತ್ರಿವಳಿ ತಲ್ಲಾಖಿನ ವಿಷಯವನ್ನು ಸೇರಿಸಿದ್ದು ಇಷ್ಟವಾಗಿರಲಿಲ್ಲ. 'ಇದನ್ನು ಮಧ್ಯ ಯಾಕೆ ಸೇರಿಸಿದ್ದು?' ಎಂದರು. ತಮ್ಮ ಕಥೆಯೊಂದು ಹೀಗೆ ರೂಪಾಂತರಗೊಳ್ಳುವುದು ಎಲ್ಲ ಲೇಖಕರಿಗೂ ಇಷ್ಟವಾಗಬೇಕು ಅಂತೇನೂ ಇಲ್ಲ. 'ಇದ್ದ ಹಾಗೆ ಮಾಡಿದರೆ ಏನಾಗುತ್ತೆ?' ಎನ್ನುವುದು ಅವರ ನಿಲುವಾಗಿತ್ತು. ನಂತರ ಈ ಕಾರಣಕ್ಕೆ ನಾವು ವಿವರಿಸಿದ ಮೇಲೆ ಒಪ್ಪಿಕೊಂಡರು. ಆದರೆ ಅವರು ಅದನ್ನು ಪೂರ್ತಿ ಒಪ್ಪಿದರು ಎಂದು ನಾನು ತಿಳಿಯುವುದಿಲ್ಲ. ಆದರೆ ಕಥೆಯನ್ನು ಕೊಟ್ಟ ಮೇಲೆ ಹೆಚ್ಚು ತಲೆ ಹಾಕಬಾರದು ಎನ್ನುವ ಕಾರಣಕ್ಕೆ ಸುಮ್ಮನಾಗಿರಬೇಕು. ಧರ್ಮಕ್ಕೆ ಸಂಬಂಧಪಟ್ಟ ಕೆಲ ವಿವರಗಳನ್ನು ಬೊಳುವಾರರೇ ನೀಡಿದರು. ಅದು ನಮಗೆ ಕಥೆಯನ್ನು ಕಟ್ಟುವಲ್ಲಿ ಸಹಾಯಕವೂ ಆಯಿತು. ಈ ಕಥೆಯ ಸಲುವಾಗೇ ನಾವು ಮನೆಯನ್ನು ಹುಡುಕುತ್ತಾ ಬೆಂಗಳೂರಿಂದ ಮಂಗಳೂರಿಗೆ ಬಂದದ್ದು. 1992ರ ಆ ಕಾಲಘಟ್ಟವನ್ನು ಎಸ್ಟಾಬ್ಲಿಷ್ ಮಾಡಲಿಕ್ಕೆ ನಮಗಿದ್ದ ಸವಾಲನ್ನು ಸಹಜವಾಗೇ ಆ ಜಾಗ ಅನುಕೂಲಕರವಾಗಿಸಿತ್ತು. ಇದ್ದ ಕೆಲ ಟಿವಿ ಫೂಟೇಜ್‌ಗಳು ನ್ಯೂಸ್ ಪೇಪರ್‌ನಲ್ಲಿನ ಸ್ಟೋರಿಗಳು ನಮಗೆ ಸಿಕ್ಕರೂ, ಟಿವಿಯಲ್ಲಿ ಇದನ್ನು ಸುದ್ದಿಯಾದ ಫೂಟೇಜ್‌ಗಳು ಸಿಗದ ಕಾರಣ ಮಸೀದಿ ಬಿದ್ದ ಕ್ಷಣವನ್ನು ಇಟ್ಟುಕೊಂಡು ನಾವೇ ನ್ಯೂಸ್ ಸಿದ್ಧ ಮಾಡಿಕೊಂಡೆವು. ಈ ಟಿವಿಯ ಸುದ್ದಿಯೇ ಆ ಕಾಲಘಟ್ಟಕ್ಕೆ ಕಥೆಯನ್ನು ಕೊಂಡೊಯ್ಯಲು ಸಹಾಯಕವಾಗಿತ್ತು. ಹೀಗೆ ಒಂದೊಂದೇ ಸಂಗತಿಗಳು ಸೇರುತ್ತಾ ಹೋದಂತೆ ಪ್ರಸ್ತುತ ಕಾಲಮಾನವನ್ನು ಆವತ್ತಿಗೆ ತೆಗೆದುಕೊಂಡು ಹೋಗಲು ಸಹಾಯಕವಾಯಿತು.

ಕನಸಿನ ಮನೆ

ಬೀಡಿ ಕಟ್ಟುತ್ತಾ ಗುಂಪಾಗಿ ತಮ್ಮ ತಮ್ಮ ಸುಖ–ದುಃಖ ಹೇಳುತ್ತಾ ಕುಳಿತಿದ್ದ ಹೆಂಗಸರ ಮನೆಗೂ ಎದುರು ಮನೆಗೂ ನಡುವೆ ಸಣ್ಣದೊಂದು ಓಣಿ. ಅದನ್ನು ದಾಟಿದರೆ ಇದ್ದಕ್ಕಿದ್ದಂತೆ ಬಯಲಾದ ಹಾಗೆ ವಿಶಾಲವಾದ ಜಾಗ. ಮಧ್ಯದಲ್ಲಿ ಬಾವಿ. ಬಾವಿಯೇ ಆ ಕೇರಿಗೆಲ್ಲ ಕುಡಿಯುವ ನೀರಿನ ಆಸರೆ. ಸಮುದ್ರದ ಪಕ್ಕದಲ್ಲೆ ಇದ್ದರೂ ಸಿಹಿನೀರಿನ ಬುಗ್ಗೆ ಚಿಮ್ಮುವುದಾದರೂ ಹೇಗೆನ್ನುವ ಅಚ್ಚರಿ. ಪ್ರಕೃತಿಯೇ ಹೀಗೆ ಹೆಜ್ಜೆ ಹೆಜ್ಜೆಗೂ ವಿಸ್ಮಯ, ಹೊಸತನದ ಪ್ರಯೋಗ, ಅಚ್ಚರಿಯ ಫಲಿತಾಂಶ. ಬಿಸಿಲು ನೆತ್ತಿಯ ಕಡೆಗೆ ವಾಲುವ ಮೊದಲು

ಆ ಬಾವಿಯ ಸುತ್ತಾ ಜೀವ ಸಂಚಾರ. ಸೂರ್ಯ ನೆತ್ತಿಗೆ ಬಂದನೆಂದರೆ ಸುತ್ತಾ ಮುತ್ತ ಜನರೇ ಇರುವುದಿಲ್ಲ, ಅವನ ತಾಪವ ತಡೆಯುವುದಾದರೂ ಹೇಗೆ? ಅವನ ತಾಪಕ್ಕೆ ಸಮುದ್ರದ ಮೇಲೆ ಹಾದು ಬರುವ ಬಿಸಿ ಹಬೆಗೆ ಜೀವರಾಶಿಗಳೆಲ್ಲಾ ತಣ್ಣನೆಯ ಜಾಗವನ್ನು ಅರಸದಿದ್ದರೆ ಕಿಚ್ಚಿಲ್ಲದ ಬೇಗೆಯಲ್ಲಿ ಬೇಯುವ ಭೀತಿ. ಆದರೆ ಒಣಗಿಹಾಕಿದ್ದ ಬಟ್ಟೆಗಳು ಆ ಮನೆಯಲ್ಲಿ ಇಷ್ಟು ಜನ, ಯಾವ ಯಾವ ವಯೋಮಾನದವರು, ಹೆಣ್ಣು-ಗಂಡು, ಮಕ್ಕಳುಗಳ ನಿಖರವಾದ ಲೆಕ್ಕವನ್ನು ಕೊಡುತ್ತಾ ತೂಗುತ್ತಿದ್ದವು. ಹಳತಾದ ಬಾವಿಯ ಕಟ್ಟೆ, ಸವೆದುಹೋದ ಮರದ ರಾಟೆ, ಹಗ್ಗ... ಎಲ್ಲವೂ ಅದರ ಬಳಕೆಯ ಧಾರಾಳತೆಯನ್ನು ಸಾರುತ್ತಿದ್ದವು. ಉಪ್ಪು ಗಾಳಿ ತಾಕಿ, ತಾಕಿ ಚಕ್ಕಳವಾಗಿದ್ದ ಕಲ್ಲುಗಳ ಮೇಲಿಂದ ಬಗ್ಗಿ ನೋಡಿದರೆ, ನೀರು ಸ್ವಲ್ಪವೇ ಮೇಲೆ. ಬಾವಿಯ ಸುತ್ತಾ ಮರಳು. ಮಧ್ಯಾಹ್ನ ದಾಟಿದರೂ ಸೂರ್ಯನ ಶಾಖವನ್ನು ಹೀರಿಕೊಂಡು ಮಗುಮ್ಮಾಗಿತ್ತು. ಅದರ ಪಕ್ಕದಲ್ಲಿ ತಡೆಗೋಡೆಯನ್ನು ದಾಟಿ ಸಮುದ್ರ ಸೆಳವಿಗೆ ಯಾವಾಗ ಬೇಕಾದರೂ ಬಲಿಯಾಗಬಹುದಾದ ತೆಂಗಿನ ಮರ. ಹಿಂಬದಿಗೆ ಜನವಾಸವಿಲ್ಲದ ಮನೆ. ಅದರ ಬಾಗಿಲು ಮಾತ್ರ ಆ ಕಡೆಗಿತ್ತು. ಮತ್ತದರ ಎದುರೇ ನಮ್ಮ ಅಚ್ಚರಿಗೆ ಕಾರಣವಾಗಿ ನಿಂತಿದ್ದ ಕನಸಿನ ಮನೆ. ಮನೆಯ ಬಾಗಿಲ ಬಳಿ ಕಾಲು ಭಾಗಕ್ಕೆ ಮರಳು ತುಂಬಿದ್ದರೆ ಹಿಂಭಾಗಕ್ಕೆ ತುಸು ಹೆಚ್ಚೇ. ಅಂದರೆ ಸಾಧಾರಣ ನಿಲುವಿನ ಮನುಷ್ಯನೊಬ್ಬ ನಿಂತರೆ ಅವನ ತಲೆ ಮಾಡಿಗೆ ಬಡಿಯುವಂತಿತ್ತು. ಅಷ್ಟು ಮರಳು ತುಂಬಿಬಿಟ್ಟಿತ್ತು. ಭದ್ರಪಡಿಸಿದ್ದ ಬಾಗಿಲು ಆ ಮರಳನ್ನು ಒಳಗೆ ಹೋಗದ ಹಾಗೆ ತಡೆದಿತ್ತು. ಮರದ ಬಾಗಿಲು ಅಲ್ಲಲ್ಲಿ ಬಿರುಕು ಬಿಟ್ಟು ಒದ್ದರೆ ಬಿದ್ದು ಹೋಗುವ ಹಾಗಿತ್ತು.

'ಅರೆ ಇದ್ಯಾಕೆ ಹೀಗೆ ನಿಂತಿರಿ?' ಧ್ವನಿ ಕೇಳಿದಾಗಲೇ ನಾವು ಇಹಕ್ಕೆ ಮರಳಿದ್ದು. ವರ್ಷದ ಮಗುವನ್ನೆತ್ತಿಕೊಂಡಿದ್ದ ಗುಂಡ ಗುಂಡಗೆ ಮುದ್ದಾಗಿದ್ದ 23-24ರ ಹುಡುಗಿಯನ್ನು ನೋಡಿ ಅಯಾಚಿತವಾಗಿ ಮುಖದಲ್ಲಿ ನಗೆ ಅರಳಿತು. ನಿರ್ದೇಶಕರಾದ ಪಂಚಾಕ್ಷರಿ 'ನೀವೇ ಮಾತಾಡಿ. ಮುಸ್ಲಿಂ ಹೆಣ್ಣುಮಕ್ಕಳ ಜೊತೆ ನಾವು ಮಾತಾಡಿದರೆ ತೊಂದರೆಯಾದೀತು' ಎಂದು ನನಗೂ, ಚಂಚಲಾಗೂ ಸೂಚಿಸಿದರು. 'ಈ ಮನೆ ಯಾರದ್ದು?' ಕೇಳಿದೆ. 'ಓ ಇದಾ... ಇದು ನಮ್ಮ ಜಕ್ಕು ಕಾಕಾದು' ಎಂದಳು. 'ನಿಮ್ಮ ಜಕ್ಕು ಕಾಕಾ ಸರಿ, ಅವರ ಹೆಸರೇನು?' ಎಂದು ಕೇಳಿದರು ಚಂದ್ರಹಾಸ್. ಜಕ್ಕು ಹೆಸರಲ್ಲವಾ? ಎಂದುಕೊಂಡೆ. 'ಹಾಂ ಹೌದು ಅವರ ಹೆಸರು ಮಹಮದ್. ಮೀನು ಮಾರುತ್ತಾರೆ. ಅವರೆಂತಕ್ಕೆ ಬೇಕು? ಸಾಲ ಮಾಡಿದ್ದಾರಾ? ನೀವು ಬ್ಯಾಂಕಿನವರಾ?' ಎಂದಳು ಮುಗ್ಧವಾಗಿ. ನಾವು ಒಂದು ಸಿನಿಮಾ ತೆಗೆಯುತ್ತಿದ್ದೇವೆ. ಅದಕ್ಕೆ ಅವರೊಂದಿಗೆ ಮಾತಾಡಬೇಕಿತ್ತು ಎಂದಾಗಲೇ ಅವಳ ಮುಖದಲ್ಲಿ ದೊಡ್ಡ ನಗು.. ಅವಳ ನಗೆಯ ಹಾಗೆ ಹೆಸರು ಕೂಡಾ ಹಸೀನಾ. ಮದುವೆಯಾದ ಹೆಂಗಸಾದ್ದರಿಂದ ಅವಳನ್ನು ಎಲ್ಲರೂ ಹಸೀನಮ್ಮ ಎಂದು

ಕರೆಯುತ್ತಿದ್ದರು. ವಯಸ್ಸಾದ ಕೆಲ ಹೆಂಗಸರು ಮಾತ್ರ ಅವಳನ್ನು 'ಹಸೀನಾ' ಎಂದು ಕರೆಯುತ್ತಿದ್ದರು. 'ಇನ್ಯಾರು ಸಿಗಲಿಲ್ಲವೋ ಹೀರೋ ನಿಮಗೆ, ನಮ್ಮ ಜಕ್ಕು ಕಾಕಾನೇ ಬೇಕಾ?' ಎಂದು ನಗಾಡತೊಡಗಿದಳು. ಅವಳ ನಗುವಿನ ಜೊತೆ ನಾವೂ ನಗುವನ್ನು ಸೇರಿಸುತ್ತಾ 'ನಮಗೆ ಬೇಕಿರುವುದು ನಿಮ್ಮ ಹೀರೋ ಜಕ್ಕು ಕಾಕ ಅಲ್ಲ; ಅವರ ಈ ಮನೆ' ಎಂದೆ. 'ಇಲ್ಲಿ ನೀವು ಶೂಟಿಂಗ್ ಮಾಡುವುದಾ? ಬೇರೆ ಯಾವ ಮನೆಯೂ ಸಿಗಲಿಲ್ಲವಾ? ಹೇಳಿ, ನಮ್ಮವರದ್ದೇ ಮನೆಯಿದೆ, ದೊಡ್ಡದು. ಶೂಟಿಂಗ್ ಮಾಡಲಿಕ್ಕೆ ಚಂದ ಉಂಟು' ಎಂದಳು. 'ಇಲ್ಲ ನಾವು ತೆಗೆಯುತ್ತಿರುವುದು ಸಮುದ್ರ ನುಂಗಿ ಹಾಕಿದ ಮನೆಯ ಕಥೆಯನ್ನು, ಅದಕ್ಕೆ ಈ ಮನೆ ಸೂಕ್ತವಾಗಿದೆ' ಎಂದು ಹೇಳಿದ ಮೇಲೆ ಉದ್ಗಾರ ತೆಗೆಯುತ್ತಾ ಜಕ್ಕು ಮಹಮದರ ಬಗ್ಗೆ ವಿವರಗಳನ್ನು ಕೊಟ್ಟಳು. 'ಇದು ಅವರಪ್ಪ ಕಟ್ಟಿಸಿದ ಮನೆ, ಇದರ ಮೇಲೆ ಅವರಿಗೆ ಅಭಿಮಾನ ಜಾಸ್ತಿ. ಜಕ್ಕು ಕಾಕನ ಹೆಂಡತಿ ಸತ್ತ ಮೇಲೆ ಈಗಲೋ ಆಗಲೋ ಬೀಳುವ ಈ ಮನೆಯಲ್ಲಿ ಮಕ್ಕಳನ್ನು ಬಿಟ್ಟು ಕೆಲಸಕ್ಕೆ ಹೋಗುವುದು ಹೇಗೆಂದು ಈಗ ಮುಕ್ಕಚ್ಚೇರಿಯಲ್ಲಿ ಮನೆ ಮಾಡಿದ್ದಾರೆ'. ಕಣ್ಣು ಬಾಯಿ ತಿರುಗಿಸುತ್ತಾ ಮಾತಾಡುತ್ತಿದ್ದ ಆ ಹುಡುಗಿ ಹಸೀನಾಳ ಸಾದ ಕಪ್ಪು ದುಂಡು ಮುಖದಲ್ಲಿ ಎಂಥದ್ದೋ ಆಕರ್ಷಣೆ, ತಿದ್ದಿ ತೀಡಿದ ಹಾಗೆ ಮುಖ ಚಹರೆ. ಗಂಡನದು ಮೀನು ಫ್ಯಾಕ್ಟರಿಯಲ್ಲಿ ಮ್ಯಾನೇಜರ್ ಕೆಲಸ. ಸಮುದ್ರದ ಮೀನನ್ನು ಫ್ಯಾಕ್ಟರಿಗೆ ಸಾಗಿಸಿ ಅಲ್ಲಿಂದ ಅದನ್ನು ಮಂಜುಗಡ್ಡೆಯಲ್ಲಿ ಮುಚ್ಚಿ ಬೇರೆ ಬೇರೆ ಊರುಗಳಿಗೆ ಕಳಿಸಬೇಕಾದ ಕಡೆಗೆ ಕಳಿಸಲಾಗುತ್ತಿತ್ತು. ಹೀಗಾಗಿ ದಿನಾ ಅವರ ಮನೆಯಲ್ಲಿ ಮಾತ್ರ ಒಳ್ಳೊಳ್ಳೆಯ ತಾಜಾ ಮೀನುಗಳ ಪದಾರ್ಥ ಸಿದ್ಧವಾಗುತ್ತಿತ್ತು. ಅವಳ ಅತ್ತೆ ಬರೀ ಉಪ್ಪು, ಹುಳಿ, ಖಾರ ಹಾಕಿ ಬೇಯಿಸುತ್ತಿದ್ದ ಮೀನಿಗೆ ಹೇಗೋ ವಿಶಿಷ್ಟವಾದ ಪರಿಮಳ ಮತ್ತು ರುಚಿ ಸಿಕ್ಕುತ್ತಿತ್ತು. ಬೆಳಗಿನಿಂದ ಸಂಜೆಯವರೆಗೆ ಮಗುವನ್ನು ಆಡಿಸುತ್ತಾ ಕಾಲ ಕಳೆಯುತ್ತಿದ್ದ ಹಸೀನಮ್ಮ. ಅಲ್ಲಿಲ್ಲಿ ಮಾತಿಗೆ ಸಿಗುತ್ತಿದ್ದ ಜನರ ಜೊತೆ ಸಮಸಮವಾಗಿ ಮಾತಾಡುತ್ತಿದ್ದ ಅತ್ತೆ ಜರೀನಾಬಿ. ಮಗುವನ್ನು ಆಡಿಸುವ ನೆಪದಲ್ಲಿ ಪದಾರ್ಥ ರುಚಿ ನೋಡಬಹುದಾದ ಅವಕಾಶ, ಈ ಕಾರಣಕ್ಕೆ ಹಸೀನಮ್ಮನಿಗೆ ಸುಭಾಷ್ ನಗರದ ಹೆಂಗಸರೆಲ್ಲರೂ ಆಪ್ತವಾಗಲು ಬಯಸುತ್ತಿದ್ದರು. ಇದೆಲ್ಲ ಏನೂ ಕದ್ದು ಮುಚ್ಚಿ ಆಗುತ್ತಿರಲಿಲ್ಲ. ಹಸೀನಮ್ಮನೂ ಧಾರಾಳವಾಗಿ ಕೊಟ್ಟುಬಿಡುತ್ತಿದ್ದಳು. (ಮುಂದಿನ ದಿನಗಳಲ್ಲಿ ಇದು ನಮ್ಮ ಅನುಭವಕ್ಕೂ ಬಂದಿತ್ತು) ಕಂಕಳಲ್ಲಿದ್ದ ಓರೆಯಾದ ಮಗುವನ್ನು ಹಿಡಿದ ಕೈಗಳಿಂದ ಸ್ವಲ್ಪವೇ ಎಗರಿಸಿ ಸರಿಯಾಗಿ ಕೂಡಿಸಿಕೊಂಡಳು. ಒಳಗೆ ಅವಳ ಅತ್ತೆ ನಮಾಜು ಮುಗಿಸಿ ದುವಾ ಮಾಡುತ್ತಿದ್ದುದು ಹೊರಗೆ ನಿಂತಿದ್ದ ನಮಗೆ ಕಾಣುತ್ತಿತ್ತು. 'ಅಲ್ಲಾ... ಈ ಮನೆಯಲ್ಲಿ ಕಾಕ ವಾಸ ಇಲ್ಲ ನೀವು ಶೂಟಿಂಗ್ ಮಾಡುವುದಾದರೆ ಯಾವ ತೊಂದರೆಯೂ ಇಲ್ಲ. ಅದಕ್ಯಾಕೆ ಕಾಕನನ್ನು ಹುಡುಕುವುದು?' ಇಪ್ಪತ್ತೈದರ ಹಸೀನಮ್ಮನ ಮುಖದಲ್ಲಿ ಇದ್ದುದು ಹುಡುಗು ಕಳೆಯೋ ಅಥವಾ ಕೀಟಲೆಯೋ ಗೊತ್ತಿಲ್ಲ.

ಎರಡೂ ಒಮ್ಮೊಮ್ಮೆ ಗೋಚರಿಸಿ ಗೊಂದಲವನ್ನು ಉಂಟುಮಾಡಿತು. 'ಇಲ್ಲ ಹಾಗೆ ಸಿನಿಮಾ ಮಾಡಬೇಕಾದರೆ ಮನೆಯ ಓನರಿಂದ ಪರ್ಮಿಷನ್ ಬೇಕಲ್ಲವಾ?' ಎಂದೆ. ಹಸೀನಮ್ಮ ನಗುತ್ತಾ 'ಸರಿಯಾಯಿತು, ನೀವು ಮನೆಯಲ್ಲಿ ಬರಿಯ ಶೂಟಿಂಗ್ ಮಾಡುವುದು ತಾನೆ? ಮನೆಯನ್ನು ಬೀಳಿಸುವುದಿಲ್ಲ ತಾನೆ? ಮತ್ತಿನ್ಯಾಕೆ ಪರ್ಮಿಷನ್ನು? ಶೂಟಿಂಗ್ ಮಾಡಿಕೊಂಡು ಹೋಗಿ' ಎಂದಳು ಅವಳೇ ಮನೆಯ ಓನರ್ ಎನ್ನುವ ಹಾಗೆ. ಈಗ ಗೊಂದಲಕ್ಕೆ ಬಿದ್ದದ್ದು ನಾವು. ಚಂದ್ರಹಾಸರಿಗೆ ಬ್ಯಾರಿ ಭಾಷೆ ಗೊತ್ತಿತ್ತು. ಅವರ ಭಾಷೆಯಲ್ಲೇ ಹೇಳಿದರೆ ಅರ್ಥವಾಗುತ್ತೆ ಎನ್ನುವ ಹಾಗೆ ಬ್ಯಾರಿಯಲ್ಲೇ ಮಾತಾಡಿದರು. ಅವಳಿಗೆ ತಿಳಿಹೇಳುವುದರಲ್ಲಿ ಕಡೆಗೂ ಯಶಸ್ವಿಯಾಗಿ ಅವಳ ಬಳಿಯೇ ಇದ್ದ ಕೀಲಿ ಕೈಯಿಂದ ನಮ್ಮ ಕನಸಿನ ಮನೆಯ ಬಾಗಿಲನ್ನು ತೆರೆದೆವು.

ಬಾಗಿಲನ್ನು ತೆರೆದು ಯಾವ ಕಾಲ ಆಗಿತ್ತೋ ತಿಳಿಯದು, ಬಾಗಿಲಿಗೆ ಅಂಟಿಕೊಂಡಂತೆ ಬಿದ್ದ ಮರಳು ಜರಿದು ಮನೆಯ ಒಳಕ್ಕೂ ಜಾರಿತು. ಜಾರಿದ ಮರಳು ಎರಡಡಿಯ ಕೆಳಗೆ ಇದ್ದ ನೆಲಕ್ಕೆ ಬಿದ್ದು, ಇಳಿಯಲಿಕ್ಕೆ ಇದ್ದ ಮೆಟ್ಟಿಲನ್ನು ಮುಚ್ಚಿ ಹಾಕಿತ್ತು. ಹಾಲ್ ಎಂದರೆ ಬರೀ ಹತ್ತಡಿಯ ಜಾಗ. ಗೋಡೆಯ ಮೇಲೆ ಕಾಬಾದ ಮಸುಕಾದರೂ ಮಿಂಚುವ ಹಳೆಯ ಫೋಟೋ, ಅದರ ಕೆಳಗೆ ಜಗುಲಿ, ಅದು ಕೂಡಲಿಕ್ಕೆ ಮಲಗಲಿಕ್ಕೆ ಎಲ್ಲಕ್ಕೂ ಅನುಕೂಲಕರವಾಗಿತ್ತು. ಎರಡು ಮುರಿದ ಬಾಗಿಲುಗಳ ಪುಟ್ಟ ಪುಟ್ಟ ಕಿಟಕಿಗಳು. ಒಂದು ರೂಂ, ಅದರ ಬಾಗಿಲು ಕೂಡಾ ಅರ್ಧಂಬರ್ಧ ಒಡೆದು ಒಳಗಿನದ್ದೆಲ್ಲಾ ಕಾಣುತ್ತಲಿತ್ತು. ಅದರ ಪಕ್ಕಕ್ಕೆ ಅಂಟಿಕೊಂಡ ಹಾಗೆ ಸಣ್ಣದೊಂದು ಅಡುಗೆ ಮನೆ. ಅಲ್ಲಿ ಎಂದೋ ಉರಿದ ಒಲೆಯ ಗುರುತು. ತೆಗೆಯಲು ಸಾಧ್ಯವೇ ಇಲ್ಲದಂತೆ ಮೊಳೆ ಹೊಡೆದು ಮುಚ್ಚಿದ ಕಿಟಕಿ. ಮನೆ ಪೂರಾ ಗಲೀಜು. ಆದರೂ ನಮಗೆ ಅಂಥಾ ಮನೆ ಇನ್ನೊಂದು ಸಿಗಲಾರದು ಎನ್ನುವುದು ನಂಬಿಕೆ. ನಾನಾಗಲೇ ಎಲ್ಲೆಲ್ಲಿ ಏನೇನನ್ನು ತುಂಬಿಸಬೇಕು, ಫ್ರೇಂಗೆ ಏನು ಸಿಗಬೇಕು ಎಂದೆಲ್ಲಾ ಯೋಚನೆ ಮಾಡುತ್ತಿದ್ದೆ. ಮಂಗಳೂರಿನ ಕಡಲ ಬದಿಯ ಮನೆಯಲ್ಲಿ ಹೊರಗಿಗಿಂತ ಒಳಗೇ ಹೆಚ್ಚು ಸೆಖೆ, ಎಲ್ಲ ಕಿಟಕಿಗಳೂ ಮುಚ್ಚಿದ್ದರಿಂದ ಹೊರಗಿನ ಗಾಳಿ ಕೂಡಾ ಒಳಗೆ ನುಸುಳಲಾರದು. ಮಾಡಿನಲ್ಲಿ ಹಾಕಿದ್ದ ಗಾಜಿನಿಂದ ಬೆಳಕು ಮಾತ್ರ ಧಾರಾಳ.

ಸಂತೃಪ್ತಿಯಿಂದ ಹೊರಬಂದ ನಾವು ಹಸೀನಮ್ಮನನ್ನು ಜಕ್ಕು ಮಹಮದರ ಮನೆಯ ಅಡ್ರೆಸ್ ಕೇಳಿದೆವು. 'ಮುಕ್ಕಚ್ಚೇರಿಯ ಒಂಬತ್ತು ಕೆರೆ ಉಂಟಲ್ಲಾ ಅಲ್ಲೇ ಸರ್ಕಾರಿ ಸ್ಕೂಲ್ ಹತ್ತಿರ– ಯುಟಿ ಕಾಂಪೌಂಡ್ ಇದೆ. ಅಲ್ಲಿ ಹೋಗಿ ಯಾರನ್ನು ಬೇಕಾದರೂ ಕೇಳಿ, ಜಕ್ಕು ಮಹಮದ್... ಅದೇ ಅಲಿಯಬ್ಬನ ಅಂಗಡಿಯ ಬಳಿ ಇದಾರಲ್ಲ ಅವರೇ ಅಂತ. ಬೇರೆ ಯಾವ ವಿವರವೂ ಬೇಡ... ಜಕ್ಕು ಮಹಮದ್ ಅನ್ನಿ ಸಾಕು' ಎಂದು ಒತ್ತಿ ಒತ್ತಿ ಹೇಳಿದಳು.

ಜಕ್ಕು ಮಹಮದರ ಜಾಡನ್ನು ಹಿಡಿದು

ಹಸೀನಮ್ಮ ಹೇಳಿದ ಅಡ್ರೆಸ್ ಹಿಡಿದು ಜಕ್ಕು ಮಹಮದ್ ಅವರನ್ನು ಹುಡುಕುತ್ತಾ ಹೊರಟೆವು. ಆಗಲೇ ಸಂಜೆ ಐದರ ಸಮಯ. ಸೂರ್ಯ ಇನ್ನೇನು ಮುಳುಗುವ ಆತುರದಲ್ಲಿದ್ದ. ಚಂದ್ರಹಾಸರ ಕಾರು ಸುಸ್ಥಿತಿಯಲ್ಲಿತ್ತು. ಹುಡುಗರು ಮಾತ್ರ ತಮ್ಮ ಪಾಡಿಗೆ ತಾವು ಕೂಗಾಡುತ್ತಿದ್ದರು. ಕಾರು ಹೊರಡುವಾಗ ನಮಗೆ ದಾರಿ ಮಾಡಿಕೊಟ್ಟು ಮತ್ತೆ ತಮ್ಮ ಜಾಗಕ್ಕೆ ಮರಳಿದರು.

ಮುಕ್ಕಚ್ಚೇರಿಯ ರಸ್ತೆಯಲ್ಲಿ ಜಕ್ಕು ಮಹಮದರನ್ನು ಹುಡುಕುತ್ತಾ ಹೊರಟೆವು. ಯಾವುದೋ ಸರ್ಕಾರಿ ಸ್ಕೂಲು ಕಾಣಿಸಿತು. ನಿಲ್ಲಿಸಿ ನೋಡುವಾಗ ಹೊಸಬರಂತೆ ಕಾಣುತ್ತಿದ್ದ

ನಮ್ಮನ್ನು ನೋಡಿ, ದಾರಿಹೋಕರು 'ಯಾರು ಬೇಕು?' ಕೇಳಿದರು. ಒಂಬತ್ತು ಕೆರೆಯ ಸ್ಕೂಲ್ ಬಳಿ, ಯುಟಿ ಕಾಂಪೌಂಡ್ (ಅದು ರಾಜಕಾರಣಿ ಯುಟಿ ಖಾದರ್ ಅವರ ತಂದೆ ಹಜಿ ಯುಟಿ ಫರೀದ್ ಅವರ ಮನೆಯಾಗಿತ್ತು) ಅಲಿಯಬ್ಬನ ಅಂಗಡಿ ಎಂದೆಲ್ಲಾ ಕೇಳುವಾಗ 'ಅರೆ, ಇಷ್ಟೆಲ್ಲಾ ಯಾಕೆ? ಬರೀ ಅಲಿಯಬ್ಬನ ಅಂಗಡಿ ಎಂದು ಕೇಳಿದರೆ ಯಾರು ಬೇಕಾದರೂ ಹೇಳುತ್ತಾರೆ' ಎಂದು ನಕ್ಕರು. ತುಂಬಾ ಸರಿಯಾಗಿ ಅಡ್ರೆಸನ್ನು ವಿವರವಾಗಿ ಹೇಳುತ್ತಿದ್ದೇವೆ ಎಂದುಕೊಂಡಿದ್ದ ನಾವು, 'ಓ ಹೌದಾ!' ಎಂದು ಪೆಚ್ಚಾದೆವು. 'ಹೀಗೆ ಒಂದೇ ರಸ್ತೆ. ಅಲ್ಲೊಂದು ದೊಡ್ಡ ಆಲದ ಮರ ರಸ್ತೆಯ ಕಡೆಗೆ ಬಾಗಿರುತ್ತೆ, ಅಲ್ಲೆ ಪಕ್ಕಕ್ಕೆ ನಿಮ್ಮ ಬಲಕ್ಕೆ ಪುಟ್ಟಂಗಡಿ ಇದೆ. ಅಂಗಡಿಯ ಒಳಗಿಗಿಂತ ಹೆಚ್ಚು ಸಾಮಾನನ್ನು ಹೊರಗೇ ಜೋಡಿಸಿರುತ್ತಾರೆ. ಅದೇ ಅಲಿಯಬ್ಬನ ಅಂಗಡಿ' ಎಂದರು. ನಾವು ಇನ್ನೇನಾದರೂ ಕೇಳಬಹುದು ಎಂದು ಅವರು ಕಾದರು. ನಮಗೆ ಅಲಿಯಬ್ಬನ ಅಂಗಡಿ ಸಿಕ್ಕರೆ, ಜಕ್ಕು ಮಹಮದ್ ಸಿಕ್ಕ ಹಾಗೆನಿಸಿದ್ದರಿಂದ ನಾಲ್ಕೂ ಜನ ಅಲ್ಲಿಂದ ಹೊರಟೆವು. ಅಲ್ಲಿಗೂ ನನ್ನ ಮನಸ್ಸಿಗೆ ಜಕ್ಕು ಮಹಮದರ ಬಗ್ಗೆ ಕೇಳಲಾ? ಎನ್ನುವ ಪ್ರಶ್ನೆ ಬಂದಿತ್ತಾದರೂ ಪಂಚಾಕ್ಷರಿ ಮತ್ತು ಚಂದ್ರಹಾಸರು ಮುಂದೆ ಹೊರಟಿದ್ದರಿಂದ ಸುಮ್ಮನಾದೆ.

ಅಲಿಯಬ್ಬನ ಅಂಗಡಿ ತುಂಬಾ ಸುಲಭಕ್ಕೆ ಸಿಕ್ಕಿಬಿಟ್ಟಿತು. ದೊಡ್ಡ ಆಲದ ಮರದ ಎದುರೇ ಇತ್ತು. ಕಾರನ್ನು ಚಂದ್ರಹಾಸ್ ಪಕ್ಕಕ್ಕೆ ಹಾಕಿದರು. ನಾನು ಚಂಚಲ ಒಂದು ಕಡೆ ನಿಂತೆವು. ಚಂದ್ರಹಾಸ್ ಮತ್ತು ಪಂಚಾಕ್ಷರಿ ಜಕ್ಕು ಮಹಮದರ ಮನೆಯ ವಿಳಾಸ ಕೇಳಲು ಹೊರಟರು. ಚಂಚಲ ಉಡುಪಿಯ ಹುಡುಗಿ. ಅಚ್ಚ ಬಿಳುಪು ಮೈಬಣ್ಣ. ಸಣ್ಣ ಕಣ್ಣುಗಳೇ ಆದರೂ ಆಕರ್ಷಕ ನಿಲುವು, ಅರ್ಧ ಗುಂಗುರು ಕೂದಲನ್ನು ಪಕ್ಕಕ್ಕೆ ತಳ್ಳುತ್ತಾ 'ಈ ಜಕ್ಕು ಮಹಮದ್ ಮನೆಗೆ ಇನ್ನೆಷ್ಟು ದೂರವೋ?' ಎಂದರು. ಆಕೆಗೆ 'ಜಕ್ಕು ಎಂದರೆ ಏನು?' ಎಂದೆ. ನನ್ನ ಕಡೆಗೆ ಗೊಂದಲದಲ್ಲಿ ನೋಡುತ್ತಾ 'ಅದೊಂದು ಅಡ್ಡ ಹೆಸರು, ನಿಜ ಹೇಳ್ಬೇಕಂದ್ರೆ ನನಗೂ ಗೊತ್ತಿಲ್ಲ, ತಿಳಿದುಕೊಳ್ಳೋಣ ಇರಿ' ಎಂದರು. ನನಗೀಗ ಅರ್ಜೆಂಟ್ ಜಕ್ಕು ಮಹಮದರನ್ನು ನೋಡುವುದು ಬೇಕಿತ್ತು. ಇಂಥಾ ಅಡ್ಡ ಹೆಸರಲ್ಲಿ ನನ್ನ ಜ್ಞಾನೇಂದ್ರಿಯಗಳನ್ನು ಕೆಣಕುತ್ತಿರುವ ಈ ಪುಣ್ಯಾತ್ಮ ನೋಡಲಿಕ್ಕೆ ಹೇಗಿದ್ದಾನು?! ಆಜಾನುಬಾಹು, ಒಳ್ಳೆಯ ಸ್ಫುರದ್ರೂಪಿ, ಐವತ್ತರ ಆಸು ಪಾಸಿನವ... ಹೀಗೆ ಏನೇನೋ ಊಹಿಸಿಕೊಳ್ಳತೊಡಗಿದೆ. ಅಲಿಯಬ್ಬನ ಅಂಗಡಿಯ ಹತ್ತಿರವೇ ನಿಂತು ಪಂಚಾಕ್ಷರಿ ಮತ್ತು ಚಂದ್ರಹಾಸರು ನಮ್ಮಿಬ್ಬರನ್ನು ಬರುವಂತೆ ಸನ್ನೆ ಮಾಡಿದರು. ನಾವು ರಸ್ತೆ ದಾಟಿ ಆ ಬದಿಗೆ ಹೋದೆವು. 'ಇಲ್ಲೆ ಹಿಂದೆ ಮನೆಯಂತೆ ಹೋಗೋಣ' ಎಂದರು. ಅಂಗಡಿಯ ಹಿಂದಿನ ಸಣ್ಣ ಕಾಲು ದಾರಿಯಲ್ಲಿ ನಡೆಯತೊಡಗಿದೆವು. ಗೇಟುಗಳ ಮೇಲೆ ಗೇಟು. ಪಕ್ಕದಲ್ಲಿ ಸಣ್ಣ ಓಡಾಡುವ ಜಾಗ. ದನ ಕರುಗಳು ನುಸಿಯದ ಹಾಗೆ ಮಧ್ಯದಲ್ಲಿ ನೆಟ್ಟ ಮರದ ಕಂಬ. 'ಅರೆ ಇದೇನು ಏಳು ಸುತ್ತಿನ ಕೋಟೆ ದಾಟಿ ಹೋಗ್ತಾ ಇದೀವಿ, ಅಬ್ಬಕ್ಕನ ಆಸ್ಥಾನಕ್ಕೆ' ಎಂದೆ. 'ಅಬ್ಬಕ್ಕ ಅಲ್ಲ ಅಬ್ಬಣ್ಣ'

ಎಂದು ಚಂದ್ರಹಾಸ್ ನಕ್ಕರು. ಮನೆಯ ಮುಂದೆ ಇದ್ದವರನ್ನು ಮತ್ತೆ ನಮ್ಮ ಜಕ್ಕು ಮಹಮದರ ಬಗ್ಗೆ ಕೇಳಿದೆವು. 'ರಸ್ತೆಗೆ ಆತುಕೊಂಡಿದ್ದ ಮನೆಯ ಹಿಂಬದಿಯ ಮನೆ' ಎಂದು ತೋರಿಸಿದವರು. 'ನಿಮಗೆ ಈ ಮನುಷ್ಯ ಯಾಕೆ ಬೇಕು?' ಎಂದು ಕೇಳದೆ ಮಾತ್ರ ಇರಲಿಲ್ಲ. 'ಸ್ವಲ್ಪ ಕೆಲಸ ಇತ್ತು' ಎನ್ನುವಾಗ, ಅವರ ಮುಖದಲ್ಲಿ 'ಇವರಿಗೆ ಎಂಥಾ ಕೆಲಸ?' ಎನ್ನುವ ಕುತೂಹಲ ಕಾಡುತ್ತಿತ್ತು. ಮನೆ ಸಿಕ್ಕಿತು ಆದರೆ ಮನುಷ್ಯ ಸಿಕ್ಕಲಿಲ್ಲ. ಮನೆ ಬೀಗ ಹಾಕಿತ್ತು. 'ಛೇ ಎಂಥಾ ಕೆಲಸ ಆಯಿತು' ಎಂದು ಕೈ ಹಿಸುಕಿಕೊಳ್ಳುವಾಗ ಅಲ್ಲೇ ಇದ್ದ ಪುಟ್ಟ ಹುಡುಗ 'ಜಕ್ಕು ಕಾಕ ನನ್ನ ಅಬ್ಬಾಗೆ ಗೊತ್ತು. ಅವರು ಎಲ್ಲಿರ್ತಾರೆ ಅಂತ ಅಬ್ಬು ಹೇಳ್ತಾರೆ' ಎಂದಿದ್ದೇ ತಡ 'ನಿಮ್ಮನೆ ಎಲ್ಲಿ?' ಎನ್ನುತ್ತಾ ಅವನ ಹಿಂದೆ ಹೊರಟೆವು.

'ಓಯ್ ನಿಮಗೆಂಥಕೆ ಅವ' ಎಂದು ಉಗುಳನ್ನು ಅಂಗಳದ ಮೂಲೆಗೆ ಉಗಿದು ನಮ್ಮ ಮುಂದಿನ ಛೇರಿನಲ್ಲಿ ಕುಳಿತರು ಖಾದರ್. ನಾವು ಮಾತನ್ನು ಶುರು ಮಾಡಿರಲೇ ಇಲ್ಲ, ಅಷ್ಟರಲ್ಲಿ ಅವರು ತಮ್ಮ ವ್ಯಾಪಾರ ವಹಿವಾಟಿನ ಬಗ್ಗೆ ಹೇಳುತ್ತಾ ಹೇಳುತ್ತಾ, ಅವರ ಲಾಭ ಲಾಸುಗಳನ್ನು ವಿವರಿಸತೊಡಗಿದರು. ಆ ಮಾತಿನ ಪ್ರಕಾರ ಅವರು ಮಾಡದ ಕೆಲಸವಿಲ್ಲ – ತರಕಾರಿಯಿಂದ ಮೀನಿನವರೆಗೆ, ಪೆನ್ಸಿಲ್ಲಿನಿಂದ ಚಪ್ಪಲಿಯವರೆಗೆ ಎಲ್ಲಾ ವ್ಯಾಪಾರ ಮುಗಿಸಿದ್ದಾರೆ. ಎಲ್ಲೂ ಲಾಭ ಕಾಣದ ಕಾರಣ ಈಗ ಯಾರೋ ಹೇಳಿದ್ದಕ್ಕೆ ಬಯಲು ಸೀಮೆಯಲ್ಲಿ ಇಟ್ಟಿಗೆ ಫ್ಯಾಕ್ಟರಿಯೊಂದರಲ್ಲಿ ಹಣ ಹೂಡಿ ಲಾಭಕ್ಕಾಗಿ ಕಾಯುತ್ತಾ ಕುಳಿತಿದ್ದಾರೆ. ವಾರದಲ್ಲಿ ಎರಡು ದಿನ ತಮ್ಮೂರಿನಲ್ಲಿದ್ದರೆ; ಇನ್ನು ಮಿಕ್ಕ ದಿನ ಚನ್ನಪಟ್ಟಣದ ಯಾವುದೋ ಹಳ್ಳಿ ಮೂಲೆಯಲ್ಲಿ ಇಟ್ಟಿಗೆಯ ಫ್ಯಾಕ್ಟರಿಯಲ್ಲಿ ಕಾಲ ಕಳೆಯುತ್ತಾರೆ. 'ಯಾರೋ ಮಾಡಿದ ಅವಮಾನ ಮಾರಾಯ್ರೆ ಅವನಿಗೆ ಸಮಾ ಬುದ್ಧಿ ಹೇಳಲಿಕ್ಕುಂಟು ನೋಡಿ. ಅದಕ್ಕೆ ಎಲ್ಲ ಪ್ರಯತ್ನ. ಅವ ನನ್ನ ನೋಡಿ ನೆಗಾಡಿದ. ಈಗ ನಗಲಿ, ಮಂಡೆ ಸಮಾ ಮಾಡಿಯೇ ಬಿಡುವೆ. ಬಂದವರು ನನ್ನ ಮನೆಯಲ್ಲಿ ಊಟ ಮಾಡಿ ಹೋಗ್ತಾರೆ ಈಗ...' ಹೀಗೆ ಇತ್ಯಾದಿ. ನಮಗೋ ಕಸಿವಿಸಿ, ಬಂದ ಕೆಲಸವೇ ಮರೆತುಹೋಗಿ ಈ ಮನುಷ್ಯನ ಬಗ್ಗೆ ಸಿನಿಮಾ ಮಾಡಿಬಿಡುತ್ತೇವಾ? ಎನ್ನುವ ಅನುಮಾನ ಕಾಡಲಿಕ್ಕೆ ಶುರುವಾಯಿತು. ಅವರನ್ನು ಟ್ರಾಕ್‌ಗೆ ತರಲೇಬೇಕಿತ್ತು. ನಾನು ಮೆಲ್ಲಗೆ ವಿಷಯ ಪ್ರಸ್ತಾಪಿಸಿದೆ 'ಸರ್ ಈ ಜಕ್ಕು ಮಹಮದ್ ಅವರು ಎಷ್ಟು ಹೊತ್ತಿಗೆ ಬರಬಹುದು?' ತಪ್ಪು ಮಾಡಿದವರಂತೆ ಮುಖಭಾವ ಹೊಮ್ಮಿಸಿ 'ಹೌದು ಕೇಳಲಿಕ್ಕೆ ಮರತೆ. ಅವ ಎಂತಕ್ಕೆ ಬೇಕು ಮೊದಲು ಅದನ್ನು ಹೇಳಿ' ಎಂದರು. ಇಷ್ಟು ಜನ ಜಕ್ಕು ಮಹಮದರನ್ನು ಹುಡುಕಿಕೊಂಡು ಎಂದೂ ಹೋಗೇ ಇರಲಿಲ್ಲ ಎಂದು ಕಾಣುತ್ತದೆ. ಅವರ ಮಾತಲ್ಲಿ ಕುತೂಹಲಕ್ಕಿಂತ ತನ್ನ ಈಚಿನ ಬಿಸಿನೆಸ್ ಬಗ್ಗೆ ಹೇಳುವ ಅವಕಾಶ ಮೊಟಕುಗೊಂಡಿದ್ದರ ಬಗ್ಗೆ ಬೇಸರವಿತ್ತು. 'ಹೀಗೆ ಒಂದು ಸಿನಿಮಾ ಮಾಡಲಿಕ್ಕಿತ್ತು, ಅದಕ್ಕೆ ಕಡಲ ತಡೆಗೋಡೆಯ ಬಳಿ ಇದೆಯಲ್ಲಾ ಆ ಮನೆ

ಕೇಳಲಿಕ್ಕೆ ಬಂದೆವು' ಎಂದರು ಚಂದ್ರಹಾಸ್. 'ಸಿನಿಮಾಕ್ಕೆ ಅವನ ಮನೆಯೋ? ಕೊಳ್ಳಲಿಕ್ಕಾದರೆ ನನಗೆ ತಿಳಿದ ಹಾಗೆ ಅವ ಕೊಡಲಿಕ್ಕಿಲ್ಲ, ಅದು ಅವನ ಅಪ್ಪ ಹಸನಬ್ಬ ಮತ್ತು ಅಮ್ಮಿ ಪಾತುಮ್ಮಾಬಿ ಕಟ್ಟಿಸಿದ ಮನೆ. ಆ ಮನೆ ಕಟ್ಟಲಿಕ್ಕೆ ಅವರು ಪಟ್ಟ ಕಷ್ಟ ಹೇಳಲಿಕ್ಕೆ ಆಗುವುದಿಲ್ಲ. ಅಂಥಾ ಮನೆ ಪ್ರತಿ ವರ್ಷ ಸಮುದ್ರ ಇಂಚಿಂಚೇ ನುಂಗುವುದು ಮತ್ತೆ ಇವ ಕಟ್ಟುವುದು ನಡಿತಾನೇ ಇತ್ತು. ಈಗ ಅವನ ಹೆಂಡತಿಯೂ ಸತ್ತಿದ್ದರಿಂದ ಅಲ್ಲಿ ಇರಲಿಕ್ಕಾಗದೆ ಇಲ್ಲಿ ಬಂದಿದ್ದಾನೆ. ಎಂದಾದರೂ ಸರಿ ಮತ್ತೆ ಅಲ್ಲಿಗೆ ಅವ ಹೋಗುವವನೇ. ಸಮುದ್ರದ ಗಾಳಿಗೆ ಈ ದೇಹ ಉಂಟಲ್ಲ ಇದು ಅಡ್ಜಸ್ಟ್ ಆಗಿಬಿಟ್ಟರೆ ಬೇರೆಲ್ಲೂ ಸರಿಯಾಗುವುದೇ ಇಲ್ಲ ನೋಡಿ' ಎನ್ನುತ್ತ, ಸ್ವಲ್ಪ ಪಕ್ಕಕ್ಕೆ ಬಗ್ಗಿ ಗುಟ್ಟು ಹೇಳುವವರಂತೆ ಮೆಲ್ಲಗೆ ಹುಸಿ ಧ್ವನಿಯಲ್ಲಿ 'ನಿಮಗೆ ಬೇಕೇ ಬೇಕು ಎಂದರೆ ರೇಟು ಮಾತಾಡುವಾ' ಎಂದರು. ಅವರ ವರಸೆ ನೋಡಿ ನಮಗೆ ಗಾಬರಿಯಾಯಿತು. ತಕ್ಷಣಕ್ಕೆ ಪಂಚಾಕ್ಷರಿ 'ಇಲ್ಲ ನಮಗೆ ಮನೆ ಕೊಳ್ಳಲಿಕ್ಕೆ ಬೇಕಿಲ್ಲ. ಅಲ್ಲಿ ಶೂಟಿಂಗ್ ಮಾಡುತ್ತೇವೆ ಅಷ್ಟೇ. ಅದಕ್ಕೆ ಅವರಿಂದ ಪರ್ಮಿಷನ್ ಬೇಕು' ಎಂದರು. ಖಾದರ್ ಏನೋ ಯೋಚಿಸುವವರಂತೆ ಮಾಡಿ ಬಲವಂತಕ್ಕೆ ನಗು ತಂದುಕೊಂಡು, 'ಕೊಡಿಸುವಾ ಕೊಡಿಸುವಾ. ನಮ್ಮಲ್ಲಿಗೆ ಬಂದ ಮೇಲೆ ಕೆಲಸ ಆದಂತೆಯೇ ಲೆಕ್ಕ. ನಿಮಗೆ ಸಿನಿಮಾ ಆಗುತ್ತೆ, ಅದರಿಂದ ನಮ್ಮ ಜಕ್ಕುವಿಗೆ ಏನು ಲಾಭ' ಎಂದರು. ಅವರ ನಗುವಿನ ಹಿಂದಿನ ಲೆಕ್ಕಾಚಾರದಲ್ಲಿ ಅವರ ವ್ಯಾಪಾರಿ ಗುಣ ಕಾಣುತ್ತಿತ್ತು. 'ಲಾಭ ಅಂದರೆ ನಾವವರ ಮನೆಯನ್ನು ಬಳಸಿಕೊಂಡಿದ್ದಕ್ಕೆ ಒಂದಿಷ್ಟು ಹಣ ಕೊಡುತ್ತೇವೆ. ನಮ್ಮದು ವ್ಯಾಪಾರಿ ಚಿತ್ರವಲ್ಲ. ಇದನ್ನು ಥಿಯೇಟರ್‌ನಲ್ಲಿ ರಿಲೀಸ್ ಮಾಡುವುದಿಲ್ಲ. ಸುಮ್ಮನೆ ಹೀಗೇ ತಿಳುವಳಿಕೆ ಮೂಡಿಸಲಿಕ್ಕೆ ಮಾತ್ರ ಮಾಡುತ್ತಿರುವುದು' ಎಂದರು ಪಂಚಾಕ್ಷರಿ. ಸಮಾಧಾನದ ನಿಟ್ಟುಸಿರು ಬಿಟ್ಟು 'ಸಿನಿಮಾ ಅಂದ್ರೆ ಸಿನಿಮಾ ಅಲ್ಲವಾ? ಅಂತೂ ನಮ್ಮ ಜಕ್ಕು ಮಹಮದನ ನಸೀಬು ದೊಡ್ಡದಿದೆ ನೋಡಿ. ಎಂಥಕ್ಕೂ ಬಾರದು ಎಂದುಕೊಂಡ ಮನೆ, ಈಗ ಹೀಗೆ ಕೆಲಸಕ್ಕೆ ಬಂತು' ಎಂದು ದೊಡ್ಡದಾಗಿ ನಕ್ಕು, 'ಚಾ ಕುಡೀತೀರಾ? ಇನ್ನೇನು ಬಂದೇ ಬಿಡುತ್ತಾನೆ' ಎಂದರು ಖಾದರ್. ಈ ಮನುಷ್ಯನಿಗೆ ಹೇಳುವುದು ನಮ್ಮಿಂದ ಸಾಧ್ಯವಿರಲಿಲ್ಲ. ಮನೆಯಂತೂ ಬೇಕು ಅದಕ್ಕಾಗಿ ಜಕ್ಕು ಮಹಮದರನ್ನು ಭೇಟಿಯಾಗದೆ ಹೋಗುವಂತಿಲ್ಲವಾದ್ದರಿಂದ ಸಮ್ಮತಿಸಿದೆವು.

ಲೋಕಾಭಿರಾಮದ ಮಾತುಗಳ ನಡುವೆ ಚಾ ಕುಡಿದೆವು. ನಂತರವೂ ನಮ್ಮ ಜಕ್ಕು ಮಹಮದರ ಆಗಮನವಾಗದೆ ನಾವೆಲ್ಲಾ ಅಲ್ಲಿಂದ ಬೇಸರದಲ್ಲಿ ಹೊರಟೆವು. ಹೊರಡುವಾಗ ನಮ್ಮ ಫೋನ್ ನಂಬರ್ ಕೊಟ್ಟು, 'ದಯವಿಟ್ಟು ಕಾಲ್ ಮಾಡಿಸಿ' ಎಂದು ಹೇಳಿದೆವು. 'ಖಂಡಿತಾ ಯೋಚಿಸಬೇಡಿ' ಎಂದು ನಮ್ಮನ್ನು ಬೀಳ್ಕೊಟ್ಟರು. ಜಕ್ಕು ಮಹಮದ್ ಎನ್ನುವ ಆ ವ್ಯಕ್ತಿ ನನ್ನ ಕಣ್ಣಲ್ಲಿ ಬೃಹತ್ತಾಗಿ ಬೆಳೆಯುತ್ತಾ ನೋಡಿದ ತಕ್ಷಣ ಕಂಡು ಹಿಡಿದೇ ಹಿಡೀತೀನಿ ಎನ್ನುವ ದೊಡ್ಡ ನಂಬಿಕೆ ನನ್ನಲ್ಲಿ ಮೂಡಿಬಿಟ್ಟಿತ್ತು.

ಕಣ್ಣು ಕಂಡ ವಾಸ್ತವ v/s ಕಲ್ಪಿತ ಜಗತ್ತು

ಮಂಗಳೂರಿನ ಶಾಂತಿವನ ಗೆಸ್ಟ್ ಹೌಸಿನ ರೂಂನಲ್ಲಿ ನಮ್ಮ ಸ್ಕ್ರಿಪ್ಟು ಮಂಗಳೂರಿನ ಕನ್ನಡಕ್ಕೆ ಬದಲಿಸುವ ಕೆಲಸವೂ ನಡೆಯುತ್ತಿತ್ತು. ಆ ಕೆಲಸವನ್ನು ಮಂಗಳೂರು ಹಾಗೂ ಉಡುಪಿಯ ಚಂದ್ರಹಾಸ್ ಮತ್ತು ಚಂಚಲ ಮಾಡುತ್ತಿದ್ದರು. ನಾನೇ ಅದನ್ನು ಟೈಪ್ ಮಾಡುತ್ತಿದ್ದೆ. ಹಾಗೆ ಮಾಡುವಾಗ ಅರ್ಥಗಳೇ ಬದಲಾಗಿ ನಮ್ಮ ನಮ್ಮಲ್ಲಿ ಜಗಳಗಳೂ ನಡೆಯುತ್ತಿದ್ದವು.

ಶಾಂತಿವನದ ನಿಶ್ಯಬ್ದತೆಯನ್ನು ಸೀಳಿ ನಮ್ಮ ಮಾತುಗಳು ರೂಮಿನ ಹೊರಗೆ ಹರಿದಾಡುತ್ತಿದ್ದವು. ಎಲ್ಲ ಮುಗಿದ ನಂತರ ಏನೂ ನಡೆದಿಲ್ಲ ಎನ್ನುವಂತೆ ಹೊರಗೆ ಊಟಕ್ಕೆ ಹೊರಟಾಗ ಗೆಸ್ಟ್ ಹೌಸಿನ ಸಿಬ್ಬಂದಿ ನಮ್ಮನ್ನು ಅಚ್ಚರಿಯಿಂದ ನೋಡುತ್ತಿದ್ದರು. ನನಗೆ ಮಂಗಳೂರು ಕನ್ನಡ ಗೊತ್ತಿದ್ದರಿಂದ ಒಂದು ಸಲ 'ಅರ್ಥ ಸರಿಯಾಗಿಲ್ಲ' ಎಂದಿದ್ದೆ. ಅವತ್ತು ಮಾತು ವಿಕೋಪಕ್ಕೆ ಹೋಗಿತ್ತು. 'ಆಗಲಿ ಬಿಡಿ ಏನೀಗ?' ಎಂದಿದ್ದರು ಪಂಚಾಕ್ಷರಿ. ಒಮ್ಮೊಮ್ಮೆ ಅವರು ಸ್ವಲ್ಪ ವಿತಂಡವಾದವನ್ನೂ ಮಾಡುತ್ತಿದ್ದರು. ಕಷ್ಟಪಟ್ಟು ಕಟ್ಟಿದ ಮಾತುಗಳು ಅರ್ಥ ಕೆಡದ ಹಾಗೆ ನೋಡುವುದು ಮುಖ್ಯವಾಗಿತ್ತು. 'ಇನ್ನು ಸ್ವಲ್ಪ ಎಫರ್ಟ್ ಹಾಕಿ ಎಂದು ಅವರನ್ನು ಕೇಳುವುದರಲ್ಲಿ ತಪ್ಪಿಲ್ಲ' ಎನ್ನುವುದು ನನ್ನ ಅನಿಸಿಕೆ. ಅವತ್ತು ರಾತ್ರಿ ನಾನು ಊಟಕ್ಕೂ ಹೋಗಲಿಲ್ಲ. 'ನನಗೆ ಹಸಿವಿಲ್ಲ' ಎಂದು ಚಂಚಲಾಗೆ ಹೇಳಿದ್ದೆ. ಚಂದ್ರಹಾಸರು ಅವರ ಮನೆಗೆ ಹೋದದ್ದರಿಂದ ನಾವು ಮೂರೇ ಜನ ಇದ್ದೆವು. 'ಬನ್ನಿ ನಾವು ಹೋಗೋಣ' ಎಂದು ಪಂಚಾಕ್ಷರಿ ಚಂಚಲಾರನ್ನು ಕರಕೊಂಡು ಹೊರಟೇಬಿಟ್ಟರು. ಇದೆಂಥಾ ಮನುಷ್ಯ ಇವರಿಗಾಗಿ ತಾನೆ ನಾನು ಕೆಲಸ ಮಾಡುತ್ತಿರೋದು? ಇಷ್ಟು ಕೆಲಸ ಮಾಡಿದ ನನ್ನನ್ನು ಹೀಗೆ ನಡೆಸಿಕೊಳ್ಳುತ್ತಾರಲ್ಲಾ? ಎಂದು ಬೇಸರವಾಯಿತು. ಚಂಚಲಾ ಮಾತ್ರ 'ಸಣ್ಣ ವಿಷಯ ಬಿಡಿ ಚಂದ್ರಿಕಾ' ಎಂದು ಸಮಾಧಾನ ಮಾಡಿದ್ದರು.

ಶಾಂತಿವನ ಗೆಸ್ಟ್ ಹೌಸ್ ಕ್ರಿಶ್ಚಿಯನ್ ಮಿಷನರಿಯೊಂದಕ್ಕೆ ಸಂಬಂಧಿಸಿದ್ದಾಗಿತ್ತು. ಅತ್ಯಂತ ಕಡಿಮೆ ಹಣಕ್ಕೆ ಅಲ್ಲಿ ನಮಗೆ ತುಂಬಾ ಒಳ್ಳೆಯ ವಸತಿ ಸಿಗುತ್ತದೆ ಎಂದು ಚಂದ್ರಹಾಸರೇ ಅವರಿಗೆ ತಿಳಿದವರಿಂದ ಬುಕ್ ಮಾಡಿಸಿಕೊಟ್ಟಿದ್ದರು. ವಾರದ ಮಟ್ಟಿಗೆ ಅಲ್ಲಿ ಉಳಿಯುವ ಯೋಚನೆಯಲ್ಲಿದ್ದದ್ದರಿಂದ ಸುಮಾರಾಗಿ ದೊಡ್ಡದಿದ್ದ ಒಂದು ಬಟ್ಟೆ ಬ್ಯಾಗ್‌ನ ಜೊತೆ ಬೆಂಗಳೂರಿನಿಂದ ಹೊರಟಾಗ ನನಗೆ ಚಂಚಲ ಮತ್ತು ಚಂದ್ರಹಾಸರಿಬ್ಬರೂ ಅಪರಿಚಿತರೇ. ಅವರ ಬಗ್ಗೆ ಪಂಚಾಕ್ಷರಿ ಹೇಳಿದ್ದರಿಂದ ಒಂದು ಕಲ್ಪನೆಯಿತ್ತು. ಚಂಚಲ ಆಗಲೇ ತುಳು ಸಿನಿಮಾಗಳಿಗೆ ಕೆಲಸ ಮಾಡಿದ್ದರು. ಹೀಗಾಗಿ ಸಿನಿಮಾ ಕಲ್ಪನೆ ಅವರಿಗೆ ಇತ್ತು. ಹೀಗೆ ಮಂಗಳೂರಿನ ಕಡೆ ಸಿನಿಮಾ ಮಾಡಲು ಬರುವ ನಿರ್ದೇಶಕರಿಗೆ ಚಂದ್ರಹಾಸರು ತುಂಬಾ ಆಪ್ತರು. ಯಾಕೆಂದರೆ ತಮ್ಮ ಕೆಲಸವನ್ನೂ ಪಕ್ಕಕ್ಕೆ ಇಟ್ಟು ಖುಷಿಯಿಂದ ಸಿನಿಮಾದ ಕೆಲಸಕ್ಕೆ ತೊಡಗಿಕೊಂಡು ಬಿಡುತ್ತಿದ್ದರು.

ಆ ಗೆಸ್ಟ್ ಹೌಸ್ ಹತ್ತಿರದಲ್ಲಿಯೇ ಅಂದರೆ ಒಂದೆರಡು ಫರ್ಲಾಂಗ್ ದೂರದಲ್ಲಿ ಕಾಮತರ ಹೊಟೇಲು – ಆ ಏರಿಯಾಗೆ ತುಂಬಾ ಫೇಮಸ್. ಅಲ್ಲಿ ಮಂಗಳೂರಿನ ಸ್ಪೆಷಲ್ ಬನ್ಸ್ ನನಗೆ ಇಷ್ಟವಾಗಿಬಿಟ್ಟಿತ್ತು. ಪುತ್ತೂರಿನಲ್ಲಿ ಶೂಟಿಂಗ್ ಜಾಗ ನೋಡಲಿಕ್ಕೆ ಹೋದಾಗ ಬೊಳುವಾರು ಮಹಮದರು ಇಡ್ಲಿಗೆ ಹಾಕಿಕೊಳ್ಳುವಂತೆ

ಸಾಂಬಾರು ಹಾಕಿಕೊಂಡು ತಿನ್ನುವುದನ್ನು ಹೇಳಿಕೊಟ್ಟಿದ್ದರು. ಮಂಗಳೂರಿನಲ್ಲಿ ಬನ್ಸ್‌ಗೆ ಸಾಂಬಾರು ಕೇಳಿದ್ರೆ ನನ್ನನ್ನು ವಿಚಿತ್ರವಾಗಿ ನೋಡುತ್ತಿದ್ದರು. ಒಂದೆರಡು ದಿನಕ್ಕೆ ಅವರಿಗೂ ಅದು ಅಭ್ಯಾಸವಾಗಿ ನಾನು ಬನ್ಸ್ ಹೇಳಿದ ತಕ್ಷಣ ಸಾಂಬಾರನ್ನು ತಂದುಕೊಡುವಂತೆ ಆಯಿತು.

ಮಂಗಳೂರಿಗೆ ಬರುವ ಮೊದಲು ಬೊಳುವಾರರು ಓಡಾಡಿದ ಎಲ್ಲ ಜಾಗಗಳನ್ನು ಅವರ ಕಲ್ಪನೆಯ 'ಒಂದು ತುಂಡು ಗೋಡೆ'ಯ ಕಥೆಯನ್ನು, ಅವರ ಕಲ್ಪನೆಯ ಪಾತ್ರಗಳನ್ನು ನೋಡಿ ಬರುವ ಎಂದುಕೊಂಡಿದ್ದರಿಂದ ಬೊಳುವಾರರನ್ನು ಈ ಬಗ್ಗೆ ಕೇಳಿದೆವು. ಬೊಳುವಾರರು 'ನಾನೂ ಜೊತೆ ಬರುತ್ತೇನೆ. ಎಲ್ಲವನ್ನೂ ತೋರಿಸುತ್ತೇನೆ' ಎಂದು ಉತ್ಸಾಹ ವ್ಯಕ್ತಪಡಿಸಿದ್ದರು. ಅವರ ತಮ್ಮ ಐ.ಕೆ. ಬೊಳುವಾರರು ಮತ್ತು ತಂಗಿ ಇಬ್ಬರ ಮನೆಯೂ ಪುತ್ತೂರಿನಲ್ಲಿಯೇ ಇತ್ತು. ಅಲ್ಲಿಂದ ಸ್ವಲ್ಪ ದೂರದ ಗೋಣಿತಟ್ಟುವಿನಲ್ಲಿ ಬೊಳುವಾರರ ಶ್ರೀಮತಿ ಜುಬೇದಾ ಅವರ ತವರು ಮನೆ ಕೂಡಾ ಇತ್ತು.

ಆ ಜಾಗದಲ್ಲಿ ನಿಮಗೆ ಬೇಕಾಗುವ ಎಲ್ಲ ವ್ಯವಸ್ಥೆಯೂ ಆಗಬಹುದು ಎಂದು ಹೇಳಿದ್ದರಿಂದ, ಎಲ್ಲವನ್ನೂ ನೋಡಿಕೊಂಡು ನಂತರ ನಮ್ಮ ಜಾಗದ ಹುಡುಕಾಟಕ್ಕೆ ಹೋದರಾಯಿತು ಎಂದುಕೊಂಡಿದ್ದರಿಂದ, ಬೊಳುವಾರರಿಗೂ ಉತ್ಸಾಹವಿದ್ದಿದ್ದರಿಂದ ಒಟ್ಟಿಗೆ ಹೊರಟೆವು. ಪುತ್ತೂರಿನ ರಾಮ ಹೋಟೇಲಿನಲ್ಲಿ ನಮ್ಮ ವಾಸ್ತವ್ಯ. ಅವರೊಂದಿಗೆ ಸುತ್ತಿದ್ದು ಭಿನ್ನವಾದ ಅನುಭವ. ನಮ್ಮ ಕಣ್ಣಲ್ಲಿ ಕಥೆ ಓದಿ ಮೂಡುವ ಚಿತ್ರಕ್ಕೂ, ವಾಸ್ತವದ ಚಿತ್ರಕ್ಕೂ ಸಂಬಂಧವೇ ಇಲ್ಲ. ಅವರು ಓದಿದ ಶಾಲೆ, ಬಸ್‌ಸ್ಟ್ಯಾಂಡ್‌ನ ಬಳಿ ಇರುವ ಶ್ರೀನಿವಾಸಾಚಾರಿಯ ಚಿನ್ನದಂಗಡಿ, ಅದರ ಪಕ್ಕದಲ್ಲಿನ ಬಟ್ಟೆಯಂಗಡಿ ಹೀಗೆ ಎಲ್ಲವನ್ನೂ ನೋಡಿ ಬಂದೆವು. ಹೆಸರಿಗೆ ಚಿನ್ನದಂಗಡಿ. ಯಾವ ಸೇಫ್ಟಿಯೂ ಆ ಅಂಗಡಿಗಿರಲಿಲ್ಲ. ಮರದ ಜೋಡಿಸುವ ಬಾಗಿಲುಗಳನ್ನು ತೆಗೆದು ಈಗ ಷಟರ್ ಹಾಕಿಸಿದ್ದರು ಎನ್ನುವುದನ್ನು ಬಿಟ್ಟರೆ ನಮಗದು ಚಿನ್ನದಂಗಡಿ ಎಂದು ನಂಬಲಿಕ್ಕೆ ಏನೂ ಆಧಾರ ಇರಲಿಲ್ಲ. ಬೆಂಗಳೂರಿನ ಅಂಗಡಿಗಳ ಹಾಗೆ ಒಡವೆಗಳನ್ನು ಡಿಸ್‌ಪ್ಲೇ ಮಾಡಿರಲಿಲ್ಲ. 'ಇಲ್ಲೇ ಮಾಡಬಹುದಲ್ಲಾ' ಎಂದರು ಬೊಳುವಾರರು. ನಮಗೆ ಇಷ್ಟವಾಗಿರಲಿಲ್ಲ ಆದ್ದರಿಂದ 'ನೋಡುವ ಸಾರ್' ಎಂದೆವು. 'ಈಗ ಶ್ರೀನಿವಾಸಾಚಾರಿ ಇಲ್ಲ, ಕಾಲವಾಗಿ ಬಹುದಿನಗಳಾದವು. ಅಂಗಡಿಯನ್ನು ಚಂದ್ರಣ್ಣನೇ ನೋಡುತ್ತಾರೆ' ಬೊಳುವಾರರು ಹೇಳಿದರು. ಪರಿಚಯ, ಕುಶಲೋಪರಿ ಮಾತುಗಳಲ್ಲಿ ಸಿನಿಮಾದ ವಿಷಯ ಬಂದಾಗ ಚಂದ್ರಣ್ಣ ಖುಷಿಯಾದರು. ಅವರ ಅಂಗಡಿಯಲ್ಲೇ ಶೂಟಿಂಗ್ ಮಾಡುವುದಾದರೆ ಬಿಟ್ಟುಕೊಡುವುದಾಗಿ ಕೂಡಾ ಹೇಳಿದರು. ಮೂಲೆಯಲ್ಲಿ ಸಣ್ಣದೊಂದು ಕುಲುಮೆ, ಚಿನ್ನ ಕಾಯಿಸುವ ಮೂಸೆ, ಅಲ್ಲೊಬ್ಬ ಹುಡುಗ

ಏನನ್ನೋ ಕಾಯಿಸಿ ಕಾಯಿಸಿ ನೀರಿನಲ್ಲಿ ಅದ್ದಿ ಚುಯ್ ಎನ್ನಿಸುತ್ತಿದ್ದ. ಅವನ ಸುತ್ತಾ ಚಟ್ಟುಗ, ಚಿಮ್ಮಟ, ಇಕ್ಕಳದ ಥರದ ಅನೇಕ ವಸ್ತುಗಳು ಹರಡಿಕೊಂಡಿದ್ದವು. ಚಂದ್ರಣ್ಣ ಬೊಳುವಾರರ ಕಡೆಗೆ ತುಂಬಾ ವಿನಯಪೂರ್ವಕವಾದ ನಡೆಯನ್ನು ಪ್ರದರ್ಶಿಸುತ್ತಿದ್ದರು. ಮಾತಾಡುವಾಗಲೇ ಚಹಾ ಬಂತು. ನಮ್ಮ ಕಥೆಯ ಚಂದ್ರಣ್ಣನಿಗೂ ಇವನಿಗೂ ಸಂಬಂಧವೇ ಇಲ್ಲ ಎನ್ನಿಸಿ ನಿರಾಸೆಯಾಯಿತು. ಕಥೆಯ ಯಂಗ್ ಅಂಡ್ ಎನರ್ಜಟಿಕ್ ಆಗಿದ್ದ ಚಂದ್ರಣ್ಣ ನಡುವಯಸ್ಸನ್ನೂ ದಾಟಿಬಿಟ್ಟಿದ್ದ. 'ಅವನೇನಾ ಇವನು?' ಎನ್ನುವ ಅನುಮಾನ ನಮ್ಮನ್ನು ಕಾಡುತ್ತಿದ್ದರೆ 'ಅವನೇ ಇವನು' ಎನ್ನುವ ವಿಶ್ವಾಸದಲ್ಲಿ ಬೊಳುವಾರರು ಮಾತಾಡುತ್ತಿದ್ದರು. ಎಲ್ಲವನ್ನೂ ನೋಡಿ ಬಂದೆವು. ಸೃಷ್ಟಿ ಕ್ರಿಯೆಯ ಬಗ್ಗೆ ಸ್ವಲ್ಪ ತಿಳಿದಿದ್ದ ನಮಗೆ ಕತೆ ಬೊಳುವಾರರದ್ದೆ ಆದ್ದರಿಂದ ಕಲ್ಪನೆಯೂ ಅವರದ್ದೆ ಅಲ್ಲವಾ? ಎನ್ನುವ ನಿರ್ಧಾರಕ್ಕೆ ಬಂದುಬಿಟ್ಟಿದ್ದೆವು.

ಧರ್ಮವನ್ನು ರಾಜಕೀಯ ಮಾಡದೆ ವೈಯಕ್ತಿಕವಾದ ಶ್ರದ್ಧೆಯಲ್ಲಿ ಬದುಕುವ ದೊಡ್ಡ ಸಮುದಾಯ ಯಾರಿಗೂ ಹಾನಿ ಮಾಡುವುದಿಲ್ಲ. ಯಾವ ಧರ್ಮವೂ ದ್ವೇಷವನ್ನು ಹೇಳುವುದಿಲ್ಲ. ಅದನ್ನು ಅನುಸರಿಸದೆ ಧರ್ಮದ ಹೆಸರಿನಲ್ಲಿ ಬದುಕುವವರು ನಡೆಸುವ ಹಿಂಸಾಚಾರಕ್ಕೆ ಯಾರು ಹೊಣೆ? ಆವೇಶವನ್ನೇ ಮೈ ಹೊದ್ದ ಯುವಕರನ್ನು ತಮ್ಮ ಕಡೆಗೆ ಸೆಳೆಯುತ್ತಾ ಅವರಿಂದ ತಮಗೆ ಬೇಕಾದ ಕೆಲಸವನ್ನು ಮಾಡುವವರನ್ನು 'ಧರ್ಮಾಧಿಕಾರಿ' ಎಂದು ಹೇಗೆ ಹೇಳಲು ಸಾಧ್ಯ? ಪಾತುಮ್ಮ ಎನ್ನುವ ಬಡ ಹೆಂಗಸಿಗೆ ಬದುಕು ನಡೆಸುವುದೇ ಕಷ್ಟವಾಗಿರುವಾಗ ಅವಳು ಹೇಗೆ ತಾನೆ ಇನ್ನೊಬ್ಬರನ್ನು ದ್ವೇಷಿಸುತ್ತಾಳೆ? ಅವಳ ಬದುಕಿನ ಸಂಗತಿಗಳಿಗೆ ಉತ್ತರ ಹುಡುಕಿಕೊಳ್ಳುವುದು ದೊಡ್ಡದಾಗಿರುವಾಗ ಸರಿ ತಪ್ಪುಗಳನ್ನು ಹೇಗೆ ನಿರ್ಧರಿಸುತ್ತಾಳೆ? ಪ್ರೀತಿಯಲ್ಲೇ ನಂಬುಗೆಯನ್ನು ಕಂಡಕೊಂಡ ಅವಳು ಅನುಮಾನವನ್ನು ಹೇಗೆ ಹೊತ್ತೊಯ್ಯುತ್ತಾಳೆ? ಇಂಥಾ ಪಾಪದ ಹೆಣ್ಣುಮಗಳೊಬ್ಬಳು ಬಾಬರಿ ಮಸೀದಿಯ ಗೋಡೆ ಕೆಡವಿದವರು ಎನ್ನುವ ದ್ವೇಷವಿಲ್ಲದೆ, ಕರಸೇವೆಯಿಂದ ಹಿಂದಿರುಗಿ ಬಂದ ಚಂದ್ರಣ್ಣನ ಹತ್ತಿರ ಅದರದ್ದೊಂದು ತುಂಡು ಸೇರಿಸಿ ಮನೆ ಕಟ್ಟಿ ಬಿಡುವ ಉಮೇದು ಬಂದು ಕೇಳುತ್ತಾಳೆ. ಇದು ಚಂದ್ರಣ್ಣನಿಗೂ ಆಘಾತ. ತಾನು ಒಡೆಯದೇ ಹೋದರು ಅಷ್ಟು ದೂರ ಹೋದ ತನ್ನ ಶೌರ್ಯಕ್ಕೆ ಸಾಕ್ಷಿಯಾದ, ಯಾರಿಗೂ ಹೇಳದೆ ತನ್ನಲ್ಲೇ ಉಳಿದ ಆ ಗೋಡೆಯ ತುಂಡು ಅವನೊಳಗಿನ ಪಾಪ ಪ್ರಜ್ಞೆಯನ್ನು ಕೆಣಕುತ್ತದೆ. ಹಾಗಾದರೆ ಎಲ್ಲರೂ ಸೇರಿ ಒಡೆದದ್ದು ಏನನ್ನು? ಎನ್ನುವ ಪ್ರಶ್ನೆಗೆ ಉತ್ತರಿಸಲಾಗದೆ ಒದ್ದಾಡುತ್ತಾನೆ. ಕಡೆಗೆ ತನ್ನ ಬಳಿ ನಡೆದ ಎಲ್ಲಕ್ಕೂ ಸಾಕ್ಷಿಯಾದ ಹೆಂಟೆಯನ್ನು ನೀರೊಳಗೆ ಎಸೆದು ನಿರಾಳವಾಗುತ್ತಾನೆ. ಇದು ಸತ್ಯವಾ? ಅಂಥಾ ಘಟನೆ ಭಾರತದಲ್ಲಿ ಎಲ್ಲಾದರೂ ನಡೆಯಿತಾ? ಎಂದರೆ ನಡೆಯಲಿಲ್ಲ. ಇತಿಹಾಸಕ್ಕೆ ದಾಖಲೆಗಳು ಬೇಕು. ಆ

ದಾಖಲೆಗಳು ಆಧಾರ ಸಹಿತವಾಗಿರಬೇಕು. ಆದರೆ ಸಾಹಿತ್ಯಕ್ಕೆ ದಾಖಲೆಗಳಿಗಿಂತ ಮಾನವತೆಯ ತುಡಿತಗಳು ಬೇಕು. ಅಂತಃಕರಣಪೂರಿತವಾದ ಆರ್ದ್ರವಾದ ಕಣ್ಣುಗಳು ಬೇಕು. ಸಾಹಿತ್ಯ ಮಾತ್ರ ಇದನ್ನು ಮಾಡುತ್ತದೆ ಮತ್ತು ಸಾಹಿತ್ಯದಲ್ಲಿ ಮಾತ್ರ ಇಂಥದ್ದು ನಡೆಯುತ್ತದೆ. ಇಂಥಾ ಕತೆಯನ್ನು ಬರೆದ ಬೊಳುವಾರರು ತಣ್ಣನೆಯ ವಿಷಾದವನ್ನು ಆ ಹೊತ್ತು ಅನುಭವಿಸುತ್ತಿದ್ದುದು ಅವರ ಕಣ್ಣುಗಳಲ್ಲಿ ನಮಗೆ ಗೋಚರವಾಗಿತ್ತು. ಆ ವಿಷಾದ ನಮ್ಮೆಲ್ಲರದ್ದೂ ಕೂಡಾ.

ಬೊಳುವಾರರು ತಮ್ಮ ತಂಗಿಯ ಮನೆಯಿಂದ ಕಾರನ್ನು ತೆಗೆದುಕೊಂಡು 'ಉಪ್ಪಿನಂಗಡಿಗೆ ಹೋಗೋಣ' ಎಂದು ಹೇಳಿದ್ದರಿಂದ ದಾರಿಯಲ್ಲಿ ಆಟೊ ಹಿಡಿದು ಹೊರಟೆವು. ಅವರ ತಂಗಿ ಟೀಚರ್. ಗಂಡ ಬ್ಯಾಂಕ್‌ನಲ್ಲಿ ಮ್ಯಾನೇಜರ್. ಅವರ ಕಾರನ್ನು ಅಲ್ಲಿಗೆ ಹೋದಾಗ ಬೊಳುವಾರರು ಬಳಸುತ್ತಿದ್ದರಿಂದ ಅದನ್ನು ತೆಗೆದುಕೊಂಡು ಹೊರಟೆವು. ಸ್ವತಃ ಬೊಳುವಾರರೇ ಡ್ರೈವ್ ಮಾಡುತ್ತಿದ್ದರು. 'ಒಂದು ಕಾರನ್ನು ಬಾಡಿಗೆಗೆ ತೆಗೆದುಕೊಳ್ಳೋಣ' ಎಂದು ಹೇಳಿದರೂ 'ಸುಮ್ಮನೆ ಹಣ ಯಾಕೆ ಹಾಳು ಬನ್ನಿ' ಎಂದು ಕರೆದೊಯ್ದರು.

ದಾರಿಯಲ್ಲಿ ಬರುತ್ತಾ ಅವರು ಓದಿದ್ದ ಬೋಳುವಾರಿನ ಪ್ರೈಮರಿ ಸ್ಕೂಲು ನೋಡಲು ಗುಡ್ಡ ಹತ್ತಿದ್ದೆವು. ಗೇಟು ಲಾಕ್ ಆಗಿತ್ತು. ಪಕ್ಕದ ಸಂದಿಯಿಂದಲೇ ಒಳಗೆ ನುಗ್ಗಿದೆವು. ಅಲ್ಲಲ್ಲಿ ಬಿದ್ದ ಬೀಡಿ ತುಂಡುಗಳು ಬೊಳುವಾರರನ್ನು ಕಂಗೆಡಿಸಿತ್ತು. ಹಿಂದೆ ಬಾವಿ ಇದ್ದಿದ್ದು ಎನ್ನುತ್ತಾ ಕಥೆಯಲ್ಲಿ ಬರುವ ಬಾಬರಿ ಮಸೀದಿಯ ಗೋಡೆಯ ತುಂಡನ್ನು ಎಸೆದ ಬಾವಿಗಾಗಿ ಹುಡುಕಾಟ ನಡೆಸಿದರು. ಬಾವಿಯನ್ನು ಮುಚ್ಚಿಬಿಟ್ಟಿದ್ದರು. ಗುಡ್ಡದ ಕೆಳಗೆ ಅವರ ಮನೆಯಲ್ಲಿ ದಾಯಾದಿಗಳು ವಾಸವಾಗಿದ್ದಾರೆ. ಪಕ್ಕದಲ್ಲೆ ಪುಟ್ಟ ಅಂಗಡಿ. ಮನೆಯವರೆಲ್ಲ ಸೇರಿ ಮಾಡುತ್ತಿದ್ದ ಅಕ್ರೋಟಿನ ಚಾಕಲೇಟು ಫೇಮಸ್ ಆದದ್ದರ ಬಗ್ಗೆ, ತನ್ನ ತಂದೆ ಅಬ್ಬಾಸ್ ಬ್ಯಾರಿಗೆ ಅದು ತುಂಬಾ ಹೆಸರು ತಂದುಕೊಟ್ಟಿದ್ದರ ಬಗ್ಗೆ ಹೇಳಿಕೊಂಡು ಅರ್ಧ ನಕ್ಕು ಕಣ್ಣಲ್ಲಿ ನೀರನ್ನೂ ತುಂಬಿಕೊಂಡರು.

ಗೋಣಿತಟ್ಟು ಅವರ ಹೆಂಡತಿಯ ತವರು ಮನೆ. 'ಅಲ್ಲಿ ಕೆಲ ಮಸೀದಿಗಳು ಇವೆ. ನಿಮಗೆ ಅದರಿಂದ ಉಪಯೋಗ ಆಗಬಹುದು ಲೊಕೇಷನ್ನೂ ಚೆನ್ನಾಗಿದೆ' ಎಂದು ಹೇಳಿದ್ದರಿಂದ ನಮಗೆ ಉತ್ಸಾಹವೂ ಇತ್ತು. ಮತ್ತು ಮಸೀದಿ ವಾತಾವರಣದಲ್ಲಿ ಶೂಟಿಂಗ್ ಸಮಸ್ಯೆ ಬಗೆಹರಿಯಬಹುದು ಎಂಬ ಆಸೆಯೂ ಇದ್ದಿದ್ದರಿಂದ ನಮಗೆ ಈ ಜರ್ನಿಯಲ್ಲಿ ಕುತೂಹಲ ಉಳಿದಿತ್ತು.

ಬೆಂಗಳೂರು–ಉಪ್ಪಿನಂಗಡಿಯ ಮುಖ್ಯರಸ್ತೆಯಲ್ಲಿ ಈ ಗೋಣಿತಟ್ಟು ಸಿಗುತ್ತದೆ. ಬಸ್‌ಸ್ಟ್ಯಾಂಡ್‌ನಲ್ಲೇ ಒಂದು ಹಳೆಯ ಹೊಟೇಲು ಸುಮಾರು ಮೂವತ್ತು ವರ್ಷ ಹಳೆಯದ್ದಿರಬೇಕು. ಬಳಸಿದ್ದರಿಂದ ಹಳೆಯ ಕುರ್ಚಿಗಳು ಪಾತ್ರೆಗಳು ದೋಸೆಯ

ಚುಯ್ ಎನ್ನುವ ಸದ್ದು. ಉರಿಯುತ್ತಿರುವ ಒಲೆ ಹೀಗೆ ಪಾತುಮ್ಮ ಈ ಹೊಟೇಲಿಗೆ ರೊಟ್ಟಿಯನ್ನು ತಂದುಕೊಡುವುದಾದರೆ ಚೆನ್ನಾಗಿರುತ್ತೆ ಎಂದುಕೊಂಡೆವು. ಅದು ಅಷ್ಟು ಚೆನ್ನಾಗಿತ್ತು ಮತ್ತು ಕಾಲದ ದೃಷ್ಟಿಯಿಂದ 90ರ ದಶಕಕ್ಕೆ ನಮ್ಮನ್ನು ಕೊಂಡೊಯ್ಯುತ್ತಿತ್ತು. ನಮ್ಮ ಕಥೆಯಲ್ಲಿ ನಾವು ಪಾತುಮ್ಮ ರೊಟ್ಟಿಯನ್ನು ಹಿಂದೂ ಮಿಲಿಟ್ರಿ ಹೊಟೇಲಿಗೆ ಕೊಡುತ್ತಾಳೆ ಎಂದೇ ಬರೆದುಕೊಂಡಿದ್ದೆವು. ಈ ಹೊಟೇಲನ್ನು ನೋಡಿದ ಮೇಲೆ, ಇದಾದರೆ ಚೆನ್ನಾಗಿರುತ್ತೆ ಎಂದು ಅನ್ನಿಸಿ ಮಾನಸಿಕವಾಗಿ ಫಿಕ್ಸ್ ಆಗಿಬಿಟ್ಟೆವು. ಅಲ್ಲೇ ಬೊಳುವಾರರ ಭಾವಮೈದುನ ನಾಸಿರ್ ಕಾಯುತ್ತಿದ್ದರು. ಅಲ್ಲಿಂದ ಮುಂದೆ ರಸ್ತೆಯ ಬದಿಯಲ್ಲೇ ಇದ್ದ ಮಸೀದಿಯನ್ನು ತೋರಿಸಿದರು. ಅದು ಹೊಸ ಮಸೀದಿಯಾದ್ದರಿಂದ ಅಲ್ಲಿ ಹೆಣ್ಣು ಮಕ್ಕಳಿಗೂ ಪ್ರಾರ್ಥನೆಗೆ ಬೇರೆಯದ್ದೇ ಜಾಗವಿತ್ತು. ಅದಲ್ಲದೆ ಅಲ್ಲಿ ಮದರಸಾ ಕೂಡಾ ಇತ್ತು. 'ಹೆಣ್ಣುಮಕ್ಕಳು ಕಲಿಯಲಿಕ್ಕೆ ಬರ್ತಾರೆ' ಎನ್ನುವುದನ್ನು ಅಲ್ಲಿದ್ದ ಮುತುವಲಿ ಹೇಳುತ್ತಿದ್ದರು. ಅದನ್ನು ನೋಡಿಕೊಂಡು, ಅವರ ಮನೆಗೆ ಅಲ್ಲಿಂದ ಎರಡು ಕಿಲೋಮೀಟರ್ ಒಳಗೆ ನಮ್ಮನ್ನು ಕರೆದುಕೊಂಡು ಹೋದರು. ಅದು ನೆಲ್ಯಾಡಿಗೆ ಹೋಗುವ ದಾರಿ ಎಂದು ಹೇಳಿದರು. ದಾರಿಯಲ್ಲಿ ಅವರ ತಂದೆಯವರೇ ಕಟ್ಟಿಸಿದ ಮಸೀದಿಯೊಂದಕ್ಕೆ ಕರೆದೊಯ್ದರು. ಅದು ತುಂಬಾ ಪುಟ್ಟದಾಗಿತ್ತು. ಅವರ ಕುಟುಂಬದ್ದೇ ಮಸೀದಿ ಎನ್ನುವ ಹಾಗಿತ್ತು. ಪ್ರಾರ್ಥಿಸುವ ಜಾಗಕ್ಕೆ ಮಹಿಳೆಯರು ಹೋಗುವಂತಿಲ್ಲವಾದ್ದರಿಂದ ನಾನು ಹೊರಗೇ ನಿಂತೆ. ಆದರೆ ಅಜಾನ್ ಕೂಗುವ ಜಾಗ ಮತ್ತೆಲ್ಲವನ್ನೂ ನೋಡಿ ಬಂದೆ. ಸುತ್ತಾ ಗುಡಿಸಲು. ಬಡತನವನ್ನು ಹಾಸು ಹೊದ್ದಂತಿದ್ದ ಕುಟುಂಬಗಳು, ಅಲ್ಲೇ ಮದುವೆ ಪ್ರಸ್ತ, ಬಸಿರು-ಬಾಣಂತನಗಳು ಯಥೇಚ್ಚವಾಗಿ ನಡೆಯುತ್ತಿದ್ದವು. ತಡಿಕೆ ಮನೆಗಳ ಒಳಗೆ ತೂಗುವ ಜೋಲಿಗಳು ಜೀವಂತಿಕೆಯನ್ನು ಸೂಚಿಸುತ್ತಾ ಅಲುಗಾಟ, ಅಳು-ನಗುಗಳಲ್ಲಿ ಮುಳುಗಿದ್ದವು, ನಾಸಿರ್ ಅವರನ್ನು ಜನ ಪ್ರೀತಿಯಿಂದ ಮಾತಾಡಿಸುತ್ತಿದ್ದರು. ನಮಗೋ ಕಣ್ಣುಗಳಲ್ಲಿ ಚಿತ್ರಗಳನ್ನು ತುಂಬಿಕೊಳ್ಳುವುದು ಮಾತ್ರ ಕೆಲಸ.

ಅಲ್ಲಿಂದ ಮುಂದೆ ಹೋಗಿದ್ದು ಬೊಳುವಾರರ ಶ್ರೀಮತಿಯವರ ತಮ್ಮ ನಾಸಿರ್ ಅವರ ಮನೆಗೆ. ಕಂಬದ ಮನೆ ಹೊರಗಿನಿಂದ ಅದ್ಭುತವಾಗಿ ಕಾಣುತ್ತಿತ್ತು. ರೆಡ್ ಆಕ್ಸೈಡ್ ಹಚ್ಚಿದ್ದ ಜಗುಲಿ ಹಚ್ಚಿದ್ದ ಹಸಿರು ಬಣ್ಣದ ಜೊತೆ ವಿಚಿತ್ರವಾದ ಕಾಂಬಿನೇಷನ್ ಅನ್ನಿಸುತ್ತಿತ್ತು. ನಮಗಾಗಿ ಬೊಳುವಾರರು ಕೂಡಾ ವೆಜ್ ಊಟವನ್ನೇ ಮಾಡಿದರು. (ನಾಸಿರ್ ಅವರ ಮನೆಯವರಿಗೆಲ್ಲಾ ಇದರಿಂದ ಬೇಸರವೂ ಆಗಿತ್ತು) ಕಲ್ತಪ್ಪ ಎನ್ನುವ ಆ ಭಾಗದ ವಿಶೇಷ ಖಾದ್ಯವನ್ನು ಮಾಡಿದ್ದರು. ಜೊತೆಗೆ ಎಳೆನೀರು ಮತ್ತು ತಿರುಳಿಂದ ಮಾಡಿದ ಸಿಹಿಯ ಪದಾರ್ಥ ಹಾಗೂ ಶ್ಯಾವಿಗೆಯ ಪಾಯಸಗಳನ್ನು ಪ್ರೀತಿಯಿಂದ ಬಡಿಸಿದರು. ನಮಗೋ ಸಿಕ್ಕ ಕಡೆಯೆಲ್ಲಾ ಪಾತ್ರಗಳೇ

ಓಡಾಡುತ್ತಿದ್ದಾವೆ ಅನ್ನಿಸಿ, ಅಲ್ಲಿಯೂ ಜಮಾತಿನ ಮೀಟಿಂಗು ಮತ್ತು ಪಾತ್ರವಾಗಿ ನಾಸಿರ್ ಅವರೂ ಕಾಣತೊಡಗಿದ್ದರು. ಅವರೂ ಧರ್ಮಗಳ ಬಗ್ಗೆ ಮಾತಾಡುತ್ತಿದ್ದು ತಾವು ಬಗೆಹರಿಸಿದ ಸಮಸ್ಯೆಗಳನ್ನೂ ಹೇಳಿದ್ದರು.

ಬೊಳುವಾರರು ಸ್ವಭಾವತಃ ಭಾವುಕ ಜೀವಿ. ಅವರ ಗೋಣಿತಟ್ಟಿಂದ ಬರುತ್ತಾ, ಮಾತಾಡುತ್ತಾ ಕಣ್ತುಂಬಿಕೊಂಡಿದ್ದರು. ತಮ್ಮ ಬಾಲ್ಯ, ಕಷ್ಟ, ಅಪ್ಪ ಅಮ್ಮ ಎಲ್ಲವೂ ಪದೇ ಪದೇ ನೆನಪಾಗುತ್ತಿತ್ತು. ತಾವು ಬರೆಯುವಾಗ ಅದರ ಹಿಂದೆ ಏನೆಲ್ಲಾ ಇರುತ್ತಿತ್ತು, ಅದನ್ನು ಹೇಗೆ ವಿಸ್ತರಿಸುತ್ತಿದ್ದೆ ಎಂದೆಲ್ಲಾ ವಿವರಿಸುತ್ತಿದ್ದರು. ನಮ್ಮ ಪ್ರತಿಕ್ರಿಯೆಯಿಂದಾಗಿ ಅವರಿಗೆ ತಮ್ಮ ಕಥೆಗಳು ನಡೆದ ಜಾಗಗಳನ್ನು ತೋರಿಸುವ ಉತ್ಸಾಹ ಹೆಚ್ಚಾಯಿತು ಕೂಡ. ಪುತ್ತೂರಿನಲ್ಲಿ ಒನ್‌ವೇನಲ್ಲಿ ಕಾರನ್ನು ತಿರುಗಿಸಿಬಿಟ್ಟಿದ್ದರು. ಪೊಲೀಸಿನವರು ನಮ್ಮನ್ನು ಹಿಡಿದು ಪಕ್ಕಕ್ಕೆ ನಿಲ್ಲಿಸಿಬಿಟ್ಟರು. ನಾನು ಮತ್ತು ಪಂಚಾಕ್ಷರಿ ಇಬ್ಬರೂ ಬೊಳುವಾರರ ಬಗ್ಗೆ ಪೋಲೀಸರಿಗೆ ಹೇಳಲು ಪ್ರಯತ್ನ ಪಟ್ಟೆವು. ಆದರೆ ಬೊಳುವಾರರು ನಮಗೆ ನನ್ನ ಬಗ್ಗೆ ಏನೂ ಹೇಳಬೇಡಿ ಎಂದರು. ತಮ್ಮ ಬಗ್ಗೆ ಹೇಳುವುದು ಇಷ್ಟವಿಲ್ಲವೇನೋ ಎಂದು ಭಾವಿಸಿ 'ನಾವು ಇಲ್ಲಿಯವರಲ್ಲಪ್ಪಾ' ಎಂದು ಅವರನ್ನು ಪರಿಪರಿಯಾಗಿ ಕೇಳಿದರೂ ನಮ್ಮನ್ನು ಬಿಡಲು ಸಿದ್ಧವಿರಲಿಲ್ಲ. ಕಡೆಗೆ ಸ್ಟೇಷನ್‌ಗೆ ಹೋಗಿ ಫೈನ್ ಕಟ್ಟಿದ ಮೇಲೆ ಕಾರನ್ನು ಬಿಟ್ಟಿದ್ದು. ಬೊಳುವಾರರು ಮಾತ್ರ ಇದರಿಂದ ಕಂಗೆಟ್ಟ ಹಾಗೆ ಕಾಣುತ್ತಿದ್ದರು. ಅವರಿಗೆ ಜೀವನದ ಯಾವುದೂ ತಂತನ್ನು ಕೆದಕಿದ ಹಾಗಿತ್ತು ಈ ಘಟನೆ. ಅದರ ಬಗೆ ನಾವು ಅವರನ್ನು ಕೇಳಲು ಹೋಗಲಿಲ್ಲ. ಹೇಳುವ ಹಾಗಿದ್ದರೆ ಅವರೇ ಹೇಳುತ್ತಿದ್ದರಲ್ಲ! ನಂತರ ತಮಗೆ ತಾವೇ ಸಮಾಧಾನ ಮಾಡಿಕೊಂಡ ಹಾಗಿದ್ದರು. ಹಾಗಿದ್ದೂ ನಮ್ಮನ್ನು ಪುತ್ತೂರಿನ ಮಹಾಲಿಂಗೇಶ್ವರ ದೇವಸ್ಥಾನಕ್ಕೆ ಕರೆದೊಯ್ದಿದ್ದರು. ಅದರ ಎದುರಿನ ದೊಡ್ಡ ಕಲ್ಯಾಣಿಯನ್ನು ತೋರಿಸಿ 'ಇಲ್ಲಿ ಮುತ್ತುಗಳು ಸಿಗುತ್ತಿದ್ದರಿಂದ ಇದನ್ನು ಮುತ್ತೂರು ಎಂದು ಕರೆಯುತ್ತಿದ್ದು ಕ್ರಮೇಣ ಇದು ಪುತ್ತೂರು ಆಯಿತು' ಎಂದು ಹೇಳಿದ್ದರು. ದೊಡ್ಡ ದೇವಸ್ಥಾನ. ಅಲ್ಲಿನ ಅರ್ಚಕರಿಂದ ಹಿಡಿದು ಎಲ್ಲರೂ ಬೊಳುವಾರರಿಗೆ ಪರಿಚಯಸ್ಥರೇ. ಎಲ್ಲರೊಂದಿಗೂ ಕುಶಲೋಪರಿಯ ಮಾತುಗಳನ್ನಾಡುತ್ತಾ ಎಲ್ಲರಲ್ಲು ಬೊಳುವಾರರು ಪ್ರೀತಿಯನ್ನು ತೋರುತ್ತಿದ್ದರು. ಅಲ್ಲಿನ ಅರ್ಚಕರು ನಮಗೆ ಬಾಳೆಯಹಣ್ಣಿನ ಪ್ರಸಾದವನ್ನು ಕೊಟ್ಟರು.

ಅಲ್ಲಿಂದ ರಾಮ ಹೊಟೇಲಿನ ರೂಂನಲ್ಲಿ ನಮ್ಮನ್ನೂ ಕೂಡಿಸಿಕೊಂಡು ಯಾರಿಗೂ ಹೇಳದ ತಮ್ಮ ಜೀವನದ ಕೆಲವು ಕಥೆಗಳನ್ನು ಹೇಳಿದ್ದರು. ಅವರು ಹೇಳಿದ ಘಟನೆಗಳು ಮನ ಕಲಕುವ ಹಾಗಿತ್ತು. ಯಾವುದೋ ಸಣ್ಣ ಪುಟ್ಟ ಘಟನೆಗಳನ್ನೂ ಅವರು ನಮಗೆ ಹೇಳಿದರು. ಒಬ್ಬ ಬರಹಗಾರನಿಗೆ ಸಂಗತಿಗಳು ಕಾಡದಿದ್ದರೆ ಅವನು ಬರೆಯಲಾರ. ತುಂಬಾ ಸೂಕ್ಷ್ಮವಾಗಿ ಸ್ಪಂದಿಸಲಾರ ಎನಿಸಿತ್ತು.

'ಇದನ್ನೆಲ್ಲಾ ಬರೀರಿ ಸಾರ್' ಎಂದು ಅವರಿಗೆ ಹೇಳಿದೆ. 'ಬರೆಯಲಿಕ್ಕೆ ತುಂಬಾ ಇದೆ ಚಂದ್ರಿಕಾ, ಆದರೆ ನಮ್ಮೊಳಗೆ ಅದು ರೂಪು ಪಡೀಬೇಕಲ್ಲಾ. ಬರೆಯುವೆ ಯಾವತ್ತಾದರೂ ಒಂದು ದಿನ' ಎಂದರು.

ಚಂಚಲಾ ಮತ್ತು ಚಂದ್ರಹಾಸ್ ನಮಗೆ ಇನ್ನೊಂದಿಷ್ಟು ಜಾಗಗಳನ್ನು ತೋರಿಸುವುದಾಗಿ ಹೇಳಿದ್ದರಿಂದ ಮಂಗಳೂರಿನ ಕಡೆಗೆ ಹೊರಡುವ ಯೋಚನೆಯಲ್ಲಿದ್ದೆವು. ಅಲ್ಲಿಂದ ಮುಂದೆ ನಮ್ಮ ಜೊತೆ ಮಂಗಳೂರಿಗೆ ಬರುವುದಕ್ಕೆ ಒಪ್ಪದೆ ಅಲ್ಲಿಂದಲೇ ಬೊಳುವಾರ್ ಸರ್ ಬೆಂಗಳೂರಿಗೆ ವಾಪಸಾದರು.

ಪಟ್ಟೆಂದು ಒಡೆದ ಕಣ್ಣ ಪಾಪೆಯೊಳಗಿನ ಚಿತ್ರ

ಮಂಗಳೂರಿಗೆ ಜಾಗಗಳನ್ನು ನೋಡಿ ಬರಲು ಒಬ್ಬರೇ ಹೋಗಿದ್ದ ಪಂಚಾಕ್ಷರಿ ಅಲ್ಲಿನ ನೈಸರ್ಗಿಕ ವಿಕೋಪಗಳ ಬಗ್ಗೆ ತಿಳಿದು ಕೊಂಡು ಬಂದಿದ್ದರು. ಅವರಿಗೆ ಒಟ್ಟಿನಲ್ಲಿ ಪಾತುಮ್ಮ ಜಾಗ ಕಳೆದುಕೊಳ್ಳುವ ಸ್ಥಿತಿಯನ್ನು ನಿರ್ಮಿಸಬೇಕಿತ್ತು. ಮೊದಲು ಮಾಡಿಕೊಂಡಿದ್ದ ಕಥೆಯಲ್ಲಿ ನಮ್ಮ ಕಥಾ ನಾಯಕಿ ಕಾರವಾರದ ನೌಕಾ ಸೇನಾಪಡೆಯ ನಿರ್ಬಂಧಿತ ಪ್ರದೇಶವನ್ನಾಗಿಸಿದ್ದರಿಂದ ತನ್ನ ಮನೆಯ ಜಾಗ ಕಳೆದುಕೊಂಡಳು ಎಂದು ಕಥೆಯಲ್ಲಿ

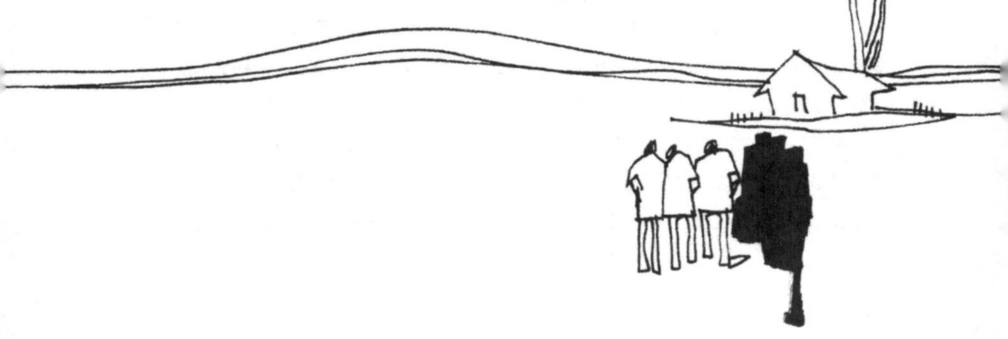

ಮಾಡಿಕೊಂಡಿದ್ದೆವು. ಆದರೆ ಅಲ್ಲಿ ಪರ್ಮಿಷನ್ ಸಿಗುವುದು ಬಹುತೇಕ ಅಸಾಧ್ಯ ಎನ್ನುವುದು ಗೊತ್ತಿದ್ದರಿಂದ ಬದಲಿಸಿಕೊಂಡು ಮಂಗಳೂರಿನ ಕಡಲ ತಡಿಯನ್ನಾಗಿ ಬದಲಿಸಿಕೊಂಡಿದ್ದೆವು. ಅನಿವಾರ್ಯತೆಗಳು ಅನ್ವೇಷಣೆಗೆ ಹೇಗೆಲ್ಲಾ ತೆರೆದುಕೊಳ್ಳುತ್ತದೆ ಎನ್ನುವುದು ತುಂಬಾ ಕುತೂಹಲದ ಸಂಗತಿ.

ಕ್ಯಾಮೆರಾಮನ್, ಅಸಿಸ್ಟೆಂಟ್, ಆರ್ಟ್ ಡೈರೆಕ್ಟರ್ ಹೀಗೆ ಒಂದು ಗುಂಪು ಮುಲ್ಕಿಯಲ್ಲಿ ಬೀಡು ಬಿಟ್ಟು ಜಾಗಗಳನ್ನು ಹುಡುಕಿತ್ತು. ಮುಲ್ಕಿಯ ಪುನರೂರು ಹೊಟೇಲ್ ನಮ್ಮ ಲೆಕ್ಕಾಚಾರಕ್ಕೆ ಒದಗಿ ಬರುತ್ತಿದ್ದುದರಿಂದ ಅಲ್ಲೇ ಉಳಿದುಕೊಂಡು ಮಂಗಳೂರಿಗೆ ಓಡಾಡುವ ಯೋಜನೆ ರೂಪುಗೊಂಡಿತ್ತು. ಜಾಗಗಳನ್ನೇನೋ ಗುರುತು ಮಾಡಿಕೊಂಡು ಆಗಿತ್ತು. ಆದರೆ ಅದನ್ನು ಪಕ್ಕಾ ಮಾಡಿಕೊಂಡು, ಜಾಗದ ಓನರ್‌ಗಳ ಜೊತೆ ಮಾತಾಡಿ ಒಪ್ಪಿಗೆಯನ್ನು ಪಡೆಯುವ ಕೆಲಸ ಬಾಕಿ ಇತ್ತು. ಅತ್ಯಂತ ಸೂಕ್ಷ್ಮ ಪ್ರದೇಶವಾದ ಉಲ್ಲಾಳ ಮತ್ತು ಸೋಮೇಶ್ವರದ ಸುತ್ತ ಮುತ್ತಲ ಪ್ರದೇಶದಲ್ಲಿ ಶೂಟಿಂಗ್ ನಡೆಸುವುದು ನಮ್ಮ ಎದುರಿನ ಸವಾಲಾಗಿತ್ತು. ರಾತ್ರಿ ನಾವು ನೋಡಿ ಬಂದ ಜಾಗಗಳಿಗೆ ಅನುಗುಣವಾಗಿ ಸ್ಕ್ರಿಪ್ಟ್ ತಿದ್ದುವುದು, ಹಗಲಲ್ಲಿ ಪರ್ಮಿಷನ್ನು ಮತ್ತು ಖಚಿತ ವಿವರಗಳಿಗಾಗಿ ಹುಡುಕಾಟ ನಡೆಸುತ್ತಿದ್ದೆವು. ಚಂದ್ರಹಾಸ ಉಲ್ಲಾಳರು ತಮ್ಮ ಸಾಮಾಜಿಕ ಸೇವೆ ಹಾಗೂ ರಂಗಚಟುವಟಿಕೆಯ ಕಾರಣದಿಂದ ನಮಗೆ ದೊಡ್ಡ ಸಹಾಯವನ್ನು ಒದಗಿಸಿಕೊಟ್ಟಿದ್ದರು. ಹಾಗಾಗಿ ಉಲ್ಲಾಳ ದರ್ಗಾಗೆ ಹೋಗಿ 'ಹೀಗೆ...' ಎಂದು ವಿವರಿಸಿ ಭದ್ರತೆಯನ್ನು ಪಡಕೊಳ್ಳುವುದು ಮುಖ್ಯವಾಗಿತ್ತು.

ಎಲ್ಲಕ್ಕಿಂತ ಮುಖ್ಯ ನಮ್ಮ ಜಕ್ಕು ಮಹಮದರನ್ನು ಹಿಡಿಯುವುದು. ಅವರ ಮನೆಯೇ ಇಲ್ಲ ಎಂದರೆ ನಾವಾದರೂ ಎಲ್ಲಿ ಶೂಟಿಂಗ್ ಮಾಡುವುದು? ನಾವು ಅದಾಗಲೇ ಆ ಮನೆಯನ್ನೇ ಪಕ್ಕಾ ಮಾಡಿಕೊಂಡುಬಿಟ್ಟಿದ್ದೆವು. ಮಾರನೆಯ ದಿನ ಅವರ ಮನೆಗೇ ಹೋದರೂ ಸಿಗಲಿಲ್ಲ. ಅವರ ಬಳಿ ಫೋನ್ ಕೂಡಾ ಇರಲಿಲ್ಲ. ಸುಮ್ಮನೆ ಕಾಲಹರಣ ಮಾಡಲಿಕ್ಕಾಗುವುದಿಲ್ಲವಲ್ಲ!? ಅದಕ್ಕಾಗಿ ಮಂಗಳೂರಿನ ಬಂದರ್ ಪೋರ್ಟ್ ಬಳಿ ಇರುವ ಕಡಲ್ಕೊರೆತ ನಿಯಂತ್ರಣ ವಿಭಾಗ ಹಾಗೂ ನೈಸರ್ಗಿಕ ವಿಕೋಪ ಉಸ್ತುವಾರಿ ಕೇಂದ್ರಕ್ಕೆ ಹೋಗಿ ಅಲ್ಲಿ ಕೆಲ ವಾಸ್ತವಾಂಶಗಳ ವಿವರಗಳನ್ನು ಪಡೆದುಕೊಂಡೆವು. ಬಿಎಸ್‌ಎನ್‌ಎಲ್‌ನಲ್ಲಿ ಸಹಾಯಕ ಇಂಜಿನಿಯರ್ ಆಗಿದ್ದ ಚಂದ್ರಹಾಸರ ತಾಕತ್ತು ದೊಡ್ಡದಿತ್ತು. ಯಾರನ್ನಾದರೂ ಅವರು ಮಾತಾಡಿಸಲು ಶಕ್ತರಿದ್ದರು. ಅವರ ಸಹಾಯದಿಂದ ಯಾರಿಗೂ ಸಿಗದಿರುವ ಕೆಲ ಅಪರೂಪದ ಫೋಟೋಗಳು ಮಳೆಗಾಲದಲ್ಲಿನ ಸಮುದ್ರದ ಕೊರೆತದ ದೃಶ್ಯಗಳ ವಿಡಿಯೋಗಳು ಸಿಕ್ಕವು. ಅವುಗಳೆಲ್ಲವೂ ಸಿನಿಮಾಗೆ ಬಳಸುವ ಕ್ವಾಲಿಟಿ ಇಲ್ಲದ್ದರಿಂದ ಏನು ಮಾಡಬೇಕು ಎನ್ನುವ ದೊಡ್ಡ ಪ್ರಶ್ನೆಯೂ ನಮ್ಮ ಎದುರಿತ್ತು. ಇರಲಿ, ಎಲ್ಲದಕ್ಕು ಒಂದು ದಾರಿ ಇದ್ದೇ ಇರುತ್ತದೆ. ಬಳಸಿಕೊಳ್ಳುವುದನ್ನು ಆಮೇಲೆ

ನೋಡೋಣ ಎಂದುಕೊಂಡೆವು. ಆಗಲೇ ಬಂದದ್ದು 'ಇವತ್ತು ಸಂಜೆ ಸಿಗುವ' ಎನ್ನುವ ಸಂದೇಶದ ಜಕ್ಕು ಮಹಮದರ ಫೋನು. ನಮ್ಮ ಬಳಗಕ್ಕಾದ ಸಂತೋಷ ಅಷ್ಟಿಷ್ಟಲ್ಲ.

ಮತ್ತೆ ಉಲ್ಲಾಳದ ಮುಕ್ಕಚ್ಚೇರಿಗೆ ಹೋದೆವು. ಇನ್ನೂ ಜಕ್ಕು ಮಹಮದ್ ಬಂದಿರಲಿಲ್ಲ. ಚಂದ್ರಹಾಸರು 'ಆಜಾದ್ ನಗರದ ಜಮಾತಿನ ಮುಖ್ಯಸ್ಥರನ್ನು ಮಾತಾಡಿಸಿ ಬರೋಣ, ನಾವಿಲ್ಲಿ ಶೂಟಿಂಗ್ ಮಾಡುವುದು ಅವರಿಗೆ ತಿಳಿದಿರಲೇ ಬೇಕು' ಎಂದರು. ಸರಿ ಎಂದು ಹಸೀನಮ್ಮನಿಗೆ ಜಕ್ಕು ಮಹಮದ್ ಬಂದರೆ ಇಲ್ಲೇ ಇರುವಂತೆ ಹೇಳಿ ಹೊರಟೆವು. ಒಂದಕ್ಕೊಂದು ಹೊಂದಿಕೊಂಡಿದ್ದ ಆಜಾದ್ ನಗರ, ಸುಬಾಷ್ ನಗರ, ಮುಕ್ಕಚ್ಚೇರಿಯಲ್ಲೆ ಮೂರು ಮಸೀದಿಗಳಿದ್ದವು. ಎಲ್ಲಕ್ಕೂ ಜಮಾತ್ ಇತ್ತು, ಮುತುವಲಿ ಇದ್ದರು. ಜಮಾತಿನ ಮುಖ್ಯಸ್ಥರನ್ನು ಭೇಟಿಯಾದೆವು. ಕಡಲು ಕೊರೆತಕ್ಕೆ ಗೋಡೆಯಂತೆ ಕಟ್ಟಿದ್ದ ಬೃಹತ್ ಕಲ್ಲುಗಳು ಜರಿದು ಹರಡಿದಂತೆ ಬಿದ್ದಿದ್ದವು. ಮುಕ್ಕಚ್ಚೇರಿಯಂತೆ ಆಜಾದ್ ನಗರ ಇಕ್ಕಟ್ಟಾದ ಜಾಗವಲ್ಲ. ಹೋಗುತ್ತಾ ಹೋಗುತ್ತಾ ಸಮುದ್ರ ದಂಡೆ ವಿಶಾಲವಾಗುತ್ತಾ ಮನೆಗಳನ್ನು ದೂರ ಕಟ್ಟಿಕೊಂಡಿದ್ದರು. ಜಮಾತಿನ ಮುಖ್ಯಸ್ಥರು ನಮ್ಮನ್ನು ಪ್ರೀತಿಯಿಂದ ಕಂಡರು. (ಅವರ ಹೆಸರನ್ನು ಮರೆತಿದ್ದೇನೆ) ನಮ್ಮ ಎಲ್ಲ ಮಾತುಗಳನ್ನು ಕೇಳಿ 'ತಲ್ಲಾಖಿನ ತೂಗುಗತ್ತಿಯಲ್ಲಿ ಹೆಣ್ಣು ಮಕ್ಕಳು ನರಳುತ್ತಿದ್ದಾರೆ, ಒಳ್ಳೆಯ ಕೆಲಸವನ್ನೇ ಮಾಡುತ್ತಿದ್ದೀರ ನಮ್ಮ ಬೆಂಬಲ ನಿಮಗಿರುತ್ತೆ' ಎಂದರು. ಅಷ್ಟೇ ಅಲ್ಲದೆ ಅವರ ಮನೆಗೆ ಕರೆದೊಯ್ದು ಒಂದಿಷ್ಟು ತಿಂಡಿಯನ್ನು ಟೀಯನ್ನೂ ಕೊಟ್ಟರು. ಸ್ವಲ್ಪ ಕಾಲದವರೆಗೂ ಲೋಕಾಭಿರಾಮದ ಮಾತುಗಳನ್ನು ಆಡುತ್ತಾ ಕುಳಿತೆವು. ನಂತರ ನಮ್ಮ ಬಹುದೊಡ್ಡ ಕುತೂಹಲದ ಮತ್ತು ಇಡೀ ಘಟನಾವಳಿಯ ಕೇಂದ್ರ ವ್ಯಕ್ತಿ ಜಕ್ಕು ಅವರ ಭೇಟಿಗಾಗಿ ಹೊರಟು ನಿಂತೆವು.

ನಾವು ಮುಕ್ಕಚ್ಚೇರಿಯನ್ನು ತಲುಪುವಾಗ ಆರು ಗಂಟೆ ದಾಟಿತ್ತು. ಸೂರ್ಯ ಆತುರಾತುರದಲ್ಲಿ ಸಮುದ್ರದ ಒಳಗೆ ಹೋಗಲು ಸಿದ್ಧವಾಗುತ್ತಿದ್ದ. ನಾವು ಗುರುತಿಸಿದ್ದ ಪಾತುಮ್ಮಳ ಮನೆಯ ಮೇಲೆ ಸೂರ್ಯನ ಕಡುಕೆಂಪು ಬಣ್ಣದ ಕಿರಣಗಳು ಬಿದ್ದು ಬಂಡೆಯ ನೆರಳಿನ ಜೊತೆ ಆಟವಾಡುತ್ತಾ ವಿಚಿತ್ರ ಆದರೆ ಸಮ್ಮೋಹಕ ವಾತಾವರಣ ಸೃಷ್ಟಿಯಾಗುತ್ತಿತ್ತು. ನಾನು ಮೊರದಲ್ಲಿ ಅಕ್ಕಿ ಹಾಕಿಕೊಂಡು ಕೇರುತ್ತಿದ್ದ ಹಸೀನಮ್ಮನಿಗೆ 'ನಮ್ಮ ಹೀರೋ ಬಂದರಾ?' ಕೇಳಿದೆ. 'ಉಷ್' ಎಂದು ತುಟಿಯ ಮೇಲೆ ಬೆರಳಿಟ್ಟು ಕೈತೋರಿದಳು. ಅವಳು ಕೈ ತೋರಿದ ಕಡೆಗೆ ನೋಡಿದರೆ ನಮ್ಮ ಕಣ್ಣೊಳಗಿನ ಎಲ್ಲ ಚಿತ್ರಗಳು ಪಟ್ಟೆಂದು ಒಡೆದು, ನಮ್ಮ ಅರಿವನ್ನೂ ಮೀರಿ ನಗು ಉಕ್ಕಿ ಬಂತು. ಈ ವ್ಯಕ್ತಿಗೇನಾ ನಾವು ಹೀಗೆ ಹುಡುಕಾಟ ನಡೆಸಿದ್ದು ಎಂದು ಅನ್ನಿಸಿಬಿಟ್ಟಿತು.

ಕಡುಗಪ್ಪು ಮೈಬಣ್ಣ. ಸಣಕಲು ಕೈಕಾಲು, ಉಬ್ಬಿದಂತಿದ್ದ ಹೊಟ್ಟೆ. ತುಟಿಗಳನ್ನು ಮೀರಿ ತುಸುವೇ ಹೊರಚಾಚಿದ ಹಲ್ಲುಗಳು. ದೇಹದ ಹಾಗೆ ಮುಖವೂ ಒಣಗಿಬಿಟ್ಟಿತ್ತು. ಚಂದ್ರಹಾಸರು ಅವರ ಜೊತೆ ಬ್ಯಾರಿ ಭಾಷೆಯಲ್ಲಿ ಮಾತಿಗಿಳಿದರು. ನಾವೆಲ್ಲ ಅವರು ಏನು ಹೇಳಬಹುದು? ಎಂದು ಕಾತುರದಿಂದ ಕಾಯುತ್ತಿದ್ದೆವು. ಅವರ ಮುಖದಲ್ಲಿ ತುಸು ಸಂತೋಷ, ತುಸು ದೈನ್ಯ ಧಾರಾಳವಾಗಿ ತಾಂಡವವಾಡುತ್ತಿತ್ತು. ನಮಗೋ ಬ್ಯಾರಿ ಭಾಷೆ ಬಾರದು. ಕಾರಣ ಚಂದ್ರಹಾಸರು ಏನು ಹೇಳುತ್ತಾರೆ ಎಂದು ಕಾಯುತ್ತಿದ್ದೆವು. ಅವರ ಜೊತೆಗಿನ ಮಾತುಕತೆಯ ಕೊನೆಯಲ್ಲಿ ಚಂದ್ರಹಾಸರ ಮುಖದಲ್ಲಿ ತುಳುಕಿದ ನಗೆಯಿಂದಲೇ ನಮಗೆ ಅರ್ಥ ಗೊತ್ತಾಗಿತ್ತು. ಚಂದ್ರಹಾಸರು ಅತ್ಯಂತ ಉತ್ಸಾಹದಿಂದ 'ಇವರಿಗೆ ಯಾವ ಅಭ್ಯಂತರವೂ ಇಲ್ಲವಂತೆ. ನಾವು ಶೂಟಿಂಗ್ ಮಾಡಿಕೊಳ್ಳಬಹುದು' ಎಂದರು. ನಮಗೂ ಖುಷಿಯಾಯಿತು. ಇಷ್ಟು ಸುಲಭಕ್ಕೆ ಈ ಮನುಷ್ಯ ನಮ್ಮನ್ನು ದಡ ಸೇರಿಸಿಬಿಟ್ಟರಲ್ಲ ಎಂದು. 'ಆದರೆ ಅವರು ಒಂದಿಷ್ಟು ಹಣ ಬಯಸುತ್ತಿದ್ದಾರೆ' ಎಂದೂ ಜೊತೆಗೆ ಸೇರಿಸಿದರು ಚಂದ್ರಹಾಸ. 'ಹಣ ತಾನೇ ಕೊಟ್ಟರಾಯಿತು' ಎಂಬುದು ನಮ್ಮ ಧೋರಣೆ. ಆದರೆ ಅವರು ನಮ್ಮ ಕಡೆಯಿಂದ ಲಕ್ಷಗಟ್ಟಲೆ ಹಣವನ್ನು ಬಯಸಿದ್ದರು.

ಅವರ ಬೇಡಿಕೆ ನ್ಯಾಯಯುತವೇ ಇರಬಹುದು. ಆದರೆ ನಮಗೆ ಕೊಡಲಿಕ್ಕೆ ಆಗಬೇಕಲ್ಲ? ಅವರಿಗೆ ಆ ಮನೆ ರಿಪೇರಿ ಆಗಬೇಕಿತ್ತು. ಅದಕ್ಕಾಗಿ ದೊಡ್ಡ ಮೊತ್ತಕ್ಕೆ ಅವರ ಬೇಡಿಕೆ. 'ನಮ್ಮದು ವ್ಯಾಪಾರಿ ಚಿತ್ರವಲ್ಲ' ಎಂದು ಅವರಿಗೆ ತಿಳಿಯ ಹೇಳಬೇಕಿತ್ತು. ಆದರೆ ಅವರ ಮನೆಯ ಪಕ್ಕದವರು ಇವರ ತಲೆಗೆ ಏನೆಲ್ಲಾ ತುಂಬಿರಬಹುದು ಎಂದು ಯೋಚಿಸಿ 'ಅರೆ ಇದನ್ನು ಇಲ್ಲಿಗೆ ನಿಲ್ಲಿಸದಿದ್ದರೆ ನಮ್ಮ ಬಜೆಟ್‌ನ ಮುಖ್ಯ ಭಾಗವನ್ನು ನಾವು ಇವರಿಗೆ ಕೊಡಬೇಕಾಗುತ್ತದೆ' ಎಂದುಕೊಂಡು ನಾನು ಮಾತಾಡಲು ಮುಂದಾದೆ. 'ನೋಡಿ ಜಕ್ಕು ಅವರೇ...' ಎಂದು ನನ್ನ ಮಾತನ್ನು ಶುರು ಮಾಡುತ್ತಿದ್ದಂತೆ. ಕೋಪಗೊಂಡ ಅವರು 'ನಿಮಗ್ಯಾರು ಈ ಹೆಸರನ್ನು ಹೇಳಿದ್ದು?' ಎಂದೆಲ್ಲಾ ರೇಗಾಡಲಿಕ್ಕೆ ಶುರು ಮಾಡಿದರು. ಏನು ನಡೆಯುತ್ತಿದೆ ಎಂದು ಅರ್ಥವಾಗದೆ ನಾನು ಅಸಹಾಯಕಳಾಗಿ ಹಸೀನಮ್ಮನ ಕಡೆಗೆ ನೋಡಿದೆ. ಹಸೀನಮ್ಮ ತನ್ನ ಕಡೆ ನೋಡಬೇಡವೆಂದು ಸನ್ನೆ ಮಾಡಿದಳಾದರೂ ಅಷ್ಟು ಹೊತ್ತಿಗೆ ನಮ್ಮ ಈ ಎಲ್ಲ ಭಾವ ವಿನಿಮಯಗಳನ್ನೂ ಅವರು ನೋಡಿಬಿಟ್ಟದ್ದರು. ಹಸೀನಮ್ಮ ಅವನ ಮುಖ ತಪ್ಪಿಸಿ ಹರವಿದ್ದ ಬಟ್ಟೆಗಳನ್ನು ತೆಗೆಯತೊಡಗಿದಳು. ಅವಳೊಂದಿಗೆ ದೊಡ್ಡ ಜಗಳವನ್ನು ತೆಗೆದುಬಿಟ್ಟರು. ಹಸೀನಮ್ಮ 'ಏನು ಮಾಡಲಿ ಕಾಕ ಊರ ತುಂಬಾ ಮಹಮದರೇ, ನಿನಗೆ ಅಂತ ಗುರುತು ಹೇಗೆ ಹೇಳುವುದು' ಎಂದು ಅಂಗಲಾಚತೊಡಗಿದಳು. 'ಅದಕ್ಕೆ ನನ್ನನ್ನೇ ಜಕ್ಕು ಎನ್ನುವುದಾ ನೀನು?' ಎಂದು ಕೋಪಾವಿಷ್ಟಗೊಂಡು ಕೂಗತೊಡಗಿದರು.

ಹಸೀನಮ್ಮನ ಸಹಾಯಕ್ಕೆ ಯಾರೂ ಬರಲಿಲ್ಲ. ಕಿಟಕಿ ಪರದೆಗಳ ಹಿಂದೆ ಕಂಡ ಮುಖಗಳು ತುಸುವೇ ನಗುವಿನಿಂದ ತೆರೆಮರೆಗೆ ಜಾರಿದವು. ಹಸೀನಮ್ಮ 'ಊರವರೆಲ್ಲಾ ನಿನ್ನ ಹಾಗೆ ಕರೀಬಹುದು, ಗುರುತಿಗಾಗಿ ನಾನು ಹಾಗೆ ಕರೆದರೆ ತಪ್ಪಾ?' ಎಂದು ಮಾತಿಗೆ ಮಾತು ಸೇರಿಸುವಾಗ, 'ನೀ ಸುಮ್ಮನೆ ಇರಡಿ. ನಾನು ಹತ್ತು ವರ್ಷ ಸಣ್ಣವನಿರಬೇಕಿತ್ತು, ಆಗ ನಿನಗೆ ಹೇಳುತ್ತಿದ್ದೆ ನಾನು ಏನೂಂತ. ವಯಸ್ಸಾಯಿತು ಸುಮ್ಮನಿದ್ದೇನೆ ಅಷ್ಟೇ' ಎಂದು ರೇಗಾಡಿ ಅಲ್ಲಿಂದ ತನ್ನ ಸೈಕಲ್ ತೆಗೆದುಕೊಂಡು ಹೊರಟರು. ಮರಳಲ್ಲಿ ಹೂತುಹೋಗುತ್ತಿದ್ದ ಆ ಸೈಕಲ್ಲನ್ನು ತಳ್ಳಲಾಗದೆ ತಳ್ಳುತ್ತಾ ಹೋಗುತ್ತಿದ್ದರೆ, ನಾವೆಲ್ಲಾ ಮನೆಯನ್ನು ಅವರು ಕೊಡದೆ ಹೋದರೆ ಎಂದು ಕಂಗಾಲಾದೆವು. ಚಂದ್ರಹಾಸರಂತೂ ಅವರ ಹಿಂದೆ 'ನಿಲ್ಲಿ' ಎಂದು ಕೂಗುತ್ತಾ ಹೋದರು.

ಅವರು ಸ್ವಲ್ಪ ದೂರ ಹೊರಟಿಲ್ಲ ಆಗಲೇ ಹಸೀನಮ್ಮ ಕಿಸಕ್ಕೆಂದು ನಕ್ಕು 'ನೀನೂ ಜಕ್ಕು, ನಿನ್ನ ಸೈಕಲ್ಲೂ ಜಕ್ಕು. ಇನ್ನೂ ಹತ್ತು ಸಲ ಹೇಳ್ತೇನೆ ಕಾಕಾ' ಎಂದಳು. ನನ್ನ ತಪ್ಪೇನು ಎನ್ನುವುದು ನನಗೆ ಆಗಲೂ ಗೊತ್ತಾಗಲಿಲ್ಲ. ಪ್ರಯಾಸದಿಂದ ವಾಪಾಸು ಬಂದ ಚಂದ್ರಹಾಸರು ಮಾತ್ರ ನನ್ನನ್ನು ತರಾಟೆಗೆ ತೆಗೆದುಕೊಂಡರು 'ನೀವು ಹಾಗೆ ಯಾಕೆ ಹೇಳಿದ್ದು' ಎಂದು. 'ಅರೆ ನಾನು ತಪ್ಪು ಮಾಡುತ್ತಿದ್ದೇನೆಂದು ಗೊತ್ತಾಗಲಿಲ್ಲ. ನನಗೆ ಜಕ್ಕು ಪದದ ಅರ್ಥ ನಿಜಕ್ಕೂ ಗೊತ್ತಿಲ್ಲ' ಎಂದೆ. 'ಜಕ್ಕು ಎಂದರೆ ಪಂಚರ್ ಆಗಿರೋದು ಅಂತ. ಆತ ನಿಮ್ಮ ಮಾತಿಂದ ಹರ್ಟ್ ಆಗಿದ್ದಾರೆ, ಆದರೆ ನಾನು ಹೇಗೋ ಮಾಡಿ ಒಪ್ಪಿಸಿದ್ದೇನೆ. ನೀನು ಕೇಳಿದಷ್ಟು ಹಣ ಕೊಡಲಿಕ್ಕಾಗಲ್ಲ, ಆದರೆ ಅನ್ಯಾಯ ಮಾಡಲ್ಲ ಎಂದಿರುವೆ. ಕನ್ವಿನ್ಸ್ ಆಗಿದ್ದಾರೆ' ಎಂದರು. ಇಂಥಾದ್ದೊಂದು ಎಪಿಸೋಡ್ ಆಗಬಹುದೆಂದು ನಾವು ಊಹೆ ಕೂಡಾ ಮಾಡಿರದ ಕಾರಣ ದಂಗಾಗಿಬಿಟ್ಟಿದ್ದೆವು. ಚಂಚಲಾ ನನ್ನನ್ನು ಸಮಾಧಾನ ಮಾಡಲಿಕ್ಕೆ ನೋಡಿದರೆ, ಪಂಚಾಕ್ಷರಿಗೆ ಇದರಿಂದ ಏನು ತೊಂದರೆ ಆಗುತ್ತದೋ ಎನ್ನುವ ಆತಂಕ. ಹಸೀನಮ್ಮ 'ಚಿಂತೆ ಮಾಡಬೇಡಿ. ಕಾಕಾನ ಬಡತನ, ಮಕ್ಕಳ ವಿದ್ಯಾಭ್ಯಾಸ. ಸತ್ತ ಹೆಂಡತಿಯ ಅನಾರೋಗ್ಯಕ್ಕಾಗಿ ಖರ್ಚು, ಮಾಡಿದ ಸಾಲ, ಎಲ್ಲದರ ಲೆಕ್ಕ ಹೇಳುತ್ತಾ ನಾಳೆ ಮತ್ತೆ ಬಂದೇ ಬರುತ್ತಾನೆ' ಎಂದಳು. ಅವಳ ಮಾತಿನಲ್ಲಿ ಸ್ವಲ್ಪ ನೋವೂ, ಇನ್ನಷ್ಟು ವಾಸ್ತವವೂ ಇತ್ತು. ನಮಗೆ ಮಾತ್ರ ನಡೆದ ಘಟನೆಯು ಅಯೋಮಯವನ್ನುಂಟು ಮಾಡಿತ್ತು.

ಕರೆದ ಕೈಯ ಕಾಣಿಕೆ

ಯಾವಾಗಲೂ ಅಲ್ಲದಿದ್ದರೂ ಕೆಲವೊಮ್ಮೆ ಶೂಟಿಂಗ್ ಮಾಡುವಾಗ ಜನರನ್ನು ವಿಶ್ವಾಸಕ್ಕೆ ತೆಗೆದುಕೊಳ್ಳುವುದು ಬಹುಮುಖ್ಯ. ತ್ರಿವಳಿ ತಲ್ಲಾಖಿನ ಕಥೆಯನ್ನು ಹೇಳುವಾಗ ('ಒಂದು ತುಂಡುಗೋಡೆ'ಯ ಕಥೆ ಎಂದು ಯಾರಿಗೂ ಹೇಳದೆ ಗೌಪ್ಯತೆಯನ್ನು ಕಾಪಾಡುವುದೂ ಕೂಡಾ ನಮ್ಮ ಮನಸ್ಸಿನಲ್ಲಿತ್ತು) ಅದೂ ಅವರದೇ ಜಾಗದಲ್ಲಿ ಶೂಟ್ ಮಾಡುವಾಗ ಅಲ್ಲಿಯ ಮುಖಂಡರನ್ನು ಸಂಪರ್ಕಿಸಿ ವಿಷಯವನ್ನು ಹೇಳುವುದು ನಾವು ಸುರಕ್ಷಿತವಾಗಿರುವುದಕ್ಕೆ ದಾರಿ ಎನ್ನುವುದನ್ನು ಎಲ್ಲರೂ

ನಂಬಿದ್ದರಿಂದ ಯು.ಟಿ.ಖಾದರ್ ಮೊದಲುಗೊಂಡು ಅನೇಕ ಮುಖಂಡರನ್ನು ಸಂಪರ್ಕಿಸಿ ಮಾತನಾಡಿದ್ದರು ಪಂಚಾಕ್ಷರಿ. ಆದರೆ ಲೋಕಲ್ ರಾಜಕೀಯ ಸ್ವರೂಪಗಳೇ ಬೇರೆ ಇರುತ್ತದೆ. ಧರ್ಮ ಇದರ ಜೊತೆ ಸೇರುವುದರಿಂದ ತುಂಬಾ ಸೂಕ್ಷ್ಮವಾದ ಸಂಗತಿ ಇದಾಗುತ್ತದೆ. ಆದ್ದರಿಂದ ಉಲ್ಲಾಳದ ದರ್ಗಾಕ್ಕೆ ಹೋಗಿ ಬರುವ ಯೋಚನೆಯಲ್ಲಿದ್ದೆವು. ಆರಂಭದಲ್ಲೇ ಆರ್ಟ್ ಡೈರೆಕ್ಟರ್ ಅನಿವಾರ್ಯ ಕಾರಣಗಳಿಂದ ಬಿಟ್ಟುಹೋಗಿದ್ದರಿಂದ ಆ ಜವಾಬ್ದಾರಿಯನ್ನು ನಾನೇ ತೆಗೆದುಕೊಂಡಿದ್ದೆ. ನನ್ನ ಜೊತೆ ಚಂಚಲಾ ಇದ್ದುದ್ದರಿಂದ ಮತ್ತು ಆಕೆಗೆ ಕೆಲಸ ಗೊತ್ತಿದ್ದರಿಂದ ತಾನೂ ಸಹಾಯ ಮಾಡುವುದಾಗಿ ಭರವಸೆ ಕೊಟ್ಟಿದ್ದರು. ಆ ಧೈರ್ಯದಿಂದ ನಾನೂ ಒಂದು ಹೆಜ್ಜೆ ಮುಂದೆ ಇಟ್ಟಿದ್ದೆ. ನನ್ನ ಜೊತೆ ಪುಟ್ಟಣ್ಣ ಮತ್ತು ಪುನೀತ ಇಬ್ಬರೂ ಕೆಲಸ ಮಾಡುತ್ತಿದ್ದರು. ಇಬ್ಬರಿಗೂ ಅಂಥಾ ದೊಡ್ಡ ಅನುಭವ ಇರಲಿಲ್ಲ. ಆದರೆ ಮಾಡಬೇಕು ಎನ್ನುವ ಹುಮ್ಮಸ್ಸು ಮಾತ್ರ ಇತ್ತು. ನನಗೆ ದಿನನಿತ್ಯ ನೋಡಿ ಗೊತ್ತಿತ್ತು. ನಮ್ಮ ಮೂರು ಜನರ ಟೀಂ ಆರ್ಟ್ ಡಿಪಾರ್ಟ್‌ಮೆಂಟಿನ ಆಗುಹೋಗುಗಳನ್ನು ನೋಡುಕೊಳ್ಳುವುದಾಗಿತ್ತು. ಸುಭಾಷಿಣಿ ಎಂಬುವರು ಗಿರೀಶ್ ಕಾಸರವಳ್ಳಿ ಸರ್ ಜೊತೆಗೆ ಎಸ್ ಎಲ್ ಭೈರಪ್ಪನವರ ಕಾದಂಬರಿ 'ನಾಯಿ ನೆರಳು'ನಲ್ಲಿ ನನ್ನ ಜೊತೆ ಕೆಲಸ ಮಾಡಿದ್ದರು. ಆ ಸಿನೆಮಾಗೆ ಆಕೆ ಕಾಸ್ಟ್ಯೂಮ್ ಡಿಸೈನ್, ಸಹಾಯಕ ನಿರ್ದೇಶಕಿ ಹೀಗೆ ಏನೇನೋ ಕೆಲಸಗಳನ್ನು ಮಾಡಿದ್ದರು. ಆಕೆ ಶೂಟಿಂಗ್‌ಗೆ ಬರುವುದು ಆಗದೇ ಇದ್ದಿದ್ದರಿಂದ, ಅವರ ಟೀಂ ಅನ್ನು ನಮ್ಮೊಟ್ಟಿಗೆ ಕಳಿಸುವುದಾಗಿ ಹೇಳಿದ್ದರು. ಎಲ್ಲಕ್ಕೂ ಮುಂಚೆ ನಮ್ಮ ಕೆಲಸ ಇದ್ದಿತ್ತಾದ್ದರಿಂದ ನಾವು ಹೋಗಿದ್ದೆವು. ಎರಡು ದಿನಗಳ ನಂತರ ಮಿಕ್ಕವರೆಲ್ಲಾ ಬಂದರು.

ಜಕ್ಕು ಮಹಮದರ ಮನೆಯ ಮುಂದಕ್ಕೆ ಅಡುಗೆ ಮನೆಯ ಹಾಗೆ ಒಂದು ತೆಂಗಿನ ಸೋಗೆಯ ಗುಡಿಸಲನ್ನು ಹಾಕುವ ಕೆಲಸವನ್ನು ನಾನು ಮತ್ತು ನನ್ನ ಸ್ನೇಹಿತರು ಸೇರಿ ಪ್ಲಾನ್ ಮಾಡುತ್ತಿದ್ದೆವು. ಆದರೂ ನಮ್ಮನ್ನು ಕಾಡುತ್ತಿದ್ದ ಪ್ರಶ್ನೆ ಎಂದರೆ ಸೋಗೆಯ ಮಾಡಿನ ಮನೆ ಬಿದ್ದರೇನು ಹಿಂದಿನ ಮನೆ ಇದ್ದೇ ಇರುತ್ತದಲ್ಲ ಪಾತುಮ್ಮಳ ಜೀವನಕ್ಕೆ ಕಷ್ಟವೇನು? ಎನ್ನುವುದೇ ಆಗಿತ್ತು. ಆದರೂ ದೃಶ್ಯವಾಗಿ ಬೀಳುವುದನ್ನು ತೋರಿಸಲಿಕ್ಕೆ ಆ ಮನೆಯನ್ನು ಬೀಳಿಸಲಿಕ್ಕಾಗದ ಕಾರಣ ಇಂಥಾದ್ದೊಂದು ತಂತ್ರವನ್ನು ಮಾಡಿಕೊಂಡಿದ್ದೆವು.

ಹಸೀನಮ್ಮನ ಬಳಿ ಇದ್ದ ಕೀಯಿಂದ ಮನೆಯ ಬೀಗವನ್ನು ತೆಗೆದು ಒಳಗೆ ತುಂಬಿದ್ದ ಮರಳನ್ನು ತೆಗೆದು ನೀಟ್ ಮಾಡುವ ಕೆಲಸವನ್ನು ಮುಗಿಸಿಯಾಗಿತ್ತು. ನಮ್ಮ ಹತ್ತಿರ ಇದ್ದ ಸಲಕರಣೆಗಳಿಂದ ಎಲ್ಲವನ್ನೂ ಮಾಡಲಿಕ್ಕಾಗುತ್ತೆ ಎಂದು ಅನ್ನಿಸದ ಕಾರಣ ಇಂಥಾ ಕೆಲಸಗಳಿಗೆ ಎತ್ತಿದ ಕೈ ಎಂದು ಹಸೀನಮ್ಮ ರೆಕಮೆಂಡ್ ಮಾಡಿದ್ದರಿಂದ ಸಲಾಂ ಸಾಬ್‌ನನ್ನು ಹುಡುಕಿಹೋದೆವು. ಸಲಾಂ ಸಾಬ್ ಮಧ್ಯಮಾಕೃತಿಯ ಇಪ್ಪತ್ತೆಂಟು-ಮೂವತ್ತರ ಹುಡುಗ. ಗೋಧಿ ಮೈಬಣ್ಣ. ಚುರುಕು

ಎಂದರೆ ಅವನ ಕೈಗಳ ಕೆಲಸಕ್ಕೆ ನಮ್ಮ ಕಣ್ಣುಗಳು ಸೋಲುತ್ತಿದ್ದವು. ತುಂಬಾ ಮಾತಾಡದ, ಆದರೆ ಆಪ್ತವಾಗುವ ನಗುವಿನ ಸಲಾಂ ಸಾಬ್‌ಗೆ ಎಲ್ಲ ವಿವರಿಸಿ 'ಹೀಗೆ ಬರಬೇಕು... ಇಷ್ಟು ಆಳದ ಗುಂಡಿ ಹೊಡೆಯಿರಿ' ಎಂದೆಲ್ಲಾ ಹೇಳುವಾಗ, ಚಂದ್ರಹಾಸ್ ಹಾಗೂ ಪಂಚಾಕ್ಷರಿ ಬಂದರು. ಗುಡಿಸಿಲಿಗಾಗಿ ಸೋಗೆಯನ್ನು ಹೊಂಚುವ ಗಡಿಬಿಡಿಯಲ್ಲಿ ನಾನಿದ್ದೆ. ಸಲಾಂಸಾಬ್ ಕೆಲಸಕ್ಕಾಗಿ ಐದು ಸಾವಿರ ಹಣವನ್ನು ಕೇಳಿದ್ದ. ಹಣದ ವಿಷಯದಲ್ಲಿ ನನಗೆ ಯಾವ ಸ್ವಾತಂತ್ರ್ಯವೂ ಇಲ್ಲದ ಕಾರಣ ಪಂಚಾಕ್ಷರಿಗೆ ಮಾತಾಡುವಂತೆ ಹೇಳಿದೆ. ಅದಕ್ಕವರು 'ಮೊದಲು ನಾವು ಉಲ್ಲಾಳ ದರ್ಗಾಕ್ಕೆ ಹೋಗಿ ಬರೋಣ' ಎಂದರು. ಬಾವಿಕಟ್ಟೆಗೆ ಒರಗಿ ನಿಂತು 'ನಾನು ಬರಬೇಕಾ? ಇಲ್ಲಿ ಕೆಲಸ ಮಾಡಿಸುತ್ತಿದ್ದೆ' ಎಂದೆ. 'ಬನ್ನಿ ಅಲ್ಲಿ ಕಥೆಯ ಬಗ್ಗೆ ಏನಾದರೂ ಕೇಳಿದರೆ ಹೇಳಲಿಕ್ಕೆ ಬೇಕಲ್ಲ?' ಎಂದರು ಪಂಚಾಕ್ಷರಿ. 'ಎಲ್ಲೆಲ್ಲಿಂದಲೋ ಜನ ದರ್ಗ ನೋಡಲಿಕ್ಕೆ ಬರ್ತಾರೆ ಅಂಥಾದ್ದರಲ್ಲಿ ಅವಕಾಶ ಸಿಕ್ಕಿದೆ ಬರಬಾರದೇ' ಎಂದರು. ಚಂಚಲಾಗೆ ಮನೆಯಲ್ಲಿ ಕೆಲಸ ಇದ್ದಿದ್ದರಿಂದ ಅಂದು ಅವರು ನಮ್ಮೊಟ್ಟಿಗೆ ಇರಲಿಲ್ಲ.

ಇಷ್ಟೆಲ್ಲಾ ಮಾತು–ಕತೆ ನಡೆಯುವಾಗ ಬಾವಿಯ ಎದುರಿದ್ದ ಕಿಟಕಿಯ ಪರದೆ ಸರಿಯಿತು. ಅತ್ಯಂತ ಸುಂದರವಾಗಿದ್ದ ಐವತ್ತರ ಆಸುಪಾಸಿನ ಹೆಣ್ಣುಮಗಳೊಬ್ಬಳು ಕಾಣಿಸಿಕೊಂಡರು. ಅವರನ್ನು ನೋಡಿ ನಾನು ಅವಾಕ್ಕಾದೆ. ಥೇಟ್ ವಯಸ್ಸಾದ ಮಧುಬಾಲಾಳ ಹಾಗಿದ್ದ ಆಕೆ, ನನ್ನನ್ನು 'ಬಾ' ಎಂದು ಕರೆದರು. ನಾನು ಕಿಟಕಿಯ ಬಳಿಗೆ ಹೋದೆ. ಕಿವಿಯಲ್ಲಿ ಅಲೀಖತ್ತು, ಕತ್ತಿಗೆ ಆತುಕೊಂಡಂತಿದ್ದ ಕರಿ ಮಣಿಯ ಸರ, ತಲೆಗೆ ಕಟ್ಟಿದ್ದ ಬಟ್ಟೆ. ಕಿಟಕಿಯಿಂದಲೇ ನನ್ನ ಕೈಗೆ ಐವತ್ತು ರೂಪಾಯಿಗಳನ್ನು ಕೊಟ್ಟು, 'ಇದನ್ನು ದರ್ಗಾಕ್ಕೆ ಹಾಕಿಬಿಡಿ' ಎಂದಿದ್ದರು. ನನಗೆ ಅಚ್ಚರಿಯಾಯಿತು, ಇಲ್ಲೆ ಇದ್ದವರು ದರ್ಗಾಗೆ ತಾವು ಹೋಗಿ ಬಂದರೆ ಆಗುವುದಿಲ್ಲವಾ? ಅಥವಾ ಹೋದಾಗ ಹಾಕಿದ್ದರೆ ಆಗುತ್ತಿರಲಿಲ್ಲವಾ? ಎಂದೆಲ್ಲಾ ಕೇಳಿಕೊಳ್ಳುವಾಗಲೇ, 'ದರ್ಗಾಗೆ ಯಾರಾದರೂ ಹೋಗುತ್ತಾರೆ ಎಂದು ಗೊತ್ತಾದರೆ ಅವರ ಕೈಲಿ ದುವಾ ಮಾಡಿ ಕಳಿಸುವುದು ನಮ್ಮ ಪದ್ಧತಿ' ಎಂದರು ಆಕೆ. ನಾನು ಹಣವನ್ನು ತೆಗೆದುಕೊಳ್ಳುತ್ತಾ 'ಯಾರ ಹೆಸರಲ್ಲಿ ಇದನ್ನು ಹಾಕಬೇಕು' ಎಂದೆ. 'ಪಚ್ಚಿಲ ಮಹಮದ್, ಅವರು ನನ್ನ ಸಾಬ್. ಅವರ ಹೆಸರಲ್ಲಿ ಹಾಕಿಬಿಡಿ, ಹಾಕುತ್ತೀರಲ್ಲಾ?' ಎಂದು ಕೇಳಿದಾಗ ನಾನು 'ಹುಂ' ಎಂದು ತಲೆ ಹಾಕಿದ್ದೆ. ಗಂಡನ ಹೆಸರನ್ನು ಹೇಳುವಾಗ ಆಕೆಯ ಕಣ್ಣುಗಳಲ್ಲಿ ಎಂಥದ್ದೋ ಹೆಮ್ಮೆ. ಸುಂದರವಾದ ಮುಖ ತುಸುವೇ ಕೆಂಪಾಗಿ ಇನ್ನಷ್ಟು ಚೆನ್ನಾಗಿ ಕಂಡಿದ್ದರು.

ಎಂಥದ್ದು ಇದು ಪಚ್ಚಿಲ? ನನಗೆ ತಲೆ ಕೆಟ್ಟಿತ್ತು. ಜಕ್ಕು ಮಹಮದನ ಘಟನೆ ಇನ್ನೂ ನೆನಪಿಂದ ಮಾಸಿರಲಿಲ್ಲ. ಆದರೆ ಆತನ ಹೆಂಡತಿಯೇ ಆ ಪದವನ್ನು ಬಳಕೆ ಮಾಡಿದ್ದರಿಂದ, ಅದು ತಪ್ಪರ್ಥದ ಪದ ಅಲ್ಲವೇನೋ ಎಂದುಕೊಂಡೆ.

‘ನಿಮ್ಮ ಹೆಸರು?’ ಎಂದ ನನಗೆ, ಸ್ಕ್ರೀನನ್ನು ಮುಚ್ಚುತ್ತಾ ‘ಅಲೀಮಮ್ಮ’ ಎಂದಿದ್ದರು. ದರ್ಗಾಗೆ ಹಾಕಬೇಕಿದ್ದ ಹಣ ನನ್ನ ಕೈಲಿತ್ತು. ಚಂದ್ರಹಾಸರು ಅದನ್ನು ನೋಡಿ, ‘ದರ್ಗಾದ ಮಹಾತ್ಮೆ ಇದೇ ನೋಡಿ. ನಿಮ್ಮ ಕೈಗೆ ಮುಡಿಪಿನ ಹಣ ಬಂದು ಈಗ ದರ್ಗಾಗೆ ನೀವು ಬರುವುದು ಅನಿವಾರ್ಯವಾಯ್ತು’ ಎಂದು ನಕ್ಕರು. ಕೆಲಸದ ತಯಾರಿಯಲ್ಲಿದ್ದ ಸಲಾಂಸಾಬ್‌ನನ್ನು ‘ಪಚ್ಚಿಲ ಅಡ್ಡ ಹೆಸರಲ್ಲ ತಾನೆ?’ ಎಂದು ಕೇಳಿದೆ. ಅವನು ‘ನೀವು ದರ್ಗಾಕ್ಕೆ ಹೋಗಿ ಬನ್ನಿ ಮತ್ತೆ ಹೇಳುವಾ. ನಾನು ಕೇಳಿದ ಹಣವನ್ನು ಮಾತ್ರ ನನಗೆ ಕೊಡಿಸಿಕೊಡಿ’ ಎಂದ.

ಉಲ್ಲಾಳ ದರ್ಗಾದ ಆವರಣ ಪ್ರವೇಶ ಮಾಡುವಾಗಲೇ ದೈವೀಕವಾದ ಯಾವುದೋ ಶಕ್ತಿ ಅಲ್ಲಿ ತುಂಬಿದೆ ಎನ್ನಿಸಿಬಿಟ್ಟಿತ್ತು. ದರ್ಗಾದಲ್ಲಿ ಮಸೀದಿ ಕೂಡಾ ಇದೆ. ನಾವು ಹೋಗುವ ಹೊತ್ತಿಗೆ ಮಧ್ಯಾಹ್ನದ ನಮಾಜ್‌ನ ಹೊತ್ತಾದ್ದರಿಂದ ಅದಕ್ಕಾಗಿ ತಯಾರಿ ನಡೀತಾ ಇತ್ತು. ನಾವು ಭೇಟಿಯಾಗಬೇಕಿದ್ದಿದ್ದು ಅಬ್ದುಲ್ ರಶೀದ್ ಎನ್ನುವ ಜಮಾತ್‌ನ ಮುಖ್ಯಸ್ಥರನ್ನು. ತೆಳು ನೀಳಕಾಯದ ಸಾಧಾರಣ ಬಣ್ಣದ ಅವರು, ತಮ್ಮ ಕೈಕಾಲುಗಳನ್ನು ಆವರಣದಲ್ಲೇ ಇದ್ದ ನಲ್ಲಿಯಲ್ಲಿ ತೊಳೆದು ಪವಿತ್ರವಾದ ಪ್ರಾರ್ಥನೆಯ ಹೊತ್ತಿಗಾಗಿ ತಮ್ಮನ್ನು ಅಣಿ ಮಾಡಿಕೊಳ್ಳುತ್ತಿದ್ದರು. ನಮ್ಮನ್ನು ನೋಡಿ ‘ಬೆಳಗ್ಗೆಯಿಂದ ನಿಮಗಾಗಿ ಕಾಯುತ್ತಿದ್ದೆ... ನಮಾಜ್ ಮುಗಿಸಿ ಬರುತ್ತೇನೆ. ದರ್ಗಾವನ್ನು ಒಂದು ಸುತ್ತು ನೋಡಿ ಬನ್ನಿ’ ಎಂದರು. ಅನಿವಾರ್ಯವಾಗಿ ನಾವು ಕಾಯಲೇಬೇಕಾಯಿತು.

ಸೈಯದ್ ಮದನಿ ಎನ್ನುವ ಸಂತ ಧರ್ಮ ಪ್ರಚಾರಕ್ಕಾಗಿ ಅರಬ್ ದೇಶದಿಂದ, ಹಿಂದೂ ಮಹಾಸಾಗರದ ಮೇಲೆ ಬಟ್ಟೆಯೊಂದನ್ನು ಹಾಕಿ ಅದರ ಮೇಲೆ ಕುಳಿತು ಸಾವಿರಾರು ಮೈಲಿ ಕ್ರಮಿಸಿ ಭಾರತವನ್ನು ತಲುಪಿದ್ದರಂತೆ. ಆತನ ಈ ಪವಾಡದಿಂದ ಇಲ್ಲಿಯ ಜನ ರೋಮಾಂಚಿತರಾಗಿ ಅವರನ್ನು ಆರಾಧಿಸಲು ಆರಂಭಿಸುತ್ತಾರೆ. ಆತನ ಬಳಿ ಬಂದು ತನ್ನ ಕಷ್ಟಗಳಿಗೆ ಪರಿಹಾರವನ್ನು ಕೇಳುತ್ತಾರೆ, ದೈವಾಂಶ ಸಂಭೂತರಾದ ಮದನಿಯವರು ಸರ್ವಧರ್ಮದವರಿಗೂ ಸಮಾನವಾಗಿ ಉಪದೇಶವನ್ನು ಮಾಡುತ್ತಾ ಜನರ ಕಷ್ಟವನ್ನು ಕಳೆಯುತ್ತಿರುತ್ತಾರೆ. ಉರುಸ್‌ನ ಸಮಯದಲ್ಲಿ ಎಲ್ಲಾ ಕಡೆ ಕೆರೆ, ಬಾವಿಗಳು ಬತ್ತಿ, ನೀರಿಗಾಗಿ ಹಾಹಾಕಾರ ಎದ್ದಾಗ ತಮ್ಮ ಪವಾಡದಿಂದ ಬಾವಿಯಲ್ಲಿ ನೀರು ಚಿಮ್ಮಿಸಿದ ಕತೆ ಜನಜನಿತ. ಅಂಥಾ ಸಂತನ ದಿವ್ಯಸನ್ನಿಧಿಯಲ್ಲಿ ನಾವೆಲ್ಲ ನಿಂತಿದ್ದೆವು. ಜನ ತುಂಬಿ ತುಳುಕುತ್ತಿದ್ದರು. ಕೆಲ ಹೆಂಗಳೆಯರು ತಮ್ಮ ಮಕ್ಕಳ ಸಮೇತ ಬಂದು ಸೈಯದ್ ಮದನಿಯವರ ಸಮಾಧಿಯ ಎದುರು, ಹೊರಗೇ ನಿಂತು ಏನನ್ನೋ ಬೇಡಿಕೊಳ್ಳುತ್ತಿದ್ದರು. ಹೊಸದಾಗಿ ಮದುವೆಯಾದ ಜೋಡಿ, ವಯಸ್ಸಾದವರು ಹೀಗೆ ಗುಂಪುಗುಂಪಾಗಿ ದರ್ಶನ ಪಡೆಯುತ್ತಿದ್ದರು. ಮೌಲ್ವಿಗಳು ನವಿಲುಗರಿಯಿಂದ ಬಂದ ಭಕ್ತಾದಿಗಳಿಗೆ ತಲೆಯ ಮೇಲೆ ಸಣ್ಣದಾಗಿ ಹೊಡೆಯುತ್ತಿದ್ದರು. ಪಕ್ಕದಲ್ಲಿ ಸಾಂಬ್ರಾಣಿಯ ವಾಸನೆ

ಭಕ್ತಿಯ ಆವರಣವನ್ನು ನಿರ್ಮಿಸುವಲ್ಲಿ ಸಹಕಾರಿಯಾಗಿತ್ತು. ಗಂಡಸರು ಮಾತ್ರ ಸಮಾಧಿಯ ಸ್ಥಳಕ್ಕೆ ಹೋಗಬಹುದಿತ್ತು. ಎಲ್ಲ ಧರ್ಮಗಳಲ್ಲಿ ಹೆಣ್ಣುಮಕ್ಕಳಿಗೆ ಯಾಕೆ ಈ ನಿಷೇಧ ಎಂದು ಅರ್ಥವಾಗದೆ ಹೋಯಿತು. ಚಂಚಲಾ ಇದ್ದಿದ್ದರೆ ಇದರ ಬಗ್ಗೆ ಮಾತಾಡಿಕೊಳ್ಳಬಹುದಿತ್ತು ಎಂದುಕೊಂಡೆ. ಚಂದ್ರಹಾಸರು ಮತ್ತು ಪಂಚಾಕ್ಷರಿ ಒಳಗೆ ಹೋಗಿದ್ದರಿಂದ ನಾನೊಬ್ಬಳೇ ಹೊರಗೆ ನಿಂತೆ.

ನಮಾಜು ಮುಗಿಸಿಕೊಂಡು ಅಬ್ದುಲ್ ರಶೀದರು ನಮ್ಮ ಜೊತೆಗೂಡಿದರು. ನಮ್ಮ ಪರಿಚಯವನ್ನು ಚಂದ್ರಹಾಸರು ಅವರಿಗೆ ಮಾಡಿಕೊಟ್ಟರು. ತುಂಬು ಸೌಜನ್ಯದಿಂದ ನಮ್ಮೊಂದಿಗೆ ಮಾತಾಡಿದ ಅಬ್ದುಲ್ ರಶೀದರು ನಮ್ಮನ್ನು ಆಫೀಸಿಗೆ ಕರೆದೊಯ್ದರು. ಗ್ರಾಮ ಪಂಚಾಯಿತಿಯ ಮಾಜಿ ಅಧ್ಯಕ್ಷರಾಗಿದ್ದ ಅವರಿಗೆ ಜನಬಳಕೆ ತುಂಬಾ ಇತ್ತು ಎನ್ನುವುದನ್ನು ಅವರ ನಡೆಯೇ ತೋರಿಸುತ್ತಿತ್ತು. ಆಫೀಸಿನ ಒಳಗೆ ಕಾಲಿಡುತ್ತಿದ್ದಂತೆ ಅತ್ತರಿನ ವಾಸನೆ ಮೂಗಿಗೆ ಬಡಿದು ತೇಲುವಂತಾಗುತ್ತಿತ್ತು. ಆರೇಳು ಜನ ಜಮಾತಿನ ಸದಸ್ಯರು ಇದ್ದರು. ವಯಸ್ಸಾದ, ತುಂಬಾ ಗಂಭೀರವಾಗಿದ್ದ ಜಮಾತಿನ ಮುಖ್ಯಸ್ಥರು ನಮ್ಮನ್ನು ಆಪ್ತವಾಗಿ ಬರಮಾಡಿಕೊಂಡರು. 'ನಮ್ಮ ಧರ್ಮದ ಬಗ್ಗೆ ನಿಮಗೇನು ಗೊತ್ತು ಎಂದು ಯಾರಾದರೂ ಕೇಳಿಬಿಟ್ಟರೆ? ನಾನೂ ಅಲ್ಪ ಸ್ವಲ್ಪ ಕುರಾನ್ ಓದಿರುವ ವಿಷಯ ಪ್ರಸ್ತಾಪ ಮಾಡಿದರಾಯಿತು' ಎಂದು ನೆನಪು ಮಾಡಿಕೊಳ್ಳಲು ಯತ್ನಿಸಿದೆ. ನಮ್ಮ ಉದ್ದೇಶ ಹೇಳಿದ ಮೇಲೆ, 'ನಮ್ಮ ಸಮಾಜವನ್ನು ಎಜ್ಯುಕೇಟ್ ಮಾಡಲಿಕ್ಕೆ ನಾವೂ ಪ್ರಯತ್ನ ಪಡ್ತಾ ಇದೀವಿ' ಎನ್ನುತ್ತಾ ಮಾತು ಸಮಾಜ, ಜನ, ನಂಬಿಕೆ, ವಿಶ್ವಾಸ... ಹೀಗೆಲ್ಲೆಲ್ಲೋ ಹರಿದಾಡಿತು. ಕಡೆಗೆ ನಾವು ಬಂದ ಕೆಲಸದ ಫಲಶ್ರುತಿ 'ಮಾಡಿ' ಎನ್ನುವ ಅಭಯದಾನ ಸಿಕ್ಕಿತು. ಅಲ್ಲಿದ್ದವರೆಲ್ಲಾ ಉನ್ನತ ವಿದ್ಯಾಭ್ಯಾಸ ಪಡೆದವರೇನಲ್ಲದಿದ್ದರೂ ಅವರ ಮಾತುಗಳಲ್ಲಿ ಇಂಗ್ಲಿಷ್ ಸಲೀಸಾಗಿ ನುಸುಳಿಬರುತ್ತಿತ್ತು. ಸದ್ಯದ ವಿದ್ಯಮಾನಗಳನ್ನು ರಾಜಕೀಯ ಪರಿಸ್ಥಿತಿಗಳನ್ನು ಅವರು ಬಲ್ಲವರಾಗಿದ್ದರು. ನಾವು ಹೊರಡುವ ವೇಳೆಯಲ್ಲಿ ನಮಗೆಲ್ಲರಿಗೂ ಹಸಿ ಖರ್ಜೂರ, ದ್ರಾಕ್ಷಿ, ಗೋಡಂಬಿ, ಕಲ್ಲುಸಕ್ಕರೆಗಳಿದ್ದ ಬಾಕ್ಸ್ ಕೊಟ್ಟರು. ಹೊರಡುವ ವೇಳೆಯಲ್ಲಿ ನನಗೆ ಅಲೀಮಮ್ಮ ಕೊಟ್ಟಿದ್ದ ಐವತ್ತು ರೂಗಳ ನೋಟು ನೆನಪಾಯಿತು. 'ಕಾಣಿಕೆಯನ್ನು ಎಲ್ಲಿ ಹಾಕಬೇಕು' ಎಂದು ಅಬ್ದುಲ್ ರಶೀದರನ್ನು ಕೇಳಿದೆ. 'ನೀವು ಹರಕೆ ಒಪ್ಪಿಸುತ್ತಿದ್ದೀರಾ?' ಎಂದರು. 'ಇಲ್ಲ ಸಾರ್' ಎಂದು ಅಲೀಮಮ್ಮನ ವಿಷಯ ಹೇಳಿ, 'ಅವರ ಗಂಡನ ಹೆಸರಲ್ಲಿ ಒಪ್ಪಿಸಬೇಕು' ಎಂದೆ. ಅವರು ತೋರಿದ ಕಡೆ ಅದನ್ನು ಹಾಕಿ ಬಂದೆ. ಹಣದ ವಿಷಯ ನೆನಪಾಗದೇ ಇದ್ದಿದ್ದರೆ ನನ್ನ ತಲೆಯ ಮೇಲೆ ದೊಡ್ಡ ಭಾರವೇ ಉಳಿದುಬಿಡುತ್ತಿತ್ತು.

ಬ್ರಿಟೀಷ್ ಮಹಮದ

ಎಲ್ಲವೂ ಸಲೀಸಾಗಿ ಹೋಗುತ್ತಿರುವುದಕ್ಕೆ ಕಾರಣ ಚಂದ್ರಹಾಸರ ಅಪಾರವಾದ ನೆರವು ಎನ್ನುವುದನ್ನು ಮರೆಯುವಂತೆಯೇ ಇರಲಿಲ್ಲ. ಅವರ ಸಹಾಯ ಇಲ್ಲದಿದ್ದರೆ ನಾವು ಆ ಜಾಗಗಳಿಗೆ ಹೋಗುವುದಾಗಲೀ, ಆ ಜನರನ್ನು ಮಾತಾಡಿಸುವುದಾಗಲೀ ಸಾಧ್ಯವೇ ಇರಲಿಲ್ಲ. ಯಾಕೆಂದರೆ ನಮ್ಮ ನಮ್ಮ ಮನಸ್ಸುಗಳ ನಡುವೆ ಅಂಥಾದ್ದೊಂದು ದೊಡ್ಡ ಬಿರುಕು. ಇಷ್ಟು ವರ್ಷಗಳಿಂದ ಒಟ್ಟಿಗೆ ಬದುಕುತ್ತಿರುವವ ಮನಸ್ಸಿನಲ್ಲಿ ಒಬ್ಬರ

ಬಗ್ಗೆ ಇನ್ನೊಬ್ಬರಿಗೆ ಅಪನಂಬಿಕೆ. ಕೋಮುಗಳ ವಿಷಯದಲ್ಲಿ ಎರಡು ಪಂಗಡಗಳಲ್ಲಿ ಕಟ್ಟರ್‌ಗಳು ಇದ್ದಾರೆ. ಸಣ್ಣ ವಿಷಯಗಳನ್ನೂ ದೊಡ್ಡದಾಗಿ ಮಾಡುವುದು, ಯಾರೋ ಒಬ್ಬರು ಮಾಡಿದ ತಪ್ಪಿಗೆ ಇಡೀ ಸಮುದಾಯವನ್ನೇ ದೂಷಿಸುವುದು ನಡೆಯುತ್ತಲೇ ಇದೆ.

ನಾವು ಭೇಟಿ ಮಾಡಬೇಕಾದ ಮತ್ತೊಬ್ಬ ವ್ಯಕ್ತಿಯನ್ನು ಕುರಿತಾದ ಕುತೂಹಲ ನಮ್ಮಲ್ಲಿ ಇದ್ದೇ ಇತ್ತು. ಆತನನ್ನು ನಾವು ಭೇಟಿಯಾಗಿದ್ದು ಒಂದೇ ಸಲ. ಆತ ಕೊಟ್ಟ ಭರವಸೆ ಇಡೀ ಚಿತ್ರೀಕರಣದ ವೇಳೆಯಲ್ಲಿ ತಾನೇ ನಿಲ್ಲುತ್ತೇನೆ ಎನ್ನುವ ಹಾಗಿತ್ತು. ಆತನ ಹೆಸರೂ ಮಹಮದ. ಸುತ್ತ ಜನ ಈತನನ್ನು ಬ್ರಿಟೀಷ್ ಮಹಮದ ಎಂದು ಕರೆಯುತ್ತಾರೆ. ನನಗೆ ಅಚ್ಚರಿಯಾಯಿತು ಇದ್ಯಾವ ಮಹಮದ್ ಇಂಗ್ಲಿಷಿನವ? ಎಂದು. ನನ್ನ ಅಚ್ಚರಿಯನ್ನೂ ಮೀರಿ ಯಾವ ಕುತೂಹಲವೂ ಇಲ್ಲದೆ, 'ಮನೆಯ ಹೊರಗೆ ಆತನ ಚಪ್ಪಲಿ ಇತ್ತು ಅಂದ್ರೆ ಅವ ಮನೆಯಲ್ಲೇ ಇದ್ದ ಎಂದು ಎಣಿಸಿ' ಎಂದಿದ್ದರು ಚಂದ್ರಹಾಸರ ಪರಿಚಯಸ್ಥರು. 'ಯಾರ ಮನೆಯ ಮುಂದೆ ಚಪ್ಪಲಿ ಇದೆಯೋ ಅದೆಲ್ಲಾ ಬ್ರಿಟೀಷ್ ಮಹಮದನ ಮನೆಯೆಂದೇ ಭಾವಿಸಬೇಕು' ಎಂದು ನಾನೂ ಚಂಚಲಾ ಮಾತಾಡಿಕೊಂಡೆವು. ಹಾಗೇ ಮಾತು ಮುಂದುವರೆಯುತ್ತಲೇ ಇತ್ತು. ಬಿಗಿಹಿಡಿದ ನಮ್ಮ ನಗುವಿನ ಮಧ್ಯೆಯೇ 'ಕಡಲ ಕೊರೆತಕ್ಕೆ ಸಿಕ್ಕು ಹಾನಿಯಾದ ಮನೆಗಳಿಗೆ ಆಸ್ತಿ ಪಾಸ್ತಿಗಳಿಗೆಲ್ಲಾ ಈತನೇ ಪರಿಹಾರ ಕೊಡಿಸುವವ' ಎನ್ನುವುದೂ ನಮ್ಮ ಕಿವಿಗೆ ಮುಟ್ಟಿತ್ತು. ನಾವ್ಯಾಕೋ ಕಷ್ಟ ಪಡುತ್ತಿದ್ದೇವೆ ಎಂದು ಭಾವಿಸಿದ ಚಂದ್ರಹಾಸರು 'ಏನಾಯ್ತು?' ಎಂದರು. ಅದಕ್ಕೆ ನಾನು 'ಇನ್ನೂ ಎಷ್ಟು ಜನ ಮಹಮದರನ್ನು ನಾವು ಭೇಟಿಯಾಗಬೇಕೋ ತಿಳಿಯದು. ಆದರೆ ಇನ್ನು ಭೇಟಿಯಾಗಲಿಕ್ಕೆ ಬಾಕಿ ಇರುವುದು ಮಹಮದ್ ಪೈಗಂಬರ್ ಅವರನ್ನು ಮಾತ್ರ. ಅವರನ್ನೂ ತೋರಿಸಿಬಿಡಿ' ಎಂದು ನಾನು ತಮಾಷೆ ಮಾಡಿದ್ದೆ. ನಗುವುದೇ ಅಪರೂಪವಾಗಿದ್ದ ಪಂಚಾಕ್ಷರಿ ನಕ್ಕಿದ್ದರು. ಆತನ ಉದಾತ್ತತೆಯ ಬಗ್ಗೆ ನಮ್ಮ ಮನಸ್ಸಿನಲ್ಲಿ ಆಗಲೇ ಒಂದು ಚಿತ್ರ ಮೂಡಿಬಿಟ್ಟಿತ್ತು. ಮತ್ತೊಮ್ಮೆ 'ಹೊರಗೆ ಜಗುಲಿಯ ಕೆಳಗೆ ಚಪ್ಪಲಿಗಳಿದ್ದರೆ ಅವರು ಮನೆಯಲ್ಲಿದ್ದಾರೆ ಎಂದುಕೊಳ್ಳಿ' ಎನ್ನುತ್ತಾ ಪರಿಚಯದ ಅವರು ಹೊರಟು ಹೋದರು. ಚಂಚಲಾ 'ಬನ್ನಿ ಚಂದ್ರಿಕಾ ಚಪ್ಪಲಿ ಹುಡುಕುವಾ' ಎಂದು ಜೋರಾಗಿ ನಕ್ಕರು. ನಗುವನ್ನು ತಡೆದುಕೊಳ್ಳುತ್ತಾ, ಚಂದ್ರಹಾಸರು 'ಹಾಗೆ ಹುಡುಕುವುದೇನೂ ಬೇಡ ಅವರ ಮನೆ ನನಗೆ ಗೊತ್ತಿದೆ' ಎಂದಿದ್ದರು.

ನಮ್ಮ ನಿರೀಕ್ಷೆಯಂತೆ ಬ್ರಿಟಿಷ್ ಮಹಮದ್ ಸಿಕ್ಕೇ ಬಿಟ್ಟರು. ಇಷ್ಟು ಸುಲಭಕ್ಕೆ ಆ ಮನುಷ್ಯ ಸಿಗಬಹುದು ಎಂದುಕೊಂಡಿರಲಿಲ್ಲ. ನಮ್ಮನ್ನು ನೋಡಿ ಆತನ ಹತ್ತಿರಕ್ಕೆ ಯಾಕೆ ಬಂದಿರಬಹುದು ಎನ್ನುವ ಅಂದಾಜೂ ಸಿಗದೆ ಒದ್ದಾಡಿದರು. ಅತನ ಮುಖದ ಕಗ್ಗಂಟನ್ನು ಬಿಚ್ಚುವವರಂತೆ 'ಸರ್ ನಾವು ಒಂದು ಸಿನಿಮಾ

ತೆಗೆಯಲಿಕ್ಕುಂಟು' ಎಂದು ಚಂದ್ರಹಾಸರೇ ಮಾತನ್ನು ಶುರು ಮಾಡಿದರು. 'ಏನದು ಸಿನಿಮಾವಾ? ಅದಕ್ಕೆ ನಾನೇನು ಮಾಡಲಿಕ್ಕುಂಟು ಮಾರಾಯ್ರೆ?' ಎಂದು ಇನ್ನಷ್ಟು ಪ್ರಶ್ನಾರ್ಥಕ ಚಿಹ್ನೆಯನ್ನು ಮುಖದ ಮೇಲೇರಿಸಿಕೊಂಡ ಬ್ರಿಟಿಷ್ ಮಹಮದ್ ನಮ್ಮ ಕಡೆಗೆ ತೀಕ್ಷ್ಣವಾಗಿ ನೋಡಿದರು. ಬಿಳಿ ಮಿಶ್ರಿತ ಕೆಂಪುಬಣ್ಣ, ಚೂಪಾದ ಮೂಗು, ಕಣ್ಣುಗಳು ಬೆಕ್ಕಿನದ್ದೆ. ಕೂದಲು ಬಣ್ಣ ಹಚ್ಚಿದ್ದೋ, ಇರುವುದೇ ಹಾಗೋ ಗೊತ್ತಿಲ್ಲ, ಹೆಚ್ಚೂ ಕಮ್ಮಿ ಬೂದು ಬಣ್ಣದ್ದು. ತೆಳ್ಳಗಿನ ದೇಹ, ಎತ್ತರದ ನಿಲುವು. ಅಚ್ಚ ಬಿಳಿ ಬಣ್ಣದ ಪೈಜಾಮ ಕುರ್ತಾ. ಐವತ್ತರ ಆಸುಪಾಸಿನ ಆತನಿಗೆ ಲೋಕಾನುಭವ ಅತಿಯಾಗಿದೆ ಎಂದು ನೋಡಿದ ತಕ್ಷಣವೇ ಗೊತ್ತಾಗುತ್ತಿತ್ತು. ಎಲ್ಲಕ್ಕಿಂತ ನನಗೆ ಅಚ್ಚರಿ ಎನ್ನಿಸಿದ್ದು ಆತನ ಇಂಗ್ಲಿಷ್ ಹಾಗೂ ತುಂಬಾ ಸ್ಪಷ್ಟವಾದ ಉಚ್ಚಾರ. ಚಂದ್ರಹಾಸರು ತಮ್ಮ ಹಳೆಯ ನೆನಪುಗಳನ್ನು ಅವರ ಜೊತೆ ಹಂಚಿಕೊಳ್ಳುತ್ತಿದ್ದರು. 'ನನ್ನ ನೆನಪಿರಬೇಕಲ್ಲ ನಿಮಗೆ?' ಎಂದ ಅವರ ಮಾತಿಗೆ ಬ್ರಿಟಿಷ್ ಮಹಮದ, 'ಎಲ್ಲಿ ಭೇಟಿಯಾಗಿದ್ದೆವು ಹೇಳಿ?' ಎಂದು ತನ್ನ ನೆನಪನ್ನೂ ಕೆದಕಲು ಆರಂಭಿಸಿದ್ದರು. 'ಮಸೀದಿ ಬಿದ್ದ ದಿನ ಸಂಜೆ ನಾನೂ ನೀವೂ ಮುಸ್ಲಿಂ ಕೇರಿಯ, ಕೆಲಸಕ್ಕೆ ಹೋಗುವ ಜನರಿಗೆ ಪಾಠ ಮಾಡುತ್ತಿದ್ದೆವು ನೆನಪಿದೆಯಾ?' ಎಂದರು. ಬಿಎಸ್‌ಎನ್‌ಎಲ್‌ನ ಇಂಜಿನಿಯರ್ ಕೆಲಸದ ನಡುವೆಯೂ ಈ ಮನುಷ್ಯನಿಗೆ ನಾಟಕಕ್ಕೆ ಟೈಂ ಹೇಗೆ ಮಾಡಿಕೊಳ್ಳುತ್ತಾರೋ ಎನ್ನುವ ಕುತೂಹಲವಿದ್ದ ನಮಗೆ, ಅವರ ಇನ್ನೊಂದು ವೇಷ ಕಂಡು ಇನ್ನಷ್ಟು ಅಚ್ಚರಿಯಾಯಿತು. 'ಓ ಇಂಜಿನಿಯರ್ ಸಾಹೇಬ್ರೆ ತುಂಬಾ ಬದಲಾಗಿಬಿಟ್ಟಿದ್ದೀರಿ' ಎಂದು ಉದ್ಗಾರದ ಜೊತೆ ಉತ್ಸಾಹವನ್ನೂ ತಂದುಕೊಂಡರು. ಬ್ರಿಟಿಷ್ ಮಹಮದ್ ಹಾಗೂ ಚಂದ್ರಹಾಸ್ ಇಬ್ಬರೂ ತಮ್ಮ ತಲೆಯನ್ನು ಒಮ್ಮೆ ಸವರಿಕೊಂಡು ಮಾತನಾಡತೊಡಗಿದರು. 'ಹಾಗಿದ್ರೆ ಚಾ ಕುಡಿತಾ ಮಾತಾಡುವ ಆಯ್ತಾ?' ಎಂದು ಒಳಗೆ ಹೋಗುವಾಗ 'ಎಲ್ಲರಿಗೂ ಸಕ್ಕರೆ ಆದೀತಲ್ಲವಾ?' ಎಂದು ಕೇಳಿದ್ದರು. 'ತೊಂದರೆ ಬೇಡ' ಎಂದಾಗ 'ತಾಯಿಗೆ ಕೊಡಲಿಕ್ಕುಂಟು ಹಾಗೆ ನಿಮಗೂ ಮಾಡುವ' ಎಂದು ಒಳಸಾಗಿದರು. 'ಇವರೇ ಮಾಡುವುದಾ?' ಎಂದು ಕೇಳಿದಾಗ ಚಂದ್ರಹಾಸರು ಮೆಲ್ಲಗೆ 'ಇವರು ಮದುವೆ ಆಗಿಲ್ಲ' ಎಂದಿದ್ದರು.

ಬಾಗಿಲಿಗೆ ಹಾಕಿದ್ದ ಪರದೆ ಸರಿಸಿಕೊಂಡು ಚಹಾದ ಕಪ್ಪುಗಳ ಜೊತೆಗೆ ಬಂದ ಮಹಮದ್ ನೋಡಲಿಕ್ಕೆ ಮಾತ್ರವಲ್ಲ ಅವರ ವರ್ತನೆಯೂ ಬ್ರಿಟಿಷ್ ಚಹರೆಗಳನ್ನು ಪಕ್ಕಾ ಕಾಣಿಸುತ್ತಿತ್ತು. ಒಳ್ಳೆಯ ಚಹಾ ಕುಡಿದ ಮೇಲೆ ಲೋಕಾಭಿರಾಮದ ನಂತರ ನಮ್ಮ ವಿಷಯಕ್ಕೆ ಬಂದೆವು. ನಾನು ಎಂದಿನಂತೆ ನೋಟ್‌ಬುಕ್ ತೆಗೆದು ಹೇಳಿದ ಎಲ್ಲಾ ಸಂಗತಿಗಳನ್ನೂ ಬರೆದುಕೊಳ್ಳತೊಡಗಿದೆ. ಪ್ರತಿ ವರ್ಷದ ಪ್ರಕೃತಿ ವಿಕೋಪದಲ್ಲಿ ಜನ ಪಡುವ ಕಷ್ಟ ಎಲ್ಲವನ್ನೂ ವಿವರಿಸುತ್ತಿದ್ದರೆ, ಮನೆ ಕಳೆದುಕೊಳ್ಳುವ ಪಾತುಮ್ಮಳ ಚಿತ್ರ ಕಣ್ಣ ಮುಂದೆ ಸ್ಪಷ್ಟವಾಗತೊಡಗಿತು. ಅವರ ಮಾತುಗಳ ನಡುವೆ ಕೆಲ ಅಥೆಂಟಿಕ್ ಲೋಕಲ್ ಡೈಲಾಗುಗಳನ್ನು ಚಂಚಲಾ

ಕೂಡಾ ನೋಟ್ ಮಾಡಿಕೊಳ್ಳತೊಡಗಿದರು. ಒಂದಿಷ್ಟು ಫೋಟೋಗಳು, ಆ ಕಡಲತೀರದ ಮನೆಗಳ ಜಾಗದ ನಕ್ಷೆ ಎಲ್ಲವನ್ನು ನಮ್ಮ ಮುಂದೆ ಹರವಿ, 'ಏನು ಮಾಡುವುದು ಬೇರೆಡೆ ಹೋಗಿ ಮನೆ ಕಟ್ಟಿಕೊಳ್ಳಿ ಎಂದರೆ ಕೇಳುವುದಿಲ್ಲ. ಈಗಾಗಲೇ ಏಳು ತೆಂಗಿನ ಸಾಲುಗಳನ್ನು ಕಡಲು ನುಂಗಿಬಿಟ್ಟಿದೆ. ಇಷ್ಟಾದರೂ ಜನ ಮಾತ್ರ ಕಡಲತಾಯಿ ಏನೂ ಮಾಡುವುದಿಲ್ಲ ಎನ್ನುತ್ತಾರೆ. ಮತ್ತೆ ಮನೆ ಬಿದ್ದಾಗ ಮಾತ್ರ ನನ್ನ ಬಳಿ ಓಡಿಬರುತ್ತಾರೆ' ಎಂದರು. 'ಏನೋ ಬಿಡಿ ಒಳ್ಳೆಯ ಕೆಲಸ ಮಾಡುತ್ತಿದ್ದೀರಲ್ಲ' ಎಂದ ಪಂಚಾಕ್ಷರಿಗೆ, 'ಅಲ್ಲಾಹು ನನಗೆ ಕೊಟ್ಟ ಕೆಲಸ ಇದು ಸರ್, ಇದೂ ಮಾಡಿಲ್ಲಾಂದ್ರೆ ಹೇಗೆ ಅಲ್ಲವಾ? ಈ ಸಮಾಜದ ಋಣ ತೀರಿಸುವುದು?' ಎಂದರು. ನಮಗೆ ಈಗ ಅದ್ಭುತ ವ್ಯಕ್ತಿಯಾಗಿ ಕಾಣಿಸಿಕೊಂಡರು. 'ಸರ್ ನಿಮ್ಮ ಕಡೆಯಿಂದ ನಮಗೆ ಒಂದು ಕೆಲಸ ಆಗಬೇಕಿದೆ. ನಾವಲ್ಲಿ ಒಬ್ಬ ಬಡ ಮುಸ್ಲಿಂ ಮಹಿಳೆಯ ಕಥೆಯನ್ನು ಚಿತ್ರೀಕರಣ ಮಾಡಬೇಕಿದೆ. ಉಲ್ಲಾಳದ ದರ್ಗಾದಿಂದ ಪರ್ಮಿಷನ್ ತೆಗೆದುಕೊಂಡೆವು. ಆದರೆ ಜನರಿಗೆ ಇಷ್ಟು ಸಹಾಯ ಮಾಡುವ ನೀವು, ನಮಗೆ ಅನುಕೂಲವಾಗುವ ಹಾಗೆ ಅಲ್ಲಿಯ ಜನರಿಗೆ ಒಂದು ಮಾತನ್ನು ಹೇಳಿ' ಎಂದು ಕೇಳಿಕೊಂಡೆವು. ನಮ್ಮ ಮಾತಿಂದ ಆತನ ಮುಖ ಕಂದಿದ ಹಾಗಾಯಿತು. ಸ್ವಲ್ಪ ಒರಟಾಗಿ ತನಗೆ ಮಂಗಳೂರಲ್ಲಿ ಸ್ವಲ್ಪ ಕೆಲಸ ಇದೆಯೆಂದೂ, ಬರಲಿಕ್ಕಾಗುವುದಿಲ್ಲವೆಂದೂ ಹೇಳಿದರು. ನಾವು ಪಟ್ಟುಬಿಡದೆ 'ಇಲ್ಲ ಬನ್ನಿ' ಎಂದು ಕರೆದೆವು. ನನಗೆ ಯಾಕೋ ಆತನಿಗೆ ಅಲ್ಲಿಗೆ ಬರಲಿಕ್ಕೆ ಮನಸ್ಸಿಲ್ಲ, ಅದಕ್ಕೆ ಕೊಸರಾಡುತ್ತಿದ್ದಾರೆ ಅನ್ನಿಸತೊಡಗಿತು. ನಾವು ಆತನನ್ನು ಬಿಡುವುದಿಲ್ಲ ಎಂದು ಗೊತ್ತಾಯಿತು ಎನ್ನಿಸುತ್ತೆ. 'ಆಯಿತು, ನನ್ನ ತಾಯಿಗೆ ಮೆಡಿಸಿನ್ ಕೊಡಲಿಕ್ಕುಂಟು, ಅದನ್ನು ಕೊಟ್ಟು ಅಲ್ಲಿಗೇ ಬರುತ್ತೇನೆ, ನೀವು ಅಲ್ಲೇ ಇರಿ' ಎಂದರು. ನನಗೆ ಆತನ ಮಾತು, ಆತನ ಗೆಸ್ಚರ್ ನೋಡಿ ಯಾಕೋ ಆತ ಬರಲಾರರು ಎನಿಸಿತು.

ಆತನಿಂದ ಬೀಳ್ಕೊಂಡು ಹೊರಬಂದಾಗ ನನಗನ್ನಿಸಿದ್ದನ್ನು ಹೇಳಿಯೇಬಿಟ್ಟೆ. ಆದರೆ ಉಳಿದವರ್ಯಾರೂ ನನ್ನ ಮಾತಿಗೆ ಸಹಮತ ವ್ಯಕ್ತಪಡಿಸಲಿಲ್ಲ. ನನ್ನದು ವಿಪರೀತದ ಆಲೋಚನೆ ಎಂದರು. 'ಜನರನ್ನು ಹೀಗೆ ಅಂಡರ್‌ಎಸ್ಟಿಮೇಟ್ ಮಾಡಬೇಡಿ' ಎಂದು ಪಂಚಾಕ್ಷರಿ ಎಂದರೆ, 'ಮನುಷ್ಯ ಪ್ರಿನ್ಸಿಪಲ್ಡ್' ಎಂದಿದ್ದರು ಚಂದ್ರಹಾಸ. ಚಂಚಲಾ 'ಬರಬಹುದೇನೋ ನೋಡೋಣ' ಎಂದರೆ, ನಾನು ಮಾತ್ರ 'ಬರುವುದಿಲ್ಲ ನೋಡಿ ಬೇಕಾದರೆ' ಎಂದು ಘಂಟಾಘೋಷವಾಗಿ ಹೇಳಿಬಿಟ್ಟೆ.

ಕಡಲ ಕೊರೆತ ತಡೆಯಲಿಟ್ಟಿದ್ದ ಕಲ್ಲುಗಳ ಗೋಡೆಯ ಮೇಲೆ ನಿಂತು ಸಮುದ್ರ ಗಾಳಿಗೆ ಮೈಯೊಡ್ಡಿದ್ದಾಯ್ತು, ಕಲ್ಲುಗಳ ಇಳಿದು ಸಮುದ್ರದ ಬಳಿ ಹೋಗಿ ಅಲೆಗಳಿಂದ ನಮ್ಮ ಕಾಲುಗಳನ್ನು ತೊಯ್ಸಿಕೊಂಡಿದ್ದಾಯ್ತು, ಕೂತು ನಿಂತು ಕಡೆಗೆ ಬೇಸರವಾಗಿ ನಾನು ಪಾತುಮ್ಮಳ ಮನೆಯ ಕೆಲಸ ನಡೆಯುತ್ತಿದ್ದ ಕಡೆಗೆ

ನಾನೂ ಚಂಚಲ ಹೊರಟೆವು. ನಮ್ಮನ್ನು ಬಹು ಹೊತ್ತಿನಿಂದ ಗಮನಿಸುತ್ತಿದ್ದ ಒಬ್ಬ ವ್ಯಕ್ತಿ 'ಯಾರಿಗಾದರೂ ಕಾಯ್ತಾ ಇದೀರಾ?' ಎಂದು ಕೇಳಿದ. 'ಹೌದು, ಮಹಮದರಿಗಾಗಿ ಕಾಯ್ತಾ ಇದೀವಿ' ಎಂದೆ. 'ಯಾವ ಮಹಮದ್?' ಎಂದು ಆ ವ್ಯಕ್ತಿ ನಮ್ಮನ್ನ ಮರುಪ್ರಶ್ನಿಸಿದ. 'ಅದೇ ಕಡಲಕೊರೆತಕ್ಕೆ ಹಾನಿಯಾದಾಗ ಪರಿಹಾರ ಕೊಡಿಸುತ್ತಾರಲ್ಲ ಆ ಮಹಮದ್' ಎಂದೆ. ಅಷ್ಟರಲ್ಲಿ ಚಂದ್ರಹಾಸ, ಪಂಚಾಕ್ಷರಿ ಕೂಡಾ ನಮ್ಮನ್ನು ಸೇರಿಕೊಂಡರು. 'ಓ ಬ್ರಿಟಿಷ ಮೊಹಮದ್‌ನಾ? ಅವನಿಗೆ ಇಲ್ಲಿಗೆ ಬರಲಿಕ್ಕೆ ಅಷ್ಟು ಧೈರ್ಯ ಉಂಟಾ? ಬೆರಕೆ ಆಸಾಮಿ' ಎಂದು ಬೈಯ್ಯಲು ಶುರು ಮಾಡಿದ. ಆತ ಬಂದು ಹೇಳಿದರೆ ಇಲ್ಲಿಯ ಜನ ಅವನ ಮಾತನ್ನು ಕೇಳ್ತಾರೆ ಅಂದುಕೊಂಡರೆ ಇಲ್ಲಿ ಸೀನ್ ಉಲ್ಟಾ ಆಯ್ತಲ್ಲಾ ಎಂದು ದಂಗಾದೆವು.

'ಅಲ್ಲ ಮಾರಾಯ್ರೆ ಅವನು ತನಗೆ ಬೇಕಾದವರಿಗೆ ಮಾತ್ರ ಪರಿಹಾರ ಕೊಡಿಸ್ತಾನೆ, ಅದ್ರಲ್ಲು ಕಮೀಷನ್ನು. ಇದೆಂಥಾ ಸೇವೆ ಅವಂದು?' ಎನ್ನುವಾಗ ಚಂದ್ರಹಾಸರೇ ಮುಂದಾಗಿ 'ಆದರೆ ಇಲ್ಲಿಯ ಜನಕ್ಕೆ ಸರಕಾರದಿಂದ ಏನು ಬೇಕಾದರೂ ಅವರೇ ಬರಬೇಕಲ್ಲಾ' ಎಂದರು. 'ಎಂಥಾಕ್ಕೆ ಅವ ಬರೋದು ಬೊಬ್ಬೆ ಹೊಡೆಯಾಕೆ? ಸರಕಾರ ಕೊಡ್ತದೆ ನಾವು ತಗೋತೀವಿ. ನೋಡಿ ನೀವೇ ನೋಡಿ' ಎನ್ನುತ್ತಾ ತಮ್ಮ ಮನೆಯ ಬಿದ್ದು ಹೋದ ಭಾಗವನ್ನು ತೋರಿಸುತ್ತಾ 'ಇಷ್ಟು ಕಟ್ಟಲಿಕ್ಕೆ ಎಷ್ಟು ಬೇಕು ಹೇಳಿ? ಇಂವ ಹೇಳಿದ ಹತ್ತು ಸಾವಿರ ಮಾತ್ರ ಇದಕ್ಕೆ ಸಿಗ್ತದೆ ಅಂತ. ನೀವೇ ಕಾಣಿ, ಇದು ಸಮಾ ಉಂಟಾ?' ಅಂತ. ನಾವು ಮಾತಿಲ್ಲದಂತೆ ನಿಂತೆವು. 'ಹೋಯ್ ನಿಮಗೆ ಇನ್ನೂ ಹೇಳಲಿಕ್ಕೆ ಉಂಟು. ಇವ ಇದ್ದಾನಲ್ಲ ಇವನ ಇಂಗ್ಲಿಷು ಎಷ್ಟು ಚಂದ ಉಂಟು ನೋಡಿ. ನಮ್ಮ ಸುತ್ತ ಹತ್ತಾರು ಪಳ್ಳಿಗಳ ಮಕ್ಕಳೆಲ್ಲರೂ ಸರ್ಕಾರಿ ಶಾಲೆಗೇ ಹೋಗುವುದು. ಇವನಷ್ಟು ಚಂದ ಇಂಗ್ಲಿಷು ಯಾರಾದರೂ ಮಾತಾಡ್ತಾರಾ? ಇವನ ಮುತ್ತಜ್ಜ ಯಾರೋ ಬೇಡ ಅಂತ ಬಿಸುಟು ಹೋಗಿದ್ದ ಮಗುವಾಗಿದ್ದರಂತೆ. ನಮ್ಮ ಜನಕ್ಕೆ ಸಿಕ್ಕು ಮನೆಯ ಮಗನ ಹಾಗೆ ಬೆಳೆದ. ಅವನು ಯಾರೋ ಬ್ರಿಟೀಷರಿಗೇ ಹುಟ್ಟಿರಬೇಕು. ಇಲ್ಲಾಂದಿದ್ರೆ ಇವನಿಗೆ ಇಷ್ಟು ಚಂದದ ಇಂಗ್ಲಿಷು ಬರೋಕೆ ಹೇಗೆ ಸಾಧ್ಯ? ಅದೆಲ್ಲಾ ರಕ್ತದಲ್ಲೇ ಬರಬೇಕು' ಎಂದು ಅವನ ಪೂರ್ವಾಪರಗಳನ್ನೆಲ್ಲಾ ಜಾಲಾಡಿಸತೊಡಗಿದ. ಇವನಿಗೆ ಬ್ರಿಟಿಷ್ ಮಹಮದ ತನ್ನ ಮನೆಗೆ ಸರಿಯಾದ ಬೆಲೆ ಕಟ್ಟಲಿಲ್ಲವೆಂಬ ಬೇಸರವಾ? ಅಥವಾ ಅವನ ಚಂದದ ಇಂಗ್ಲಿಷಾ? ಸರಕಾರದ ಮಟ್ಟದಲ್ಲಿ ಕೆಲಸ ಮಾಡುವ ಆ ಅವಕಾಶ ತನಗೆ ಇಲ್ಲದೇ ಹೋಗಿದ್ದರಿಂದ ಈ ದ್ವೇಷವಾ? ಗೊತ್ತಾಗಲಿಲ್ಲ. ಮನುಷ್ಯನ ಸ್ವಭಾವವೇ ಹೀಗೆ. ತನಗಿಲ್ಲದ್ದು ಬೇರೆಯವರಿಗಿದೆ ಎಂದು ಗೊತ್ತಾದರೆ ಅದಕ್ಕೆ ಹೊಟ್ಟೆಕಿಚ್ಚು ಪಡೋದು ಸ್ವಾಭಾವಿಕ. ಅಂತೂ ಚೆನ್ನಾಗಿ ಇಂಗ್ಲಿಷ್ ಬರೋದೂ ಎಷ್ಟು ದೊಡ್ಡ ತಪ್ಪು ಎನ್ನುವುದು ನಮಗರ್ಥವಾಯಿತು.

ಬ್ರಿಟೀಷ್ ಮಹಮದ ಅವತ್ತು ಬರಲಿಲ್ಲ, ಮಾತ್ರವಲ್ಲ ಆ ದಾರಿಯಲ್ಲಿ ಓಡಾಡುವಾಗ ಅವರ ಮನೆಯ ಜಗುಲಿಯ ಕೆಳಗೆ ಚಪ್ಪಲಿಯೂ ಕಾಣಲಿಲ್ಲ. ಬಹುಶಃ ನಾವುಗಳು ಅಲ್ಲೇ ಇದ್ದೇವೆ ಎನ್ನುವ ಸಂಗತಿಯನ್ನು ತಿಳಿದುಕೊಳ್ಳುವುದು ಅವರಿಗೇನು ಕಷ್ಟವಿರಲಿಲ್ಲ. ಆದರೆ ಇರುವ ವಿಷಯವನ್ನು ನಮ್ಮ ಬಳಿ ನೇರವಾಗಿ ಹೇಳಬಹುದಿತ್ತು ಅನ್ನಿಸಿದರೂ ಯಾವ ಮನುಷ್ಯನಿಗಾದರೂ ಆ ಸಂಕೋಚ ಇದ್ದೇ ಇರುತ್ತದೆಯಲ್ಲವೇ. ಹಾಗೇ ಅವರು ನಮ್ಮನ್ನು ನೋಡಲು ಬರಲಿಲ್ಲ ಎಂದುಕೊಂಡುಬಿಡೋಣ. ಈಗ ಅವರು ಬಂದು ಅಲ್ಲಿ ಹೇಳಲೇಬೇಕು ಎನ್ನುವ ಅನಿವಾರ್ಯತೆಯೇನೂ ಕಂಡುಬರಲಿಲ್ಲ. ಜನಕ್ಕೆ ಜನ ಪರಿಚಯ ಅನ್ನುವ ಹಾಗೆ ಆಗಿಬಿಟ್ಟಿತು. ಅಲ್ಲಿ ಹೋಗಿ ಬರುವುದು ಮತ್ತು ಸಲಾಂ ಸಾಬ್‌ಗೆ ಕೆಲಸ ವಹಿಸಿಕೊಟ್ಟಿದ್ದು, ಅಲ್ಲೇ ತೆಂಗಿನ ಗರಿ, ಗಳಗಳಿಗೆ ಹಣಕ್ಕೆ ಕೊಟ್ಟಿದ್ದು ಮತ್ತು ಸಣ್ಣ ಪುಟ್ಟ ವಸ್ತುಗಳನ್ನು ಅಲ್ಲೇ ಕೊಂಡುಕೊಂಡಿದ್ದು. ಎಲ್ಲಕ್ಕಿಂತ ಹೆಚ್ಚಾಗಿ ಒಂದು ಮುಸ್ಲಿಂ ಮನೆ ಹೇಗಿರುತ್ತೆ ಎನ್ನುವ ಸಣ್ಣ ಪುಟ್ಟ ಸಂಗತಿಗಳನ್ನು ಅವರಲ್ಲೇ ಕೇಳಿ ತಿಳಿದುಕೊಂಡಿದ್ದು, ಅವರಿಗೆ ಹತ್ತಿರವಾಗಲಿಕ್ಕೆ ಕಾರಣವಾದ ಸಂಗತಿಯಾಗಿತ್ತು.

ಮಂಗಳೂರು ಹಂಚಿನ ಫ್ಯಾಕ್ಟರಿ

ಮಂಗಳೂರಿನ ಮೋರ್ಗನ್ಸ್ ಗೇಟ್‌ನ ಬಳಿ ಇರುವ ನೇತ್ರಾವತಿ ನದಿಗೆ ಅಡ್ಡವಾಗಿ ತೂಗು ಸೇತುವೆ ಇದೆ. ಅದನ್ನು ನಮ್ಮ ಸಿನಿಮಾದ ಹೀರೋ ಚಂದ್ರಣ್ಣ ಕಾಶಿಗೆ ಹೋಗುವಾಗ ಜೋಡಿಸಬೇಕಿದ್ದ ರೈಲಿನ ಪಾಸಿಂಗ್ ಷಾಟ್‌ಗಾಗಿ ಚಿತ್ರೀಕರಣ ಮಾಡುವ ಉತ್ಸಾಹದಲ್ಲಿ ಚಂಚಲಾ ಇದ್ದರು. ತುಳು ಸಿನಿಮಾ ಒಂದರಲ್ಲಿ ಆ ದೃಶ್ಯವನ್ನು ಚಿತ್ರೀಕರಿಸಿದ್ದರಂತೆ. ತುಂಬಾ ಚೆನ್ನಾಗಿ ಬಂದಿತ್ತು ಎಂದು ಅವರು ಹೇಳುತ್ತಿದ್ದರು. ಹಾಗಾಗಿ ಅಲ್ಲಿಗೆ ನಾವು ಹೋಗಿ ನೋಡಿ ಬರುವ ಎಂದು ಹೊರಟೆವು.

ನಮಗೆ ಆ ತೂಗು ಸೇತುವೆಯ ಸಮೀಪದಿಂದ ಶೂಟಿಂಗ್ ಮಾಡುವುದು ಬೇಕಿರಲಿಲ್ಲವಾದ್ದರಿಂದ ದೂರದಲ್ಲಿ ನಿಂತು ಅದರ ಸೌಂದರ್ಯವನ್ನು ಸೆರೆ ಹಿಡಿಯುವುದು ಮಾತ್ರ ಉದ್ದೇಶವಾಗಿತ್ತು. ಹೀಗಾಗಿ ಉಲ್ಲಾಳದ ಹೊಯ್ಗೆ (ಸ್ಟಾಪ್) ಬಳಿಗೆ ಹೋದೆವು. ಅಲ್ಲೇ ಪಕ್ಕದಲ್ಲಿ ಒಂದು ಮುಚ್ಚಿದ್ದ ಟೈಲ್ಸ್ ಫ್ಯಾಕ್ಟರಿ ಇತ್ತು. ಅದರ ಪಕ್ಕದಲ್ಲಿ ದೊಡ್ಡದೊಂದು ಅಪಾರ್ಟ್‌ಮೆಂಟನ್ನು ಕಟ್ಟುತ್ತಿದ್ದರು. ಅದರ ಮೇಲೆ ನಿಂತು ದೂರಕ್ಕೆ ನೋಡಿದರೆ ಒಂದು ವಿಹಂಗಮ ನೋಟ ಸಿಗುತ್ತಿತ್ತು. ನಾವು ಹೋಗಿದ್ದು ಸಂಜೆಯಾದ್ದರಿಂದ ಇನ್ನು ಸ್ವಲ್ಪ ಹೊತ್ತಿಗೆ ಸೂರ್ಯಾಸ್ತವಾಗುತ್ತಿತ್ತು. ಆಕಾಶ ಕೆಂಪಾಗುವ ಆ ಹೊತ್ತಿಗೆ ಕಾಯುತ್ತಾ ಮೇಲೆ ನಿಂತೆವು. ನಿಗದಿತ ಸಮಯಕ್ಕೆ ಬಂದರೆ ಒಂದು ಅದ್ಭುತವಾದ ರೈಲಿನ ಚಲಿಸುವ ದೃಶ್ಯ ಸಿಕ್ಕಿಬಿಡುತ್ತಿತ್ತು. ಒಂದು ಜಾಗವನ್ನು ಶೂಟ್ ಮಾಡುವಾಗ ಅನೇಕ ಸವಾಲುಗಳಿರುತ್ತವೆ. ಅದನ್ನು ಹತ್ತಿರದಿಂದ ನೋಡಿದಾಗ ಏನೂ ಅನ್ನಿಸದೇ ಹೋದದ್ದು ದೂರಕ್ಕೆ ಬಹು ದೊಡ್ಡ ಇಮೇಜ್ ಆಗಿ ಕಾಣಿಸಿಬಿಡುತ್ತದೆ. ನೇತ್ರಾವತಿ ನದಿಯ ಹಿನ್ನೆಲೆ, ವಿಶಾಲವಾದ ಆಕಾಶದ ನಡುವೆ ತೂಗು ಸೇತುವೆ ಅಪೂರ್ವ ಎನ್ನಿಸುವ ಹಾಗೆ ಕಾಣುತ್ತಿತ್ತು. ಅದಕ್ಕಿಂತ ಹೆಚ್ಚಾಗಿ ನನ್ನ ಆಕರ್ಷಿಸಿದ್ದು ಟೈಲ್ಸ್ ಫ್ಯಾಕ್ಟರಿ. ಸ್ಥಗಿತವಾದ ಮಿಷನುಗಳು, ಹೊಗೆ ಏಳದ ಹೆಂಚು ಸುಡುವ ಗೂಡೆಗಳು, ಮುರಿದು ಬಿದ್ದ ಹೆಂಚುಗಳ ರಾಶಿ, ಒಂದಿಷ್ಟು ಜೋಡಿಸಲ್ಪಟ್ಟಿದ್ದ ಒಳ್ಳೆಯ ಹೆಂಚುಗಳು ಅದೇ ದೊಡ್ಡ ಇಮೇಜ್ ಆಗಿ ಕಾಡತೊಡಗಿತು.

'ಇಂಥಾ ಫ್ಯಾಕ್ಟರಿಗಳು ಮಂಗಳೂರಿನ ಸುತ್ತಾ ಮುತ್ತಾ ತುಂಬಾ ಸಿಗುತ್ತವೆ ಮೇಡಂ. ಎಲ್ಲಾ ಆರ್‌ಸಿಸಿ ಮನೆಗಳಾದ ಮೇಲೆ ಹೆಂಚಿಗೆ ಬೇಡಿಕೆಯೇ ಇಲ್ಲ. ಯಾರೋ ಒಂದಿಷ್ಟು ಜನ ಅಲಂಕಾರಿಕವಾಗಿ ಇದನ್ನು ಬಳಸುವುದನ್ನು ಬಿಟ್ಟರೆ ಇದನ್ನೇ ಬಳಸಿಯೇ ಮನೆಕಟ್ಟುವುದು ಸಾಧ್ಯವೇ ಇಲ್ಲ. ಮಾರ್ಡ್ರನ್ ಜಗತ್ತು ನೋಡಿ ಇಂಥಾದ್ದೆಲ್ಲವನ್ನೂ ನುಂಗಿಬಿಡುತ್ತಿದೆ. ಇನ್ನು ಇವನ್ನು ನಡೆಸುವವರ ಮಕ್ಕಳಿಗೆ ಈ ಬಿಸಿನೆಸ್ಸಿನಿಂದ ಏನು ಲಾಭ ಆಗಬಲ್ಲದು ಹೇಳಿ? ಮಕ್ಕಳು ಹೊಸ ಬಿಸಿನೆಸ್ ಹುಡುಕಿ ಹೊರಟರೆ, ಅಪ್ಪಂದಿರು ದುಡಿದ ದುಡ್ಡಲ್ಲಿ ಜೀವನ ನಡೆಸುತ್ತಿದ್ದಾರೆ. ಕೆಲವರು ಆಸ್ತಿಪಾಸ್ತಿ ಮಾಡಿದರೆ, ಇನ್ನು ಕೆಲವರು ಸಾಲಗಾರರಾಗಿದ್ದಾರೆ. ಹೀಗೆ ಜೀವನಗಳು, ಜೀವಗಳು ಎಲ್ಲವೂ ಕೊನೆಯಾಗಿಬಿಡುತ್ತವೆ ನೋಡಿ' ಎಂದು ಚಂದ್ರಹಾಸರು ವಿವರಿಸಿದ್ದರು.

ಸ್ಥಗಿತಗೊಂಡ ಟೈಲ್ಸ್ ಫ್ಯಾಕ್ಟರಿಯಲ್ಲಿ ಒಂದಿಷ್ಟು ನಾಯಿ ಮರಿಗಳು ಓಡಾಡುತ್ತಿದ್ದವು. ಬೇರೆ ನಾಯಿ ಬಂದಿದ್ದರಿಂದ ಎಲ್ಲಿತ್ತೋ ಏನೋ ಆ ಮರಿಗಳ ತಾಯಿ ಜೋರು ಗಲಾಟೆ ಮಾಡಲಿಕ್ಕೆ ಶುರು ಮಾಡಿತ್ತು. ಪ್ರಕೃತಿಯ ಅದ್ಭುತ ಎಂದರೆ ಇದೇ. ಎಲ್ಲ ಜೀವಗಳು ತಮ್ಮ ಸಂತಾನವನ್ನು ಕಾಪಾಡಿಕೊಳ್ಳಲಿಕ್ಕಾಗಿ ಹೋರಾಟ ನಡೆಸುತ್ತಲೇ ಇರುತ್ತವೆ. ಜನಸಂದಣಿ ತೀರ ಕಡಿಮೆ ಇದ್ದ ಈ ಜಾಗಗಳಲ್ಲಿ

ಇಂಥಾ ಅಪಾರ್ಟ್‌ಮೆಂಟನ್ನು ಕೊಳ್ಳುತ್ತಾರಾ? ಎಂದು ಪಂಚಾಕ್ಷರಿ ಕೇಳುತ್ತಿದ್ದರು. 'ಮಂಗಳೂರಲ್ಲಿ ಈಗ ಅಪಾರ್ಟ್‌ಮೆಂಟುಗಳು ತುಂಬಾ ಜಾಸ್ತಿ ಆಗ್ತಿವೆ' ಎಂದು ಚಂದ್ರಹಾಸರು ಹೇಳುತ್ತಿದ್ದರು. ಅಷ್ಟರಲ್ಲಿ ರೈಲು ಸೇತುವೆಯ ಮೇಲಿಂದ ಪಾಸ್ ಆಯಿತು. ನಿಜಕ್ಕೂ ಕಣ್ಣು ತುಂಬಿಕೊಳ್ಳಲೇಬೇಕಾದ ದೃಶ್ಯವದು. ಆದರೆ ಬೇಜಾರಿನ ಸಂಗತಿ ಎಂದರೆ ಆ ಅದ್ಭುತವಾದ ದೃಶ್ಯ ನಮ್ಮ ಸಿನಿಮಾದಲ್ಲಿ ಚಿತ್ರೀಕರಿಸದೇ ಹೋದದ್ದು. ಈ ಆಫ್ ಬೀಟ್ ಸಿನಿಮಾಗಳೇ ಇಷ್ಟು ಅಂದುಕೊಂಡಿದ್ದನ್ನು ತೆಗೆಯಲೇ ಬೇಕು ಎನ್ನುವ ಹಠ ಇರುವುದಿಲ್ಲ. ಹೀಗಾಗಿ ಹುಡುಕುವಾಗ ಇರುವ ಉತ್ಸಾಹ ಚಿತ್ರೀಕರಣದ ಸಂದರ್ಭದಲ್ಲಿ ಇರಲ್ಲ. ಸಣ್ಣ ಬಜೆಟ್ ಆದ್ದರಿಂದ ಇಂಥಾ ಸಣ್ಣವೇ ಆದರೂ ಕಾವ್ಯಾತ್ಮಕ ಎನ್ನುವ ದೃಶ್ಯಗಳು ಕೈಜಾರಿ ಹೋಗಿಬಿಡುತ್ತವೆ.

ಅಪರೂಪದ ರೊಟ್ಟಿ ಪತ್ತಾರು ಮತ್ತು ಬೆಟ್ಟಂಪಾಡಿಯ ತೋಟದ ಮನೆ

ಬೆಟ್ಟಂಪಾಡಿಯ ದಾರಿಯುದ್ದಕ್ಕೂ ಸಮುದ್ರದ ಕೊರೆತದಿಂದ ಹಾಳಾಗಿರುವ ಮನೆಗಳು ಒಂದೆಡೆಯಾದರೆ ಅದಕ್ಕೆ ಆತುಕೊಂಡಿದ್ದ ಸಮುದ್ರ ತಂದು ಸುರಿಯುತ್ತಿದ್ದ ಮರಳು ಇನ್ನೊಂದೆಡೆ. ಕೋಳಿಗಳು, ನಾಯಿಗಳು ಮಕ್ಕಳ ಜೊತೆ

ಯಾವ ಬೇಧವೂ ಇಲ್ಲದೆ ಬೆರೆತುಹೋಗಿದ್ದವು. (ಎಷ್ಟೋ ವೇಳೆ ನಮ್ಮ ಚಿತ್ರೀಕರಣದ ಹೊತ್ತಲ್ಲಿ ಫ್ರೇಂನ ಒಳಗೆ ಬಂದುಬಿಡುತ್ತಿದ್ದವು. ಸೆನ್ಸಾರ್ ಮಂಡಳಿಯ ನಿಯಮಗಳ ಕಾರಣಕ್ಕೆ ಅವುಗಳನ್ನು ಓಡಿಸಿ ಚಿತ್ರೀಕರಿಸಿದ್ದೆವು. ಆಗೆಲ್ಲ ನನಗೆ ಮನುಷ್ಯ ಪ್ರಾಣಿ ನಡುವಣ ಸಂಬಂಧವನ್ನು ಚಿತ್ರೀಕರಿಸಲಾಗದ ನೋವು ಕಾಡುತ್ತಲೇ ಇತ್ತು. ಜೀವ ಸಂಚಾರವೇ ಇಲ್ಲವೇನೋ ಎನ್ನಿಸುತ್ತಿತ್ತು) ಆ ಮನೆಗಳ ಒಳಗೆ ಹೋದೆವು ಆದರೆ ಹೊರಗೆ ಬರುವವರೆಗೂ ಜೀವ ಕೈಲಿ ಯಾವಾಗ ಬಿದ್ದುಬಿಡುತ್ತವೋ ಎಂದು. ಮರಳು ನಮ್ಮ ಕಾಲನ್ನು ಒಳಗೆ ಎಳೆದುಕೊಳ್ಳುವಷ್ಟು ನಯವಾಗಿರುತ್ತಿದ್ದವು, ಬಿಸಿಲಿನ ಝಳ ನಮ್ಮ ಕಾಲಿಗೆ ಬೇಗ ನಡೆಯುವ ಪಾಠವನ್ನು ಹೇಳುತ್ತಿದ್ದರೆ, ಅಲ್ಲಲ್ಲಿ ತೆಂಗಿನ ಮರಗಳು, ಮನೆಯ ಮುಂದೆ ಹೀಗೇ ಹಾಕಿಕೊಂಡಿದ್ದ ಹೂವಿನ ಗಿಡಗಳು ಬಯಲಲ್ಲಿ ಹಸಿರನ್ನು ತೋರಿಸುತ್ತಿದ್ದವು. ಬಿದ್ದು ಹೋದ ಮನೆಗಳಿಗೆ ಲೆಕ್ಕವೇ ಇಲ್ಲ. ಎಷ್ಟು ಕುಟುಂಬಗಳು ಈ ಮನೆಗಳನ್ನು ಕಳಕೊಂಡು ಅನಾಥವಾಗಿದ್ದಾವೋ? ಎಲ್ಲೋ ದೂರ ಕುಳಿತು ಮಾಡಿದ ಕಥೆ ವಾಸ್ತವಕ್ಕೆ ಬರುತ್ತಿದ್ದ ಹಾಗೆ ಹತ್ತಿರವೇ ಆಗುತ್ತಿತ್ತು. ಮನೆ ಕಳಕೊಂಡವರ ಕಥೆ ಇಲ್ಲಿ ಎಷ್ಟೊಂದು! ಅಂತಃಕರಣದ ಕಣ್ಣಿಂದ ಜಗತ್ತನ್ನು ನೋಡುವಾಗ ತಾಯ್ತನವೊಂದು ಎಚ್ಚರವಾಗುತ್ತದೆ. ಹಾಗೆ ಎಚ್ಚರಗೊಂಡ ಅರಿವಿಗೆ ಯಾವ ಅಡ್ಡಿಯೂ ಇಲ್ಲದೆ ಎಲ್ಲವೂ ಕಾಣತೊಡಗುತ್ತದೆ. ಎಲ್ಲದರ ನಡುವೆ ನನ್ನನ್ನು ಕಾಡುತ್ತಿದ್ದ ಪ್ರಶ್ನೆ, ಮನುಷ್ಯ ಯಾಕಿಷ್ಟು ಹಠಮಾರಿ? ಪ್ರಕೃತಿ ಬೇಡ ಎಂದು ಹೇಳಿದರೂ, ನಾನು ನಿನ್ನ ಸುಮ್ಮನೆ ಬಿಡೊಲ್ಲ ಅಂತ ಎಚ್ಚರಿಕೆ ಕೊಟ್ಟರೂ, ಮತ್ತೆ ಮತ್ತೆ ಅದನ್ನೇ ಮಾಡುತ್ತಾನೆ. ಬೆಟ್ಟ ಕಡೀತಾನೆ. ಹರಿಯೋ ನದಿಗೆ ಒಡ್ಡನ್ನು ಕಟ್ಟುತ್ತಾನೆ, ಹಕ್ಕಿಯಂತೆ ಹಾರ್ತಾನೆ, ಅಲೆಯ ಮೇಲೆ ಜಿಗೀತಾನೆ... ಕಡೆಗೆ, ಕೂತ ಕಡೆ ಒಂದೇ ಒಂದು ಬಟನ್ ಒತ್ತಿ ಜಗತ್ತನೇ ಸರ್ವನಾಶ ಮಾಡ್ತಾನೆ. ಇದಕ್ಕೇ ಭಯ ಆಗೋದು ಇದೆಲ್ಲಾ ಒಂದೊಂದು ಹುಚ್ಚಾ?! ಮನುಷ್ಯನ ಈ ಹುಚ್ಚು ಏನೂ ಆಗದೇ ಹೋಗಬಹುದು; ಆದರೆ ಎಲ್ಲಕ್ಕೂ ಸಡ್ಡು ಹೊಡೆದು, ಎದೆಯೊಡ್ಡುವ ಅವನ ಛಲಕ್ಕೆ, ಅವನ ಇಚ್ಛಾಶಕ್ತಿಗೆ ಮಾತ್ರ ದೊಡ್ಡ ಉದಾಹರಣೆ.

ಎಲ್ಲವನ್ನೂ ದಾಟಿ ತೋಟದ ಮಧ್ಯದಲ್ಲಿ ಆ ಮನೆಗೆ ಬಂದೆವು. ಕಾರು ತೋಟದ ಗೇಟಿನಲ್ಲೇ ನಿಲ್ಲಿಸಬೇಕಾಯಿತು. ಒಳಗೆ ಬರುತ್ತಿರಲಿಲ್ಲ. ಬಂದರೂ ತಿರುಗಿಸಿಕೊಳ್ಳುವುದು ಕಷ್ಟವೇ. ಮರಳು... ಮರಳು, ಎಲ್ಲಿ ನೋಡಿದರೂ ಮರಳೇ. ಚಪ್ಪಲಿ ಹಾಕಿದ್ದರೂ ಕಾಲ ಬೆರಳುಗಳಿಗೆ ಈ ಮರಳು ಅಂಟಿಕೊಳ್ಳುವುದಾದರೂ ಹೇಗೆ?! ತುಟಿ ಸವರಿಕೊಂಡರೆ ಉಪ್ಪು. ಸಮುದ್ರದ ಮೇಲಿನ ಗಾಳಿಗೆ ತಂಪಿನ ಜೊತೆ ಉಪ್ಪನ್ನೂ ಹೊತ್ತು ತರುವ ಚಟ. ಸಂಬಂಧಕ್ಕೆ ಉಪ್ಪೇ ಕಾರಣವಂತೆ. ಹೀಗೆ ಸುತ್ತುತ್ತಿರುವ ನಮಗೂ, ಈ ಜಾಗಗಳಿಗೂ, ಈ ಮನೆಗಳಿಗೂ ಯಾವ ನಂಟು? ಕಾಣದ ಜನ ಪ್ರೀತಿಯಿಂದ ಮಾತಾಡುತ್ತಾರೆ. ಮನೆಯಲ್ಲಿ ಏನೋ ಮಾಡಿದ್ದನ್ನು ಕೊಡುತ್ತಾರೆ. ನಮ್ಮಲ್ಲಿಗೆ ಬಂದರು ಅಂತಲೋ, ಹಸಿದಿದ್ದಾರೆ ಅಂತಲೋ ಗೊತ್ತಿಲ್ಲ.

ನಾವು ಬರುವ ಸುದ್ದಿ ಕೇಳಿಯೇ ಬೆಟ್ಟಂಪಾಡಿಯ ತೋಟದ ಆ ಮನೆಯಲ್ಲೂ ಚಹಾ ಕುದಿಯುತ್ತಿತ್ತು. ಯಾರೋ ಮಂಗಳೂರಿನಲ್ಲಿದ್ದ ಮುಸಲ್ಮಾನರದ್ದು ಆ ತೋಟ. ಅಲ್ಲಿ ಕಾವಲಿಗಾಗಿ ತಂದಿರಿಸಿದ್ದ ಕುಟುಂಬವದು. ತೆಂಗಿನ ಗೊನೆಗಳು ಸಮೃದ್ಧವಾಗಿತ್ತು. ಕೆಳಗೆ ನಿಂತು ಮೇಲೆ ನೋಡಿದರೆ, ಅದರ ಗರಿಗಳು ಛತ್ರಿಯ ಹಾಗೆ ಹರಡಿ, ಮಧ್ಯದಲ್ಲಿ ದುಂಡಗೆ ಗರಿಗಳಿಲ್ಲದ ಆ ಜಾಗ ಆಕಾಶವನ್ನು ಸ್ಪಷ್ಟವಾಗಿ ತೋರುತ್ತಿತ್ತು. ಹೀಗೆ ಹುಡುಕಾಟ ನಡೆಸುವಾಗಲೆಲ್ಲಾ ನನಗೊಂದು ವಿಚಿತ್ರ ಅನುಭವ. ಅಷ್ಟು ವರ್ಷಗಳ ಕಾಲ ಬಾಳಿ ಬದುಕಿದ ಮನೆಯ ಅಪರೂಪದ ಕ್ಷಣಗಳನ್ನು ನಾವು ಸಿನೆಮಾದ ಮೂಲಕ ಹೇಗೆ ನಮ್ಮದನ್ನಾಗಿ ಮಾಡಿಕೊಂಡುಬಿಡುತ್ತೇವಲ್ಲಾ ಎಂದು. ಬಳಸಿ ಹಳತಾದ ಆ ಮನೆಗೆ ಸಹಜವಾದ ವಸ್ತುಗಳು, ಜಗುಲಿ ಗೋಡೆಗಳು ಹಳದಾದಷ್ಟು ಒಂದು ಟೆಕ್ಸ್ಚರ್ ಬಂದುಬಿಟ್ಟಿರುತ್ತದೆ– ವ್ಯಕ್ತಿತ್ವಗಳ ಹಾಗೆ.

ಆ ಮನೆಯ ಯಜಮಾನನ ಹೆಸರು ಮರೆತಿದ್ದೇನೆ. ನಾವು ಹೋದಾಗ ಆತನ ಹೆಂಡತಿ ಮತ್ತು ಮಗಳು ಮಾತ್ರ ಇದ್ದರು. ಮನೆ ತುಂಬಾ ಚೆನ್ನಾಗಿತ್ತು. ಶ್ರೀಮಂತಿಕೆಯ ಯಾವ ಲಕ್ಷಣಗಳೂ ಅಲ್ಲಿರಲಿಲ್ಲ. ಗೂಡಲ್ಲಿ ಪೇರಿಸಿದ ಬಟ್ಟೆಗಳು, ಓದುವ ಹುಚ್ಚಿನ ಹುಡುಗಿ ಅಲ್ಲೇ ಪಕ್ಕದಲ್ಲಿ ಜಾಗ ಮಾಡಿಕೊಂಡು ಇಟ್ಟಿದ್ದ ಪುಸ್ತಕಗಳು, ಎಲ್ಲ ಮುಸಲ್ಮಾನರ ಮನೆಯಲ್ಲಿರುವ ಹಾಗೆ ಕಾಬಾದ ಫೋಟೋ, ಅದರ ಅಕ್ಕಪಕ್ಕದಲ್ಲಿ ಹಿಂದೆ ಎಂದೋ ಅಪರೂಪಕ್ಕೆ ತೆಗೆದ ಫ್ಯಾಮಿಲಿ ಫೋಟೋ, ಮಂಚ, ಮಂಚಕ್ಕೆ ಆತುಕೊಂಡಂತೆ ಅಲ್ಲೊಂದು ಸಣ್ಣ ಟೀಪಾಯಿ. ಅದರ ಮೇಲೆ ಕರೆಂಟು ಹೋದಾಗ ಹಚ್ಚಲು ಸಿದ್ಧವಾಗಿದ್ದ ಲಾಟೀನು ಪದೇ ಪದೇ ಕರೆಂಟು ತೆಗೆಯುತ್ತಾರೆ ಎನ್ನುವುದನ್ನು ಹೇಳುತ್ತಿತ್ತು. ಒಳಕೋಣೆಗೆ ಆಚೆ ಕಡೆಯಿಂದ ಒಂದು ಬಾಗಿಲು, ತೆರೆದರೆ ಕೋಳಿ, ಆಡುಗಳು. ಅಂಗಳವನ್ನು ಗುಡಿಸಿ ಚೆನ್ನಾಗಿ ಇರಿಸಿಕೊಂಡಿದ್ದರು. ಮನೆಯ ಪಕ್ಕಕ್ಕೆ ಅಡುಗೆಮನೆ. ಅದು ಬೇರೆಯೇ ಎನ್ನಿಸುವ ಹಾಗೆ ಇತ್ತು. ಅಲ್ಲಿ ಮಣ್ಣಿಂದ ಮಾಡಿದ ಒಲೆ, ಅದರ ಮೇಲೆ ದುಂಡನೆಯ ಹಂಚಿಟ್ಟು ಪತ್ತರು (ತೆಳುವಾದ ಅಕ್ಕಿಯ ರೊಟ್ಟಿ)ಗಳನ್ನು ರಾತ್ರಿಯ ಊಟಕ್ಕಾಗಿ ಸುಡುತ್ತಿದ್ದರು. ನಮಗೋ ಕುತೂಹಲ ಇಷ್ಟು ತೆಳುವಾಗಿ ಹೇಗೆ ತಟ್ಟುತ್ತಾರೆ ಎಂದು. ತೆಳುವಾದ ಕೈಬೆರಳುಗಳು ಸಲೀಸಾಗಿ ಓಡಾಡುತ್ತಿದ್ದರೆ ವಾದ್ಯವೊಂದರ ಮೇಲೆ ಆಡಿದ ಅನುಭವ. ಆ ರೊಟ್ಟಿಗಳೋ ಧಾರವಾಡದ ಜೋಳದ ರೊಟ್ಟಿಗಿಂತಲೂ ತೆಳು. ಇಡೀ ರೊಟ್ಟಿಯನ್ನು ಮಡಚಿ ಒಮ್ಮೆಗೇ ಬಾಯಿಗೆ ಹಾಕಿಕೊಳ್ಳಬಹುದು– ಅಷ್ಟು ತೆಳು, ಮತ್ತು ಮೃದು. ಆಕೆ ಅದನ್ನು ತಟ್ಟುತ್ತಿದ್ದ ರೀತಿಯನ್ನು ನೋಡಿದ ಮೇಲೆ ಇದನ್ನು ತಿನ್ನದೇ ಇರಲು ಹೇಗೆ ಸಾಧ್ಯ ಎನ್ನುವಂತಿತ್ತು. ಮಣೆಗೆ ಕಟ್ಟಿದ ತೆಳು ಕಾಟನ್ ಬಟ್ಟೆ ಅದರ ಮೇಲೆ ರೊಟ್ಟಿಯ ಹಿಟ್ಟನ್ನು ಇಟ್ಟು ತಟ್ಟುತ್ತಿದ್ದರೆ ಪುಟ್ಟ ಮಗುವೊಂದನ್ನು ತಟ್ಟಿ ಮಾತಾಡಿಸುತ್ತಿದ್ದ ಹಾಗೆ ಅನ್ನಿಸುತ್ತಿತ್ತು. ಅದನ್ನು ನೋಡುತ್ತಿದ್ದ ನಮಗೆ ತಟ್ಟಲು ಆಕೆ ಕೊಟ್ಟರು. ನಮಗದು ಬಾರದೆ ಒದ್ದಾಡಿದೆವು.

ಹಾಗೂ ಹೀಗೂ ಮಾಡಿದ ರೊಟ್ಟಿಯನ್ನು ತಿನ್ನುವ ಎಂದರೆ ಅವತ್ತು ಅವರ ಮನೆಯಲ್ಲಿ ನಂಚಿಕೊಳ್ಳುವ ಪದಾರ್ಥ (ಪಲ್ಯ) ಮೀನಿದ್ದಿದ್ದರಿಂದ ಇನ್ನೊಮ್ಮೆ ಬಂದಾಗ ನಮಗಾಗಿ ತರಕಾರಿ ಮಾಡುವುದಾಗಿ ಆಕೆ ಹೇಳಿದ್ದರು. ನಾನು ಚಂಚಲಾ ಇಬ್ಬರೂ ಸಂಭ್ರಮಿಸಿದ್ದೆವು, ಆಕೆ ಎಷ್ಟು ಒಳ್ಳೆಯವರಲ್ಲಾ ಎಂದು.

ಆಕೆಯ ಕಿವಿಯಲ್ಲಿ ಅಲೀಖತ್ತು ಇರಲಿಲ್ಲ. ಚಿನ್ನದ ಅಲೀಖತ್ತು ಶ್ರೀಮಂತಿಕೆಯ ಸಂಕೇತ ಎಂದೇ ಭಾವಿಸುತ್ತಾರೆ. ಆದರೆ ಆ ಮನೆಯಲ್ಲಿ ಬಡತನವನ್ನೂ ಮೀರಿದ್ದು ಏನೋ ಇತ್ತು. ಅದು ಮನೆಯ ಜನರಲ್ಲಿನ ಪ್ರಸನ್ನತೆಯಿಂದ ಮಾತ್ರ ಸಿಗುವಂಥದ್ದು. ಮಗಳಿಗೆ ತುಂಬಾ ಓದುವ ಹಂಬಲ, ತಂದೆ-ಅಣ್ಣ ಇಬ್ಬರೂ ಗ್ಯಾರೇಜಿನಲ್ಲಿ ಕೆಲಸ ಮುಗಿಸಿ ಬಂದರೆ ತಾಯಿ ಬೆಳಗಿನಿಂದ ಸಂಜೆಯವರೆಗೂ ತೋಟ ನೋಡಿಕೊಂಡು ಬಿದ್ದ ತೆಂಗಿನ ಕಾಯನ್ನು ಒಂದೆಡೆಗೆ ಒಟ್ಟಿ, ಮನೆಯ ಕೆಲಸ ಮಾಡುತ್ತಿದ್ದಳು. ಸಣ್ಣಗಿನ ಆಕೆ ತನ್ನ ಅಳತೆಗೂ ಮೀರಿದ ದೊಗಲೆ ಬ್ಲೌಸ್ ಧರಿಸಿ ತೆಳು ನೈಲಾನ್ ಸೀರೆ ಉಟ್ಟಿದ್ದಳು. ಉಟ್ಟ ಸೀರೆಯಲ್ಲೂ ಅಚ್ಚುಕಟ್ಟುತನ ಆಕೆಯ ನಾಜೂಕನ್ನು ತೋರುತ್ತಿತ್ತು. ಇಂಥವರ ಕೈಲಿ ಪಾತ್ರ ಮಾಡಿಸಿಬಿಟ್ಟರೆ ಪಾತ್ರದ ನೈಜತೆ ಏನೂ ಮಾಡದೆಯೂ ಬಂದುಬಿಡುತ್ತದೆ ಎಂದು ನಮಗೆ ಗೊತ್ತಾದರೂ ಪಾತ್ರ ಮಾಡುವಷ್ಟು ಸ್ವಾತಂತ್ರ್ಯ ಆಕೆಗೆ ಇರುವುದಿಲ್ಲ ಎನ್ನುವ ವಾಸ್ತವ ಕೂಡಾ ಗೊತ್ತಿತ್ತು.

ತನ್ನ ಗಂಡನಿಗೆ ಫೋನ್ ಮಾಡಿ ಹೀಗೆ ಬಂದಿದ್ದಾರೆ ಎಂದು ಆಕೆ ಹೇಳುತ್ತಿದ್ದರೆ ಅವಳ ಮಾತಿನಲ್ಲಿ ಒಂದು ಲಯಬದ್ಧತೆ ಇತ್ತು. ಅವರು ಬರುವುದು ತಡ ಆಗುತ್ತೆ ಎಂದಳು. ಚಹಾ ಮತ್ತು ಬಿಸ್ಕೇಟುಗಳು ಎರಡೆರಡು ಬಾರಿ ಆಯಿತು. ಆ ಮನೆಯಲ್ಲಿ ಪಾಪ ಏನಿರುತ್ತೋ ಇಲ್ಲವೋ ಎಂದು ದುಡ್ಡನ್ನು ಕೊಡಲು ಹೋದೆವು. ನೀವು ನಮ್ಮ ಅತಿಥಿಗಳು ಇಷ್ಟು ಕೊಡಲಾರೆವೇ? ಎಂದು ಆಕೆ ಹೇಳಿದಾಗ ಅವರನ್ನು ಹಾಗೆ ಯೋಚಿಸಿದ್ದಕ್ಕೆ ನಾಚಿಕೆ ಎನ್ನಿಸಿತು. ಬಡತನ ಎನ್ನುವುದು ಹೊರಗಿನ ಸಂಗತಿ, ಕಾರುಗಳಲ್ಲೇ ಓಡಾಡುವ ದೊಡ್ಡ ದೊಡ್ಡ ಮನೆಗಳಲ್ಲಿ ವಾಸಿಸುವ ನಾವುಗಳು ಎಷ್ಟೋ ಸಲ ಒಳಗೆ ಬಡವರಾಗಿರುತ್ತೇವೆ. ಆ ಮನೆಯಲ್ಲಿ ನಮಗೆ ಸಿಕ್ಕಿದ್ದು ಎರಡು ಸಂಗತಿಗಳು. ಪಾತುಮ್ಮನ ಮಗಳು ಸಲ್ಮಾಳ ಅತ್ತೆ ಮನೆಯಾಗಿ ಶೂಟ್ ಮಾಡಬಹುದು ಎಂದಾಗಿದ್ದು, ಮತ್ತು ರೊಟ್ಟಿ ಮಾಡಲಿಕ್ಕೆ ಜನ ಬೇಕಲ್ಲ ಅದನ್ನು ಕಥೆಯ ಮುಖ್ಯ ಪಾತ್ರಧಾರಿಯಾದ ಹಿರಿಯ ಕಲಾವಿದೆ ಬಿ. ಜಯಶ್ರೀಯವರಿಗೆ ಹೇಳಿಕೊಡಲಿಕ್ಕೆ ಕೂಡಾ. ('ಹೇಳಿಕೊಡಲಿ ಖಂಡಿತಾ ಮಾಡುತ್ತೇನೆ' ಎಂದು ಉತ್ಸಾಹದಿಂದ ಹೊಗೆಯ ಒಲೆಯಮುಂದೆ ಕಣ್ಣು ತುಂಬಾ ನೀರು ತುಂಬಿಸಿಕೊಂಡು ರೊಟ್ಟಿಗಳನ್ನು ತಟ್ಟಿದ್ದರು.) ತಟ್ಟುವುದನ್ನು ಹೇಳಿಕೊಡಲು ಬೆಟ್ಟಂಪಾಡಿಯಿಂದ ಮುಕ್ಕಚ್ಚೇರಿಗೆ ಆಕೆ ಬಂದಿದ್ದರು. ಸಂಜೆಯವರೆಗೆ ನಮ್ಮೊಂದಿಗೇ ಇದ್ದು ಆ ದೃಶ್ಯವನ್ನು ತುಂಬಿಕೊಟ್ಟಿದ್ದರು. ತಾವೇ ರೊಟ್ಟಿ ಮಾಡಲಿಕ್ಕೆ ಬೇಕಾದ ಹಂಚು, ಮಣೆ, ಮಗಚಿ ಹಾಕಲಿಕ್ಕೆ ಸ್ಟೀಲಿನದೊಂದು ಕೈ-ಎಲ್ಲವನ್ನು ತಂದಿದ್ದರು.

ಜೊತೆಗೆ ಸಿದ್ಧವಾಗಿದ್ದ ರೊಟ್ಟಿಗಳನ್ನು ದೃಶ್ಯಕ್ಕೆ ಬೇಕಾದ ಹಸಿ ಹಿಟ್ಟನ್ನು ತಯಾರಿ ಮಾಡಿಕೊಂಡಿದ್ದರು. ಆ ದೃಶ್ಯ ಮಾಡಲಿಕ್ಕೆ ಏನೇನೋ ಕಾರಣಕ್ಕೆ ತಡವಾಯಿತು. ಆಕೆಗೆ ಮತ್ತೆ ಮನೆಗೆ ಹೋಗಿ ಅಡುಗೆ ಮಾಡಲಿಕ್ಕೆ ತಡ ಆಗುತ್ತೆ ಎನ್ನುವ ಆತಂಕ. ಅಂತೂ ಆ ಭಾಗದ ಚಿತ್ರೀಕರಣ ಮುಗಿದಾಗ ಸಂಜೆ ಆರು ಗಂಟೆಯಾಗಿಬಿಟ್ಟಿತ್ತು. ಜಯಶ್ರೀಯವರಿಗೆ ನೆಲದ ಮೇಲೆ ಕುಳಿತು ಮಾಡಲಿಕ್ಕಾಗಲಿಲ್ಲ, ಕಾರಣ ಅವರನ್ನು ಕಾಡುತ್ತಿದ್ದ ಕಾಲು ನೋವು. 'ಪ್ರಯತ್ನ ಪಡ್ತೀನಿ' ಎಂದು ನಾವು ಕಥೆ ಹೇಳಲು ಹೋದಾಗ ಹೇಳಿದ್ದರೂ ಶೂಟಿಂಗ್‌ನಲ್ಲಿ ಸಾಧ್ಯವಾಗಲಿಲ್ಲ. ನೆಲದ ಮೇಲೆ ಕುಳಿತುಕೊಳ್ಳದಿದ್ದರೆ ನಾಚ್ಯುರಲ್ ಆಗಿ ಕಾಣದೇ ಹೋಗುತ್ತಿತ್ತು. ಅದಕ್ಕಾಗೆ ಫೈನಲ್ ಮಾಡುವಾಗ ಜಯಶ್ರೀಯವರ ಮುಖಕ್ಕೆ ಈಕೆಯ ರೊಟ್ಟಿ ತಟ್ಟುವ ಕೈಯನ್ನು ಹಾಕಿ ದೃಶ್ಯವನ್ನು ಮ್ಯಾಚ್ ಮಾಡಿದ್ದರು.

ಮತ್ತೊಮ್ಮೆ ನಾವು ಶೂಟ್ ಮಾಡಲಿಕ್ಕೆ ಹೋದಾಗ ನಮಗಾಗಿ ರೊಟ್ಟಿಯ ಜೊತೆ ತರಕಾರಿಯ ಪಲ್ಯವನ್ನು ಮಾಡಿದ್ದರು. ರೊಟ್ಟಿಯ ಮೇಲೆ ಆ ತಾಯ ಕೈ ಬೆರಳುಗಳ ಗುರುತು ಹುಡುಕಿದೆ. ತುಂಬಾ ಸಂತೋಷದಿಂದ ನಾನು ಮತ್ತು ಚಂದ್ರಹಾಸರು ಮಾತ್ರ ಅದನ್ನು ತಿಂದೆವು. ಚಂಚಲ ಇದ್ದಿದ್ದರೆ ತಿನ್ನುತ್ತಿದ್ದರು ಎನ್ನಿಸುತ್ತೆ. ಅಷ್ಟರಲ್ಲಿ ಅವರು ನಮ್ಮ ಟೀಂ ಬಿಟ್ಟು ಹೋಗಿದ್ದರು. ಮಿಕ್ಕವರಿಗೆ ಹೈಜಿನ್ ಇಲ್ಲ ಎನ್ನುವ ಭಾವ ಇದ್ದಿರಬಹುದೇನೋ? ಆದರೆ ನನಗನ್ನಿಸುವುದು ಎಲ್ಲರೂ ಅವರವರ ಮಟ್ಟಿಗೆ ಚೆನ್ನಾಗೇ ಮಾಡಿರುತ್ತಾರೆ. ಸಣ್ಣ ಮನೆಗಳವರು ದೊಡ್ಡ ಮನೆಗಳವರಿಗಿಂತ ಕ್ಲೀನಾಗಿರುತ್ತಾರೆ, ಮತ್ತು ಅವರಿಗಾಗಿ ಎಂದು ಮಾಡಿಕೊಂಡಿರುತ್ತಾರೆ. ಆದ್ದರಿಂದ ಅದರಲ್ಲಿ ಏನನ್ನೋ ಹುಡುಕುವುದು ಸರಿಯಲ್ಲ. ನಾವು ರೊಟ್ಟಿಗಳನ್ನು ತಿನ್ನುತ್ತಿದ್ದಾಗ ಆಕೆಯ ಕಣ್ಣುಗಳಲ್ಲಿ ಪ್ರೀತಿ ಕಾಣುತ್ತಿತ್ತು. ಅವರಿಗೆ ಏನನ್ನಾದರೂ ಹೇಳಬೇಕು ಅನ್ನಿಸಿತು 'ಅಮ್ಮಾ ಎಷ್ಟು ಚೆನ್ನಾಗಿ ಮಾಡಿದ್ದೀರಿ' ಎಂದರೆ ಕೃತಕವಾದೀತು. ಅವರ ಕೈಗಳನ್ನು ಒಮ್ಮೆ ಒತ್ತಿ ಹಿಡಿದೆ. ಭಾವಗಳು ಹಾಗೇ ಆಕೆಯ ಮನಸ್ಸಿಗೆ ಪ್ರವಹಿಸಿತು.

ಜಯಶ್ರೀ ಎನ್ನುವ ಅಪರೂಪದ ಕಲಾವಿದೆ

ನಾಟಕ ಪರಂಪರೆಯನ್ನು ಹೊತ್ತು ಓಡಾಡುತ್ತಿರುವ ಜಯಶ್ರೀಯವರ ಎಲ್ಲ ಸಂಗತಿಗಳನ್ನು ನೋಡಿಕೊಳ್ಳುವ ಆನಂದರಾಜು ಅವರಿಗೆ ಫೋನ್ ಮಾಡಿ, 'ಸರ್ ಇಂಥಾ ಪಾತ್ರವೊಂದಿದೆ ಅಮ್ಮ ಆಕ್ಟ್ ಮಾಡುತ್ತಾರಾ?' ಎಂದು ಕೇಳಿದ್ದೆ. 'ಖಂಡಿತಾ ಯಾಕಾಗಬಾರದು? ಅವರಿಗೆ ಇಂಥಾ ಪಾತ್ರಗಳಲ್ಲಿ ಆಸಕ್ತಿ ಇದೆ ಬನ್ನಿ, ಕಥೆ ಹೇಳಿ' ಎಂದು ನಮ್ಮನ್ನು ಆಹ್ವಾನಿಸಿದ್ದರು. ಜಯಶ್ರೀಯವರಿಗಾಗಿ ಒಂದು ಬೊಕೆ ಸ್ವಲ್ಪ ಸ್ವೀಟ್ಸ್ ಹಿಡಿದು

ನಾನು ಮತ್ತು ಪಂಚಾಕ್ಷರಿ ಹೋದೆವು. ನಮ್ಮನ್ನು ಆನಂದ ರಾಜು ಸ್ವಾಗತಿಸಿದರು. ಅವರ ಮನೆಯಲ್ಲಿ ಎರಡು ನಾಯಿಗಳಿದ್ದವು. ಅವರು ಅವನ್ನು ಮಕ್ಕಳ ಹಾಗೆ ನೋಡುತ್ತಿದ್ದರು. ಒಂದು ನಾಯಿ ಸ್ವಲ್ಪ ಜೋರಿತ್ತು. ನಮ್ಮ ಮೇಲೆ ಹಾರಲು ಬರುತ್ತಿತ್ತು. ಅವರೇ ಅದನ್ನು ಹೊರಗೆ ಕಟ್ಟಿ ಬಂದರು. ಇನ್ನೊಂದು ನಾಯಿಗೆ ವಯಸ್ಸಾಗಿತ್ತು. ಆನಂದರಾಜು 'ಜಯಶ್ರೀಯವರು ಊಟ ಮಾಡ್ತಾ ಇದಾರೆ ಬರ್ತಾರೆ' ಎಂದರು. ಅವರ ಮಾತಿನ ಹಾಗೆ ಐದು ಹತ್ತು ನಿಮಿಷಗಳ ಉಭಯ ಕುಶಲೋಪರಿಯ ನಂತರ ನಮ್ಮನ್ನು ಬಂದು ಸೇರಿಕೊಂಡರು. ಬೊಳುವಾರರ ಕಥೆ, ತನ್ನದೊಂದು ಮುಸ್ಲಿಂ ಹೆಣ್ಣಿನ ಪಾತ್ರ ಎಂದ ತಕ್ಷಣ ಅವರ ಕಣ್ಣುಗಳಲ್ಲಿ ಮಿಂಚು ಕಾಣಿಸಿಕೊಂಡಿತು. 'ತುಂಬಾ ಚಾಲೆಂಜಿಂಗ್ ಆಗಿದ್ಯ?' ಎನ್ನುವುದು ಮೊದಲ ಪ್ರಶ್ನೆ ಆಗಿತ್ತು. ಬೇರೆ ಏನನ್ನೂ ಕೇಳದೆ ನೇರವಾಗಿ ಕಥೆ ಹೇಳಿ ಎಂದರು.

ಕಥೆ ಹೇಳಿದೆವು. ಕೊನೆ ಮುಟ್ಟುವ ಹೊತ್ತಿಗೆ ಅವರ ಕಣ್ಣುಗಳಲ್ಲಿ ನೀರಿತ್ತು. 'ನೀವು ಒಪ್ಪಿಕೊಳ್ಳುತ್ತೀರ ಅಂದರೆ ಅದಕ್ಕಿಂತ ಸಂತೋಷ ಮತ್ತೊಂದಿಲ್ಲ' ಎಂದೆವು. ಅದಕ್ಕೆ ಆಕೆ, 'ನಾವೆಷ್ಟು ಅದೃಷ್ಟಶಾಲಿಗಳು ಎಂಥೆಂಥಾ ಪಾತ್ರಗಳು ನಮ್ಮನ್ನರಸಿ ಬರುತ್ತವೆ. ಅದಕ್ಕೆ ಜೀವ ತುಂಬದೆ ಹೋದರೆ ಅದು ಆ ಪಾತ್ರಗಳಿಗೆ ನಾವು ಮಾಡಿದ ಅನ್ಯಾಯ. ಕೆಲ ಪಾತ್ರಗಳನ್ನು ನಾವು ಬದುಕಿಸಿದರೆ ಇನ್ನು ಕೆಲ ಪಾತ್ರಗಳು ನಮ್ಮನ್ನು ಬದುಕಿಸಿಬಿಡುತ್ತವೆ' ಎಂದು ನಕ್ಕರು. ಅವರ ಮಾತಿಗೆ ಅಲ್ಲವೇ ಎಂದು ತಲೆ ಆಡಿಸಿದೆವು. ಕಥೆ ಹೇಳಿ ಒಪ್ಪಿಗೆ ಸಿಕ್ಕ ಮೇಲೆ ಇನ್ನಿರುವುದು ಅವರ ಗೌರವ ಧನದ ಮಾತುಗಳು. ಅದನ್ನು ಹೇಗೆ ಕೇಳುವುದು? ದೊಡ್ಡ ನಟಿ ಎಷ್ಟು ಕೇಳುತ್ತಾರೋ? ಎನ್ನುವುದು ನಮ್ಮ ಆತಂಕ. ಆನಂದರಾಜು ಅವರಿಗೆ ಇದು ಗೊತ್ತಾಯಿತು ಎಂದು ಕಾಣುತ್ತದೆ. 'ನೀವು ಹಣ ಎಷ್ಟು ಎಂದು ಕೇಳಲಿಕ್ಕೆ ಒದ್ದಾಡುತ್ತಿದ್ದೀರ ಅಲ್ಲವಾ?' ಎಂದರು. 'ನಮ್ಮದು ಸಣ್ಣ ಬಜೆಟ್‌ನ ಸಿನಿಮಾ' ಎಂದರು ಪಂಚಾಕ್ಷರಿ. 'ನಾನು ಈ ಸಿನೆಮಾಗೆ ಹಣ ಕೇಳುವುದಿಲ್ಲ, ನೀವು ಎಷ್ಟು ಕೊಟ್ಟರೆ ಅಷ್ಟು ತೆಗೆದುಕೊಳ್ಳುತ್ತೇನೆ. ಒಂದು ರೂಪಾಯಿ ಕೊಟ್ಟರೂ ಸರಿ ಸಂತೋಷವೇ. ಜೊತೆಗೆ ರಾಜ್ಯಸಭಾ ಸದಸ್ಯೆ ಆದ್ದರಿಂದ ಟ್ರೈನ್‌ನಲ್ಲಿ ನನಗೆ ಬರುವುದು ಸುಲಭ ಮತ್ತು ಖರ್ಚು ಕಡಿಮೆಯಾಗುತ್ತೆ' ಎಂದರು ಜಯಶ್ರೀಯವರು. ನಮಗಂತೂ ಮಾತಿಲ್ಲದಂತಾಗಿಬಿಟ್ಟಿತ್ತು. ನಿಜವಾ! ನಾವು ಕಾಣುತ್ತಿರುವುದು ಕನಸಾ? ಒಂದು ದೃಶ್ಯದಲ್ಲಿ ಮುಖ ತೋರಿಸಿದವರೂ ಡಿಮ್ಯಾಂಡ್ ಮಾಡುವ ಈ ಹೊತ್ತಿನಲ್ಲಿ ಇಷ್ಟು ದೊಡ್ಡ ಕಲಾವಿದೆ, ಅಪ್ಪಟ ಪ್ರತಿಭಾವಂತೆ ಹೀಗೆ ಮಾತಾಡುವುದು ಕೇಳಿ ಇದು ಅವರ ಸಂಸ್ಕಾರ ಬಲದಿಂದ ಬಂದಿರುವ ಮಾತುಗಳು ಎನ್ನುವ ನಂಬಿಕೆ ಹುಟ್ಟಿತು. ಅವರು ಹಾಗೆ ನಡೆದುಕೊಂಡರು ಕೂಡಾ. ನಾವವರಿಗೆ ಹಣ ತಲುಪಿಸಿದ್ದು ತಡವಾಗಿ.

ಪಾತ್ರ ಮಾಡುವುದಾಗಿ ಒಪ್ಪಿದ ಮೇಲೆ ಎರಡನೆಯ ಬಾರಿ ಜಯಶ್ರೀಯವರ ಮನೆಗೆ ಹೋಗಿ, ಪಾತ್ರದ ಕಾಸ್ಟ್ಯೂಮ್‌ನಲ್ಲಿ ಅವರ ಲುಕ್ ಹೇಗಿರುತ್ತೆ ಎನ್ನುವುದನ್ನು ನೋಡಿದೆವು. ಅವತ್ತು ಅವರು 'ಪೆಟ್ಟಿಕೋಟ್ ಉದ್ದ ಇದೆ ಗಿಡ್ಡ ಮಾಡಿ' ಎಂದಿದ್ದರು. 'ಸೀರೆ ಉಟ್ಟುಕೊಂಡರೆ ಎರಡು ನೆರಿಗೆಯೂ ಬರುವುದಿಲ್ಲ, ಸುತ್ತಿದ ಹಾಗಿದೆ, ಓಡಾಡಲು ತೊಂದರೆ' ಎಂದಿದ್ದರು. ನಾವೆಲ್ಲರೂ ಅದನ್ನು ಕೇಳಿಕೊಂಡು ಬಂದಿದ್ದೆವು. ಅಲೀಖತ್ತುಗಳು ಮಾಮೂಲಿ ಅಂಗಡಿಯಲ್ಲಿ ಸಿಗುವ ರಿಂಗ್‌ನ ಮುಂದಿನ ಕೊಂಡಿಯನ್ನು ತೆಗೆದು ಒತ್ತಿದ್ದರಿಂದ ಕಿವಿಯಲ್ಲಿ ನಿಲ್ಲುತ್ತಿರಲಿಲ್ಲ. ನಿಂತರೂ ನೆಟ್ಟಗೆ ನಿಲ್ಲುತ್ತಿದ್ದವು. ಬೇರೆ ದಾರಿ ಇರಲಿಲ್ಲ. ಸಿನಿಮಾದಲ್ಲಿ ಕಾಣುವುದು ಮುಖ್ಯವಾದ್ದರಿಂದ ಕಾಣಿಸಲು ನಾವು ಪಡಬಾರದ ಪಾಡನ್ನು ಪಡುತ್ತಿರುತ್ತೇವೆ. ಸರಿಯಾಗಿ ನಿಲ್ಲಲಿ ಎಂದು ರಿಂಗ್‌ಗಳನ್ನು ಕಿವಿಗಿಟ್ಟು ಜೋರಾಗಿ ಒತ್ತಿದ್ದರಿಂದ ಜಯಶ್ರೀಯವರಿಗೆ ನೋವುಂಟಾಗಿತ್ತು. (ಅಷ್ಟು ಸಹಿಸಿಕೊಳ್ಳಬೇಕು ಎನ್ನುವುದು ಸುಭಾಷಿಣಿಯ ವಾದ) ನಮಗೆ ಅಲೀಖತ್ತನ್ನು ಹಾಕಲಿಕ್ಕೆ ಬೇರೆ ದಾರಿಯೂ ಇರಲಿಲ್ಲ. ಅದು ಕಾಸ್ಟ್ಯೂಮ್ ಡಿಪಾರ್ಟ್‌ಮೆಂಟ್‌ನ ಕೆಲಸ ಎಂದು ಸುಮ್ಮನಾದೆವು. ಆದರೆ ಆ ಲುಕ್‌ನಲ್ಲಿ ಜಯಶ್ರೀಯವರು ಥೇಟ್ ನಾವು ಕಲ್ಪಿಸಿಕೊಂಡಿದ್ದ ಪಾತುಮ್ಮಳಾಗಿ ಪ್ರತ್ಯಕ್ಷವಾಗಿದ್ದರು.

ಶೂಟಿಂಗ್ ಬಂದಾಗಲೂ ಅವರ ಉದ್ದವನ್ನೂ ಮೀರಿದ ಪೆಟ್ಟಿಕೋಟ್‌ನ ವಿಷಯ ಹೇಳಿದ್ದರು ಜಯಶ್ರೀ. 'ಅದನ್ನ ಕಾಸ್ಟ್ಯೂಮಿನವರು ಮಾಡುತ್ತಾರೆ' ಎಂದು ನಾನವರಿಗೆ ಹೇಳಿದ್ದೆ. ಕಾಸ್ಟ್ಯೂಮ್ ಡಿಸೈನರ್ ಸುಭಾಷಿಣಿ ಕಾರಣಾಂತರಗಳಿಂದ ನಮ್ಮ ಟೀಂಗೆ ಬಂದು ಸೇರಿರದ ಕಾರಣ ಅವರ ಅಸಿಸ್ಟೆಂಟುಗಳೇ ನೋಡಿಕೊಳ್ಳುತ್ತಿದ್ದರು. ಸುಭಾಷಿಣಿಯೇ ಆಗಿದ್ದರೆ ನಮಗೆ ತೊಂದರೆ ಆಗುತ್ತಿರಲಿಲ್ಲ. ಅವರ ಅಸಿಸ್ಟೆಂಟ್ ಆಗಿದ್ದ ಬಸವರಾಜು ಎನ್ನುವ ಹುಡುಗನೊಬ್ಬನಿಗೇ ಕನ್ನಡ ಬರುತ್ತಿದ್ದುದು. ಅವನೇ ಎಲ್ಲವನ್ನೂ ನೋಡಿಕೊಳ್ಳಬೇಕಿತ್ತು. ಇನ್ನುಳಿದವರು ಬಾಂಬೆಯವರು. ಅವರಿಗೆ ಏನೂ ಗೊತ್ತಾಗುತ್ತಿರಲಿಲ್ಲ. ಪುಣೆಯಲ್ಲಿ ಓದಿ ಅನುಭವಕ್ಕಾಗಿ ಇಲ್ಲಿಗೆ ಬಂದಿದ್ದರು. ಈ ಎಲ್ಲ ಕಾರಣದಿಂದ ಜಯಶ್ರೀಯವರಿಗೆ ನಮ್ಮ ಮೇಲೆ ಕೋಪವೂ ಬಂದಿತ್ತು.

ಕೊನೆಗೆ ನಾನೇ ಒಬ್ಬ ಟೈಲರ್‌ನ ಹಿಡಿದು, ಸೀರೆಗೆ ಒಳಗೆ ಬಟ್ಟೆ ಕೊಟ್ಟು ಉಟ್ಟುಕೊಳ್ಳುವ ಹಾಗೆ ಮಾಡಿದೆ, ಮತ್ತೆ ಪೆಟ್ಟಿಕೋಟ್‌ಗಳ ಉದ್ದವನ್ನೂ ಕಡಿಮೆ ಮಾಡಿಸಿದೆ. ಅದಾಯ್ತು ಎಂದರೆ ಇನ್ನೊಂದೇ ಸಮಸ್ಯೆ ಎದುರಾಗಿತ್ತು. ಜಯಶ್ರೀಯವರ ಪಾತ್ರ ಮಾತ್ರ ಸಿನಿಮಾದ ಉದ್ದಕ್ಕೂ ಇತ್ತು. ಉಳಿದ ಪಾತ್ರಗಳದ್ದು ಒಂದು ಅಥವಾ ಎರಡು ದಿನಗಳ ಮಟ್ಟಿಗೆ ಸೀಮಿತವಾಗಿತ್ತು. ಹೀಗಾಗಿ ಬೇರೆಯವರ ಬಟ್ಟೆ ಒಗೆಯುವುದು, ಒಣಗುವುದು ಸಮಸ್ಯೆ ಇರಲಿಲ್ಲ. ಆದರೆ ಜಯಶ್ರೀಯವರ ಬಟ್ಟೆಗಳನ್ನು ಒಗೆಯಲೇ ಬೇಕಿತ್ತು. ಅದಕ್ಕಾಗಿ ಒಬ್ಬರನ್ನು

ನಾವು ನೇಮಿಸಿರಲಿಲ್ಲ. 'ನಾಳಿನ ಕಂಟಿನ್ಯುಟಿ' ಎಂದ ತಕ್ಷಣ ಜಯಶ್ರೀಯವರು, 'ಈ ಬಟ್ಟೆಗಳನ್ನು ಒಗಿಸಿಕೊಡಿ' ಎಂದು ನಮ್ಮ ಕೈಗೆ ಕೊಟ್ಟಿದ್ದರು. ಮಂಗಳೂರಿನ ಆ ಬಿಸಿಲು ಹರಿಸುತ್ತಿದ್ದ ಸೆಖೆ ನೀರು ಒಮ್ಮೆ ಬಟ್ಟೆಯನ್ನು ಬಿಚ್ಚಿಬಿಟ್ಟರೆ ಮತ್ತೆ ಹಾಕಿಕೊಳ್ಳಲು ಆಗುತ್ತಿರಲಿಲ್ಲ. ಒಗೆಸಿಕೊಡುವುದು ನ್ಯಾಯ ಕೂಡಾ. ಆದರೆ ಅದನ್ನು ಮಾಡುವವರು ಯಾರು? ಪಂಚಾಕ್ಷರಿಗೆ ಹೇಳಿದರೆ 'ನೀವೇ ಏನಾದ್ರೂ ಮಾಡಿ' ಎಂದರು. ಏನು ಮಾಡಲಿ ನಮಗೆ ಸೆಟ್‌ಬಾಯ್ ಕೂಡಾ ಇರಲಿಲ್ಲ. ದೋಬಿಗೆ ಕೊಡೋಣ ಎಂದರೆ ನಾವು ಷೂಟಿಂಗ್ ಮುಗಿಸಿಕೊಂಡು ಬರುವಾಗ ಕಡಿಮೆ ಎಂದರೂ ರಾತ್ರಿ ಎಂಟು ಎಂಟೂವರೆ ಆಗಿರುತ್ತಿತ್ತು. ಮುಲ್ಕಿ ಊರು ಅರ್ಧ ಮಲಗಿಬಿಟ್ಟಿರುತ್ತಿತ್ತು. ಪುನರೂರು ಹೊಟೇಲಿಗೆ ಊಟ ಮತ್ತು ಸ್ನಾಕ್ಸ್ ಒಪ್ಪಿಸಿದ್ದರಿಂದ ಅವರೇ ಹುಡುಗರನ್ನು ಕಳಿಸುತ್ತಿದ್ದರು. ಅವರು ಆ ಕೆಲಸವನ್ನು ಬಿಟ್ಟು ಬೇರೆ ಮಾಡುವುದಿಲ್ಲ ಎಂದರು. ಅದೂ ಎರಡು ದಿನ ಅಷ್ಟೆ ಮತ್ತೆ ಬೇರೆ ಹುಡುಗರನ್ನು ಪ್ರೊಡಕ್ಷನ್ನಿಗೆ ಎಂದು ಬೆಂಗಳೂರಿಂದ ಕರೆಸಬೇಕಾಯಿತು. ಆದರೆ ಅವರು ಬಟ್ಟೆಯನ್ನು ಒಗೆದುಕೊಡಲಿಲ್ಲ. ನಾಳೆಯ ಕಂಟಿನ್ಯುಟಿಗೆ ಬೇಕಾದ್ದರಿಂದ ಅದನ್ನು ದೋಬಿಗೆ ಕೊಟ್ಟು ಒಗೆಸಲು ಬರಲ್ಲ. ಅದಕ್ಕೆ ಸಮಯವಿಲ್ಲ. ಕಡೆಗೆ ನಮ್ಮ ಆರ್ಟ್ ಡೈರೆಕ್ಷನ್ ಡಿಪಾರ್ಟ್ಮೆಂಟ್‌ನ ಪುನೀತನೇ ಮುಂದೆ ಬಂದು ಆ ಕೆಲಸವನ್ನು ಮಾಡಿಕೊಟ್ಟ. ದಿನಾ ಹೋಗಿ ಬಟ್ಟೆ ತೆಗೆದುಕೊಂಡು ಬಂದು, ನೆನೆಸಿಟ್ಟು ಒಗೆದು, ಒಣಗಿಸಿ ಸಿದ್ಧ ಮಾಡುತ್ತಿದ್ದ. ಹಿರಿಯರಿಗೆ ಮಾಡುವ ಸೇವೆ ಎಂದು ಅವನು ಅದಕ್ಕಾಗಿ ಹೆಚ್ಚಿನ ಹಣವನ್ನೂ ತೆಗೆದುಕೊಳ್ಳಲಿಲ್ಲ.

ಇಷ್ಟಾಗಿಯೂ ನನಗನ್ನಿಸಿದ್ದು ಜಯಶ್ರೀಯವರ ಕಡೆಯಿಂದ ನಾವು ನಟನೆಯನ್ನು ಸರಿಯಾಗಿ ತೆಗೆಯಲಿಲ್ಲವೇನೋ ಎಂದು. ಮೊದಲ ಬಾರಿಗೆ ಮಾತುಗಳ ಸ್ಪಾಟ್ ರೆಕಾರ್ಡಿಂಗ್ ಮಾಡುತ್ತಿದ್ದುದರಿಂದ ಬಾಂಬೆಯಿಂದ ಒಂದು ತಂಡ ಬಂದಿತ್ತು. ಅದಕ್ಕೂ ಕಾರಣ ನಾವು ಡಿಸೆಂಬರ್ ಒಳಗೆ ಸಿನಿಮಾವನ್ನು ಮುಗಿಸಿ ಅವಾರ್ಡ್‌ಗೆ ಕಳಿಸಬೇಕಿತ್ತು. ಹೀಗಾಗಿ ಡಬ್ ಮಾಡುವುದಕ್ಕೆ ಸಮಯ ಇಲ್ಲದ್ದರಿಂದ ಈ ವ್ಯವಸ್ಥೆ ಮಾಡಲಾಯಿತು. ಪಂಚಾಕ್ಷರಿಗೆ ಈ ಬಗೆಯ ಜ್ಞಾನ ಜಾಸ್ತಿ ಇತ್ತು. 'ಇದನ್ನು ನಾವೇನಾದರೂ ಇಂಟರ್ನ್ಯಾಷನಲ್ ಅವಾರ್ಡ್ ಕಳಿಸುವುದಾದರೆ ಅದಕ್ಕೆ ಡಬ್ ಮಾಡಬಾರದು. ಸ್ಪಾಟ್ ರೆಕಾರ್ಡಿಂಗ್ ಮಾಡಬೇಕು. ಭಾರತೀಯ ಸಿನಿಮಾಗಳಿಗೆ ಇದಕ್ಕಾಗೇ ಅವಾರ್ಡುಗಳು ಬರಲ್ಲ' ಎಂದು ಹೇಳುತ್ತಿದ್ದರು. ಆ ನಿಟ್ಟಿನಲ್ಲಿ ಇದೊಂದು ಪ್ರಯೋಗ ಕೂಡಾ ಆಗಲಿ ಎಂದುಕೊಂಡೆವು. ಹಾಗೆ ಮಾಡಿದ್ದರಿಂದ ಫೈನಲ್ ಆಗುವಾಗ, ಆ ಸಿನೆಮಾಕ್ಕೆ ಮ್ಯೂಸಿಕ್ ಕೂಡಾ ಬೇಡ ಎಂದು ಅನ್ನಿಸಿತ್ತು. ಯಾಕೆಂದರೆ ಅದಕ್ಕೆ ಅದರದ್ದೇ ಆದ ಮ್ಯೂಸಿಕ್ಕನ್ನು ಪ್ರಕೃತಿಯಿಂದಲೇ ಪಡೆದುಕೊಂಡುಬಿಟ್ಟಿತ್ತು. ಆದರೆ ಪ್ರೊಡ್ಯೂಸರ್ ಬಸಂತ್ ಕುಮಾರ್ 'ಇಲ್ಲ, ಇಂಥಾ ಪ್ರಯೋಗ ನಾವು ಯಾವತ್ತೂ ಮಾಡಿಲ್ಲ, ಅದಕ್ಕೆ

ಈಗಲೂ ಬೇಡ, ಮ್ಯೂಸಿಕ್ ಮಾಡಿಸಿಬಿಡಿ' ಎಂದಿದ್ದರಂತೆ. (ನನಗೆ ಈಗಲೂ ಅದನ್ನ ಹಾಗೆ ಬಿಟ್ಟಿದ್ದಿದ್ದರೆ ಚೆನ್ನಾಗಿತ್ತು ಅಂತ ಅನ್ನಿಸುತ್ತಲೇ ಇರುತ್ತದೆ)

ಸೆಟ್‌ನಲ್ಲಿರುವವರನ್ನು ಸುಮ್ಮನಾಗಿಸುವುದೋ, ಹೊರಗಿನವರನ್ನೋ, ಅಥವಾ ಓಡಾಡುವ ವಾಹನಗಳನ್ನೋ? ಈ ಗಲಾಟೆಯಲ್ಲಿ ಸೌಂಡ್ ಓಕೆ ಆದ್ರೆ ಸಾಕು ಅಂತ ಎಷ್ಟೋ ಸಲ ಅನ್ನಿಸಿಬಿಟ್ಟಿರುತ್ತಿತ್ತು. ಆಗೆಲ್ಲಾ ಅವರ ನಟನೆಯ ಕಡೆಗೆ ತುಂಬಾ ಗಮನ ಕೊಡಲಿಲ್ಲವೇನೋ ಅನ್ನಿಸಿದ್ದು ನಿಜ. ಆದರೂ ಕೊನೆಯ ದೃಶ್ಯದಲ್ಲಿ ಕಡಲ ಕೊರೆತದಿಂದ ಮನೆ ಕಳಕೊಂಡ ಪಾತುಮ್ಮ, ಶ್ರೀನಿವಾಸಾಚಾರಿಯನ್ನು ಕಂಡಾಗ ಕಟ್ಟೆಯೊಡೆದ ದುಃಖವನ್ನು ಜಯಶ್ರೀ ಅಯಾಚಿತವಾಗಿ ಕಣ್ಣೀರನ್ನು ಹಾಕಿ ಅದ್ಭುತವಾಗಿ ನಟಿಸಿದ್ದರು. ಪಾತ್ರದಲ್ಲಿ ಲೀನವಾಗುವುದು ಅವರಿಗೆ ಕರತಲಾಮಲಕ. ಅದಕ್ಕೆ ಒಂದಿಷ್ಟು ಸಮಯಾವಕಾಶವನ್ನು ನಾವು ಕೊಡಬೇಕಿತ್ತು. ನಾನು ನಿರ್ದೇಶಕರ ಶಕ್ತಿಯ ಬಗ್ಗೆ ಮಾತಾಡುತ್ತಿಲ್ಲ, ಅದನ್ನು ಅವರು ಅನಂತಮೂರ್ತಿಯವರ ಕಥೆಯಾಧಾರಿತ 'ಪ್ರಕೃತಿ' ಸಿನಿಮಾವನ್ನು ಮಾಡಿ ಪ್ರೂವ್ ಮಾಡಿದ್ದರು. ಆದರೆ ಈ ಸಿನಿಮಾದಲ್ಲಿ ಬೆಳೆಯುವ ದಿನಗಳು, ದುಡ್ಡಿನ ಲೆಕ್ಕ, ಸಿನಿಮಾ ಪೂರೈಸುವ ಜರೂರತ್ತು ಎಲ್ಲಾ ಸೇರಿ ಪಾತ್ರಗಳನ್ನು ದುಡಿಸಿಕೊಳ್ಳಬೇಕಾದಷ್ಟು ದುಡಿಸಿಕೊಳ್ಳಲಿಲ್ಲ ಅನ್ನಿಸುತ್ತೆ. ಹಾಗಾಗೇ ಕಥೆ ಚೆನ್ನಾಗಿದ್ದರೂ ಸಿನಿಮಾ ಗಮನ ಸೆಳೆಯದೇ ಹೋಯಿತೋ ಏನೋ.

ರುದ್ರಪಾದ ಮತ್ತು ಪುಟ್ಟಯ್ಯನ ಪಾಳ್ಯದ ಇಟ್ಟಿಗೆಯ ತುಂಡು

ಬೆಟ್ಟಂಪಾಡಿಯ ಮನೆ ದಾಟಿ ಒಂದುವರೆ ಕಿಲೋಮೀಟರ್ ದೂರಕ್ಕೆ ಬಂದರೆ ಸೋಮೇಶ್ವರ ಬೀಚ್. ಅಲ್ಲೇ ಸೋಮೇಶ್ವರ ದೇವಸ್ಥಾನ, ಅಲ್ಲಿಯ ಸ್ಥಳ ಪುರಾಣದ ಪ್ರಕಾರ ಈಶ್ವರ ಧರೆಗಿಳಿದಾಗ ತನ್ನ ಪಾದವನ್ನು ಊರಿದ ಜಾಗದಲ್ಲಿ ದೊಡ್ಡ ದೊಡ್ಡ ಬಂಡೆಗಳಾಗಿವೆ ಎನ್ನುವುದು. ಆದ್ದರಿಂದ ಆ ಬಂಡೆಗಳನ್ನು ರುದ್ರ ಪಾದ ಎಂದೇ ಕರೆಯಲಾಗಿದೆ. ಅಲ್ಲಿ

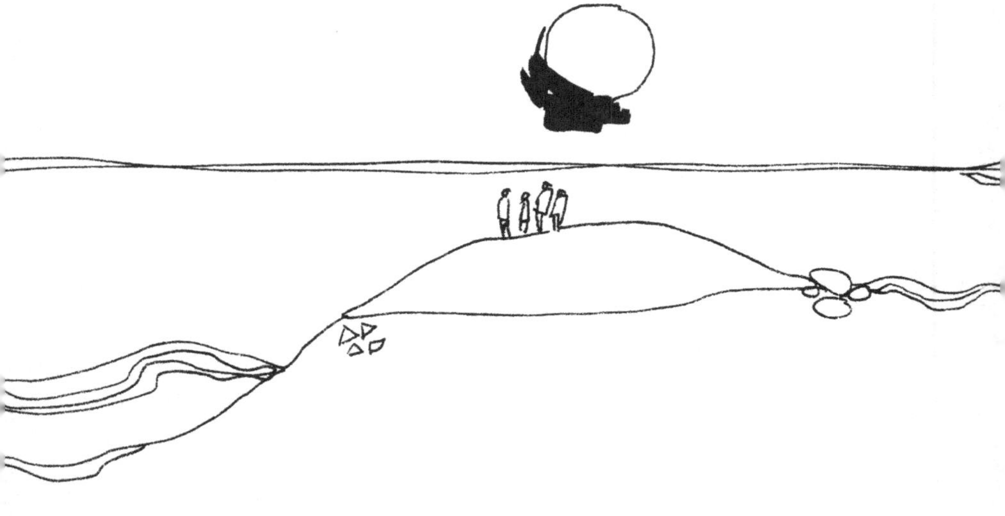

ದೊಡ್ಡದೊಂದು ಕಲ್ಯಾಣಿ, ಅದನ್ನು ಹಾದು ಸ್ವಲ್ಪ ದೂರದಲ್ಲಿ ದೇವಸ್ಥಾನ, ಅದರ ಪಕ್ಕದಲ್ಲಿ ಸಣ್ಣದೊಂದು ಜಾಗ. ಚಂದ್ರಣ್ಣ ಕರಸೇವೆಯಿಂದ ಬರುವಾಗ ಯಾರೋ ಕೊಟ್ಟರು ಎಂದು ಮಸೀದಿಯ ತುಂಡನ್ನು ಜ್ಞಾಪಕಾರ್ಥಕ್ಕಾಗಿ ತಂದಿರುತ್ತಾನೆ. ಅದು ಅವನಲ್ಲಿ ಪಾಪಪ್ರಜ್ಞೆಯನ್ನು ಹುಟ್ಟು ಹಾಕುತ್ತಿರುತ್ತದೆ. ಕಾಡುವ ಪಾಪ ಪ್ರಜ್ಞೆಯಿಂದ ಬಾವಿಗೆ ಆ ತುಂಡನ್ನು ಎಸೆದು ನಿರಾಳವಾಗುತ್ತಾನೆ. ನಮ್ಮ ಹುಡುಕಾಟ ಅವನು ಎಸೆಯುವ ಬಾವಿಯದ್ದಾಗಿತ್ತು. ಕಡೆಗೂ ರುದ್ರಪಾದದ ಶಿವನ ದೇವಸ್ಥಾನದ ಪಕ್ಕದಲ್ಲಿದ್ದ ಬಾವಿ ನಮ್ಮ ಆಯ್ಕೆಯಾಗಿತ್ತು. ಅಲ್ಲಿಗೆ ಯಾರನ್ನೂ ಬಿಡುತ್ತಿರಲಿಲ್ಲ ಕಾರಣ ಬಾವಿಯ ನೀರನ್ನು ಸೋಮೇಶ್ವರನ ಅಭಿಷೇಕಕ್ಕಾಗಿ ಮಾತ್ರ ಬಳಸುತ್ತಿದ್ದರು. ಚಂದ್ರಹಾಸರ ಕೈ ಬಹುದೂರದವರೆಗೂ ಚಾಚಿದ್ದರಿಂದ ಈ ಬಾವಿಯ ಬಳಿಗೆ ಹೋಗುವ ಮೊದಲು ಇದ್ದ ಗೇಟಿನ ಬೀಗದ ಕೈ ನಮ್ಮ ಕೈ ಸೇರಿತ್ತು.

ಸೋಮೇಶ್ವರ ದೇವಸ್ಥಾನದ ಪಕ್ಕದಲ್ಲಿದ್ದ ಬಾವಿಗೆ ಹಾಕಬೇಕಿದ್ದ ಮಣ್ಣಿನ ಇಟ್ಟಿಗೆಯನ್ನು ನಾನು ಮಾಗಡಿಯ ಸಮೀಪದ ನಮ್ಮೂರು ಪುಟ್ಟಯ್ಯನಪಾಳ್ಯದ ಬಿದ್ದು ಹೋಗಿದ್ದ ನಮ್ಮ ಮನೆಯ ಗೋಡೆಯಿಂದ ತೆಗೆದುಕೊಂಡು ಹೋಗಿದ್ದೆ– ಸುಮಾರು ಇನ್ನೂರು ವರ್ಷಗಳ ಹಳೆಯದಾದ ಮನೆಯದು. ಆ ಗೋಡೆಯ ತುಂಡಿನ ಭಾಗ್ಯ ಎಂಥದ್ದು! ಎಲ್ಲೋ ಇದ್ದ ಮಣ್ಣಿನ ಹೆಂಟೆ ಸೋಮೇಶ್ವರ ದೇಗುಲದ ಬಾವಿಯನ್ನು ಸೇರುವುದು ಎಂದರೇನು? ಅಭಿಷೇಕದ ನೀರಿನ ನಂಟನ್ನು ಪಡೆಯುವುದು ಅಚ್ಚರಿಯಲ್ಲವಾ? ಅದೂ ಮಸೀದಿಯ ತುಂಡೆಂದು ನಾವು ಭಾವಿಸಿದ್ದರೆ, ಅದನ್ನು ಸೋಮೇಶ್ವರ ದೇವಸ್ಥಾನದ ಬಾವಿಗೆ ಹಾಕುವುದು ಎರಡು ಧರ್ಮಗಳ ಸಂಗಮವನ್ನು ಹೇಳುವುದಾ? ಅಥವಾ ಎರಡೂ ದೇವರೂ ಒಂದೇ ಎನ್ನುವುದನ್ನು ಸಾರುವುದಾ? ಹೀಗೇ ನಮ್ಮ ಬದುಕೂ ಅಲ್ಲವಾ? ಎಲ್ಲೋ ಇದ್ದಿದ್ದು ಎಲ್ಲಿಗೋ ಸೇರುವುದು, ಅಲ್ಲಿ ಹೊಸದೊಂದು ಜೀವನ ಆರಂಭಿಸುವುದು ಎಂಥಾ ವಿಚಿತ್ರ ಅಲ್ಲವಾ? ಹೀಗೆ ಮಸೀದಿಯ ಗೋಡೆಯದ್ದೆಂದು ಭಾವಿಸಿದ ಆದರೆ ಮಸೀದಿಯದ್ದಲ್ಲದ ಒಂದು ಇಟ್ಟಿಗೆಯ ತುಂಡು ಇಷ್ಟೆಲ್ಲಾ ಚಿಂತನೆಗಳಿಗೆ ಕಾರಣವಾಗಿ ನಾನು ಮೂಕಳಾಗಿದ್ದೆ.

ಕಡಲ ತಡಿಯಲ್ಲಿದ್ದ ದೊಡ್ಡ ಬಂಡೆಗಳಿಗೆ ಹೊಡೆದ ಅಲೆ ಎತ್ತರೆತ್ತರಕ್ಕೆ ಹಾರಿ ಮೇಲೆ ನಿಂತಿದ್ದ ನಮ್ಮನ್ನು ಮುಟ್ಟಲು ತವಕಿಸುತ್ತಿತ್ತು. ಸಣ್ಣ ಮಕ್ಕಳು ಹೋ ಎಂದು ಕೂಗುತ್ತಿದ್ದರೆ ಅವರ ಅಮ್ಮಂದಿರು ಅವುಗಳನ್ನು ಹಿಡಿದುಕೊಳ್ಳಲು ನೋಡುತ್ತಿದ್ದರು. ಹರೆಯದ ಹುಡುಗರು ಅಲೆಯ ಜೊತೆಗೆ ಆಟ ಆಡುವ ಧೈರ್ಯ ತೋರುತ್ತಿದ್ದರು. ಬೀಚ್ ನೋಡಲಿಕ್ಕೆ ತುಂಬಾ ಸುಂದರವಾಗಿ ಕಾಣುತ್ತಿತ್ತು. ನಮಗೆ ಆಗ ಒಂದು ಜಿಜ್ಞಾಸೆ ಮೂಡಿತು. ಚಂದ್ರಣ್ಣ ಆ ಗೋಡೆಯ ತುಂಡನ್ನು ಬಾವಿಗೆ ಹಾಕಿದರೆ ಆಗುವ ಪರಿಣಾಮಕ್ಕೂ, ಸಂಜೆಯ ಅಸ್ತಮಾನದ ಸೂರ್ಯನಿಗೆ ಎದುರಾಗಿ ಸಮುದ್ರಕ್ಕೆ

ಎಸೆಯುವುದರಿಂದ ಹೆಚ್ಚು ಪರಿಣಾಮ ಉಂಟುಮಾಡುತ್ತದಾ? ಎರಡನ್ನೂ ಶೂಟ್ ಮಾಡೋಣ ನಂತರ ಯಾವುದು ಪರಿಣಾಮದಲ್ಲಿ ತೀವ್ರವಾಗುತ್ತೋ ಅದನ್ನೇ ಇರಿಸಿಕೊಳ್ಳೋಣ ಎಂದು ತೀರ್ಮಾನಿಸಿದೆವು. ಅದು ಹಾಗೇ ಆಯಿತು. ಆದರೆ ಬಾವಿಗಿಂತ ರುದ್ರಪಾದ ಮೇಲೆ ನಿಂತು ಸಮುದ್ರಕ್ಕೆ ಆ ತುಂಡನ್ನು ಎಸೆದಿದ್ದು ತುಂಬಾ ಪರಿಣಾಮಕಾರಿಯಾಗಿತ್ತು. ಅದನ್ನೇ ಕಡೆಗೆ ಉಳಿಸಿಕೊಂಡೆವು.

ಡೋರಾ ಎನ್ನುವ ಜೀವನೋತ್ಸಾಹ

ಕಲ್ಲಾಪುವಿನ ನೇತ್ರಾವತಿ ನದಿಗೆ ಇದ್ದ ಸೇತುವೆ ದಾಟಿದ ತಕ್ಷಣ ಸಿಗುವುದೇ ಡೋರಾ ಮನೆ. 'ಇದೇ ಹಸೀನಾ ಮನೆ ಅಂತ ಶೂಟ್ ಮಾಡಿದ್ದು' ಎಂದು ಚಂದ್ರಹಾಸ ತೋರಿಸಿದರು. ರಸ್ತೆಯಿಂದ ಕೆಳಗೆ ಸುಮಾರು ದೂರಕ್ಕೆ ಇಳಿಯಬೇಕು ಮನೆಯ ಮುಂದೆ ಕಟ್ಟಿದ್ದ ನಾಯಿ ಬೊಗಳುತ್ತಿತ್ತು. ಆ ಶಬ್ದಕ್ಕೆ ಹೊರಬಂದು ನಮ್ಮನ್ನು ನೋಡಿ 'ಯಾರು?' ಎಂದಳು ಡೋರಾ. 'ಇದು ಹಸೀನಾ ಸಿನೆಮಾ ಶೂಟ್ ಮಾಡಿತ್ತಲ್ಲ...' ಎಂದು ಶುರು ಮಾಡಿದ ಚಂದ್ರಹಾಸರ ನೆನಪುಗಳೊಂದಿಗೆ ಡೋರಾ ತನ್ನ ಪಯಣ ಬೆಳೆಸಿದ್ದಳು. ಅವರ ಮಾತುಗಳನ್ನು ಕೇಳಿದ ತಕ್ಷಣ 'ಓ ಬನ್ನಿ ಅಣ್ಣ' ಎಂದು

ಕರೆದಳು. ಸಣ್ಣ ಮನೆ ಹೊರಗೊಂದು ಜಗುಲಿ ಸ್ವಲ್ಪ ದೂರಕ್ಕೆ ನೇತ್ರಾವತಿ ನದಿ ತುದಿಗೆ ಹಗ್ಗ ಕಟ್ಟಿಸಿಕೊಂಡು ತೇಲಾಡುತ್ತಿದ್ದ ಪುಟ್ಟದೊಂದು ದೋಣಿ. ಮನೆಯ ಮುಂದೆ ಕೋಳಿಗಳು, ಬಾತುಕೋಳಿಗಳು ಓಡಾಡುತ್ತಿದ್ದವು. ನಾನು ಚಂಚಲಾಗೆ 'ಇಂಥಾ ಮನೆಯಲ್ಲಿದ್ದರೆ ಎಷ್ಟು ಚೆನ್ನ ಅಲ್ಲವಾ?' ಎಂದೆ. 'ನೋಡಲಿಕ್ಕೆ ಚಂದ ಅಷ್ಟೇ, ಇಲ್ಲಿರುವ ಕಷ್ಟ ಅವರಿಗೇ ಗೊತ್ತು! ಹುಣ್ಣಿಮೆ ರಾತ್ರಿಯಲ್ಲಿ ನೀರಿನ ಹರಿವು ಹೆಚ್ಚಾದರೆ ಇಲ್ಲೆಲ್ಲಾ ನೀರೇ' ಎಂದು ನಕ್ಕರು. ಅವರಿಬ್ಬರೂ ಮಾತಾಡುತ್ತಿದ್ದರೆ ನಾವು ಚಂಚಲಾ ಮನೆಯನ್ನು ಒಂದು ಸುತ್ತು ಬಂದೆವು. ಡೋರಾ ಮೂವತ್ತೈದರ ಆಸು ಪಾಸಿನವಳು. ಚೂಡಿದಾರ್ ಹಾಕಿದ್ದಳು. ತುಂಬಾ ಸಣ್ಣ, ಬಣ್ಣವೂ ಕಪ್ಪೇ. ಪಕ್ಕಾ ಮೀನುಗಾಗರ ಹೆಣ್ಣಿನ ಹಾಗಿದ್ದ ಡೋರಾ ಮನೆಯ ಮೇಲೆ ಶಿಲುಬೆಯ ಗುರುತನ್ನು ಹಾಕಿಕೊಂಡಿದ್ದಳು. ಮನೆಯಲ್ಲಿ ಬೆಳಗ್ಗೆ ಮಾಡಿದ ಮೀನಿನ ವಾಸನೆ ಸಣ್ಣದಾಗಿ ಹರಡಿ ಪದಾರ್ಥದ ಘಮಲನ್ನು ಉಳಿಸಿತ್ತು. ಚಹಾ ಮಾಡುವ ಉತ್ಸಾಹ ಆಕೆಗಿದ್ದರೂ, ಆಗ ತಾನೆ ಊಟ ಮಾಡಿದ್ದರಿಂದ ಕುಡಿಯುವ ಉಮೇದು ನಮಗಿರಲಿಲ್ಲ. ಸಲ್ಮಾಳ ಗಂಡ ಸಾಮಿಲಿನಲ್ಲಿ ಕೆಲಸ ಮಾಡುತ್ತಾನೆ ಎಂದು ಕಥೆಯಲ್ಲಿ ಬರಕೊಂಡಿದ್ದರಿಂದ, ಶೂಟಿಂಗ್‌ಗಾಗಿ ಸಾಮಿಲ್ಲಿನ ಜಾಗವನ್ನು ಪಕ್ಕಾ ಮಾಡಿಕೊಳ್ಳಬೇಕಿತ್ತು. ಎರಡು ಮೂರು ಕಡೆ ಮೊದಲೇ ನೋಡಿಟ್ಟಿದ್ದರೂ ಯಾಕೋ ಅದು ಫೈನಲ್ ಆಗಿರಲಿಲ್ಲ.

ಡೋರಾಳ ಉತ್ಸಾಹ ತುಂಬ ಅಪರೂಪದ್ದು. ಆ ಸಣ್ಣ ದೇಹದಲ್ಲಿ ಪುಟಿಯುವ ಚೈತನ್ಯಕ್ಕೆ ಅವಳ ಸುತ್ತಲೇ ನಾವೂ ಇರಬೇಕು ಅನ್ನಿಸುತ್ತಿತ್ತು. ಅಲ್ಲೇ ಸುತ್ತಮುತ್ತ ಇರುವ ಜಾಗಗಳನ್ನು ಆಕೆ ನಮಗೆ ತೋರಿಸಿದಳು. ನೇತ್ರಾವತಿಯ ಆಸು ಪಾಸಲ್ಲಿ ಕಣ್ಣಿಗೆ ಕಾಣುವ ಪ್ರಕೃತಿಯ ಸೌಂದರ್ಯವನ್ನು ಅವಳು ತೋರಿಸಿಯೇ ನಾವು ನೋಡಬೇಕು ಎನ್ನುವ ವರ್ಣನೆ ಅವಳದ್ದು. 'ನೀವು ಕವಿ ಆಗಬೇಕಿತ್ತು' ಎಂದೆ. ಅವಳು ತುಸುವೇ ನಾಚಿಕೆಯಿಂದ, 'ಅದೆಲ್ಲ ನನ್ನ ಕೈಲಿ ಎಲ್ಲಾಗುತ್ತೆ ಬಿಡಿ, ನಾನು ಓದಿದ್ದರೆ ಅದರ ಮಾತೇ ಬೇರೆಯಿತ್ತು' ಎಂದಳು. ಕವಿತೆಗೂ ಓದಿಗೂ ಸಂಬಂಧವಿಲ್ಲ ಎಂದು ಹೇಳಬೇಕೆನ್ನಿಸಿದರೂ ಅವಳಿಗೆ ಅರ್ಥವಾಗದು ಎನ್ನಿಸಿ ಹೇಳಲಿಲ್ಲ. ರಸ್ತೆಯ ಆ ಕಡೆಗೆ ದಾಟಿ ಹೋದರೆ ಸಾಲಾಗಿ ಸಾಮಿಲ್ಲುಗಳು. ಒಂದಿಷ್ಟು ಹಳೆಯವು ನಿಂತು ಹೋಗಿದ್ದರೆ, ಮತ್ತಷ್ಟು ನಡೆಯುತ್ತಿದ್ದವು. ನಮಗೆ ಅದು ತೃಪ್ತಿಯಾಗಲಿಲ್ಲ. ಕೋಡಿಯಲ್ಲಿರುವ ಸಾಮಿಲ್ಲೆ ಎಲ್ಲಕ್ಕಿಂತ ಚೆನ್ನಾಗಿದೆ ಎನ್ನುವ ತೀರ್ಮಾನಕ್ಕೆ ಬಂದೆವು. ಆದರೆ ಡೋರಾ ನಮ್ಮನ್ನು ಬಿಡಲಿಲ್ಲ. 'ನನ್ನ ಅಣ್ಣನ ಮನೆಯ ಬಳಿ ಒಂದು ಚಂದದ ಸಾಮಿಲ್ಲುಂಟು ನೋಡುವ ಬನ್ನಿ' ಎಂದಳು. ಒಂದು ಹತ್ತು ಕಿಮೀ ದೂರವಾದ್ದರಿಂದ ನೋಡೇ ಹೊರಡುವ ಎಂದು ಹೊರಟೆವು.

ವಿಶಾಲವಾದ ಸಮುದ್ರತೀರದಿಂದ ಸ್ವಲ್ಪ ಒಳಗೆ ಇರುವ ಜಾಗ ಆಡಂ ಕುದುರು. ನಾನು ನಕ್ಕೆ 'ಇದು ಯಾಕೆ ಈವ್ ಕುದುರಾಗಲಿಲ್ಲ' ಅಂತ. 'ಅಯ್ಯೋ ಆ ಆಡಂ ಬೈಬಲ್‌ನಲ್ಲಿ ಬರುವ ಆಡಂ ಅಲ್ಲ. ಇಲ್ಲಿ ಆಡಂ ಹಣ್ಣುಗಳು ಬೆಳೆವ ಜಾಗ.

ಅದಕ್ಕೆ ಈ ಹೆಸರು' ಎಂದಳು ಡೋರಾ. ಕಾರನ್ನು ನೆರಳಿರುವ ಜಾಗಕ್ಕೆ ಹಾಕಿ ಕೆಳಗಿಳಿದರೆ ಎಲ್ಲವೂ ಮರಳೇ. ನಿರಂತರ ಸಮುದ್ರದ ಮೊರೆತ ಕೇಳುತ್ತಲೇ ಇತ್ತು. ಆ ಮರಳ ದಂಡೆಯನ್ನು ನೋಡುತ್ತಿದ್ದಂತೆ ಈ ಸಮುದ್ರಕ್ಕೆ ಆಳದಲ್ಲಿದ್ದ ಮರಳನ್ನು ಹೊತ್ತು ನೆಲಕ್ಕೆ ಚೆಲ್ಲುವುದನ್ನು ಬಿಟ್ಟರೆ ಬೇರೆ ಏನು ಕೆಲಸವಿದೆ? ಎನ್ನಿಸಿದಾಗ ನಗು ಬಂತು. ಒಳಗಿನ ಮರಳನ್ನು ಬಗೆದು ಹೊರಗೆ ಚೆಲ್ಲಿ ತನ್ನ ಆಳವನ್ನು ಅಸ್ತಿತ್ವವನ್ನು ಉಳಿಸಿಕೊಳ್ಳುವುದು ಸಮುದ್ರಕ್ಕೂ ಅನಿವಾರ್ಯವಲ್ಲವಾ? ಪ್ರಕೃತಿ ಎಲ್ಲಕ್ಕೂ ಸಮಾನವಾದ ಬುದ್ಧಿಯನ್ನು ಹೇಗೆ ಕೊಟ್ಟಿರುತ್ತೆ!

ಡೋರಾ ಅಣ್ಣನನ್ನು ಪರಿಚಯ ಮಾಡಿಕೊಟ್ಟಳು. ಅಣ್ಣ ಯಾವುದೋ ಅವಘಡದಲ್ಲಿ ಕಾಲಿಗೆ ಪೆಟ್ಟನ್ನು ಮಾಡಿಕೊಂಡು ಹೆಚ್ಚು ಓಡಾಡದ ಸ್ಥಿತಿಯಲ್ಲಿದ್ದ. ಇಲ್ಲದಿದ್ದರೆ ಸಮುದ್ರಕ್ಕೆ ಮೀನಿಗೆ ಹೋಗುವವನೇ. ಈಗ ಅತ್ತಿಗೆ ದುಡಿದರೆ ಉಂಟು, ಇಲ್ಲದಿದ್ದರೆ ಕಷ್ಟ ಎನ್ನುವ ಹಾಗಿತ್ತು ಆ ಮನೆಯ ಸ್ಥಿತಿ. ನರ್ಸ್ ಆಗಿದ್ದ ಅತ್ತಿಗೆ ಮಂಗಳೂರಿನ ಯಾವುದೋ ಆಸ್ಪತ್ರೆಯಲ್ಲಿ ಕೆಲಸ ಮಾಡುತ್ತಿದ್ದಳು. ಅಲ್ಲೇ ವಾಸ್ತವ್ಯ. ವಾರಕ್ಕೊಮ್ಮೆ ಮಾತ್ರ ಮನೆಗೆ ಬಂದು ಏನು ಬೇಕೋ ಎಲ್ಲವನ್ನು ಒದಗಿಸಿಕೊಟ್ಟು ಹೋಗುತ್ತಿದ್ದಳು. ಡೋರಾನೆ ಟೀ ಮಾಡಿದಳು. ಅದನ್ನು ಕುಡಿಯುವಾಗ ಡೋರಾನ ಅತ್ತಿಗೆಯ ನೋವು ಎಂಥಾದ್ದಿರಬೇಕು ಎಂದು ಸಂಕಟವಾಯಿತು.

ಆಡಂ ಕುದ್ರು ತುಂಬಾ ಯುನೀಕ್ ಆದ ಜಾಗ. ಸಮುದ್ರ ತೀರದಲ್ಲಿ ಸ್ವಲ್ಪವೇ ದೂರದಲ್ಲಿ ಕೇವಲ ಆರೇಳು ಸಾಲುಗಳ ಮನೆಗಳು ಮಾತ್ರ ಇತ್ತು. 'ಬನ್ನಿ ಸಾಮಿಲ್ ನೋಡುವ' ಎಂದು ಡೋರಾ ನಮ್ಮನ್ನು ಕರೆದುಕೊಂಡು ಆ ಬೀದಿಗಳನ್ನೆಲ್ಲಾ ತೋರಿಸಿದಳು. ಸಾಮಿಲ್ ತುಂಬಾ ಸಣ್ಣದಿತ್ತು. ಅಲ್ಲಿ ಮನೆ ಕಟ್ಟಿಕೊಳ್ಳುವವರಿಗೆ ಅದು ಅನುಕೂಲವಾಗಿತ್ತು. ಇದ್ದಕ್ಕಿದ್ದ ಹಾಗೆ ಚಂಚಲಾ ಕೂಗಿಕೊಂಡರು. ನಾವು ಗಾಬರಿಯಿಂದ ತಿರುಗಿ ನೋಡಿದರೆ ಒಂದು ಪುಟ್ಟ ಹುಡುಗಿ ಅವರ ಕೈಗಳನ್ನು ಹಿಡಿದುಕೊಂಡಿದ್ದಳು. ಮುಗ್ಧವಾದ ನಗು ಮುಖದ ತುಂಬೆಲ್ಲಾ ಹರಡಿ ತನಗೇನೋ ಸಿಕ್ಕಿತು ಎನ್ನುವ ಭಾವ ಕಾಣುತ್ತಿತ್ತು. ಸೂಕ್ಷ್ಮವಾಗಿ ಗಮನಿಸಿದರೆ, ಅದೊಂದು ದೈಹಿಕ ಮತ್ತು ಮಾನಸಿಕ ಬೆಳವಣಿಗೆಯಿಲ್ಲದ ಹುಡುಗಿ. ನಾವೆಷ್ಟು ಹೇಳಿದರೂ ಅವಳು ಕೇಳುವ ಸ್ಥಿತಿಯಲ್ಲಿರಲಿಲ್ಲ. 'ನಮ್ಮ ಮನೆಗೆ ಬನ್ನಿ' ಎನ್ನುತ್ತಾ ಚಂಚಲಾರನ್ನು ಎಳೆದುಕೊಂಡು ಹೋದಳು. ಪಾಪ ಅನ್ನಿಸಿ ಚಂಚಲಾ 'ನೀವೂ ಬನ್ನಿ' ಎಂದು ನನ್ನನ್ನು ಕರೆಯುತ್ತಾ ಅವಳ ಜೊತೆ ಹೋದರು. ನಾನೂ ಹಿಂದೆ ಹೋದೆ. ಅವಳು ಮಾತ್ರ ಅವರನ್ನು ಬಿಡಲೇ ಇಲ್ಲ. ಮನೆ ತುಂಬಾ ಸಣ್ಣದಿತ್ತು. ಆ ಹುಡುಗಿಗೆ ತಿಳಿಯುತ್ತಿತ್ತೋ ಇಲ್ಲವೂ ಮನೆಯೆಲ್ಲ ಹರಡಿಟ್ಟ ಹಾಗಿತ್ತು. ಅಪ್ಪ ದೋಣಿಗೆ ಹೋದರೆ, ಅಮ್ಮ ಎಲ್ಲೋ ಕೆಲಸಕ್ಕೆ ಹೋಗುತ್ತಾಳೆ. ಹುಡುಗಿ ಬಿಸ್ಕೆಟುಗಳನ್ನು ಕೈಗೆ ಕೊಡಲು ಬಂದಳು. ಅವಳ ಬಾಯಿಂದ ಸೋರುತಿದ್ದ ಜೊಲ್ಲು ನಮಗೆ ಮುಜುಗರ ಕೊಟ್ಟಿತು. ಅದೂ ಇದೂ ಹೇಳಿ ಉಪಾಯವಾಗಿ ತಪ್ಪಿಸಿಕೊಂಡು ಬಂದರೆ ಹಿಂದೆ ಬಂದು,

'ನನ್ನ ಬಿಟ್ಟು ಹೋಗಬೇಡಿ' ಎಂದು ಕೈಹಿಡಿದು ಎಳೆಯತೊಡಗಿದಳು. ಮನೆಗೆ ಹೋಗು ಎಂದು ಡೋರಾಳ ಅಣ್ಣ ಗದರಿಸಿದ್ದಕ್ಕೆ, ಅಳಲಿಕ್ಕೆ ಶುರು ಮಾಡಿದಳು. ಅಲ್ಲಿದ್ದ ಗಂಡಸೊಬ್ಬರು ಅವಳನ್ನು ಬಲವಂತಕ್ಕೆ ಮನೆಗೆ ಎಳೆದೊಯ್ದರು. ಅವಳ ಅಳು ಮಾತ್ರ ನಮ್ಮ ಕಿವಿಗೆ ಮುಟ್ಟುತ್ತಲೇ ಇತ್ತು. 'ಅವಳು ನಿಮ್ಮನ್ನು ಯಾರೋ ತಮ್ಮವರೇ ಎಂದು ಅಂದುಕೊಂಡಿದ್ದಾಳೆ, ನೀವು ಹೊರಡಿ ಪರವಾಗಿಲ್ಲ, ಸ್ವಲ್ಪ ಹೊತ್ತು ಅತ್ತು ಸುಮ್ಮನಾಗುತ್ತಾಳೆ' ಎಂದರು ಡೋರಾಳ ಅಣ್ಣ. ಕಾರಿನಲ್ಲಿ ಕೂತರೂ ಅವಳ ಅಳು ಕೇಳುತ್ತಲೇ ಇತ್ತು. ಎಲ್ಲರ ಮನಸ್ಸೂ ಖಿನ್ನವಾಗಿತ್ತು, ಅವಳನ್ನು ಸಂತೈಸಬೇಕಿತ್ತು. ಅವಳು ನಮ್ಮನ್ನು ನಮ್ಮವರು ಅಂದುಕೊಂಡರೆ ನಾವು ಅವಳನ್ನು ಬಿಡಿಸಿಕೊಳ್ಳುವುದರ ಕಡೆಗೇ ಯೋಚಿಸುತ್ತಿದ್ದುದಕ್ಕೆ ನಮ್ಮ ಬಗ್ಗೆ ನಮಗೇ ಬೇಸರ ಕಾಡುತ್ತಿತ್ತು.

ಸಂಜೆಯಾದ್ದರಿಂದ ಮಧ್ಯ ದಾರಿಯಲ್ಲಿ ಹೊಟೇಲ್‌ಗೆ ಹೋದೆವು. ಅಲ್ಲಿ ಕುಳಿತು 'ಕೋಳಿಗಳನ್ನು ಶೂಟಿಂಗ್‌ಗೆ ಬಳಸಿಕೊಳ್ಳಲು ಪರ್ಮಿಷನ್‌ಗೆ ಹಾಕಬೇಕು. ಒಂದು ವಾರದಲ್ಲಿ ಪರ್ಮಿಷನ್ ಸಿಗುತ್ತೆ' ಎಂದು ಡೋರಾಳ ಎಲೆಕ್ಷನ್ ಕಾರ್ಡನ್ನು ಕೇಳಿದರು ಪಂಚಾಕ್ಷರಿ. 'ಅದಕ್ಕೇನಂತೆ ತಗೊಳ್ಳಿ' ಎಂದು ಕೊಟ್ಟೇಬಿಟ್ಟಳು ಡೋರಾ. ನಾವು ಯಾರಿಗಾದರೂ ಏನನ್ನಾದರೂ ಕೊಡುವ ಮುಂಚೆ ಹತ್ತು ಸಲ ಯೋಚನೆ ಮಾಡುತ್ತೇವೆ. ಯಾವ ಯೋಚನೆಯೂ ಇಲ್ಲದೆ ತನ್ನ ಡಾಕ್ಯುಮೆಂಟ್‌ಅನ್ನು ಸಲೀಸಾಗಿ ಕೊಟ್ಟಳಲ್ಲ ಅನ್ನಿಸಿತ್ತು. ಅಷ್ಟರಲ್ಲಿ ಅವಳ ಗಂಡ ಮನೆಗೆ ಬಂದಿದ್ದಾರೆ ಎಂದು ಮಗಳು ಫೋನ್ ಮಾಡಿದಳು. ಅವಳ ಮುಖದಲ್ಲಿ ಮರೆಮಾಚಿದ ಗಾಬರಿಯಿತ್ತು. 'ಏನಾದರೂ ಸಮಸ್ಯೆಯಾ?' ಎಂದೆ. ಅದನ್ನು ಒಪ್ಪಿಕೊಳ್ಳಲು ಅವಳು ಸಿದ್ಧಳಿರಲಿಲ್ಲ. ಗಂಡ ಕುಡುಕನಾ? ಅಥವಾ ಡೋರಾ ನಮ್ಮ ಜೊತೆಗೆ ಬಂದದ್ದಕ್ಕೆ ಗಂಡ ಮಗಳನ್ನು ಬೈದನಾ? ಇವಳಿಗೆ ಹೊಡೆತ ಬೀಳಬಹುದಾ? ನನಗೇ ಗೊತ್ತಿಲ್ಲದೆ ಅವಳ ಸುತ್ತಾ ಕಥೆ ಹೆಣೆಯತೊಡಗಿದೆ. ಮಗಳಿಂದ ಬಂದ ಫೋನ್ ಕಾಲ್‌ನ ನಂತರ ಮನೆಗೆ ಹೋಗಲಿಕ್ಕೆ ಅವಸರ ಮಾಡತೊಡಗಿದಳು. ಅವಳನ್ನು ಮನೆಗೆ ಬಿಟ್ಟು ಹೊರಡುವುದು ಅನಿವಾರ್ಯವಾಗಿತ್ತು. ಜಾಗ ಸರಿಯಾಗಲಿಲ್ಲ ಎನ್ನುವ ಬೇಸರ ಅವಳಿಗಿತ್ತು. ಕಾರನ್ನು ಇಳಿದವಳು 'ಮರೀಬೇಡಿ ಈ ಕಡೆ ಬಂದಾಗ ಬನ್ನಿ. ಶೂಟಿಂಗ್‌ಗೆ ಕೋಳಿ ಬೇಕಿದ್ದರೆ ಕೊಡುವ' ಎಂದೂ ಹೇಳಿದಳು. ಅವಳು ಕಾರನ್ನು ಇಳಿದು ಹೋಗುತ್ತಿದ್ದರೆ, ನನಗೆ ಅವರ ಮನೆಯಲ್ಲಿ ಈಗ ಜಗಳ ಆಗಬಹುದೇ, ಸುಮ್ಮನೆ ಇದ್ದವಳನ್ನು ಕರೆದುಕೊಂಡು ಹೋಗಿ ಏನೆಲ್ಲಾ ಆಯಿತಲ್ಲಾ? ಎನ್ನಿಸಿತು. ಚಂದ್ರಹಾಸ್‌ಗೆ ಅರ್ಥವಾಗಿರಬೇಕು, 'ಏನೂ ಆಗಲ್ಲ ಸುಮ್ಮನಿರಿ' ಎಂದರು. ಮನಸ್ಸು ತಡೆಯದೆ ತಿರುಗಿ ನೋಡಿದರೆ ಅವಳ ಮನೆಯ ಮೇಲೆ ಹಾಕಿದ್ದ ಶಿಲುಬೆಯ ಗುರುತು ಮಬ್ಬು ಕತ್ತಲಲ್ಲೂ ಹೊಳೆಯುತ್ತಿತ್ತು. ಯಾಕೋ ಮನಸ್ಸು ಪ್ರಾರ್ಥಿಸುತ್ತಿತ್ತು, 'ದೇವರೆ, ಡೋರಾಗೆ ಏನೂ ಆಗದಿರಲಿ.'

ಹೆರಿಟೇಜ್ ವಿಲೇಜ್ ಮುಲ್ಕಿ ಮತ್ತು ಬೋಳ ರಂಗನಾಥ್ ರಾವ್

ಮುಲ್ಕಿಯ ಹೊಟೇಲ್ ಸ್ವಾಗತ್- ಪುನರೂರು ಟೂರಿಸ್ಟ್ ಹೋಂ ನಮಗೆ ಆಶ್ರಯ ತಾಣ. ಕಾರಣ ಆ ಹೊಟೇಲ್‌ನಲ್ಲಿ ಊಟ ಮತ್ತು ವಸತಿ ಎರಡಕ್ಕೂ ತುಂಬಾ ರೀಸನಬಲ್ ಬೆಲೆ ಇತ್ತು. ಮ್ಯಾನೇಜರ್ ತುಂಬಾ ಒಳ್ಳೆಯವರಿದ್ದರು. 'ನಾನು ಸರ್ ಹತ್ತಿರ ಮಾತಾಡುತ್ತೇನೆ ಬನ್ನಿ' ಎಂದು ಉದಾರವಾಗಿ

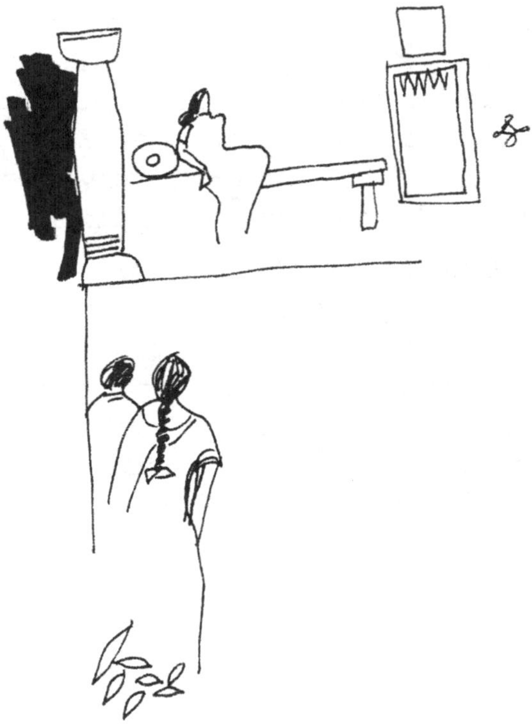

ಮಾತಾಡಿದ್ದರು. ನಾವೆಲ್ಲ ಇರಲಿಕ್ಕೆ ಆ ರೂಂಗಳು ಪರವಾಗಿರಲಿಲ್ಲ. ಆದರೆ ದೊಡ್ಡ ಕಲಾವಿದರನ್ನು ಹೇಗೆ ಉಳಿಸುವುದು? ಅನುಕೂಲಕರವಾಗಿದ್ದರೂ, ಹಳೆಯ ಕಳೆಯಿಂದ ಸ್ವಲ್ಪ ಬಣ್ಣ ಕುಂದಿತ್ತು. ಮುಖ್ಯ ಪಾತ್ರಧಾರಿಗಳಾದ ಬಿ ಜಯಶ್ರೀ ಮತ್ತು ನೀನಾಸಂ ಅಚ್ಯುತ ಅವರಿಗೆ ಹತ್ತಿರದ ಆದಿತ್ಯ ಇಂಟರ್ನ್ಯಾಷನಲ್‌ನಲ್ಲಿ ಲಾಡ್ಜಿಂಗ್ ವ್ಯವಸ್ಥೆ ಮಾಡಲಾಗಿತ್ತು.

ಮುಲ್ಕಿಯಿಂದಲೇ ದಿನಾ ಮಂಗಳೂರು, ಉಡುಪಿ ಹೀಗೆ ಓಡಾಡುತ್ತಿದ್ದೆವು. ಹೀಗಲ್ಲದಿದ್ದರೆ ಮತ್ತೆ ಬೇರೆ ವ್ಯವಸ್ಥೆಗೆ ಹೋದರೆ ಹಣಕಾಸಿನ ಹಿಡಿತ ಸಾಧ್ಯವೇ ಆಗುತ್ತಿರಲಿಲ್ಲ. ಇಪ್ಪತ್ತು ದಿನ ಕಳೆಯುವುದರಲ್ಲಿ ಮುಲ್ಕಿ ನಮ್ಮ ಊರಾಗಿಬಿಟ್ಟಿತ್ತು. ಬೆಳಗಿನ ಸೂರ್ಯೋದಯಕ್ಕೆ ವಾಕ್ ಹೊರಟುಬಿಟ್ಟರೆ ಊರು ಸುತ್ತಿ ಮತ್ತೆ ಹೊಟೇಲ್ ತಲುಪುತ್ತಿದ್ದುದು ಎಂಟಕ್ಕೆ. ಸ್ನಾನ, ತಿಂಡಿ ಮುಗಿಸಿ ಒಂಬತ್ತಕ್ಕೆ ಸಿದ್ಧವಾದರೆ ಟಿಟಿ ರೆಡಿ ಇರುತ್ತಿತ್ತು. ಹೀಗಾಗಿ ಎಲ್ಲಿಂದ ಎಲ್ಲಿಗೆ ಓಡಾಟ ಮಾಡಿದರೂ ಮುಕ್ಕಾಲು ಗಂಟೆಯ ಒಳಗೆ ನಮ್ಮ ಶೂಟಿಂಗ್ ಸ್ಪಾಟ್ ಸೇರಿಬಿಡುತ್ತಿದ್ದೆವು. ಮಂಗಳೂರಿಗೆ ಹೋಗುವ ಮಧ್ಯದಲ್ಲಿ ಟೋಲ್ ಒಂದಿತ್ತು. ಅಲ್ಲಿ ವಾಹನಗಳು ಜಾಸ್ತಿ ಇದ್ದರೆ ಒಂದು ಗಂಟೆ ಹಿಡಿಯುತ್ತಿತ್ತು.

ಉಡುಪಿಯಿಂದ ಮಂಗಳೂರಿಗೆ ಹೋಗುವಾಗ ಮಧ್ಯದಲ್ಲಿರುವುದೇ ಈ ಮುಲ್ಕಿ. ಮೊದಲ ಬಾರಿ ಜಾಗವನ್ನು ನೋಡಲಿಕ್ಕೆಂದು ಮುಲ್ಕಿಗೆ ಬಂದಾಗ ರಸ್ತೆ ಬದಿಯ ಊರನ್ನು ನೋಡಿ 'ಇದ್ಯಾವುದಪ್ಪಾ ಈ ಊರು ಅಪ್ಪ ಇಲ್ಲ, ಅಮ್ಮ ಇಲ್ಲ ಅನ್ನುವ ಹಾಗಿದೆ' ಎಂದುಕೊಂಡಿದ್ದೆ. ಆದರೆ ಒಳಗಿನ ಮುಲ್ಕಿ ಅಂದರೆ ಓಲ್ಡ್ ಮುಲ್ಕಿ ಒಂದು ಅದ್ಭುತ ಜಗತ್ತು. ವಿಶಾಲವಾದ ಮನೆಗಳು ಬಾಳಿಬದುಕಿದ ಮನುಷ್ಯರ ಘನತೆಯ ಚಹರೆಗಳನ್ನು ತೋರುವಂತೆ ನಿಂತಿದ್ದವು. ಹಳೆಯ ಊರು ಹೆಚ್ಚು ಬದಲಾವಣೆ ಕಾಣದೆ ತನ್ನ ಹಳೆತನವನ್ನೆಲ್ಲಾ ಉಳಿಸಿಕೊಂಡಿತ್ತು. ಬೆಂಗಳೂರಿನ ಅಬ್ಬಬ್ಬಾ ಅಂದ್ರೆ ಮೂವತ್ತು ನಲವತ್ತು ಅಡಿಗಳ ಮನೆಗಳನ್ನೇ ವಿಶಾಲ ಎಂದು ಭಾವಿಸುವ ನನಗೆ, ಇಂಥಾ ಒಂದು ಮನೆಯನ್ನು ಯಾರಾದರೂ ಕೊಟ್ಟರೆ ಸಾಕು ಎನ್ನಿಸುತ್ತಿತ್ತು. ಯಾರಾದರೂ ಕೊಟ್ಟರೆ ಎನ್ನಿಸಿದ್ದೂ ಕೂಡಾ ಬೆಂಗಳೂರಿನ ಭೂಮಿಯ ಬೆಲೆಯಲ್ಲೆ ಮನಸ್ಸು ಅಳೆದಿದ್ದರಿಂದ ಕೊಳ್ಳಲಾಗುವುದಿಲ್ಲವೇನೋ ಎನ್ನುವ ಭಾವದಿಂದ.

'ಅಯ್ಯೋ ನೀವು ಹಾಗಂತೀರಿ ಇನ್ನೂ ಎಂಥೆಂಥಾ ಮನೆಗಳಿವೆ ಗೊತ್ತಾ? ಅಲ್ಲಿ ಯಾರೂ ಇಲ್ಲ, ವರ್ಷಕ್ಕೆ ಒಮ್ಮೆ ಯಾರಾದರೂ ಬಂದರೆ ಅಷ್ಟೇ ಆ ಮನೆಗಳ ಪುಣ್ಯ. ಉಳಿದಂತೆ ಯಾರಾದರೂ ನೋಡುವವರಿದ್ದರೆ? ಅದೂ ಮನೆ ನೋಡುವವರು ಇಲ್ಲದಿದ್ದರಂತೂ ಯಾವ ಯಾವ ಪ್ರಾಣಿಗಳು ಓಡಾಡುತ್ತಿರುತ್ತದೋ ಗೊತ್ತೇ ಆಗುವುದಿಲ್ಲ' ಎಂದರು ಚಂಚಲಾ. 'ಅಲ್ಲಾ ಚಂಚಲಾ ಇಂಥಾ ಮನೆಗಳನ್ನು ಬಿಟ್ಟು ಜನ ಎಲ್ಲಿಗೆ ಹೋಗುತ್ತಾರೆ?' ಎಂದೆ ನೋವಿನಿಂದ. ನನ್ನ ಮಾತಿಗೆ ಅದೆಷ್ಟು ಜನಗಳಿಗೆ ಆಶ್ರಯ ಕೊಟ್ಟಿದ್ದ ಮನೆಗಳು ಒಟ್ಟಿಗೆ ನಿಟ್ಟುಸಿರು ಬಿಟ್ಟಂತೆ ಅನ್ನಿಸಿತ್ತು.

'ಒಂದೊಂದು ಮನೆಯಲ್ಲೂ ಒಂದೊಂದು ಕತೆ ಇದ್ದಿರಬೇಕು' ಎಂದೆ. 'ನಾವೀಗ ಕಥೆ ಹುಡುಕಲಿಕ್ಕೆ ಬಂದಿಲ್ಲ, ಲೊಕೇಷನ್ನು ಅನ್ನೋದನ್ನ ಮರೀತಾ ಇದೀರಾ' ಎಂದರು ಪಂಚಾಕ್ಷರಿ. ಇದ್ಯಾವ ಪಂಚಪ್ಪಾ ತಮಾಷೆಯಾಗಿ ಹೇಳಿರಬೇಕೇನೋ ಎಂದುಕೊಂಡೆ. ಇಲ್ಲ ಸೀರಿಯಸ್ಸಾಗೆ ಇದ್ದರು. ಕಾಸರವಳ್ಳಿ ಸರ್ ಜೊತೆಗೆ 'ನಾಯಿ ನೆರಳು' ಸಿನಿಮಾಗೆ ಕೆಲಸ ಮಾಡಲು ಹೋದಾಗ ಇವರ ಪರಿಚಯ. ನಮ್ಮ ಮನೆಗೆ ಹತ್ತಿರವೇ ಇದ್ದಿದ್ದರಿಂದ ಆಗೀಗ ಮಾತಾಡುವ, ಭೇಟಿಯಾಗುವ ಅವಕಾಶಗಳು ಎದುರಾಗುತ್ತಿತ್ತು. ಹೀಗೆ ಯಾವ ಯಾವ ಕಾರಣಕ್ಕೋ, ಸಿನಿಮಾ, ಕಥೆ ಎಂದು ಒಂದಿಷ್ಟು ಬಾರಿ ಸಿಗುತ್ತಿದ್ದೆವು.

ಪಂಚಾಕ್ಷರಿ ಪ್ರತಿಭಾವಂತರು ಜೊತೆಗೆ ಅಷ್ಟೇ ಬುದ್ಧಿವಂತರು. ಪಕ್ಕ ವ್ಯವಹಾರಸ್ಥರು. ಒಬ್ಬರ ಹತ್ತಿರ ವ್ಯವಹಾರ ಕೆಟ್ಟರೆ ಇನ್ನೊಬ್ಬರನ್ನು ಹಿಡಿದು ಕೆಲಸ ಮಾಡಿಸಿಕೊಳ್ಳಬಲ್ಲ ಛಾತಿ ಇರುವವರು. ಇರುವ ಕಥೆಗಳನ್ನು ಜೋಡಿಸುವುದು, ಅದನ್ನು ಬದಲಾಯಿಸುವುದು, ಅದಕ್ಕೆ ಬೇರೆಯದೇ ಬಣ್ಣ ಕೊಡುವುದು ಹೀಗೆ ಎಲ್ಲದರಲ್ಲೂ ನಿಪುಣರು. ಮೇಕಿಂಗ್‌ನ ವಿಷಯಕ್ಕೆ ಬಂದಾಗಲೂ ಅಷ್ಟೇ. ಸಿಕ್ಕ ಪಟ್ಟೆ ಹುಡುಕಾಡುತ್ತಿದ್ದರು, ಆದರೆ ಹಣದ ವ್ಯವಹಾರದಲ್ಲಿ ಹಿಡಿತ. ಅದಕ್ಕೆ ಅವರ ಹಿಂದಿನ ಅನುಭವವೂ ಕಾರಣವಿರಬಹುದು. ಆದರೆ ಅದು ಒಟ್ಟು ಸಿನಿಮಾದ ಮೇಲೆ ಪರಿಣಾಮ ಬೀರಿಬಿಡುತ್ತೆ ಎನ್ನುವುದು ನನ್ನ ಅನಿಸಿಕೆ. ಇವರು ಅಂತ ಅಲ್ಲ ಇಂಥಾ ಸಿನಿಮಾ ಮಾಡುವ ಎಲ್ಲರೂ ಹೀಗೆ ಯಾಕೆ ಯೋಚಿಸುತ್ತಾರೆ ಎನ್ನುವುದು ಗೊತ್ತು. ಈ ಸಿನಿಮಾಗಳನ್ನು ನೋಡಲಿಕ್ಕೆ ಜನ ಬರಲ್ಲ. ಇದರಲ್ಲಿ ಎಂಟರ್‌ಟೈನ್‌ಮೆಂಟ್ ಇರಲ್ಲ. ಗೋಳನ್ನು ನೋಡಲಿಕ್ಕೆ, ತಲೆನೋವು ಬರಿಸಿಕೊಳ್ಳಲಿಕ್ಕೆ ನಾವು ಯಾಕೆ ಹೋಗಬೇಕು ಎನ್ನುವುದು ಅವರ ನಿಲುವು. ಆದರೆ ಒಂದು ಸಮಾಜದ ನೈಜ ಚಿತ್ರಣ, ಜನರ ನೋವು, ಅವರ ಪಡಿಪಾಟಲುಗಳನ್ನು ಹೇಳಲಿಕ್ಕೆ ಯಾರಾದರೂ ಮುಂದೆ ಬರಬೇಕಲ್ಲ. ಸರಕಾರದ ನಿಯಮಗಳಿಂದ ಅವಾರ್ಡುಗಳ ಆಮಿಷದಲ್ಲಿ ಈ ಬಗೆಯ ಸಿನಿಮಾಗಳು ನಿರ್ಬಂಧನೆಗಳನ್ನು ಸ್ವಯಂ ಆಗಿ ಹೇರಿಕೊಂಡು ಸೊರಗಿ ಹೋಗುತ್ತಿರುವುದೂ ನಿಜವೇ. ಎಷ್ಟೋ ಜನ ನಿರ್ಮಾಪಕರು ಅವಾರ್ಡ್ ಸಿನಿಮಾಗಳಿಗಾಗಿ ಹುಟ್ಟಿಕೊಂಡಿದ್ದಾರೆ. ಇದನ್ನು ಮಾಡಿ, ಹಾಕಿದ್ದ ದುಡ್ಡನ್ನು ತೆಗೆದುಕೊಳ್ಳುವುದು ಹೇಗೆಂದು ಅವರಿಗೆ ಗೊತ್ತಿರುತ್ತದೆ. ಇದನ್ನ ತಪ್ಪು ಎಂದೂ ಹೇಳಲಾರೆ. ಯಾಕೆಂದರೆ ಹಣ ಹಾಕಿದ ಮೇಲೆ ಅದು ಬಿಸಿನೆಸ್ಸೇ. ಆದರೆ ಕಲಾತ್ಮಕ ಸಿನಿಮಾಗಳಾದರೂ ಸಾಹಿತ್ಯದ ಹಾಗೆ ಸಮಾಜವನ್ನು ತಿದ್ದುವ ಕೆಲಸ ಮಾಡಬೇಕು. ಬರಹಕ್ಕಿಂತ ದೃಶ್ಯ ಮಾಧ್ಯಮ ತುಂಬಾ ಶಕ್ತಿಶಾಲಿಯಾದದ್ದು. ಬೇರೆ ದೇಶಗಳ ಸಿನಿಮಾಗಳನ್ನು ನೋಡಿದಾಗ ಎಷ್ಟು ಅದ್ಭುತವಾಗಿದೆ, ನಮ್ಮವರಿಗೆ ಯಾಕೆ ಆಗಲ್ಲ? ಇಂಥಾ ವಿಷಯಗಳನ್ನು ಯಾಕೆ ಮುಟ್ಟಲ್ಲ? ಎನ್ನುವ ಎಲ್ಲಾ ಪ್ರಶ್ನೆಗಳು ಏಳುತ್ತವೆ. ಭಾರತದ ಸಿನಿಮಾಗಳ ಮೇಲೆ ಪರೋಕ್ಷವಾದ ನಿರ್ಬಂಧಗಳು ಇರಬಾರದು.

ಹಾಗಿದ್ದಾಗ ಮಾತ್ರ ನಿಜವಾದ ಸಮಸ್ಯೆ ಮತ್ತು ಅದಕ್ಕೆ ಪರಿಹಾರ ಸಿಗಬಹುದು. ಈ ಎಲ್ಲಾ ಎಚ್ಚರವನ್ನು ಇಟ್ಟುಕೊಂಡೇ ನಾವು ವಸ್ತು ಮತ್ತು ಕಥೆಯನ್ನು ಮಾಡಿಕೊಂಡಿದ್ದು.

ಮುಲ್ಕಿ ಊರೇ ತುಂಬಾ ವಿಚಿತ್ರವಾಗಿತ್ತು. ವಯಸ್ಸಾದವರು ಮಾತ್ರ ತಮ್ಮ ಮನೆ ಎನ್ನುವ ಅಭಿಮಾನಕ್ಕೋ, ತಮ್ಮ ಸಾವು ಈ ಮನೆಯಲ್ಲೇ ಆಗಬೇಕು ಎನ್ನುವ ಹಠಕ್ಕೋ ಬಿದ್ದಂತೆ ಬದುಕುತ್ತಿದ್ದರು. ಖಾಯಿಲೆ ಕಸಾಲೆ ಎಲ್ಲಕ್ಕೂ ಗಂಡ ಹೆಂಡತಿಯರೇ ಹೊಣೆ. ಅವರಲ್ಲಿ ಯಾರೊಬ್ಬರು ಇಲ್ಲವಾದರೂ ಅಕ್ಕಪಕ್ಕದ ಇಂಥದ್ದೇ ಮನೆಯವರು ಸಹಾಯ ಮಾಡಬೇಕು. ಅಪರೂಪಕ್ಕೆ ಎಲ್ಲೂ ಹೋಗಲಾರದ, ಹೆಚ್ಚು ಓದದ ಯುವಕರು ಸಂದರ್ಭಾನುಸಾರ ಇಂಥವರಿಗೆ ಸಹಾಯ ಮಾಡುತ್ತಾರೆ. ಅದೂ ದೂರದ ಊರುಗಳಲ್ಲಿ ಅಥವಾ ಅಮೆರಿಕಾದಲ್ಲಿರುವವರು ಕೊಂಚ ಧನ ಸಹಾಯ ಮಾಡಿದ್ದರೆ. ಎಷ್ಟೋ ಮನೆಗಳಲ್ಲಿ ಗಂಡ–ಹೆಂಡತಿ ಇಬ್ಬರೂ ಹೋಗಿ, ಮನೆ ಪಾಳುಬಿದ್ದು ಮನೆಯ ಮಧ್ಯದಲ್ಲೆ ಗೋಣಿಮರಗಳು ಬೆಳೆದುಬಿಟ್ಟಿದ್ದವು. ವಿಜಯಾ ಕಾಲೇಜಿನ ಹಿಂದಿನ ದೇವಸ್ಥಾನದ ಗುಡ್ಡದಲ್ಲಿ ನಿಂತು ನೋಡಿದರೆ ಇಡೀ ಊರು ಹಾಳು ಸುರುವುತ್ತಾ, ಇದೆಂಥಾ ಶಾಪಗ್ರಸ್ತ ಊರು ಅನ್ನಿಸುವಂತಿತ್ತು. ಇಂಥಾ ಊರಲ್ಲಿ ನಮಗೆ ಶೂಟಿಂಗ್‌ಗೆ ಯಾರು ಮನೆ ಕೊಡ್ತಾರೆ? ಎಂದುಕೊಳ್ಳುವಾಗಲೇ, ಅದಕ್ಕಾಗೇ ಮನೆಗಳಿವೆ ಎಂದು ಗೊತ್ತಾಗಿ ಹೋದೆವು. ಮನೆಗಳನ್ನು ಶೂಟಿಂಗ್‌ಗೋಸ್ಕರವೇ ಸಿದ್ಧ ಮಾಡಿದ್ದರು. ಅದಕ್ಕಾಗಿ ಒಂದಿಷ್ಟು ಹಣವನ್ನೂ ನಿಗದಿಪಡಿಸಿದ್ದರು. ಚಂದವಾಗಿದ್ದ ಆ ಮನೆಗಳಲ್ಲಿ ಮನುಷ್ಯರು ಬದುಕುವ ಕುರುಹುಗಳೇ ಇರಲಿಲ್ಲ. ಸಿನಿಮಾದಲ್ಲಿ ಲೈಫ್ ಕಾಣದಿದ್ದರೆ ಅಲ್ಲಿ ಶೂಟ್ ಮಾಡುವುದು ತುಂಬಾ ಕಷ್ಟ. ನಮಗೆ ಮುಖ್ಯ ಬೇಕಾಗಿದ್ದುದ್ದು ಚಿನ್ನ ಬೆಳ್ಳಿ ವ್ಯಾಪಾರಿಯಾಗಿದ್ದ ಶ್ರೀನಿವಾಸಾಚಾರಿಯ ಮನೆ. ಊರು ಸುತ್ತಿ, ಕೇರಿ ತಿರುಗಿದರೂ ನಮಗೆ ಬೇಕಾದ ರೀತಿಯ ಮನೆ ಸಿಗಲೇ ಇಲ್ಲ. ಮಂಗಳೂರಿನಲ್ಲಿ ಯಶವಂತ ಕಾಮತರ ಮನೆಯನ್ನು ನೋಡಿದ್ದೆವು. ಹಿಂದೆ ಆ ಮನೆಯಲ್ಲಿ ಕಾಸರವಳ್ಳಿ ಸಾರ್ 'ಹಸೀನಾ' ಸಿನಿಮಾಗೆ ಶೂಟಿಂಗ್ ಮಾಡಿದ್ದರು. ಆ ನೆನಪಿನ ಆಧಾರದ ಮೇಲೆ ಹೋಗಿ ಅವರನ್ನು ಮಾತಾಡಿದ್ದೆವು. ಮನೆ ತುಂಬಾ ಚೆನ್ನಾಗಿತ್ತು. 'ಇನ್ನೇನು ಮಾಡುವುದು? ಅವರು ಹೇಗಿದ್ದರೂ ಒಪ್ಪಿಗೆ ಕೊಟ್ಟಿದ್ದಾರೆ ಅಲ್ಲೇ ಮಾಡುವ' ಎಂದು ಚರ್ಚೆ ಮಾಡುತ್ತಾ ಕಾರಲ್ಲಿ ಹೊರಟೆವು. ಕಿಟಕಿಯ ಪಕ್ಕದಲ್ಲಿ ಕೂತಿದ್ದ ನಾನು 'ನಿಲ್ಲಿಸಿ' ಎಂದೆ. ಅಗಾಧವಾಗಿದ್ದ ಆ ಮನೆ ನನ್ನ ಕಣ್ಣು ತುಂಬಿತ್ತು.

ಕಾರನ್ನು ಗೇಟಿನ ಪಕ್ಕದಲ್ಲೇ ನಿಲ್ಲಿಸಿ ಒಳಹೋದೆವು. ಮನೆಯ ಮುಂಭಾಗದ ಗೇಟು ದಾಟಿದರೆ ಕಾಡಿನ ಥರದ ದಟ್ಟವಾದ ಮರಗಳು, ಪೊದೆಗಳು ಬೆಳೆದಿದ್ದ ಜಾಗ. ಸ್ವಲ್ಪ ಗುಡ್ಡ ಹತ್ತಿ ಹೋದರೆ ದೊಡ್ಡ ಮನೆ, ವಿಶಾಲವಾದ ಅಂಕಣ, ಮನೆಯ ಪ್ರವೇಶದಲ್ಲೇ ಬೆಂಚ್ ಕೋರ್ಟ್ – 'ಹಿಂದೆಲ್ಲಾ ನ್ಯಾಯಪಂಚಾಯಿತಿ ಮಾಡುತ್ತಿದ್ದ

ಜಾಗ. ಅದನ್ನ ಹೆಣ್ಣುಮಕ್ಕಳು ಪ್ರವೇಶಿಸುವ ಹಾಗಿರಲಿಲ್ಲ. ಆದ್ದರಿಂದ, ಅವರು ಅಲ್ಲಿ ನಡೆಯುವ ಕಲಾಪಗಳನ್ನು ಮನೆಯ ಪಕ್ಕದಲ್ಲೂ ಇಂಥಾದ್ದೇ ಇನ್ನೊಂದು ಸಣ್ಣ ಬೆಂಚ್ ಕೋರ್ಟ್‌ನಲ್ಲಿ ಕೂತು ಕೇಳಿಸಿಕೊಳ್ಳಬಹುದಾಗಿತ್ತು. ತೀರ್ಪು ಕೊಡುವ ಯಜಮಾನ ಮಧ್ಯದಲ್ಲಿ ಖುರ್ಚಿ ಹಾಕಿಕೊಂಡು ಕೂಡುತ್ತಿದ್ದರು. ಸುತ್ತಾ ಜನ ಅವರಿಗೆ ದೂರವಾಗಿ ಈ ಗಾರೆಯ ಬೆಂಚಿನ ಮೇಲೆ ಕೂರುತ್ತಿದ್ದರು' ಎಂದರು ಚಂದ್ರಹಾಸ್. ಬಾಗಿಲನ್ನು ನಾಲ್ಕಾರು ಬಾರಿ ತಟ್ಟಿದ ಮೇಲೆ ಮನೆಯ ಹಿಂದಿನಿಂದ ಒಬ್ಬ ವ್ಯಕ್ತಿ ಬಂದು, 'ಏನು ಬೇಕು?' ಎಂದು ಸನ್ನೆಯಲ್ಲೇ ಕೇಳಿದ. ಸುಮಾರು ಮೂವತ್ತರ ವಯಸ್ಸೇ ಇರಬೇಕು. ನೋಡಿದರೆ ಕೆಲಸದವನಂತಿದ್ದ. 'ಓನರ್ ಇದ್ದಾರಾಪ್ಪಾ?' ಎಂದೆವು. 'ಹೊರಗೆ ಹೋಗಿದ್ದಾರೆ, ಏನು ವಿಷಯ?' ಎಂದ. ಆತನಿಗೆ, 'ಓನರ್ ಬರಲಿ ಕಾಯುತ್ತೇವೆ' ಎಂದೆವು. ನಮ್ಮನ್ನೇ ಅನುಮಾನದಿಂದ ನೋಡುತ್ತಾ ಒಳಗೆ ಹೋದ. ಬೆಂಚ್ ಕೋರ್ಟ್‌ನಲ್ಲಿ ಕಟ್ಟೆಗೆ ಕೂತು ಓನರ್‌ಗಾಗಿ ಕಾಯುವಾಗ, ಅವರು ಈ ಮನೆಯನ್ನು ಕೊಡಲು ಒಪ್ಪದಿದ್ದರೆ ಎನ್ನುವ ಭಯವೂ ಇತ್ತು. ಕೊಟ್ಟರೆ ಮಾತ್ರ ಆ ಮನೆ ಒಂದು ಪಾತ್ರವೇ ಆಗಿಬಿಡುತ್ತೆ ಎನ್ನುವಷ್ಟು ಆಕರ್ಷಣೆಯನ್ನು ಹುಟ್ಟಿಸುತ್ತಿತ್ತು. ಮನೆಯ ಯಜಮಾನ, ಗೇಟಿನ ಮುಂದೆ ನಿಂತಿದ್ದ ನಮ್ಮ ಕಾರನ್ನು ಗಮನಿಸುತ್ತಲೇ ಗೇಟನ್ನು ತೆಗೆದು ಒಳಗೆ ಬಂದರು. ನಮ್ಮನ್ನು ನೋಡಿ 'ಯಾರು ನೀವು?' ಎಂದೆಲ್ಲಾ ಕೇಳಿದರು. ನಮ್ಮ ಉತ್ತರ ಅವರಿಗೆ ಅಚ್ಚರಿ ಹುಟ್ಟಿಸುವಂತಿತ್ತು. 'ಸಿನಿಮಾಗೆ ಈ ಮನೆಯೇ?' ಎಂದರು. ಅಪರಿಚಿತರಾಗಿದ್ದ ನಮ್ಮನ್ನು ನಂಬುವುದು ಹೇಗೆ? ನಾನು, ಚಂಚಲಾ ಜೊತೆಯಲ್ಲಿದ್ದುದ್ದರಿಂದ, ಹೆಣ್ಣುಮಕ್ಕಳಾದ ನಮ್ಮನ್ನು ನಂಬಬಹುದು ಅನ್ನಿಸಿತೇನೋ... ಅವರ ಹೆಸರು ಬೋಳ ರಂಗನಾಥರಾವ್. ಸಾದಾ ಸೀದಾ ಮನುಷ್ಯ. 'ಮನೆ ನೋಡಬಹುದೇ?' ಎನ್ನುವ ನಮ್ಮ ಪ್ರಶ್ನೆಗೆ 'ಬನ್ನಿ' ಎಂದು ಒಳಗೆ ಕರೆದೊಯ್ದರು.

ಮನೆಯ ಒಳಗೆ ಎಲ್ಲವೂ ವಿಶಾಲ. ವರಾಂಡಾದ ತುಂಬಾ ಗೋಡೆಗೆ ಪೂರ್ವಜರ ಫೋಟೋಗಳು. ದೈವ ಭಕ್ತರು ಎನ್ನುವುದಕ್ಕೆ ದೇವರ ಫೋಟೋಗಳೂ ರಾರಾಜಿಸುತ್ತಿದ್ದವು. ಅಕ್ಕ ಪಕ್ಕದಲ್ಲಿ ಎರಡು ಕೋಣೆಗಳು. ಅದರ ಮೇಲೆ ಬೋಳ ಮನೆತನದ ಅಣ್ಣ ತಮ್ಮಂದಿರ ಹೆಸರುಗಳು ಇದ್ದವು. 'ಇದ್ಯಾಕೆ ಹೀಗೆ ಬೋರ್ಡ್ ಬರೆದಿದ್ದಾರೆ?' ಎಂದದ್ದಕ್ಕೆ, 'ಅದು ಅವರವರ ಕೋಣೆ' ಎಂದಿದ್ದರು ಸಹಜವಾಗಿ. ವರಾಂಡಾದಲ್ಲಿರುವಾಗಲೇ 'ಯಾರೂ?' ಎನ್ನುವ ಹೆಣ್ಣು ಧ್ವನಿ ಕೇಳಿತು. 'ಒಂದು ನಿಮಿಷ' ಎಂದು ಒಳಗೋಗಿ ಎಲ್ಲವನ್ನೂ ವಿವರಿಸಿ ಮತ್ತೆ ಹೊರಗೆ ಬಂದು 'ಬನ್ನಿ' ಎಂದರು. ವರಾಂಡ ದಾಟಿ ಒಳಹೋದರೆ ವಿಶಾಲವಾದ ಹಾಲ್. ಸುತ್ತಾ ಮತ್ತೆ ರೂಂಗಳು ಹೆಸರಿನ ಬೋರ್ಡ್ ಹಾಕಿಕೊಂಡಿದ್ದವು. ಎರಡು ಕೋಣೆಗಳ ಮಧ್ಯದಲ್ಲಿ ಗೋಡೆಗೆ ಆತುಕೊಂಡಂತೆ ಒಂದು ಹಳೆಯ ಕಾಲದ ಮಂಚ. ಅದರಲ್ಲಿ ಅತ್ಯಂತ ಲಕ್ಷಣವಾಗಿದ್ದ ವಯಸ್ಸಾದ ಮನೆಯ ಯಜಮಾನತಿ ಕುಳಿತಿದ್ದರು. ಅವರ

ಹೆಸರು ಪ್ರೇಮಾ. ಸ್ಥೂಲದೇಹಿ, ಬಿಳಿದಾದ ಕೂದಲ ನಡುವೆ ಅಲ್ಲಲ್ಲಿ ಹಣುಕುವ ಕಪ್ಪು ಕೂದಲು, ಹಣೆಯ ದೊಡ್ಡ ಕುಂಕುಮ, ಕಾಟನ್ ಸೀರೆ, ಅದಕ್ಕೆ ತಕ್ಕಂತ ಬ್ಲೌಸ್... ಎಲ್ಲವೂ ಅಚ್ಚುಕಟ್ಟು. ನಾವು ಅವರಿಗೆ ಕೈ ಮುಗಿದೆವು. ಅವರೂ ಪ್ರತಿ ನಮಸ್ಕಾರ ಮಾಡಿದರು. ಅತ್ಯಂತ ಸುಶಿಕ್ಷಿತರು ಎನ್ನುವುದು ಅವರ ಮಾತುಗಳಿಂದ ತಿಳಿಯುತ್ತಿತ್ತು. ಹಿಂದಿ, ಇಂಗ್ಲಿಷ್‌ಗಳಲ್ಲಿ ಸುಲಲಿತವಾಗಿ ಮಾತನಾಡಬಲ್ಲವರಾಗಿದ್ದ ಆಕೆಯ ತಂದೆ ಬಾಂಬೆಯವರು. ಅಲ್ಲಿ ಅವರ ತಂದೆ ದೊಡ್ಡ ಉದ್ಯೋಗದಲ್ಲಿದ್ದವರು. ಸಂಬಂಧ ಎಂದು ಬೋಳ ಮನೆತನಕ್ಕೆ ಹೆಣ್ಣನ್ನು ಕೊಟ್ಟಿದ್ದರು. ನಿರಂತರವಾದ ಅವರ ಒಡನಾಟದಲ್ಲಿ, ತವರಿಂದ ತಂದಿದ್ದ ರಾಸುಗಳ ಬಗ್ಗೆ, ವಡವೆಗಳ ಬಗ್ಗೆ, ತಂದೆಯ ಘನತೆಯ ಬಗ್ಗೆ, ಬಾಂಬೆಯಲ್ಲೇ ಉಳಿದಿರುವ ಅಣ್ಣ ತಮ್ಮಂದಿರ ಬಗ್ಗೆ, ಮಕ್ಕಳ ಅಮೆರಿಕಾ ವಾಸದ ಬಗ್ಗೆ... ಅವರು ಅತ್ಯಂತ ಅಭಿಮಾನಪೂರ್ವಕವಾಗಿ ಮಾತಾಡಿದ್ದರು. ಈಚೆಗೆ ಅವರಿಗೆ ಆರೋಗ್ಯದ ಸಮಸ್ಯೆಯಾಗಿ ನಡೆದಾಡುವುದು ಕಷ್ಟಕರವಾಗಿತ್ತು. ಅವರು ಕೂರುತ್ತಿದ್ದ ಜಾಗದ ಎದುರು, ಹಾಲ್‌ನ ಮಧ್ಯಭಾಗದಲ್ಲಿ ದೊಡ್ಡದಾದ ದೇವರ ಕೋಣೆಯೊಂದಿತ್ತು. ಆಗ ತಾನೆ ಪೂಜೆ ಮಾಡಿದ್ದ ಕುರುಹಾಗಿ ಊದಿನಕಡ್ಡಿ, ಕರ್ಪೂರದ ವಾಸನೆ ಮೂಗಿಗೆ ತಾಕುತ್ತಿತ್ತು. ದೀಪಗಳು ಜ್ವಾಜ್ವಲ್ಯಮಾನವಾಗಿ ಬೆಳಗುತ್ತಿದ್ದು ಹಾಲ್‌ನಲ್ಲಿ ಲೈಟ್ ಹಾಕದಿದ್ದರೂ ಬೆಳಕನ್ನು ತುಂಬುತ್ತಿತ್ತು. ಅದಕ್ಕೆ ಆತುಕೊಂಡಂತೆ ಅಡುಗೆ ಮನೆ. ಅದು ಐವತ್ತು ಜನ ಒಟ್ಟಿಗೆ ಊಟ ಮಾಡುವಷ್ಟು ವಿಶಾಲ, ಅಲ್ಲೊಂದು ಪುರಾತನ ಕಾಲದ ದಂತದ ಕೆತ್ತನೆಗಳಿದ್ದ ಟೀಕ್‌ವುಡ್‌ನ ಡೈನಿಂಗ್ ಟೇಬಲ್. ಪಕ್ಕದಲ್ಲಿದ್ದ ಗೂಡುಗಳು ಹಾಗೂ ಎದುರಿದ್ದ ಒಲೆಯ ಮೇಲಿನ ಜಾಗದಲ್ಲಿ ದೊಡ್ಡ ದೊಡ್ಡ ಹಿತ್ತಾಳೆ ಪಾತ್ರೆಗಳನ್ನು ಜೋಡಿಸಿಡಲಾಗಿತ್ತು. ಮೂಲೆಯಲ್ಲಿ ಒಂದು ರಾಶಿ ಸ್ಟೀಲ್ ಪಾತ್ರೆಗಳು ಇದ್ದವು. ಮನೆಯೇ ಒಂದು ಭಾಗವಾದರೆ ಅಡುಗೆ ಮನೆ ಮತ್ತೊಂದು ಭಾಗ ಎನ್ನುವಂತಿತ್ತು. ರಂಗನಾಥರಾವ್ ನಮ್ಮ ಅಚ್ಚರಿಯನ್ನು ಗಮನಿಸಿ 'ಮನೆಯವರೆಲ್ಲಾ ಸೇರಿದರೆ ಈ ಅಡುಗೆ ಮನೆ ಯಾವುದಕ್ಕೂ ಸಾಲದು, ಅಷ್ಟು ಜನ ಇದ್ದೇವೆ' ಎಂದರು. ಅಲ್ಲಿಂದ ಹಿತ್ತಲಿಗೆ ಹೋಗಲಿಕ್ಕೆ ದಾರಿಯಿತ್ತು. ಅಲ್ಲಿ ಕೂಡಾ ಒಂದು ಪ್ಯಾಸೇಜ್ ಆದ ಮೇಲೆ ಮೆಟ್ಟಿಲು ಅದಕ್ಕೆ ಮಳೆ ಬೀಳದ ಹಾಗೆ ಹಂಚುಗಳನ್ನು ಹೊದಿಸಿದ ಹೊರಚಾಚು. ಇಡೀ ಮನೆ ಕಣ್ಣಿಗೆ ಮನಸ್ಸಿಗೆ ಹಾಯೆನ್ನಿಸುವ ಹಾಗಿತ್ತು.

ಹಾಲಿನಲ್ಲಿ ಒಂದು ತುದಿಯಲ್ಲಿ ಗೋಡೆಗೆ ಆತುಕೊಂಡಂತಿದ್ದ ಮರದ ಮಹಡಿಯ ಮೆಟ್ಟಿಲುಗಳು ಮೇಲಿನ ಕೋಣೆಗಳಿಗೆ ಹೋಗುತ್ತಿತ್ತು. ಮೇಲೆ ಹೋದರೆ ಒಂದು ಪ್ಯಾಸೇಜ್ ಗಾಳಿ ಬೆಳಕಿಗೆ ಅನುಕೂಲವಾಗುವ ಹಾಗೆ ಸಾಲು ಕಿಟಕಿಗಳು. ಅದಕ್ಕೆ ಹಾಕಿದ್ದ ಗಾಜುಗಳು ಜರ್ಮನ್‌ದು, ಎರಡು ಬಣ್ಣಗಳಲ್ಲಿದ್ದ ಕಿಟಕಿಯ ಗಾಜುಗಳು ಅಲ್ಲಲ್ಲಿ ಒಡೆದಿತ್ತು. 'ಈ ಗಾಜುಗಳು ಸಿಗುವುದಿಲ್ಲ ಅದಕ್ಕೆ ಹಾಗೇ ಬಿಟ್ಟಿದ್ದೇವೆ' ಎಂದರು ಹೆಮ್ಮೆಯಿಂದ ರಂಗನಾಥರಾವ್. ಮತ್ತಲ್ಲಿ ಗೋಡೆಗಳಿಗೆ

ದೇವರ ಪಟಗಳು ಹಾಲಿನ ನೋಟ ಕಾಣುವಂತೆ ಅಟ್ಟಣಿಕೆ. ಮತ್ತಷ್ಟು ಕೋಣೆಗಳು. ಮಾಮೂಲಿ ಮನೆಗಳಿಗಿಂತ ಹತ್ತುಪಟ್ಟು ದೊಡ್ಡದು, ಇಷ್ಟು ದೊಡ್ಡ ಮನೆಗೆ ಇಬ್ಬರೇ ಹೇಗಿರುತ್ತಾರೆ ಅನ್ನಿಸಿಬಿಟ್ಟಿತ್ತು.

ಅಂತೂ ನಮಗೆ ಮನೆ ಶೂಟಿಂಗ್‌ಗೆ ಕೊಡುವುದಾಗಿ ಒಪ್ಪಿಗೆಯ ಜೊತೆಗೆ ಕಾಫಿ ಬಿಸ್ಕೆಟ್ ಕೂಡಾ ಸಿಕ್ಕಿತು. 'ಎಷ್ಟು ದಿನ ಮಾಡ್ತೀರ? ಏನು?' ಎಂದೆಲ್ಲಾ ಕೇಳಿಕೊಂಡರು. ಸ್ಥಿತಿವಂತರಾದ ಅವರಿಗೆ ಹಣದ ಅವಶ್ಯಕತೆ ಇರಲಿಲ್ಲ. ಅದರ ಬಗ್ಗೆ ಅವರು ಏನನ್ನೂ ಕೇಳಲಿಲ್ಲ ಕೂಡಾ. ಆದರೆ ಏನು ಮಾಡಬಹುದು ಇವರು ಎನ್ನುವ ಕುತೂಹಲ ಮಾತ್ರ ಅವರಿಗೆ ಇತ್ತು.

S/o ಹಸನಬ್ಬ, ಪಾತುಮ್ಮಬಿ

ಇನ್ನೆರಡು ದಿನ ಶೂಟಿಂಗ್ ಶುರು ಎನ್ನುವಾಗ ಸಲಾಂ ಸಾಬ್, ಪಾತುಮ್ಮಳ ಮನೆಯನ್ನು ಕಟ್ಟಿಕೊಟ್ಟಿದ್ದ. ಒಳಗೆ ಹೊರಗೆ ಏನೇನು ಇರಬೇಕು ಎಂದು ತೀರ್ಮಾನ ಮಾಡಬೇಕಿದ್ದಿದ್ದು ನಾವೇ. ಆದ್ದರಿಂದ ಪುನೀತ ಮತ್ತು ಪುಟ್ಟರಾಜುವಿನ ಜೊತೆ ನನ್ನ ಸರ್ಕಸ್ ಶುರುವಾಗಿತ್ತು. ತನ್ನ ಕೆಲಸ ಅಲ್ಲದಿದ್ದರೂ ಚಂಚಲಾ ನಮ್ಮ ಜೊತೆಗೆ ಕೈ ಜೋಡಿಸಿದ್ದರು. ಮುಕ್ಕಚ್ಚೇರಿಯ

ಜಕ್ಕು ಮಹಮದ್‌ರ ಮನೆಯ ಅಕ್ಕ ಪಕ್ಕದ ಹೆಣ್ಣುಮಕ್ಕಳನ್ನು ಕರೆತಂದು ಯಾವ ವಸ್ತುಗಳು ಎಲ್ಲೆಲ್ಲಿ ಇರಬೇಕು ಎಂದು ತೀರ್ಮಾನಿಸ ತೊಡಗಿದೆವು. ಕೆಲವರು ಹಳೆಯ ಬುರ್ಕಾವನ್ನು ಕೊಟ್ಟು ಗೋಡೆಗೆ ಫಿಕ್ಸ್ ಆಗಿದ್ದ ಮರದ ತುಂಡನ್ನು ತೋರಿಸಿ ಇದನ್ನು ಇಲ್ಲಿ ಹಾಕಿ ಎಂದರೆ, ತಮ್ಮ ಮನೆಯಲ್ಲಿದ್ದ ಹಳೆಯ ಕಾಬಾದ ಫೋಟೋವನ್ನು ನೆಲಕ್ಕೆ ತಾಕಿಸಬಾರದು ಎನ್ನುವ ಎಚ್ಚರಿಕೆಯ ಜೊತೆ ಕೊಟ್ಟರು. ಬೇಡವಾಗಿ ಒಟ್ಟಿದ್ದ ವಸ್ತುಗಳನ್ನು, ಮೂಟೆ ಕಟ್ಟಿದ್ದನ್ನ ತೆಗೆದು ರಾಶಿ ಹಾಕಿದರು. ಮುರಿದು ಹೋಗಿದ್ದ ಪಾತ್ರೆಗಳು, ಅಲ್ಯುಮಿನಿಯಮ್ ತಟ್ಟೆಗಳು, ಹಳೆಯ ವೈರ್ ಬುಟ್ಟಿಗಳು, ಬುರ್ಕಾಗಳು, ಮಕ್ಕಳ ಬಟ್ಟೆಗಳು... ಹೀಗೆ ಬಗೆಬಗೆಯ ವಸ್ತುಗಳು ಮನೆ ತುಂಬಿಬಿಟ್ಟವು. ಕಟ್ಟೆಯ ಮೇಲೆ ಹಾಸಿಗೆಯೊಂದು ಬೇಕಲ್ಲ? ಅದನ್ನು ಹೇಗೆ ಮಾಡುವುದು? ಎಂದು ಯೋಚನೆಗೆ ಬಿದ್ದಾಗ, ಹರಿದ ಸೀರೆಗಳನ್ನೆಲ್ಲಾ ಒಟ್ಟು ಮಾಡಿ ಅವರೇ ಹಾಸಿಗೆಯಾಗಿ ಮಾಡಿಬಿಟ್ಟಿದ್ದರು.

ಬಾವಿಯ ಓಣಿಯನ್ನು ದಾಟಿ ಹೋದರೆ ಬೀಡಿಕಟ್ಟುತ್ತಾ ಕುಳಿತಿದ್ದ ಹೆಂಗಸರ ಮನೆಯ ಪಕ್ಕದಲ್ಲಿ ಒಂದು ಮರದ ಶೆಲ್ಫ್ ಇತ್ತು. ಅದರ ತುಂಬಾ ಬೇಡವಾದ ಏನೇನನ್ನೋ ತುಂಬಿದ್ದರು. 'ಸ್ವಲ್ಪ ದಿನದಮಟ್ಟಿಗೆ ಕೊಡಿ' ಎಂದಾಗ ಎರಡನೆಯ ಮಾತಿಲ್ಲದೆ 'ತೆಗೆದುಕೊಳ್ಳಿ' ಎಂದಿದ್ದರು. ಒಳ್ಳೆಯ ಮರದ ಶೆಲ್ಫೇ ಆಗಿದ್ದರಿಂದ ಉಪ್ಪುಗಾಳಿಗೆ ಹಾಳಾಗದೆ ಉಳಿದಿತ್ತು. ಅದನ್ನು ತೆಗೆಯಲು ನೋಡಿದೆವು. ಸುಮಾರು ಒಳಗೆ ಹೂತಿದ್ದರಿಂದ ಅಲುಗಾಡಿಸಲು ಆಗಲಿಲ್ಲ. ಊಟಕ್ಕೆ ಬಂದ ಮಗನಿಗೆ ಆ ಮನೆಯ ತಾಯಿ ಸಹಾಯ ಮಾಡುವಂತೆ ಹೇಳಿದರು. ಸಲಾಂ ಸಾಬ್, ಆತ ಹಾಗೂ ನಾವೆಲ್ಲಾ ಸೇರಿ ಶೆಲ್ಫು ಕಷ್ಟಪಟ್ಟು ತೆಗೆದು ಮನೆಯೊಳಗೆ ಇಟ್ಟೆವು. ಅಷ್ಟರಲ್ಲಿ ಅಲ್ಲೇ ಆಡುತ್ತಿದ್ದ ಹುಡುಗಿಯೊಬ್ಬಳು ಉಲ್ಲಾಳ ದರ್ಗಾದ ಹಳೆಯ ಕ್ಯಾಲೆಂಡರ್ ಅನ್ನು ತಂದುಕೊಟ್ಟಳು. ಅದನ್ನು ನೋಡಿ ನನಗೆ ಬಹಳ ಸಂತೋಷವಾಯಿತು. ಅಲೀಮಮ್ಮ ಬಿಳಿಯ, ಅಲ್ಲಲ್ಲಿ ತಿಳಿ ನೀಲಿ ದಾರದ ಎಂಬ್ರಾಯಡರಿ ಇರುವ ಹಳೆಯ ಕರ್ಟನ್ ಅನ್ನೂ, ಹಸೀನಮ್ಮ ಧೂಪ ಹಾಕುವ ಮಣ್ಣಿನ ಬಟ್ಟಲನ್ನೂ ಕಳಿಸಿದಳು. ಅವರಿವರಿಗೆ ತೋಚಿದ್ದನ್ನು ಕಳಿಸಿದ್ದರಿಂದ ಖಾಲಿಯಿದ್ದ ಮನೆ ತುಂಬಿದ ಮನೆಯಾಗಿಬಿಟ್ಟಿತ್ತು. ಆ ಕೇರಿಯನ್ನೆಲ್ಲಾ ಸುತ್ತಿದ್ದರ ಫಲ ಸಲಾಂ ಸಾಬ್‌ನ ಮನೆಯಿಂದ ಸಿಮೆಂಟಿನ ಒಲೆ ಬಂತು, ಅದಕ್ಕೆ ಮಣ್ಣನ್ನು ಮೆತ್ತಿ ಮಣ್ಣಿನ ಒಲೆಯ ಹಾಗೆ ಕಾಣುವಂತೆ ಮಾಡಿದೆವು. ಅದನ್ನಿರಿಸಿದ ಜಾಗಕ್ಕೆ ಉರಿಯಲಿಕ್ಕೆ ಬಳಸುವ ಗಮ್ಮನ್ನು ಸವರಿ ಬೆಂಕಿ ಹಚ್ಚಿ ಬಳಸಿದ ಹಾಗೆ ಕಾಣುವಂತೆ ಕಪ್ಪಾಗಿಸಿದೆವು.

ಹಿಂದಿನ ದಿನ ಇಲ್ಲದ ಮನೆ ಎಷ್ಟೋ ವರ್ಷಗಳಿಂದ ಇದೆ ಎನ್ನುವ ಹಾಗೆ ಎದ್ದು ನಿಂತಿತ್ತು. ಸಮುದ್ರದ ಮೇಲಿನ ಗಾಳಿ ಗರಿಗಳನ್ನು ಹಾರಿಸದಂತೆ ಬಂದೋಬಸ್ತಾಗಿ ಆ ಹುಡುಗ ಸಲಾಂ ವೈರುಗಳಿಂದ ಕಟ್ಟಿಕೊಟ್ಟಿದ್ದ. ಕುರಾನಿನ ಹಳೆಯ ಪುಸ್ತಕವನ್ನೂ ಅದನ್ನಿರಿಸಲು ಮಣೆಯನ್ನೂ ಬೆಂಗಳೂರಿಂದಲೇ ತೆಗೆದುಕೊಂಡು ಹೋಗಿದ್ದರಿಂದ

ಹುಡುಕುವ ಗೋಜಿರಲಿಲ್ಲ. ಎಲ್ಲರಿಗೂ, 'ನಿಮ್ಮ ವಸ್ತುಗಳನ್ನು ಜೋಪಾನವಾಗಿ ಹಿಂದಿರುಗಿಸುತ್ತೇವೆ' ಎಂದು ಹೇಳಿದ್ದೆವು.

ಜಕ್ಕು ಮಹಮದ್ ದಿನಾ ಬೆಳಗ್ಗೆ ಮೀನು ಮಾರಿಯಾದ ಮೇಲೆ ನಮ್ಮ ಚಟುವಟಿಕೆಗಳನ್ನು ಗಮನಿಸಲು ಬರುತ್ತಿದ್ದರು. 'ಅರೆ ಕಾಕ ಯಾವತ್ತೂ ಬರದೇ ಇರೋನು ಇವತ್ತೇನು?' ಎಂದು ಹಸೀನಮ್ಮಾ ಏನೂ ಆಗೇ ಇಲ್ಲ ಎನ್ನುವ ಹಾಗೆ ಚುಡಾಯಿಸಿದರೆ, 'ಏನಿಲ್ಲ, ಇಲ್ಲೇ ಮೀನು ಮಾರಲು ಬಂದಿದ್ದೆ, ಒಳ್ಳೆ ಮೀನುಂಟು ತೆಗೆದುಕೋ' ಎಂದು ಸಬೂಬು ಹೇಳುತ್ತಿದ್ದರು. 'ಕಾಕಾ ನನಗೆ ನೀನು ಮೀನು ಮಾರುವುದಾ? ನನ್ನ ಗಂಡ ಎಂಥೆಂಥಾ ಮೀನು ತರುತ್ತಾರೆ ಗೊತ್ತಲ್ಲ? ನನಗೆ ಎಲ್ಲ ಗೊತ್ತುಂಟು. ನಿನ್ನ ಮನೆ ಕಾಗೆ ಕಚ್ಚಿಕೊಂಡು ಹೋಗೋದಿಲ್ಲ. ಆರಾಮಾಗಿರು' ಎಂದು ಹಸೀನಮ್ಮ ರೇಗಿಸಿದ್ದಳು. ನಾಚಿಕೊಂಡವರಂತೆ ಹಿಂದೆ ಸರಿದು ನಿಂತು, 'ನನ್ನ ಮನೆ ಕಾಗೆ ಕಚ್ಚಿಕೊಂಡು ಹೋಗುವಷ್ಟು ಸಡಿಲ ಇಲ್ಲ, ಗಟ್ಟಿ ಉಂಟು' ಎಂದು ಹೇಳಿದ್ದರು. ನಾವೆಲ್ಲಾ ನಕ್ಕಿದ್ದೆವು. ಒಮ್ಮೆ ಪುನೀತನನ್ನು ಪಕ್ಕಕ್ಕೆ ಕರೆದು 'ಈ ಸಿನಿಮಾದಲ್ಲಿ ನನಗೂ ಪಾರ್ಟು ಸಿಗಬಹುದಾ?' ಎಂದು ಕೇಳಿದ್ದರಂತೆ. ಅವನು ಬಂದು ಹೇಳಿದಾಗ ಕೇರಿಯ ಹೆಂಗಸರು ಬೀಡಿ ಕಟ್ಟುತ್ತಾ ಕೂತವರು ತಿರುಗಿ, 'ನಮ್ಮ ಜಕ್ಕು ಮಹಮದ್ ಒಳ್ಳೆ ಕಲಾಕಾರನೇ. ಅವನೊಳಗೆ ಇಂಥಾದ್ದೊಂದು ಆಸೆ ಇದೆ ಅಂತ ಗೊತ್ತೇ ಇರಲಿಲ್ಲ' ಎಂದು ನಕ್ಕಿದ್ದರು.

ಜಕ್ಕು ಮಹಮದ್ ನಮಗೆ ಗೊತ್ತಿಲ್ಲದಂತೆ ಯಾವಾಗಲೋ ಮನೆಯೊಳಗೆ ಹೊಕ್ಕು ಬಂದುಬಿಡುತ್ತಿದ್ದರು. ಗೋಡೆಗೆ ಮೊಳೆ ಹೊಡೆದಿದ್ದರೆ 'ಯಾಕೆ ಹೊಡಿದಿರಿ?' ಎಂದು ಪುನೀತನನ್ನೋ, ಪುಟ್ಟಣ್ಣನನ್ನೋ ಕೇಳುತ್ತಿದ್ದರಂತೆ. ನನ್ನ ಹತ್ತಿರ ಮಾತ್ರ 'ನಿಮ್ಮ ಡೈರೆಕ್ಟರ್‌ಗೆ ಹೇಳಿ ಸ್ವಲ್ಪ ಜಾಸ್ತಿ ದುಡ್ಡನ್ನು ಕೊಡಿಸಿ' ಎಂದು ಕೇಳುತ್ತಿದ್ದರು. ನಾನು 'ಹಾಂ ಕೊಡಿಸೋಣ' ಎಂದು ಸಮಾಧಾನ ಪಡಿಸುತ್ತಿದ್ದೆ. ಆ ಮಾತನ್ನು ಮರೆಸುವಂತೆ 'ನೀವೂ ಒಂದು ಪಾತ್ರ ಮಾಡಿಬಿಡಿ, ನಮ್ಮ ಸಿನಿಮಾದಲ್ಲಿ' ಎಂದು ನಗುತ್ತಿದ್ದೆ. ಏನೋ ನಾನೇ ಅವರಿಗೆ ಆಫರ್ ಮಾಡಿದ ಹಾಗೆ 'ಮಾಡುವ ಬಿಡಿ' ಎಂದು ನಗುತ್ತಿದ್ದರು. ಎಂದಾದರೂ ಬಲವಂತ ಮಾಡಿದರೆ ಟೀ ಕುಡಿಯುತ್ತಿದ್ದರು, ತಿಂಡಿಯಾಗಲೀ ಊಟ ಆಗಲಿ ಮಾಡುತ್ತಿರಲಿಲ್ಲ. 'ನಾನು ಒಳ್ಳೆ ಕುಕ್ಕು ಗೊತ್ತುಂಟಾ. ಪದಾರ್ಥ ಮಾಡಿದ್ರೆ ನನ್ನ ಮಕ್ಕಳು ನನಗೆ ಉಳಿಸುವುದಿಲ್ಲ. ಅದರಲ್ಲೂ ಮೀನು! ಬಿಡಿ ಮಹರಾಯರೇ, ಆ ಮೀನೇ ಪುಣ್ಯ ಮಾಡಿರಬೇಕು ಹಾಗಾಗುತ್ತದೆ ಪದಾರ್ಥ' ಎಂದು ಹಲ್ಲು ಕಾಣಿಸುತ್ತಿದ್ದರು. ಅವರ ವರ್ಣನೆಗೆ ಮೀನು ತಿನ್ನದ, ಪೂರ್ತಿ ವೆಜಿಟೇರಿಯನ್ನಾಗಿರುವ ನನಗೂ ಒಂದು ಸಣ್ಣ ಆಸೆ ಬಂದುಬಿಟ್ಟಿತ್ತು.

ನಮ್ಮ ಮನೆಯ ಅರೇಂಜ್ಮೆಂಟೆಲ್ಲಾ ನೋಡಿದ ಮೇಲೆ ಕಣ್ಣು ತುಂಬಿಕೊಂಡು, 'ನನ್ನ ಅಬ್ಬು ಹಸನಬ್ಬ, ಅಮ್ಮಿ ಪಾತುಮ್ಮಬಿ ಇದ್ದಾಗ ಮನೆ ಹಿಂಗಿತ್ತು' ಎಂದಿದ್ದರು. 'ಎಲ್ಲಕ್ಕೂ ಕಾಲ ಬರುತ್ತೆ ಬಿಡಿ, ಮುಂದೆ ಈ ಮನೆ ಹೀಗೆ ತುಂಬಿರುತ್ತೆ' ಎಂದು

ಅವರನ್ನು ಉಬ್ಬಿಸುವ ಮಾತುಗಳನ್ನಾಡಿದ್ದೆ. ಅಲ್ಲೇ ಗೋಡೆಗೆ ಒರಗಿಸಿದ ಸೈಕಲ್ ತಳ್ಳಿಕೊಂಡು ಹೋಗುವಾಗ, ಮತ್ತೆ ನಿಂತು ಮನೆಯನ್ನು ಕಣ್ಣಲ್ಲಿ ತುಂಬಿಕೊಳ್ಳುತ್ತಿದ್ದರು. ಆಯಾಸಗೊಂಡಿದ್ದ ಅವರ ಕಣ್ಣುಗಳು ಆಸೆಯ ಹೊಳಪನ್ನು ಅರಸುತ್ತಿತ್ತು. ಈಗಲೋ, ಆಗಲೋ ಸಮುದ್ರದ ಕೊರೆತಕ್ಕೆ ಸಿಕ್ಕು ಬೀಳುವಂತಿದ್ದ ಮನೆಯ ಮೇಲೆ ಇಷ್ಟು ಆಸೆಯನ್ನು ಉಳಿಸಿಕೊಂಡಿದ್ದರು ಎಂದರೆ ಆ ಮನೆಯ ಕಡೆಗೆ ಅವರಿಗೆ ಎಂಥಾ ದೊಡ್ಡ ಸೆಳೆತ ಇದ್ದಿರಬೇಕು? ಎಷ್ಟು ಕನಸುಗಳು, ನೆನಪುಗಳು ಇದ್ದಿರಬೇಕು? ಅದನ್ನೆಲ್ಲಾ ಕೇಳೋಣ ಅಂದುಕೊಂಡರೆ ಆಗಲೇ ಇಲ್ಲ. ಪಾತ್ರ ಕೊಡಲಿಕ್ಕೆ ಒಪ್ಪದ್ದರಿಂದ, ಅವರ ಒಂದು ಪಾಸಿಂಗ್ ಷಾಟ್ ಆದ್ರೂ ಮಾಡಿ ಎಂದು ಪಂಚಾಕ್ಷರಿಯನ್ನು ಗೋಗರೆದೆ. ನನ್ನ ಕಾಟ ತಡೆಯಲಾರದೆ ಪಂಚಾಕ್ಷರಿ ಒಪ್ಪಿಕೊಂಡರು. ಅವತ್ತು ಅವರನ್ನು ನೋಡಬೇಕಿತ್ತು, ನೀಟಾಗಿ ಬಟ್ಟೆ ಹಾಕಿಕೊಂಡು ಬೋಳಾಗುತ್ತಿದ್ದ ಮುಂದಲೆಯನ್ನು ಬಾಚಿಕೊಂಡು ಬಂದಿದ್ದರು. ನಮ್ಮ ಪುಟ್ರಾಜು ಪುನೀತ ಇಬ್ಬರೂ ಅವರನ್ನು ರೇಗಿಸುತ್ತಿದ್ದರು. 'ಎಂಥಾದ್ದು ನೀವು ಹೀಗೆಲ್ಲಾ ಹೇಳುವುದಾ?' ಎಂದು ನಾಚಿಕೊಳ್ಳುತ್ತಿದ್ದರು. ಇಷ್ಟಾಗಿಯೂ ಜಕ್ಕು ಸೈಕಲನ್ನು ತಳ್ಳಿಕೊಂಡು ಹೋಗುವ ಹಿಂಬದಿಯ ದೃಶ್ಯವನ್ನು ಮಾತ್ರ ತೆಗೆದರು. (ಅದು ಆ ಸಿನಿಮಾದಲ್ಲಿ ಇದೆ.)

ಗೆಳತಿ ಚಂಚಲಾ

ಮುಲ್ಕಿಯ ಬೋಳ ರಂಗನಾಥರಾವ್ ಅವರ ಮನೆಯಿಂದ ನಮ್ಮ ಶೂಟಿಂಗ್ ಶುರು ಮಾಡಿದ್ದು. ಮನೆಯ ಎಲ್ಲಾ ಭಾಗಗಳನ್ನು ಅವರು ಬಳಸುತ್ತಿರಲಿಲ್ಲ. ಇಬ್ಬರೇ ಇದ್ದಿದ್ದರಿಂದ ಅದನ್ನು ಬಳಸುವ ಅವಶ್ಯಕತೆ ಅವರಿಗಿರಲಿಲ್ಲ. ನಾವೇ ಎಲ್ಲ ಗುಡಿಸಿ ತೊಳೆದು ಮಾಡುತ್ತಿದ್ದೆವು. ಚಂಚಲಾ ಕೂಡ ನಮ್ಮನ್ನು ಸೇರಿಕೊಂಡರು. 'ಇದು ನಿಮ್ಮ ಕೆಲಸವಲ್ಲ ಬಿಡಿ' ಎಂದು ಹೇಳಿದರೂ ಕೇಳಲಿಲ್ಲ. 'ಇಂಥಾ ಕೆಲಸಗಳನ್ನು ಇಷ್ಟು ದೊಡ್ಡ ಮನೆಗೆ ನಾವು ಮೂರೇ ಜನ ಮಾಡಲಿಕ್ಕೆ ತುಂಬಾ ಕಷ್ಟ ಆಗುತ್ತೆ. ಇಲ್ಲೇ ಯಾರಾದರೂ ಸಿಗುತ್ತಾರಾ ನೋಡೋಣ'

ಎಂದು ನಿರ್ದೇಶಕರಿಗೆ ಹೇಳಿದರೂ, ಅವರು ಕಿವಿಯ ಮೇಲೆ ಹಾಕಿಕೊಳ್ಳಲಿಲ್ಲ. ಆದರೆ ಒಪ್ಪಿಕೊಂಡ ಕೆಲಸವನ್ನು ಮಾಡದೇ ಬೇರೆ ವಿಧಿಯಿಲ್ಲ. ಆರಂಭದಲ್ಲಿ ಶೂಟಿಂಗ್ ಸಮಯದಲ್ಲಿ ನನ್ನನ್ನು 'ನೀವು ಸುಮ್ಮನೆ ಜೊತೆಗಿರಿ' ಎಂದು ಕರೆದಿದ್ದರು. 'ಇದೊಂದು ಅನುಭವ ಆಗಲಿ' ಎಂದು ನಾನೇ ಈ ಕೆಲಸ ಒಪ್ಪಿಕೊಂಡಿದ್ದೆ. ಆಗ ನಾವು ಇಂಥಾ ಕೆಲಸಗಳನ್ನು ಮಾಡಬೇಕು ಎನ್ನುವ ಕಲ್ಪನೆ ಕೂಡಾ ನನಗಿರಲಿಲ್ಲ. ಪುಟ್ಟಣ್ಣ ಮತ್ತು ಪುನೀತನ ಹತ್ತಿರ ಮಾಡಿಸಲಿಕ್ಕೆ ಅವರ್‍ಯಾರೂ ಇಂಥಾ ಕೆಲಸಗಳನ್ನು ಮಾಡಿದವರೂ ಅಲ್ಲ. ನನಗೆ ನಿಜಕ್ಕೂ ಅಳು ಬಂತು. ಪುಟ್ಟಣ್ಣನಿಗೆ, ಪುನೀತನಿಗೆ ದಿನಕ್ಕೆ ಐದುನೂರು ರೂಪಾಯಿಯ ಹಾಗೆ ಕೆಲಸ ಒಪ್ಪಿಸಿದ್ದೆವು. ಇಬ್ಬರೂ ಒಳ್ಳೆಯ ಹುಡುಗರು, ನನ್ನ ಸ್ನೇಹಿತ ಕವಿ ವಿ.ಎಂ.ಮಂಜುನಾಥ್ ಕಡೆಯಿಂದ ಬಂದಿದ್ದರು. ಒಬ್ಬೊಬ್ಬರದ್ದೂ ಒಂದೊಂದು ಸ್ವಭಾವ. ಪುನೀತ ಬೆಳಗ್ಗೆ ದೇವಸ್ಥಾನಕ್ಕೆ ಹೋಗದೆ ಯಾವ ಕೆಲಸವನ್ನೂ ಮಾಡುತ್ತಿರಲಿಲ್ಲ. ಬೆಳಗ್ಗೆ ಅಮ್ಮಾ ಎಂದು ನನ್ನ ರೂಂನ ಬಾಗಿಲು ತಟ್ಟುವಾಗ ಅವನ ಹಣೆಯಲ್ಲಿ ಕುಂಕುಮ ಇರುತ್ತಿತ್ತು. 'ಇವನೇನು ಮೇಡಂ ತುಳಸಿ ಪೂಜೆ ಮಾಡುವ ಮುತ್ತೈದೆಯ ಥರಾ' ಎಂದು ಪುಟ್ಟಣ್ಣ ರೇಗಿಸುತ್ತಿದ್ದ. ಬಾಬರಿ ಮಸೀದಿ ಬಿದ್ದ ದೃಶ್ಯಗಳ ಚಿತ್ರೀಕರಣಕ್ಕೆ ಕಾಶಿಗೆ ಶೂಟಿಂಗ್‌ಗೆ ಹೋದಾಗ, (ಅಲ್ಲಿ ನನ್ನ ಕೆಲಸ ಅಂತ ಏನೂ ಇರಲಿಲ್ಲವಾದ್ದರಿಂದ ಹೋಗಲಿಲ್ಲ) ದೇವಸ್ಥಾನಕ್ಕೆ ಹೋಗ್ತೀನಿ ಅಂತ ತಪ್ಪಿಸಿಕೊಂಡುಬಿಟ್ಟಿದ್ದನಂತೆ. 'ಇವನನ್ನು ಹುಡುಕುವಷ್ಟರಲ್ಲಿ ನಮ್ಮ ಜೀವ ಹೋಯ್ತು' ಎಂದು ಪಂಚಾಕ್ಷರಿ ಹೇಳಿದ್ದರು. 'ಎಲ್ಲರೂ ನನ್ನನ್ನು ಅನ್ನುತ್ತಾರೆ ತಪ್ಪೇನಮ್ಮಾ ನಾನೇನೂ ತಪ್ಪಿ ಹೋಗಿರಲಿಲ್ಲ, ದೇವರನ್ನು ನೋಡುತ್ತಾ ದೇವಸ್ಥಾನದ ಒಳಗೇ ನಿಂತುಬಿಟ್ಟಿದ್ದೆ. ಅದಕ್ಕೆ ಇವರೆಲ್ಲಾ ಕಳೆದು ಹೋದೆ ಅನ್ನುತ್ತಾರೆ' ಎಂದಿದ್ದ ಪುಟ್ಟ ಹುಡುಗನ ಹಾಗೆ, ಪುಟ್ಟಣ್ಣನ ಸ್ವಭಾವ ಮಾತ್ರ ಥೇಟ್ ನನ್ನ ಹಾಗೆ. ದೇವಸ್ಥಾನಕ್ಕೆ ಹೋಗಬಾರದು ಅಂತೇನಿಲ್ಲ ಆದರೆ ಸಮಯ ನೋಡಿಕೊಂಡು ಆದರೆ ಮಾತ್ರ ಹೋಗುವುದು.

ನನ್ನ ಕಷ್ಟ ನೋಡಲಾರದೆ ಇಬ್ಬರೂ ಹುಡುಗರು 'ಮೇಡಂ ಬನ್ನಿ ಒಪ್ಪಿಕೊಂಡಿದ್ದೀವಿ ಮಾಡೋಣ' ಎಂದರು. ಇಬ್ಬರೂ ಕಲಾ ನಿರ್ದೇಶನದ ವಿಭಾಗದಲ್ಲಿ ಕೆಲಸ ಮಾಡದೇ ಇರುವವರು. ನನ್ನನ್ನೂ ಸೇರಿಸಿಕೊಂಡಂತೆ ಯಾರಿಗೂ ಅನುಭವವಿಲ್ಲ. ಎಲ್ಲರೂ ಎಲ್ಲ ಕೆಲಸಗಳನ್ನು ಮಾಡಬೇಕು ಎನ್ನುತ್ತಿದ್ದ ನಿರ್ದೇಶಕರು, ಪಾತುಮ್ಮನ ಮನೆಯನ್ನು ಕಟ್ಟುವಾಗಲೂ 'ನೀವೇ ಎಲ್ಲಾ ಮಾಡಬೇಕು' ಎಂದಿದ್ದರು. ಆದರೆ ನಾನು 'ತಮಾಷೆ ಮಾಡ್ತಾ ಇಲ್ಲ ತಾನೆ?' ಎಂದೆ. ಮೂರು ಅಡಿ ಮರಳನ್ನು ಎತ್ತಿ ಹಾಕಿ ಗುಡಿಸಲನ್ನು ಕಟ್ಟುವುದು ಅಸಾಧ್ಯದ ಮಾತು.

ಮಾರನೆಯ ದಿನ ನಮ್ಮ ಶೂಟಿಂಗ್‌ನ ಮೊದಲ ದಿನ, ಪೂಜೆ ಆಗಬೇಕು. ಬಾಂಡಲಿ ಸಾಂಬ್ರಾಣಿ ಇದ್ದಿಲು ಎಲ್ಲವನ್ನೂ ಇಟ್ಟುಕೊಂಡು ಪುನೀತ ಸಿದ್ಧವಾಗಿದ್ದ. ಕೇಳಿದರೆ ಕೊಡಲಿಕ್ಕೆ ಅಂತ ಖಾಲಿಯಿದ್ದ ರೊಟ್ಟಿಯ ಬುಟ್ಟಿ, ಅದಕ್ಕೆ ಸುತ್ತಿದ್ದ ಬಟ್ಟೆ,

ಎಲೆಯಡಿಕೆ ಚೀಲ ಇತ್ಯಾದಿಗಳನ್ನು ನೋಡಿಕೊಳ್ಳುವಂತೆ ಪುಟ್ಟಣ್ಣನಿಗೆ ಹೇಳಿ, ಹೂವು ಹಣ್ಣು, ಕಾಯಿ ಮತ್ತು ಸ್ವೀಟ್ಸು ತರಲು ನಾನು, ಚಂಚಲಾ ಹೋದೆವು. ಅದೆಲ್ಲಾ ತರುವ ಹೊತ್ತಿಗೆ ಪೂಜೆಯ ಸಿದ್ಧತೆಗಳು ನಡೆಯುತ್ತಿದ್ದವು. ಬಾಂಬೆಯಿಂದ ಬಂದ ಸ್ಪಾಟ್ ರೆಕಾರ್ಡಿಂಗ್ ತಂಡದ ಐದು ಜನ, ಕ್ಯಾಮೆರಾಮನ್ ಅಶೋಕ್ ('ನಾನು ಅವನಲ್ಲ ಅವಳು' ಚಿತ್ರದ ಕ್ಯಾಮೆರಾಮನ್) ಅವರ ಕಡೆಯ ಇಬ್ಬರು, ಡೈರೆಕ್ಷನ್ ಡಿಪಾರ್ಟ್ಮೆಂಟ್, ಕಾಸ್ಟ್ಯೂಮ್, ಆರ್ಟ್ ಹೀಗೆ ಪ್ರತಿಯೊಂದು ವಿಭಾಗದ ಒಂದಿಷ್ಟು ಜನ ಮತ್ತು ಕಲಾವಿದರು ಎಲ್ಲಾ ಸೇರಿ ಸುಮಾರು ಇಪ್ಪತ್ತೆರಡು ಜನ ಇದ್ದಿರಬಹುದು.

ಚಂಚಲಾ ನನಗೆ ಒಳ್ಳೆಯ ಗೆಳತಿಯಾಗಿಬಿಟ್ಟಿದ್ದರು. ಇಬ್ಬರೂ ಒಂದೇ ರೂಮಿನಲ್ಲಿ ಉಳಿದುಕೊಂಡಿದ್ದೆವು. ನನ್ನ ಸಂಸಾರ ಮಗ ಎಲ್ಲ ವಿಷಯಗಳನ್ನು ನಾನು ಅವರೊಂದಿಗೆ ಹಂಚಿಕೊಂಡರೆ ಅವರೂ ಕೂಡಾ ತಮ್ಮ ಜೀವನಾನುಭವವನ್ನು ನನ್ನೊಂದಿಗೆ ಹಂಚಿಕೊಳ್ಳುತ್ತಿದ್ದರು. ಅವರ ಸಿನಿಮಾ ಪಯಣದಲ್ಲಿ ಸುಮಾರು 25 ಸಿನಿಮಾಗಳಿಗೆ ಕೆಲಸ ಮಾಡಿದ ಅನುಭವವಿತ್ತು. ಯಾರೇ ತುಳು ಸಿನಿಮಾವನ್ನು ಮಾಡುವುದಿದ್ದರೂ ಚಂದ್ರಹಾಸ ಉಲ್ಲಾಳ ಮತ್ತು ಚಂಚಲಾರ ಹೆಸರುಗಳನ್ನು ನೆನಪಿಸಿಕೊಳ್ಳುವುದು ಸಾಮಾನ್ಯ ಸಂಗತಿಯೇ. ಹೀಗಾಗಿ ಅವರು ಈ ಸಿನಿಮಾಕ್ಕೆ ಕೆಲಸ ಮಾಡುವುದು ಅವರ ಸಿನಿಪಯಣದಲ್ಲಿ ಇನ್ನೊಂದು ಸಂಖ್ಯೆಯಾಗಿತ್ತು.

ಶೂಟಿಂಗ್ ಶುರುವಾಗಿ ಮೊದಲ ಬ್ರೇಕ್‌ನಲ್ಲಿ ಯಾರೊಂದಿಗೋ ಮಾತನಾಡುತ್ತಾ ಪಂಚಾಕ್ಷರಿ, 'ಇಲ್ಲಿ ಇರೋರೆಲ್ಲಾ ಕೆಲಸ ಕಲೀಲಿಕ್ಕೆ ಬಂದವರು' ಎಂದು ಹೇಳುತ್ತಿದ್ದುದನ್ನು ಕೇಳಿದ ಚಂಚಲಾ, 'ಇಲ್ಲ ತನಗೆ ಆ ಜರೂರತ್ತಿಲ್ಲ' ಎಂದು ನಿರ್ದೇಶಕರ ಜೊತೆ ಮಾತಾಡಿದ್ದಾರೆ. ಮಾತಿಗೆ ಮಾತು ಬೆಳೆದು ಚಂಚಲಾಗೆ ಬೇಸರವಾಗಿದೆ. ಒಳ್ಳೆಯ ಮನಸ್ಸಿನ ಹುಡುಗಿ. 'ಚಂದ್ರಣ್ಣನ ಅತ್ತಿಗೆಯ ಪಾತ್ರ ನೀವೇ ಮಾಡಿ' ಎಂದೆಲ್ಲಾ ನಿರ್ದೇಶಕರು ಹೇಳಿದ್ದರಿಂದ ನಮ್ಮದೇ ಸಿನಿಮಾ ಎಂದು ಉತ್ಸಾಹದಿಂದ ಕೆಲಸ ಮಾಡಿದ್ದಾರೆ. ಇಷ್ಟೆಲ್ಲಾ ಮಾಡಿದರೂ ಇವರು ಹೀಗೆಲ್ಲಾ ಹೇಳುತ್ತಾರಲ್ಲಾ? ಎಂದು ಕೋಪ ಅವರಿಗೂ ಬಂದಿದೆ. ಆದ್ದರಿಂದ ಈ ಸಂಗತಿಯನ್ನು ಅಲ್ಲಿಗೆ ಬಿಟ್ಟಿಲ್ಲ, 'ಅನುಭವಕ್ಕಾಗಿ ಬಂದಿಲ್ಲ ನನಗೆ ಸಾಕಷ್ಟು ಅನುಭವವಿದೆ' ಎಂದು ಹೇಳಿ ಬಂದಿದ್ದಾರೆ. 'ಇಂಥಾ ಮಾತನ್ನು ಕೇಳಿದ ಮೇಲೆ ನಾನು ಹೇಗೆ ಕೆಲಸ ಮಾಡಲಿ, ನಾನು ಮಾಡಿದ ಕೆಲಸದ ಬಗ್ಗೆ ಅವರಿಗೆ ಕೃತಜ್ಞತೆಯೇ ಇಲ್ಲ' ಎಂದು ನನ್ನ ಹತ್ತಿರ ಹೇಳಿಕೊಂಡರು. ಅವರ ಮನಸ್ಸಿನ ನೋವು ನನಗೆ ಅರ್ಥವಾಗಿತ್ತಾದರೂ ನಾನು ಏನು ಮಾಡಲು ಬರುವುದಿತ್ತು. ಅವರಿಬ್ಬರ ನಡುವೆ ಆದ ಮಾತುಕಥೆಯ ವಿವರಗಳೂ ನನಗೆ ಗೊತ್ತಿಲ್ಲ ಯಾರನ್ನು ದೂರುವುದು? ಪಂಚಾಕ್ಷರಿ ಮತ್ತು ನನ್ನ ಸ್ನೇಹ ಇಂದು ನೆನ್ನೆಯದಲ್ಲ. ಆದರೂ ಹೆಣ್ಣುಮಗಳೊಬ್ಬಳು ಹೇಳುತ್ತಿದ್ದರೆ ಏನಾದರೂ ಉತ್ತರಿಸಲೇ ಬೇಕು. 'ನಿಮಗೆ

ಒಪ್ಪಿಗೆ ಇಲ್ಲ ಎಂದು ಹೇಳಿ ಹೊರಟುಬಿಡಿ' ಎಂದೆ. ಚಂಚಲಾ ಇನ್ಯಾರ ಮಾತಿಗೂ ಕಾಯಲಿಲ್ಲ, 'ನಾನು ಹೊರಡುತ್ತೇನೆ' ಎಂದರು. ನಾನವರ ಕೈಗಳನ್ನು ಹಿಡಿದು, 'ನನ್ನ ಮನಸ್ಸಿಗೆ ಕಷ್ಟ ಆಗುತ್ತೆ. ಆದರೆ ನಿಮ್ಮನ್ನು ಇರಿ ಎಂದು ಹೇಳಲಿಕ್ಕೆ ನನಗ್ಯಾವ ಅಧಿಕಾರವೂ ಇಲ್ಲ' ಎಂದೆ ದುಃಖದಿಂದ. ಚಂಚಲಾ ಕೂಡಾ ನನ್ನನು ಬಿಟ್ಟುಹೋಗುವಾಗ ಗದ್ಗದಿತರಾಗಿದ್ದರು. ನಮ್ಮ ಮಧ್ಯೆ ತಿಳಿಯದ ಬಂಧವೊಂದು ಬೆಳೆದಿದೆ ಎಂದು ಆಗಲೇ ಗೊತ್ತಾಗಿದ್ದು. 'ಹೋಗುತ್ತಿದ್ದೇನೆ ಎಂದು ಪಂಚಾಕ್ಷರಿಗೆ ಹೇಳುವುದು ಬೇಡವಾ?' ಅಷ್ಟು ನೋವಿನ ನಡುವೆಯೂ ಕೇಳಿದ್ದರು. 'ನಿಮ್ಮಿಷ್ಟ' ಎಂದೆ. ಅವರು ಹೋಗುವುದು ನನ್ನೊಳಗೆ ನೋವನ್ನು ಹೆಚ್ಚಿಸುತ್ತಿತ್ತು. ನನ್ನ ಬ್ಯಾಗಲ್ಲಿದ್ದ ಸೆಂಟ್ ಬಾಟಲ್ ತೆಗೆದು ಅವರ ಕೈಗಿಟ್ಟು 'ಇದರ ಪರಿಮಳದ ಹಾಗೆ ನಮ್ಮ ಬಂಧವಿರಲಿ' ಎಂದೆ. ರೂಂನಲ್ಲಿ ನಾನು ಸ್ಪ್ರೇ ಮಾಡಿಕೊಳ್ಳುವಾಗ, ಅದರ ಚಾಕೋಲೇಟ್ ಫ್ಲೇವರ್ ಅವರಿಗೆ ತುಂಬ ಇಷ್ಟವಾಗಿತ್ತು. ಛೇ! ನಮ್ಮ ಟೀಂನಿಂದ ಇಂಥಾ ಒಳ್ಳೆಯವರು ಹೋಗುತ್ತಿದ್ದಾರಲ್ಲಾ, ಎನ್ನುವ ಆತಂಕ ಕಾಡಿತ್ತು.

ಪಾತುಮ್ಮ ಸಿನಿಮಾ ನನಗೆ ಕೊಟ್ಟ ಅತ್ಯಂತ ಆಪ್ತ ಸಂಬಂಧ ಚಂಚಲಾರದ್ದು. ಈಗಲೂ ನಾವಿಬ್ಬರು ಅಪರೂಪಕ್ಕಾದರೂ ಆಪ್ತವಾಗಿ ಮಾತಾಡಿಕೊಳ್ಳುವುದಿದೆ. ಇಷ್ಟಾಗಿಯೂ ನಿರ್ದೇಶಕರು ಯಾಕಷ್ಟು ಕಟುವಾದರು? ಅದೂ ಚಂಚಲಾ ಥರದ ಮೃದುವಾದ ಹುಡುಗಿಯ ಬಗ್ಗೆ. ಏನಾದರೂ ಅಹಂ ಕ್ಲಾಶ್ ಆಯಿತಾ? ಅಥವಾ ಬರಿಯ ಹಣದ ವಿಷಯವಾ? ಎಂದು ಈಗಲೂ ಯೋಚಿಸುತ್ತೇನೆ. ಉತ್ತರ ಮಾತ್ರ ಸಿಕ್ಕಿಲ್ಲ. ಹೇಳಬೇಕಾದ ಇಬ್ಬರೂ ಅದರ ಬಗ್ಗೆ ಮಾತಾಡಲಿಲ್ಲ. ಆದರೂ ಪ್ರಾಜೆಕ್ಟೊಂದು ಶುರುವಾದಾಗ ಯಾರು ಯಾರು ಕನಸುಗಳನ್ನು ಇರಿಸಿಕೊಂಡಿರುತ್ತಾರೋ ಅವರೆಲ್ಲಾ ಕೊನೆಯವರೆಗೂ ಇರಬೇಕು. ಆಗ ಅದು ತನ್ನೆಲ್ಲಾ ಉದ್ದೇಶಗಳನ್ನೂ ಪೂರ್ಣಗೊಳಿಸಿಕೊಳ್ಳುತ್ತದೆ.

ಸೂರ್ಯ ಕೊಟ್ಟ ಮುತ್ತು

ನಮ್ಮ ತಂಡದಲ್ಲಿ ಬ್ಯಾರಿ ಭಾಷೆ ಬರ್ತಾ ಇದ್ದಿದ್ದು ಇಬ್ಬರಿಗೇ, ಒಂದು ಚಂದ್ರಹಾಸರಿಗೆ, ಇನ್ನೊಂದು ಸ್ವತಃ ಬ್ಯಾರಿಯೇ ಆಗಿದ್ದ ಕಬೀರ್ ಮಾನವಗೆ. ಫೋಟೋಗ್ರಾಫರ್ ಆಗಿದ್ದ ಕಬೀರ್, ಬೊಳುವಾರು ಸರ್ ಅವರ ತಮ್ಮನ ಮಗ.

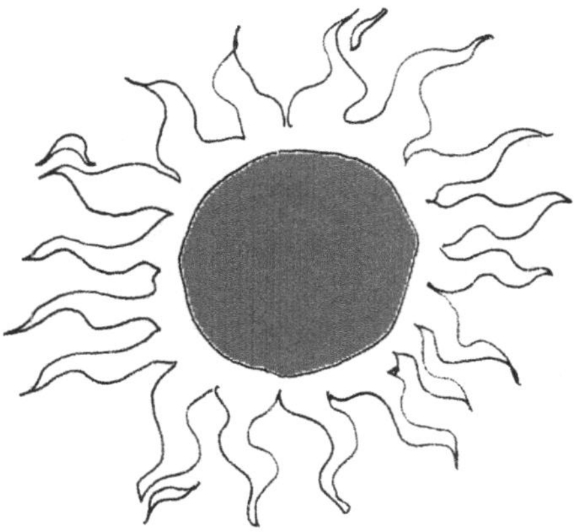

ಐ.ಕೆ. ಬೊಳುವಾರರು ನಾಟಕ ರಂಗದಲ್ಲಿ ಸಕ್ರಿಯವಾಗಿದ್ದವರು. ತುಂಬಾ ಸಜ್ಜನಿಕೆಯ ವ್ಯಕ್ತಿ, ಅವರನ್ನು ನಾವು ಒಮ್ಮೆ ಮಾತ್ರ ಭೇಟಿಯಾಗಿದ್ದು. ಅದೂ ಬೊಳುವಾರರ ಜೊತೆ ಪುತ್ತೂರಿಗೆ ಹೋದಾಗ. ಕಬೀರ್ ನಮ್ಮನ್ನು ಬಂದು ಸೇರಿದಾಗ ಐ.ಕೆ ಬೊಳುವಾರರ ಮಗ ಎಂದು ಗೊತ್ತಿರಲಿಲ್ಲ. ಏನಾದರೂ ಮಾಡಬೇಕು ಎನ್ನುವ ಛಲ ಅವರ ಕಣ್ಣುಗಳಲ್ಲಿ ಎದ್ದು ಕಾಣುತ್ತಿತ್ತು. 'ಕಬೀರ' ಸರಿ 'ಮಾನವ್ ಯಾಕೆ?' ಎಂದು ಯಾರೋ ಅವನನ್ನು ರೇಗಿಸಿದ್ದರು.

ಮುಕ್ಕಚ್ಚೇರಿಯ ಹೆಂಗಸರೆಲ್ಲಾ ನಮ್ಮನ್ನು ನೋಡಿ ಏನು ಮಾತಾಡಿಕೊಳ್ಳುತ್ತಾರೆ ಎನ್ನುವ ಕುತೂಹಲ ನನಗೆ. ಆದರೆ ಅವರ ಭಾಷೆ ನನಗೆ ಬರದು. ಬೀಡಿ ಕಟ್ಟುತ್ತಲೋ, ಅಕ್ಕಿ ಕೇರುತ್ತಲೋ, ಇಲ್ಲಾ ರಂಜಾನ್‌ಗೆ ತಿಂಡಿಯ ಮೇಲೆ ಹೊದಿಸಲು ಬೇಕಾದ ಬಟ್ಟೆಯನ್ನು ಕ್ರೋಷಾದಲ್ಲಿ ದಾರದಿಂದ ಹೆಣೆಯುತ್ತಲೋ ಕುಳಿತರೆ ಅವರ ಕೆಲಸವೂ ಆಗುತ್ತೆ, ನಮ್ಮನ್ನು ಗಮನಿಸಿದ ಹಾಗೂ ಆಗುತ್ತೆ. ನಾವು ಶೂಟಿಂಗ್‌ಗೆ ಹೋಗುವ ಮೊದಲಿಗೆ ಗಂಡಸರೆಲ್ಲಾ ಕೆಲಸಕ್ಕೆಂದು ಮನೆಯನ್ನು ಬಿಟ್ಟಿರುತ್ತಿದ್ದರು. ಅಲ್ಲಿಂದ ಮುಂದಕ್ಕೆ ಹೆಂಗೆಳೆಯರದ್ದೇ ಸಾಮ್ರಾಜ್ಯ. ಮುಲ್ಕಿಯ ಹೊಟೇಲಿನಿಂದ ಮುಕ್ಕಚ್ಚೇರಿ ತಲುಪುವಾಗ ಹತ್ತು ಗಂಟೆ ಆಗಿಬಿಡುತ್ತಿತ್ತು. ಸಮುದ್ರದ ತಡೆಗೋಡೆಗೆ ಅಂಟಿಕೊಂಡಂತೆ ಆ ಕೇರಿ ಸೂರ್ಯ ನೆತ್ತಿಯ ಮೇಲೆ ಬರುವಾಗ ಸ್ತಬ್ಧವಾಗಿಬಿಡುತ್ತಿತ್ತು. ಯಾರಾದರೂ ಹೊರಗೆ ಬರುವವರಿದ್ದರೆ, ಅವರು ತಲೆಯ ಮೇಲೆ ವೇಲೊಂದನ್ನು ಹಾಕಿಕೊಂಡೋ, ಇಲ್ಲ ಟೋಪಿಯನ್ನು ಧರಿಸಿಯೋ ಬರುತ್ತಿದ್ದರು. ಉರಿವ ಆ ಬಿಸಿಲಿಗೆ ಕರುಣೆಯೇ ಇರುತ್ತಿರಲಿಲ್ಲ. ಚರ್ಮವನ್ನು ಸೀಸಿ ಒಳಗಿನ ತನಕ ಇಳಿದು ನವೆ, ಉರಿ ಉಂಟುಮಾಡುತ್ತಿತ್ತು. ನನಗೆ ಕೈ ಮೇಲೆಲ್ಲಾ ಸನ್ ಬರ್ನ್ಸ್ ಆಗಿತ್ತು. ತಕ್ಷಣ ಏನಾಗುತ್ತಿದೆ ಎಂದು ನನಗೆ ಅರಿವಾಗದೇ ಹೋದದ್ದರಿಂದ ಏನೋ ಅಲರ್ಜಿ ಆಗಿರಬೇಕು ಎಂದುಕೊಂಡೆ. ಮಾತ್ರೆಯ ಬಾಕ್ಸಿನಿಂದ ಒಂದು ಸಿಟ್ರಿಜಿನ್ ತೆಗೆದುಕೊಂಡೆ. ಆದರೆ ಏನೂ ಪ್ರಯೋಜನ ಇಲ್ಲ. ಬಿಸಿಲು ಬಿದ್ದ ಕಡೆಯೆಲ್ಲಾ ಚರ್ಮ ಕಲ್ಲಂಗಡಿ ಹಣ್ಣಿನ ಬಣ್ಣಕ್ಕೆ ತಿರುಗಿಬಿಟ್ಟಿತ್ತು. 'ಇದೆಂಥಾ ಮಾಡಿಕೊಂಡ್ರಿ? ಇದೆಲ್ಲಾ ಬೇಕಿತ್ತಾ ನಿಮಗೆ? ತಣ್ಣಗೆ ಮನೆಯಲ್ಲಿರಬಹುದಿತ್ತಲ್ಲಾ' ಎಂದರು ಅಲ್ಲಿದ್ದ ಹೆಂಗಸರು. 'ನನಗೆ ಹಿಂದೆಂದೂ ಹೀಗಾಗಿರಲಿಲ್ಲ ಏನು ಹುಳ ಕಚ್ಚಿತೋ ಅಲರ್ಜಿ ಆಗಿರಬೇಕು' ಎಂದೆ. ಅದಕ್ಕೆ ವಯಸ್ಸಾದ ಮಧುಬಾಲಾ ಅಲೀಮಮ್ಮ, 'ಇದು ಅಲರ್ಜಿ ಇಲ್ಲ ನಮ್ಮ ಸೂರ್ಯನಿಗೆ ನೀವಂದ್ರೆ ಇಷ್ಟ, ಅದಕ್ಕೆ ನಿಮಗೆ ಮುತ್ತು ಕೊಟ್ಟಿದ್ದಾನೆ' ಎಂದರು. ಅವರ ಮಾತಿಗೆ ನಾನೂ ಸೇರಿದಂತೆ ಅಲ್ಲಿದ್ದವರೆಲ್ಲಾ ನಕ್ಕೆವು. 'ಇದಕ್ಕೆ ಮದ್ದು ನಾನು ತರುವೆ' ಎಂದು ಎದ್ದುಹೋಗಿ ಕೊಬ್ಬರಿ ಎಣ್ಣೆಯನ್ನು ತಂದು, ಕೆಂಪಗಾದ ಕಡೆಯೆಲ್ಲಾ ಸವರಿದ್ದರು. ಎರಡು ದಿನ ಔಷಧಿ ಮಾತ್ರೆ ಅಂತೆಲ್ಲಾ ಆದ ಮೇಲೆ, ಸನ್‌ಸ್ಕ್ರೀನ್ ಲೋಷನ್ ಕೊಂಡುತಂದಿದ್ದೆ. ಬಳ್ಳಾರಿಯ ಪಕ್ಕದ ಚಳ್ಳಕೆರೆ ನನ್ನ ತವರು ಮನೆಯಾದ್ದರಿಂದ, ಆ ಬಿಸಿಲನ್ನೇ

ತಡೆದಿದ್ದ ನನಗೆ ಈ ಬಿಸಿಲು ಏನೂ ಮಾಡಲಾರದು ಎನ್ನುವ ಹುಂಬತನ. ಕಲಿಯ ಬೇಕಾದ ಬುದ್ಧಿಯನ್ನು ಸೂರ್ಯ ಎಷ್ಟು ಚೆನ್ನಾಗೇ ಕಲಿಸಿದ್ದ!

ನನಗೆ ಬ್ಯಾರಿ ಭಾಷೆಯಲ್ಲಿ ನಮ್ಮ ಬಗ್ಗೆ ಆ ಹೆಂಗಸರೆಲ್ಲಾ ಏನು ಮಾತಾಡಿಕೊಳ್ಳುತ್ತಾರೆ ಎನ್ನುವ ಕುತೂಹಲ ಎಂದೆನಲ್ಲವೇ? ಹೆಂಗಸರು ಹೀಗೆಲ್ಲಾ ಬಂದು ಕೆಲಸ ಮಾಡಿರುವುದನ್ನು ನೋಡಿರದ ಅವರು ನನ್ನ ಕುಟುಂಬದ ಬಗ್ಗೆ, ಗಂಡ–ಮಕ್ಕಳ ಬಗ್ಗೆ ಮಾತಾಡುತ್ತಿದ್ದುದನ್ನು ಕಬೀರ್ ಹೇಳುತ್ತಿದ್ದರು. ನಿಮಗೆ ಗಂಡ ಇದ್ದಾರಾ ಇಲ್ಲವಾ ಎನ್ನುವುದೇ ಅವರ ಸಮಸ್ಯೆ ಎಂದಿದ್ದರು. ಎಲ್ಲರೂ ಕೂತಿದ್ದಾಗ ನಾನು ನಗುತ್ತಾ ನನ್ನ ಗಂಡ, ಮಗನ ಬಗ್ಗೆ ಹೇಳುತ್ತಿದ್ದೆ. 'ನಿಮ್ಮ ಅತ್ತೆ ಇಷ್ಟು ದೂರ ಕಳಿಸಿ ಏನೂ ಮಾತಾಡುವುದಿಲ್ಲವಾ?' ಎಂದು ಹಸೀನಮ್ಮ ಕೇಳಿದರೆ, ಅಲೀಮಮ್ಮನಿಗೆ 'ಮಗ ನಿಮ್ಮನ್ನು ನೆನೆಸಿಕೊಳ್ಳುವುದಿಲ್ಲವಾ?' ಎನ್ನುವ ಪ್ರಶ್ನೆ ಕಾಡುತ್ತಿತ್ತು. ನನ್ನ ಬಗ್ಗೆ ಇವರು ಎಷ್ಟೆಲ್ಲಾ ಕಾಳಜಿ ತೆಗೆದುಕೊಳ್ಳುತ್ತಿದ್ದಾರಲ್ಲಾ ಎನ್ನಿಸುತ್ತಿತ್ತು.

ಇಲ್ಲಿ ಮಾಡುವ ಕೆಲಸಕ್ಕಾಗಿ ನನಗೆ ಏನು ಸಂಬಳ ಎನ್ನುವುದು ಅವರ ಇನ್ನೊಂದು ಕುತೂಹಲದ ಸಂಗತಿಯಾಗಿತ್ತು. ಇದು ಹಣದ ಸಂಗತಿಯಲ್ಲ ಹುಚ್ಚಿನ ಸಂಗತಿ ಎನ್ನುವುದನ್ನು ಅವರಿಗೆ ನಾನು ತಿಳಿಹೇಳಲಾರದೆ ಹೋದೆ. ಇಂಥಾ ಹುಚ್ಚುಗಳಿಗೆ ಅವರಲ್ಲಿ ಜಾಗವೇ ಇರಲಿಲ್ಲ. ಹೊಟ್ಟೆ, ಬಟ್ಟೆ, ಗಂಡ, ಮಕ್ಕಳು ಹೆಚ್ಚೆಂದರೆ ಸಿನಿಮಾ, ಇಲ್ಲ ನೆಂಟರ ಮನೆ ಇಷ್ಟೇ ಜಗತ್ತಾದ ಅವರುಗಳಿಗೆ ನನ್ನ ಹುಚ್ಚನ್ನು ಏನೋ ಅದ್ಭುತವಾದದ್ದನ್ನು ಸಾಧಿಸಲು ಬಂದಿದ್ದೇನೆ ಎಂದು ಹೇಗೆ ಹೇಳುವುದು. ಹೇಳಿದರೂ ಅರ್ಥವಾಗುವ ಸ್ಥಿತಿಯಲ್ಲಿ ಅವರೂ ಇರಲಿಲ್ಲ. 'ಆ್ಯಕ್ಟರುಗಳು ಮಾತಾಡುತ್ತಾರೆ ಅವರಿಗೆ ಮಾತು ಬರುವುದಿಲ್ಲವಾ? ಅವರಿಗೆ ನೀವೆಂಥ ಮಾತು ಬರೆಯುವುದು' ಎಂದು ಕೇಳಿ ನನ್ನಲ್ಲಿ ಇನ್ನಷ್ಟು ನಗು ತರಿಸುತ್ತಿದ್ದರು. ನಾನು ವಿವರಿಸಿದರೆ ಅದು ಅವರಿಗೆ ಆಘಾತದ ಸಂಗತಿ. 'ಹೌದಾ ಹಾಗಾದರೆ ಸಲ್ಮಾನ್ ಖಾನ್ ಅವನೇ ಮಾತಾಡುವುದಿಲ್ಲವಾ? ಅವನಿಗೆ ಮಾತು ಬರುವುದಿಲ್ಲವಾ?' ಎಂದೆಲ್ಲಾ ಕೇಳುತ್ತಿದ್ದರು. ನಾನು 'ಇಲ್ಲ' ಎಂದರೆ ನಂಬಲಿಕ್ಕೆ ಅವರು ತಯಾರಿಲ್ಲ. 'ಅವನಿಗೆ ಹಾಡಲಿಕ್ಕೆ ಬರಲಿಕ್ಕಿಲ್ಲ, ಆದರೆ ಚಂದ ಮಾತಾಡುತ್ತಾನೆ, ಭಾಷಣ ಮಾಡುವುದನ್ನು ನಾನು ಟಿವಿಯಲ್ಲಿ ಕಂಡಿದ್ದೇನೆ' ಎನ್ನುತ್ತಿದ್ದರು. 'ಅಲ್ಲಮ್ಮಾ ಪ್ರತಿ ಸಿನಿಮಾಗೆ ಅವನಿಗೆ ಕಥೆ ಮಾಡುತ್ತಾರೆ, ಆ ಕಥೆಗೆ ತಕ್ಕ ಹಾಗೆ ಸೀನ್ ಡಿವೈಡ್ ಮಾಡಿ, ಅದಕ್ಕೆ ಮಾತು ಬರೆಯಬೇಕು. ಎಲ್ಲಕ್ಕೂ ಜನ ಇರ್ತಾರೆ. ಅವರು ಕೆಲಸ ಮಾಡಿದರೆ, ಇವರು ಮಾತಾಡುವುದು. ನಿಮಗೆ ನೋಡಲಿಕ್ಕೆ ಸಿನೆಮಾ ಅಂತ ಆಗುವುದು' ಎಂದೆಲ್ಲಾ ವಿವರಿಸುತ್ತಿದ್ದೆ. ಎಷ್ಟೋ ವರ್ಷಗಳಿಂದ ನನ್ನ ಜೊತೆಯಲ್ಲಿರುವವರಿಗೆ ಇದು ಗೊತ್ತಿಲ್ಲ, ಅಂದ ಮೇಲೆ ಸುಭಾಷ್ ನಗರದ ಸಮುದ್ರದ ತಡೆಗೋಡೆಗಂಟಿಕೊಂಡು ಜೀವನ ನಡೆಸುತ್ತಿರುವ

ಪುಟ್ಟ ಜಗತ್ತಿನ ಇವರಿಗೆ ಬರೆಯುವವರೇ ಬೇರೆ, ಹೇಳುವವರೇ ಬೇರೆ ಎಂದು ಹೇಗೆ ಗೊತ್ತಾಗಬೇಕು?

ಚಿಕ್ಕ ವಯಸ್ಸಿನಲ್ಲಿ ನನ್ನ ಜೊತೆಯ ಹುಡುಗಿಯೊಂದಿಗೆ ಆದ ಜಗಳ ಇನ್ನೂ ನೆನಪಲ್ಲಿದೆ. ದಿನಾ ರೇಡಿಯೋ ಕೇಳುತ್ತಿದ್ದ ನನಗೆ ಹಾಡುವವರು ಎನ್ನುವ ವಿಷಯ ಕಿವಿ ಮೇಲೆ ಬಿದ್ದು ಗೊತ್ತಾಗಿತ್ತು. ಆದರೆ ನನ್ನ ಗೆಳತಿಗೆ ಅದು ಗೊತ್ತಿರದ ಕಾರಣ ಕಲ್ಪನಾನೇ ಹಾಡುತ್ತಾಳೆ. ಜಯಂತಿಯೇ ಹಾಡುತ್ತಾಳೆ ಎಂದು ವಾದ ಮಾಡುತ್ತಿದ್ದಳು. ಈಗಲೂ ಹೋದಲ್ಲಿ 'ನಿನ್ನ ಕೆಲಸ ಏನು?' ಎಂದು ಕೇಳುವವರಿಗೆ 'ನಾನು ಬರೆಯುತ್ತೇನೆ' ಎಂದರೆ ನಗುತ್ತಾರೆ. 'ಬರೆದು ಯಾರಾದರೂ ಮಾತಾಡಲಿಕ್ಕಿದೆಯಾ?' ಎಂದು. ನಟರೇ ಎಲ್ಲವನ್ನೂ ಸೃಷ್ಟಿಸಬಲ್ಲ ಅದ್ಭುತ ಜೀವಗಳು ಎಂದು ನಂಬಿರುತ್ತಾರೆ. ತೆರೆ ಮರೆಯಲ್ಲಿ ಕೆಲಸ ಮಾಡುವವರ ಬಗ್ಗೆ ಕಲ್ಪನೆಯೇ ಇಲ್ಲ. ಇಷ್ಟೆಲ್ಲಾ ವಿವರಿಸಿದ ಮೇಲೆ 'ನೀವು ಇಷ್ಟೆಲ್ಲಾ ಓದಿ ಈ ಕೆಲಸ ಮಾಡುವುದಾ? ಬದಲಿಗೆ ಆ್ಯಕ್ಟ್ ಮಾಡಿದ್ದಿದ್ರೆ ಫೇಮಸ್ ಆಗುತ್ತಿದ್ದಿರಲ್ಲಾ' ಎಂದು ನನ್ನ ಮೇಲೆ ಕನಿಕರ ತೋರುತ್ತಿದ್ದರು. ಎಲ್ಲಾ ಒಂದೇ ಕೆಲಸ ಮಾಡಿದರೆ ಮಿಕ್ಕ ಕೆಲಸ ಮಾಡುವವರು ಯಾರು? ಇದು ಅವರಿಗೆ ಅರ್ಥವಾಗುತ್ತಿರಲಿಲ್ಲ. ಆದರೆ ಇಂಥಾ ಮಾತುಕತೆಗಳಲ್ಲಿ ಒಂದು ಥರದಾ ಮಜಾ ಇರುತ್ತಿತ್ತು. ಈ ಸಿನಿಮಾ ಪ್ರಪಂಚದ ಬಗ್ಗೆ ಅರಿವೇ ಇಲ್ಲದ ಜನ, ಸಿನಿಮಾದ ಬಗ್ಗೆ ಹೇಗೆ ಯೋಚಿಸುತ್ತಾರಲ್ಲಾ? ಅದಕ್ಕೇ ಇರಬೇಕು ಸಾಮಾನ್ಯ ಜನಕ್ಕೆ ನಟರುಗಳು ದೇವರ ಹಾಗೆ ಕಾಣುವುದು. ನಟರೇ ಎಲ್ಲವನ್ನೂ ಮಾಡುತ್ತಾರೆ ಎಂದು ನಿರ್ಧರಿಸಿಬಿಟ್ಟಿರುವುದು.

ಮುಕ್ಕಚ್ಚೇರಿಯ ಹೆಂಗಸರು ನನಗೂ ಅಲ್ಪ ಸ್ವಲ್ಪ ಬ್ಯಾರಿ ಭಾಷೆಯನ್ನೂ ಕಲಿಸಿದರು. ಬೆಳಗೆದ್ದು ಬಂದಾಗ 'ತಿಂಡಿ ಆಯಿತಾ?' 'ಊಟ ಆಯಿತಾ?', 'ನಿನ್ನ ಹೆಸರೇನು?' ಇಂಥಾ ಸಣ್ಣ ಸಣ್ಣ ವಾಕ್ಯಗಳನ್ನು ಅವರಿಂದಲೇ ಕೇಳಿ ಕಲಿತು ಅವರನ್ನೇ ಕೇಳುತ್ತಿದ್ದೆ. ನನ್ನ ಉಚ್ಚಾರ ಸರಿ ಇರುತ್ತಿರಲಿಲ್ಲವೋ ಅಥವಾ ನಾನು ಕಲೀತಿದ್ದೇನಲ್ಲಾ ಎನ್ನುವ ಖುಷಿಗೋ ಅವರ ಮುಖದಲ್ಲಿ ನಗು ಕಾಣುತ್ತಿತ್ತು. ಆ ಪುಟ್ಟ ಪುಟ್ಟ ಮನೆಗಳ ಒಳ ಹೊಕ್ಕು ಬರುತ್ತಿದ್ದೆ. ನಾನು ತಿನ್ನದೇ ಇದ್ದರೂ ಅವರಲ್ಲಿ ಮೀನಿನ ಅಡುಗೆ ಮಾಡುವುದು ಹೇಗೆ ಎಂದೆಲ್ಲಾ ಕೇಳುತ್ತಿದ್ದೆ. ಮೀನಿನ ಹುರುಪುಗಳನ್ನು ಹೆರೆಯುವುದನ್ನು ಕಲ್ಲಿಗೆ ಉಜ್ಜುವುದನ್ನು ಆಸಕ್ತಿಯಿಂದ ನೋಡುತ್ತಿದ್ದೆ. 'ಮೊಟ್ಟೆ ಕೂಡ ತಿನ್ನದ ನೀವು ಇದನ್ನೆಲ್ಲಾ ನೋಡಿ ಏನು ಮಾಡುವುದು?' ಎಂದು ಅವರು ಅಚ್ಚರಿ ವ್ಯಕ್ತಪಡಿಸಿದ್ದರು. ಗೊತ್ತಿಲ್ಲ! ಯಾವುದಾದರೂ ಸರಿಯೆ ನೋಡಬೇಕು ತಿಳಿಯಬೇಕು ಎನ್ನುವ ಕುತೂಹಲ ನನಗೆ ಮೊದಲಿಂದಲೂ.

ಭಾನುವಾರ ಅಥವಾ ದಿನಾ ಸಂಜೆ ಅಲ್ಲಿ ಬಂದು ಸೇರುತ್ತಿದ್ದ ಮಕ್ಕಳಿಗೆ ಗಲಾಟೆ ಮಾಡದಿರುವಂತೆ ಲಂಚವಾಗಿ ಚಾಕೋಲೇಟ್ ಕೊಡುತ್ತಿದ್ದೆ. ಸಂಜೆಯಾದರೆ ಹದಿನೈದು ಜನ ಪುಟ್ಟ ಪುಟ್ಟ ಹುಡುಗರು ನನ್ನನ್ನು ಹುಡುಕಿ ಬರುತ್ತಿದ್ದರು. ತಲೆಗೆ

ಕೂದಲು ಕಾಣದಂತೆ ಹಾಕಿಕೊಂಡಿದ್ದ ಮಕ್ಕಣೆ, ಮುದ್ದಾದ ನಗು, ಕುತೂಹಲಭರಿತ ಕಣ್ಣಿನ ಪುಟ್ಟ ಹೆಣ್ಣುಮಕ್ಕಳು ನನ್ನ ತುಂಬ ಆಕರ್ಷಿಸುತ್ತಿದ್ದರು. ಅವರ ಹೆಸರನ್ನು ಕೇಳುತ್ತಿದ್ದೆ. ಮೆಹರ್ ಎನ್ನುವ ಹುಡುಗಿ ತನ್ನ ತಮ್ಮನನ್ನು ಕರೆತಂದಿದ್ದಳು. ನಾನವನ ಹೆಸರನ್ನು ಕೇಳಲಿಲ್ಲ, ಕಾರಣ ಅವನು ಮಾತಾಡುವಷ್ಟು ದೊಡ್ಡವನಿರಲಿಲ್ಲ. ಆ ಹುಡುಗಿ ತುಸು ಕೋಪದಿಂದ 'ಇವನು ಅಹಮದ್, ಇವನ ಹೆಸರನ್ನು ನೀವು ಕೇಳಲೇ ಇಲ್ಲ' ಎಂದಿದ್ದಳು. ತಮ್ಮನೆಡೆಗಿನ ಅವಳ ಪ್ರೀತಿಗೆ ನಾನು ಸೋತು ಹೋಗಿದ್ದೆ. ಅವನೆದುರು ಕುಳಿತು 'ಏನು ನಿನ್ನ ಹೆಸರು?' ಎಂದು ಕೇಳಿದೆ. ಮೂರುವರ್ಷಗಳ ಪೋರ 'ಅಮ್ಮದ್' ಎಂದಿದ್ದ.

ಇಷ್ಟೆಲ್ಲಾ ಮಾಡುವಾಗ ಡೈರೆಕ್ಷನ್ ಡಿಪಾರ್ಟ್‌ಮೆಂಟಿಂದ ನನಗೆ ಸುಮ್ಮನಿರುವಂತೆ ಸೂಚನೆ ಬರುತ್ತಿತ್ತು. ಸ್ವಲ್ಪ ಹೊತ್ತಿನ ಬಳಿಕ 'ಮನೆಗೆ ಹೋಗಿ ಓದಿಕೊಳ್ಳಿ' ಎಂದು ಕಳಿಸುತ್ತಿದ್ದೆ. ಮತ್ತೆ ಮಾರನೆಯ ಸಂಜೆ ತಪ್ಪದೆ ಹಾಜರಾಗುತ್ತಿದ್ದರು. ಕೆಲ ದಿನಗಳ ನಂತರ ಸಂಜೆ ಅವರ ಅಮ್ಮ ಕೊಡುತ್ತಿದ್ದ ತಿಂಡಿಯಲ್ಲಿ ಸ್ವಲ್ಪ ನನಗಾಗಿ ಉಳಿಸಿ ತರುತ್ತಿದ್ದರು. ಪ್ರೀತಿಯನ್ನು ತೋರಿಸಲು ಅವರಿಗೆ ತೋಚಿದ್ದ ದಾರಿ ಅದು. ಮಕ್ಕಳೇ ಹಾಗಲ್ಲವೇ? ಆ ಮುಗ್ಧತೆಯ ಎದುರು ಎಂತಹ ಸೌಂದರ್ಯವೂ ಸುಳ್ಳಾಗುತ್ತದೆ. ತಂದ ತಿಂಡಿಯಲ್ಲಿ ಸ್ವಲ್ಪ ತೆಗೆದುಕೊಂಡು ಅವರಿಗೇ ತಿನ್ನಲು ವಾಪಾಸು ಕೊಡುತ್ತಿದ್ದೆ. ಇದನ್ನೆಲ್ಲಾ ಗಮನಿಸುತ್ತಿದ್ದ ಪುಟ್ಟಣ್ಣ, ಪುನೀತ 'ಮೇಡಂ ಇಲ್ಲಿಂದ ವಾಪಾಸು ಹೋಗುವಾಗ ಗ್ಯಾರೆಂಟಿ ನಾಲ್ಕು ಕೆಜಿಯಾದರೂ ಜಾಸ್ತಿ ಆಗಿರ್ತೀರಾ' ಎಂದು ರೇಗಿಸುತ್ತಿದ್ದರು. ಇಂಥಾ ಪ್ರೀತಿ ಸಿಗುವುದಾದರೆ ಏನು ಬೇಕಾದರೂ ಆಗಬಹುದಲ್ಲವೇ?!

ಸೀರೆಯನ್ನು ಹುಡುಕಿ

ಅಲೀಮಮ್ಮನಿಗೆ ಐವತ್ತೈದರ ಆಸುಪಾಸು ಅಥವಾ ಅರವತ್ತೇ ಇರಬಹುದೇನೋ? ಚಿಕ್ಕ ವಯಸ್ಸಿಗೇ ಮದುವೆಯಾಗಿದ್ದರಿಂದ ಜೀವನದ ಕಷ್ಟ ಸುಖಗಳನ್ನೆಲ್ಲಾ ಅನುಭವಿಸಿ ಜೀವ ಬೇಗ ಹಣ್ಣಾಗಿದ್ದರೂ ಇರಬಹುದು. ಆದರೆ ಆ ಕಳೆ ಮುಖದ ಮೇಲಿನ ಸುಕ್ಕಿನ ನಡುವೆಯೂ ಎದ್ದು ಕಾಣುತ್ತಿತ್ತು. ಅಕ್ಕಪಕ್ಕದ ಯಾವ ತೆಂಗಿನ ಮರದಿಂದ ಗರಿ ಉದುರಿದರೂ ಮೊದಲು ಸದ್ದು ಕೇಳುತ್ತಿದ್ದುದು ಅಲೀಮಮ್ಮನಿಗೆ. ಶಾಂತವಾದ ಕಣ್ಣುಗಳು ಮತ್ತೆ ಅಷ್ಟೇ ಪ್ರಶಾಂತವಾದ ಮಾತುಗಳು. ಅವರ ಮನೆ ಮಾತ್ರವಲ್ಲ; ಆ ಕೇರಿಗಳಲ್ಲೇ ಜನ ಜೋರಾಗಿ ಮಾತಾಡಿದ್ದನ್ನು

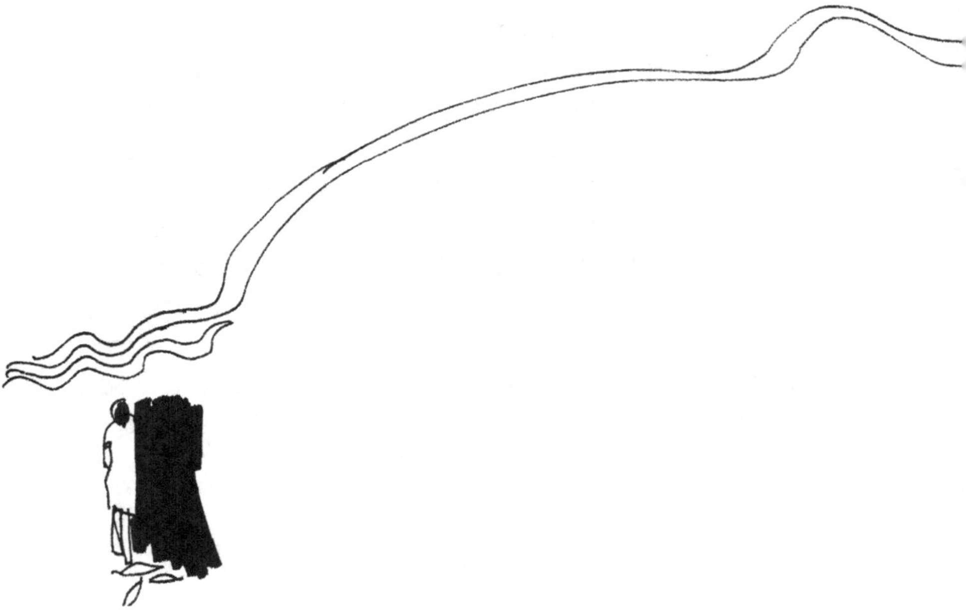

ನಾನು ಕೇಳಲಿಲ್ಲ. ಮನೆಗಳನ್ನು ಹೊಕ್ಕು ಬಳಸುವಾಗ ಕೂಡಾ ಒಂದಿಬ್ಬರನ್ನು ಬಿಟ್ಟರೆ ಬೇರೆ ಯಾವ ಗಂಟಿಕ್ಕಿದ ಮುಖಗಳನ್ನು ನೋಡಲಿಲ್ಲ. ಜಗಳವೂ ಅಷ್ಟೇ ಸೌಮ್ಯವಾಗಿ ಆಡುತ್ತಾರೆ. ಬಯಲು ಸೀಮೆಯ ನಮ್ಮ ಜಗಳ ಆರಂಭವಾಗುವುದು ಏರು ಧ್ವನಿಯಿಂದ ಕೊನೆಯಾಗುವಾಗ ಯಾವ ರೌದ್ರಸ್ಥಿತಿ ತಲುಪುತ್ತದೋ ತಿಳಿಯದು. ನಮ್ಮ ಜೊತೆ ಸೌಮ್ಯವಾಗಿ ವರ್ತಿಸಲಿಕ್ಕೆ ಉಲ್ಲಾಳದ ದರ್ಗಾದಿಂದ 'ಅವರಿಗೆ ಸಹಕರಿಸಿ' ಎನ್ನುವ ಸಂದೇಶ ಬಂದಿದ್ದೂ ಕಾರಣವಿರಬಹುದು, ಮತ್ತು ಶೂಟಿಂಗ್ ಶುರುವಾದ ಮೂರನೆಯ ದಿನ ಶಾಸಕರಾದ ಯು.ಟಿ.ಖಾದರ್ ಬಂದು ಹೋಗಿದ್ದರಿಂದಲೂ ಇರಬಹುದು. ಅಥವಾ ಸ್ವತಃ ಜನರೇ ಹಾಗಿದ್ದಿರಲೂಬಹುದು.

ಅಲೀಮಮ್ಮನಿಗೆ ಆರೋ ಏಳು ಜನರೋ ಮಕ್ಕಳು–ಸರಿಯಾಗಿ ನೆನಪಿಲ್ಲ. ಮಗಳು ಬಾಣಂತನಕ್ಕೆ ಬಂದಿದ್ದರಿಂದ ಆಕೆಗೆ ತುಸು ಹೆಚ್ಚೇ ಕೆಲಸ ಇರುತ್ತಿತ್ತು. ಒಂದು ಸಲ ಮಗು ಅಳುವ ಸದ್ದು ಕೇಳಿ, ಎಲ್ಲಿ ಎಂದು ಹುಡುಕುವಾಗ, ಗುಂಡಗಿನ ಮಗುವನ್ನು ಪರದೆ ಸರಿಸಿ 'ನೋಡಿ' ಎಂದು ತೋರಿಸಿದ್ದರು. ಬಿಳಿ ಬಿಳಿ ಮುದ್ದೆಯ ಹಾಗಿದ್ದ ಮಗುವಿನ ಕೆನ್ನೆಯನ್ನು ಕಿಟಕಿಯಿಂದಲೇ ಸವರಿದ್ದೆ. ಸಣ್ಣ ಕೊಠಡಿ, ಚಿಕ್ಕ ವಯಸ್ಸಿನ ಬಾಣಂತಿ ಮಂಚದ ಮೇಲೆ ಕುಳಿತಿದ್ದಳು. ನಮ್ಮ ಕಡೆಯ ಹಾಗೆ ಬಾಣಂತಿ ಬೆಚ್ಚಗಿನ ಬಟ್ಟೆ ಹಾಕುವಂತೆಯೂ ಇರಲಿಲ್ಲ. ಬಿಸಿಲಿನ ಜಳಕ್ಕೆ ಇರುವ ಬಟ್ಟೆಯೇ ಭಾರವಾಗುವಾಗ ಬಾಣಂತಿಯಾದರೇನು? ಬಸುರಿಯಾದರೇನು?

ಅಕ್ಕಪಕ್ಕದ ಮನೆಗಳಲ್ಲಿ ಎಲ್ಲರ ಮನೆಗಳಲ್ಲೂ ಒಂದು ಕೂಸು ಇದ್ದೇ ಇರುತ್ತಿತ್ತು. ಹೀಗಿದ್ದೂ ನಮ್ಮ ಪಾತ್ರಧಾರಿ ಪಾತುಮ್ಮನ ಮಗಳು ಸಲ್ಮಾ ಹೆರಿಗೆಯಾದಾಗ ಒಂದು ಮಗು ಬೇಕಿತ್ತು. ಹಸೀನಮ್ಮ ಮಗುವನ್ನು ಜೋಲಿಯಲ್ಲಿ ಹಾಕಿ ತೂಗುತ್ತಿದ್ದಳು ಅದನ್ನು ನೋಡಿ 'ಹೀಗೆ... ಒಂದು ಮಗು ಪಾತುಮ್ಮನ ಮನೆಯ ಜೋಲಿಯಲ್ಲೂ ತೂಗಬೇಕು' ಎಂದಿದ್ದರು ಪಂಚಾಕ್ಷರಿ. ಜೋಲಿ ಕಟ್ಟಬಹುದು, ಮಗುವನ್ನೆಲ್ಲಿಂದ ತರುವುದು? ಈ ಸಿನಿಮಾ ಜನಕ್ಕೆ ಮಗುವೂ ಪ್ರಾಪರ್ಟಿಯಾಗುತ್ತಲ್ಲಾ ಎಂದುಕೊಂಡೆ. ಅಷ್ಟಕ್ಕೂ ಅದು ನನ್ನ ಕೆಲಸ ಅಲ್ಲವೂ ಅಲ್ಲ. ಅದು ಪ್ರೊಡಕ್ಷನ್ ಮ್ಯಾನೇಜರ್‌ನ ಕೆಲಸ. ಹುಡುಕಿದರೂ ಯಾರೂ ಕೊಡಲಿಕ್ಕೆ ಸಿದ್ಧವಿರಲಿಲ್ಲ. ಎಲ್ಲರಿಗೂ ಮಗುವಿಗೆ ದೃಷ್ಟಿ ತಾಕುತ್ತದೆ ಎನ್ನುವ ಭಯವೇ. ಸಿಕ್ಕವರೆಲ್ಲಾ 'ಇಲ್ಲಿ ಹೋಗಿ ಆ ಮನೆಯಲ್ಲಿ ಒಂದು ಮಗುವಿದೆ' ಎಂದು ಹೇಳುತ್ತಿದ್ದರಾದರೂ, ಅಲ್ಲಿ ಹೋಗಿ ಕೇಳಿದರೆ ಮತ್ತದೇ ಕಥೆ. ನಾನು ಪುಟ್ಟಣ್ಣ ಅವರಿವರನ್ನು ಕೇಳಿ ಕೊನೆಗೆ, ಆಟೋ ಮಾಡಿಕೊಂಡು ಮುಕ್ಕಚ್ಚೇರಿ, ಸುಭಾಷ್‌ನಗರ, ಉಲ್ಲಾಳದವರೆಗೂ ಹೋಗಿ ಬಂದಿದ್ದೆವು. ಹುಡುಕಿ ಹೈರಾಣಾದ ನಮ್ಮ ಮೇಲೆ ಕರುಣೆ ಇಟ್ಟು ಯಾರೋ 'ಬನ್ನಿ ತೋರಿಸುತ್ತೇನೆ, ಅವರು ಕೊಟ್ಟರೂ ಕೊಡಬಹುದು' ಎಂದು ಕರಕೊಂಡು ಹೊರಟರು. ಅವರು ಬಂದದ್ದು ಸೀದಾ ನಮ್ಮ ಶೂಟಿಂಗ್ ನಡೆಯುತ್ತಿದ್ದ ಜಾಗಕ್ಕೇ. ಜಕ್ಕು ಮಹಮದರ ಮನೆಯಿಂದ ಮೂರು ಮನೆಗಳನ್ನು ದಾಟಿ ಓಣಿ ಶುರುವಾಗುತ್ತಿದ್ದ ಜಾಗದಲ್ಲಿ,

ಹೆಂಗಸರೆಲ್ಲಾ ಬೀಡಿ ಕಟ್ಟಲು ಅಂಗಳದಲ್ಲಿ ಸೇರುತ್ತಿದ್ದರಲ್ಲ, ಆ ಮನೆಯಲ್ಲಿ ಒಂದು ಮಗು ಇತ್ತು. ಅವರೂ ಕೊಡಲಿಕ್ಕೆ ಸಿದ್ಧರಿರಲಿಲ್ಲ. 'ನಿಮ್ಮ ಮಗುವಿನ ಮುಖ ತೋರಿಸುವುದಿಲ್ಲ' ಎಂದು ಕಾಡಿ ಬೇಡಿ, ಕಡೆಗೆ ಅವರು ಕೇಳದಿದ್ದರೂ ನಾನೇ ಅದಕ್ಕಾಗಿ ಸ್ವಲ್ಪ ಹಣವನ್ನು ಕೊಡುತ್ತೇನೆ ಎಂದೆಲ್ಲಾ ಹೇಳಿದ ಮೇಲೆ ಅವರು ಒಪ್ಪಿದ್ದರು. ಇಷ್ಟೆಲ್ಲಾ ಆದಮೇಲೆ ಮಗುವನ್ನು ತಾಯಿಯೇ ಕರದುಕೊಂಡು ಬಂದು ಜೋಲಿಗೆ ಹಾಕಿದರೆ, ಮಗು ಅಳಲಿಕ್ಕೆ ಶುರು ಮಾಡಿಬಿಟ್ಟಿತು. ತೂಗಿದರೂ ಇಲ್ಲ, ಲಾಲಿ ಹಾಡಿದರೂ ಇಲ್ಲ. ಅಳು ನಿಲ್ಲಿಸದೆ ಕಲಾವಿದರು ಆಡುವ ಮಾತು ಸರಿಯಾಗಿ ಕೇಳುವುದಿಲ್ಲ ಸುಮ್ಮನೆ ಅಳುವ ಷಾಟ್ ತೆಗೆದುಕೊಂಡು ಮಗುವನ್ನು ತಾಯಿಯ ಕಡೆಗೆ ಕೊಟ್ಟೆವು. ಕೊನೆಗೆ ತೊಟ್ಟಿಲಲ್ಲಿ ದಿಂಬೊಂದನ್ನು ಮಗುವಿನಂತೆ ಮಲಗಿಸಿ ಆ ಸೀನ್ ಚಿತ್ರೀಕರಿಸಲಾಯಿತು. ಅಯ್ಯೋ ಇಷ್ಟಕ್ಕೆ ಅಷ್ಟೆಲ್ಲಾ ಸುತ್ತಬೇಕಾಯಿತಾ? ಎಂದು ನಿರಾಸೆಯೂ ಆಯಿತು. ಇಷ್ಟಾಗಿಯೂ ಹಣದ ವಿಷಯವನ್ನು ತಕ್ಷಣಕ್ಕೆ ನಿರ್ದೇಶಕರಿಗೆ ಹೇಳಿರಲಿಲ್ಲ. ನಮ್ಮ ಅಗತ್ಯಕ್ಕಾಗಿ ಮಗು ಬೇಕು ಎಂದಮೇಲೆ ಕೊಡುವವರಿಗೂ ಏನಾದರೂ ಕೊಡಲೇಬೇಕಲ್ಲವೇ? ಕಡೆಗೆ 'ನನಗೆ ಹೇಳದೆ ಯಾಕೆ ಕಮಿಟ್ ಆದಿರಿ?' ಎಂದು ಒಂದು ಮಾತು ಅವರ ಕಡೆಯಿಂದ ಬಂತು.

ಅಲೀಮಮ್ಮ ಹಂಚಿನ ತೊಲೆಗೆ ತೂಗುತ್ತಿದ್ದ ಬಟ್ಟೆಯ ಜೋಲಿ ಅಳುವ ಕಂದನಿಗೆ ಹಾಡುತ್ತಿದ್ದರು. ಧ್ವನಿಯೇನೂ ಅಂತಾ ಚಂದ ಇರಲಿಲ್ಲ. ಜೊತೆಗೆ ಭಾಷೆಯೂ ಗೊತ್ತಾಗುತ್ತಿರಲಿಲ್ಲ. ಭಾಷೆ ಯಾವುದಾದರೇನು ಭಾವ ಎದೆಯನ್ನು ಮುಟ್ಟುತ್ತದೆ ಅಲ್ಲವೇ? ಎದುರು ಸಿಕ್ಕಾಗ ಒಂದಿಷ್ಟು ನಗು ಎಂಥವರನ್ನು ಬೇಕಾದರೂ ಹತ್ತಿರ ಮಾಡುತ್ತದೆ. ಮತ್ತೆ ದರ್ಗಾಕ್ಕೆ ಅಲೀಮಮ್ಮನ ಹರಕೆಯನ್ನು ಒಪ್ಪಿಸಿದ ಮೇಲೆ ಆಕೆಗೆ ಒಂದಿಷ್ಟು ಉತ್ತುತ್ತಿ, ಒಣದ್ರಾಕ್ಷಿ ಗೋಡಂಬಿ ಬಾದಾಮಿ, ಕಲ್ಲುಸಕ್ಕರೆಗಳನ್ನು ಕೊಟ್ಟು 'ನಿಮ್ಮ ಹರಕೆ ಒಪ್ಪಿಸಿದ್ದೇನೆ' ಎಂದು ತಿಳಿಸಿದ್ದೆ. ಆ ವಿಶ್ವಾಸ ಅಲೀಮಮ್ಮ ಮತ್ತು ನನ್ನ ನಡುವೆ ಇತ್ತು. 'ನನ್ನ ಹರಕೆಯನ್ನು ನಿಮ್ಮ ಮೂಲಕ ಖುದಾ ಈಡೇರಿಸಿಕೊಂಡ ಎಂದರೆ, ನೀವು ಖುದಾಗೆ ಹತ್ತಿರದವರು' ಎಂದಿದ್ದರು. ಧಾರ್ಮಿಕ ಶ್ರದ್ಧೆ ಎಷ್ಟು ದೊಡ್ಡದು ಅಲ್ಲವಾ!

ಎದುರು ಸಿಕ್ಕಾಗ ಒಂದೆರಡು ಮಾತು ಬಿಟ್ಟರೆ ನನ್ನ ಅಲೀಮಮ್ಮನ ನಡುವೆ ಅಂತಾದ್ದೇನೂ ನಡೆದಿರಲಿಲ್ಲ. ಒಂದು ದಿನ ಸಂಜೆ ಶೂಟ್ ಮಾಡುವಾಗ ತಂತಿಗೆ ಒಣಹಾಕಿದ್ದ ಸೀರೆ ಸೀನ್‌ನಲ್ಲಿ ಕಮಿಟ್ ಆಗಿಬಿಟ್ಟಿತ್ತು. ಅದೂ ಕಣ್ಣಿಗೆ ಡಾಳಾಗಿ ಕಾಣುವಂತೆ. ಗಾಢ ಹಸಿರು ಪ್ರಿಂಟ್‌ಗಳಿರುವ ಬಿಳಿಯ ಸೀರೆ. ಅದನ್ನು ಡೈರೆಕ್ಷನ್ ಡಿಪಾರ್ಟ್‌ಮೆಂಟಿನವರು ಗುರುತು ಮಾಡಿಕೊಂಡಿದ್ದರು. ಸಾಮಾನ್ಯವಾಗಿ ಸೀನ್‌ಗಾಗಿ ನಾವೇ ಬಟ್ಟೆಗಳನ್ನು ಒಣಗಿ ಹಾಕಿ ತೆಗೆದಿಟ್ಟಿಕೊಳ್ಳುತ್ತಿದ್ದೆವು. ಅದಕ್ಕಾಗಿ ಪ್ರತ್ಯೇಕವಾದ ಬಟ್ಟೆಯ ಗಂಟೊಂದು ಇರುತ್ತಿತ್ತು. ಅವತ್ತು ಯಾರೋ ಒಣಹಾಕಿದ್ದಾರೆ ಎಂದು ಸುಮ್ಮನಾಗಿಬಿಟ್ಟಿದ್ದೆ. ಸಾಮಾನ್ಯವಾಗಿ ಯಾವುದಾದರೂ

ಒಂದು ದೃಶ್ಯವನ್ನು ಶುರು ಮಾಡಿದರೆ ಅದು ಅವತ್ತೇ ಮುಗಿದು ಹೋಗುತ್ತೆ. ಆದರೆ ಆ ದೃಶ್ಯ ಸಮಯಾಭಾವದಿಂದ ಅವತ್ತು ಪೂರ್ತಿಯಾಗಲಿಲ್ಲ. ಮಾರನೆಯ ದಿನ ಇದೇ ಹೊತ್ತಿಗೆ ಮಾಡುವ ಎನ್ನುವ ನಿರ್ಧಾರಕ್ಕೆ ಬಂದೆವು. ಮಾರನೆಯ ದಿನ ಮಧ್ಯಾಹ್ನದ ಹೊತ್ತಿಗೆ ಸೀರೆಯ ವಿಷಯ ನನಗೆ ತಿಳಿಯಿತು. 'ಇದನ್ನು ನಿನ್ನೆಯೇ ಹೇಳಬಾರದಿತ್ತೇ?' ಎಂದೆ. 'ಅದೆಲ್ಲಾ ನೋಡಿಕೊಳ್ಳುವುದು ನಿಮ್ಮ ಕೆಲಸ ಅಲ್ಲವಾ?' ಎಂದುಬಿಟ್ಟಿದ್ದರು. ಆ ಸೀರೆ ಆ ದೃಶ್ಯಕ್ಕೆ ಬೇಕೇ ಬೇಕಿತ್ತು. ಇಲ್ಲಾಂದ್ರೆ ಕಂಟಿನ್ಯುಟಿ ಮಿಸ್ ಆಗುತ್ತಲ್ಲಾ. ಸರಿ ನಿನ್ನೆ ಇಲ್ಲಿ ಒಣ ಹಾಕಿದ್ದ ಸೀರೆ ಯಾರದ್ದು? ಎಂದು ಹುಡುಕತೊಡಗಿದೆ. ಯಾರನ್ನ ಕೇಳಿದರೂ, 'ಯಾವ ಸೀರೆ?' ಎನ್ನುತ್ತಿದ್ದರು. ನನಗೆ ಗೊತ್ತಿರುವ ಎಲ್ಲಾ ಮಾತುಗಳಲ್ಲಿ ವಿವರಿಸಿ ಹೇಳತೊಡಗಿದೆ. ನಾನು ಹೇಳಿದ್ದು ಅರ್ಥವಾಗಲಿಲ್ಲವೋ, ಹೇಳಿದ್ದೇ ಆ ಸೀರೆಗಿಂತ ಜಾಸ್ತಿಯಾಯ್ತೊ? ಗೊತ್ತಾಗಲಿಲ್ಲ. ನಾಲ್ಕಾರು ಮನೆಯವರು ಅಲ್ಲಿ ಬಟ್ಟೆಗಳನ್ನು ಒಣ ಹಾಕುತ್ತಿದ್ದರು. ಎಲ್ಲರ ಮನೆಗೂ ಹೋಗಿ ಕೇಳಿದೆ, ಹಸೀನಮ್ಮ, 'ನನ್ನ ಹತ್ತಿರ ಆ ಥರಾ ಸೀರೆಯೇ ಇಲ್ಲ' ಎಂದರೆ, ಆ ಕಡೆಯ ಮನೆಯ ಜಮೀಲಾ, 'ನಿನ್ನೆ ನಾನು ಬಟ್ಟೆಯೇ ಒಗೆದಿಲ್ಲ' ಎಂದುಬಿಟ್ಟಳು. ಅಲೀಮಮ್ಮನ ಮನೆಗೆ ಹೋದಾಗ ಆಕೆ ಮಗಳಿಗೆ ಏನನ್ನೋ ತರಲಿಕ್ಕೆ ಪೇಟೆಗೆ ಹೋಗಿದ್ದರು. ಮತ್ತೆ ಅವಳ ಮಗಳು, 'ಇಲ್ಲಿ ಆಚೆ ಬೀದಿಯವರೂ ತಂದು ಒಣ ಹಾಕ್ತಾರೆ, ನನಗಂತೂ ಏನೂ ಗೊತ್ತಾಗ್ತಾ ಇಲ್ಲ' ಎಂದಳು. ನನಗೆ ಅಳು ಬರುವ ಹಾಗಾಗಿಬಿಟ್ಟಿತ್ತು. ನಾನು ಪ್ರೊಫೆಷನಲ್ ಅಲ್ಲವಾದ್ದರಿಂದ, ಹೀಗೆಲ್ಲಾ ಆಗುತ್ತೆ ಅಂತ ಗೊತ್ತೇ ಇರಲಿಲ್ಲ.

ಸುಮ್ಮನೆ ಬರೆದುಕೊಂಡು ಇರುವುದನ್ನು ಬಿಟ್ಟು ಇದ್ಯಾವ ಸಂಕಷ್ಟಕ್ಕೆ ಸಿಕ್ಕಿಕೊಂಡೆನಪ್ಪಾ? ಎಂದು ಒದ್ದಾಡತೊಡಗಿದೆ. ಚಂದ್ರಹಾಸರು 'ಏನಾಯಿತು?' ಎಂದರು ನಾನು ಸಪ್ಪಗಿದ್ದುದನ್ನು ನೋಡಿ. 'ಏನಿಲ್ಲ' ಎಂದರೂ ಒಳಗೇ ತಳಮಳ. ನಾಳೆ ಕಂಟಿನ್ಯುಟಿ ಇಲ್ಲಾಂದ್ರೆ, ಎಡಿಟಿಂಗ್ ಟೇಬಲ್‌ನಲ್ಲೇ ನನ್ನ ಬಗ್ಗೆ ಯಾರಾದರೂ ಕೆಟ್ಟ ಮಾತನ್ನು ಆಡಿಬಿಟ್ಟರೆ ಎನ್ನುವ ಭಯ ಕಾಡತೊಡಗಿತು. ನಾನೇನು ಅಲ್ಲಿರಲ್ಲವಲ್ಲ ಏನಾದರೂ ಅಂದುಕೊಳ್ಳಲಿ ಎನ್ನಲಿಕ್ಕೆ ಆಗಲೇ ಇಲ್ಲ. ಯಾಕಂದ್ರೆ ಉದಯ ವಾಹಿನಿಯಲ್ಲಿ ಪ್ರಸಾರವಾಗುತ್ತಿದ್ದ 'ನಾಕು ತಂತಿ' ಸೀರಿಯಲ್‌ನಲ್ಲಿ ಪ್ರಿವ್ಯೂ ಮಾಡುವಂತೆ ಅಪರೂಪಕ್ಕೆ ಹಿರಿಯ ನಿರ್ದೇಶಕರಾದ ಬಿ. ಸುರೇಶ್ ನನಗೆ ಹೇಳುತ್ತಿದ್ದರು. ಆಗ 'ಇಂಥಾದ್ದೆಲ್ಲಾ ನೋಡಿ ನೋಟ್ ಮಾಡಿಕೊಂಡು ಏನು ಮಾಡ್ತಾರೆ, ಕಂಟಿನ್ಯುಟಿ ನೋಡಿಕೊಳ್ಳಲಿಕ್ಕೆ ಆಗಲ್ಲ ಎಂದಮೇಲೆ ಯಾಕೆ ಕೆಲ್ಸಕ್ಕೆ ಬರ್ತಾರೆ' ಎಂದೆಲ್ಲಾ ನಾನೇ ಬೈಯ್ಯುತ್ತಿದ್ದೆ. ನನಗಿರುವ ಟೆನ್ಷನ್ ತಡೆಯಲಿಕ್ಕಾಗದೆ, 'ಈ ಅಲೀಮಮ್ಮನಿಗೆ ಈಗಲೇ ಅರ್ಜೆಂಟ್ ಇತ್ತಾ ಪೇಟೆಗೆ ಹೋಗಲಿಕ್ಕೆ?' ಎಂದು ಬೈದುಕೊಂಡು ಕೂತೆ. ಪುಟ್ಟಣ್ಣ, ಪುನೀತ ಇಬ್ಬರೂ, 'ಸಿಗುತ್ತೆ ಇರಿ ಮೇಡಂ' ಎಂದು ಸಮಾಧಾನ ಹೇಳಿದರೂ ಕೇಳುವ ಸ್ಥಿತಿಯಲ್ಲಿ ನಾನಿರಲಿಲ್ಲ.

ಪೇಟೆಯಿಂದ ಮನೆಗೆ ಬಂದ ಅಲೀಮಮ್ಮನಿಗೆ ಮಗಳು ಹೀಗೆ ಎಂದು ವಿಷಯ ಹೇಳಿದ್ದಾಳೆ. ಬುರ್ಕಾವನ್ನು ಬಿಚ್ಚಿ ಎತ್ತಿಟ್ಟವರೆ, ನಾನಿರುವಲ್ಲಿಗೆ ಬಂದು 'ನಿನ್ನೆ ನಾನು ಒಗೆದ ಬಟ್ಟೆಗಳನ್ನು ಇನ್ನೂ ಮಡಚಿಟ್ಟಿಲ್ಲ. ಅದರಲ್ಲಿ ನಿಮಗೆ ಬೇಕಾದ ಸೀರೆ ಇದೆಯಾ ನೋಡಿ?' ಎಂದು ಕರೆದರು. ಸೀರೆ ಸಿಕ್ಕರೆ ಸಾಕು ಎಂದು ಅವರ ಜೊತೆ ಹೋದೆ. ಎರಡು ಬಟ್ಟೆಯನ್ನು ಸರಿಸಿದಾಗ ನಿನ್ನೆ ಸ್ವತಂತ್ರವಾಗಿ ಬಿಸಿಲು ಗಾಳಿಗೆ ಆಡುತ್ತಾ ಇದ್ದ ಸೀರೆ ಮುದುಡಿ ಬಿದ್ದಿದ್ದು ನನ್ನ ಕಣ್ಣಲ್ಲಿ ಅರಳಿ, ಗೆಲುವು ಮೂಡಿತು. 'ಇದೇ ಸೀರೆ' ಎಂದು ಜೋರಾಗಿ ಕೂಗಿದೆ– ಆರ್ಕಿಮಿಡೀಸ್ ಯುರೇಕಾ ಎಂದು ಕೂಗಿದ ಹಾಗೆ. ಅಲೀಮಮ್ಮ 'ಸ್ವಲ್ಪ ಷರಬತ್ತ್ ಮಾಡ್ತೀನಿ' ಎಂದರೂ ಬೇಡ ಬೇಡ ಎಂದು ಸೀರೆ ಹಿಡಿದು ಓಡಿದೆ. ದೊಡ್ಡ ನಿರಾಳತೆ ನನ್ನನ್ನೂ ಅನುಸರಿಸಿತ್ತು.

ಅಲೀಮಮ್ಮ ಎನ್ನುವ ಮತ್ಸ್ಯಕನ್ಯೆ ಮತ್ತು ಕಥನ ಜಗತ್ತು

ಸೀರೆಯ ಹುಡುಕಾಟದಿಂದ ಶುರುವಾದ ಅಲೀಮಮ್ಮ ಮತ್ತು ನನ್ನ ಸಂಬಂಧ ಯಾವಾಗ ಆಪ್ತವಾಗಿ ಮಾತಾಡಲು ಶುರುವಾಯಿತು ಎನ್ನುವುದು ನನಗೂ ನೆನಪಾಗುತ್ತಿಲ್ಲ. ಶೂಟಿಂಗ್‌ನ ಕೆಲಸ ಮುಗಿದು ಒಂದು ಕಡೆ ಕುಳಿತಾಗ ಅಲೀಮಮ್ಮ ಬೀಡಿ ಕಟ್ಟುವ ತನ್ನ ಮೊರದೊಂದಿಗೆ ನನ್ನ ಜೊತೆ ಬಂದು

ಕೂಡುತ್ತಿದ್ದರು. ಕೂತವಳ ಜೊತೆ ಮಾತಾಡುವಾಗ ತನ್ನ ಜೀವನದ ಎಷ್ಟೆಷ್ಟೋ ಕಥೆಗಳನ್ನು ನನ್ನೊಂದಿಗೆ ಹಂಚಿಕೊಳ್ಳುತ್ತಿದ್ದರು. 'ಅಲ್ಲಾ ಅಲೀಮಮ್ಮ ನೀವು ಈಗಲೇ ಇಷ್ಟು ಚೆನ್ನಾಗಿದ್ದೀರಿ. ವಯಸ್ಸಿನಲ್ಲಿದ್ದಾಗ ಇನ್ನೆಷ್ಟು ಚೆನ್ನಾಗಿದ್ದಿರೋ? ನಿಮ್ಮ ಯಜಮಾನರು ನಿಮ್ಮನ್ನು ನೋಡಿದ ತಕ್ಷಣ ಒಪ್ಪಿಬಿಟ್ಟರಾ?' ಎಂದೆ. 'ನಮ್ಮ ಕಾಲದಲ್ಲಿ ನಾವು ನೋಡುವುದು ಅಂತೆಲ್ಲಾ ಇರಲಿಲ್ಲ. ಅವರ ತಾಯಿ ಬಂದು ನನ್ನ ನೋಡಿ ಕಬೂಲ್ ಹೇಳಿದರು. ನಿಖಾ ಆಯಿತು ಅಷ್ಟೆ' ಎಂದರು. ನಾನು ತಮಾಷೆಯಾಗಿ 'ನಿಮ್ಮ ಗಂಡ ನಿಮಗಿಂತ ಚೆಂದ ಇರಲಿಕ್ಕಂತೂ ಸಾಧ್ಯವಿಲ್ಲ. ನಿಮ್ಮಂಥ ಸುಂದರಿಯನ್ನು ಪಡೀಲಿಕ್ಕೆ ಆತ ಅದೆಷ್ಟು ಪುಣ್ಯ ಮಾಡಿದ್ದರೋ' ಎಂದೆ. 'ತೋಬಾ ತೋಬಾ, ನನ್ನ ಸಾಬ್ ನನ್ನನ್ನೂ ಮೀರಿ ಚೆಂದ. ನನ್ನ ಮಗಳು ನುಸ್ರೈಬಾ ಇದ್ದಾಳಲ್ಲಾ, ಅವಳೆಲ್ಲ ಥೇಟು ಅವಳ ಅಬ್ಬಾನ ಹಾಗೆ. ನಿಮಗೆ ಅವರ ಬಗ್ಗೆ ಹೇಳಬೇಕು ಅಂದ್ರೆ ಒಂದು ದಿನವಾದ್ರೂ ಆಗುತ್ತೆ' ಎಂದರು. ಗಂಡನ ಬಗ್ಗೆ ದಿನವಿಡೀ ಹೇಳುವಂಥಾದ್ದು ಏನಿರುತ್ತೆ? ಅಬ್ಬಬ್ಬಾ ಎಂದರೆ ಅರ್ಧಗಂಟೆ. ನನ್ನ ಗಂಡನ ಬಗ್ಗೆ ಯಾರಾದರೂ ಕೇಳಿದರೆ ನಾನು ಹೇಳುವುದೂ ಅಷ್ಟೇ. ಅದೇ ಹೇಳಿ, ಹೇಳಿ ಬೇಸರವಾದ ಕೆಲವು ಮಾತುಗಳು. ಆದರೆ ಅಲೀಮಮ್ಮನದ್ದು ತೀರದ ಉತ್ಸಾಹ ತನ್ನ ಗಂಡ ಪಚ್ಚಿಲ ಮಹಮದ್‌ನ ಹುಟ್ಟಿನಿಂದ ಎಲ್ಲವನ್ನು ಸಾದ್ಯಂತವಾಗಿ ವಿವರಿಸಿದ್ದರು. ಅವರ ಗಂಡನ ಹುಟ್ಟೂ ಕೂಡಾ ಒಂದು ಅಪೂರ್ವ ಘಟನೆಯಾಗಿತ್ತು.

'ಮದುವೆಯಾಗಿ ನಾಲ್ಕು ವರ್ಷ ಕಳೆದರೂ ಮಕ್ಕಳಿಲ್ಲದ ತನ್ನ ಅತ್ತೆ ತನ್ನ ಗಂಡನಿಗೆ ಇನ್ನೊಂದು ಮದುವೆ ಮಾಡಿಬಿಡಬಹುದು ಎನ್ನುವ ಭಯದಲ್ಲಿ, ಯಾರಿಗೂ ಕಾಣದಂತೆ ತವರು ಮನೆಯವರು ತನಗಾಗಿ ಕೊಟ್ಟ ಗಂಡು ಆಡಿಗೆ ತಗಡಿನಲ್ಲಿ ಉಲ್ಲಾಳ ದರ್ಗಾ ಎಂದು ಬರೆದು ಅದನ್ನು ಆ ಆಡಿನ ಕತ್ತಿಗೆ ಕಟ್ಟಿ ಹರಕೆಗೆ ಅಟ್ಟಿಬಿಟ್ಟಿದ್ದರಂತೆ. ಆಗೆಲ್ಲಾ ಹಾಗೆ ಬರೆದ ಆಡನ್ನು ಯಾರೂ ಮುಟ್ಟುತ್ತಿರಲಿಲ್ಲವಂತೆ. ಯಾರು ದರ್ಗಾಗೆ ಹೊರಟಿರುತ್ತಾರೋ ಅಥವಾ ಆ ದಿಕ್ಕಿಗೆ ಹೋಗುವವರಿರುತ್ತಾರೋ ಅವರು ಅದನ್ನು ಅಟ್ಟಿಕೊಂಡು ಹೋಗುತ್ತಿದ್ದರಂತೆ. ಹಾಗೆ ನನ್ನ ಅತ್ತೆ ಅವರ ಮಕ್ಕಳ ಬಯಕೆಗಾಗಿ ಆಡನ್ನು ಉಲ್ಲಾಳ ದರ್ಗಾಕ್ಕೆ ಹರಕೆ ಒಪ್ಪಿಸಿ ಬಿಟ್ಟಿದ್ದರಂತೆ. ಇತ್ತ ಅತ್ತೆಯ ಮನೆಯವರು ಆಡು ಎಲ್ಲಿ ಎಂದು ಹುಡುಕತೊಡಗಿದ್ದರಂತೆ. ಆಡು ಸಿಗಲಿಲ್ಲ, ಅತ್ತೆ ಮಾತ್ರಾ ಯಾವುದೇ ಗುಟ್ಟನ್ನೂ ಬಿಟ್ಟುಕೊಡದೆ 'ನನ್ನ ತವರಿಗೆ ಹೇಳಿ ಇನ್ನೊಂದು ಆಡನ್ನು ತರಿಸಿಕೊಳ್ಳುತ್ತೇನೆ ಬಿಡಿ' ಎಂದಿದ್ದರಂತೆ. ದಿನಾ ಅಲ್ಲಾನಲ್ಲಿ ಮಕ್ಕಳಿಗಾಗಿ ಪ್ರಾರ್ಥನೆ ಮಾಡುತ್ತಾ, ಗಂಡನಿಗೂ ಮಾಡುವಂತೆ ಪ್ರೇರೇಪಿಸುತ್ತಾ ಇರುತ್ತಿದ್ದರಂತೆ. ಯಾವ ದೇವರಿಗೆ ಪ್ರಾರ್ಥನೆ ಇಷ್ಟವಾಗುವುದಿಲ್ಲ. ಪ್ರಾರ್ಥಿಸುವವರ ಕಡೆಗೆ ಅಲ್ಲಾ ತಿರುಗಿ ನೋಡುತ್ತಾನಂತೆ. ನನ್ನ

ಅತ್ತೆಯ ಮೇಲೆ ಅಲ್ಲಾನಿಗೆ ಕರುಣೆ ಬಂದು ಹುಟ್ಟಿದವರೇ ನನ್ನ ಗಂಡ. ಅಲ್ಲಾನ ಆಣತಿ, ಪೈಗಂಬರರ ಕೃಪೆ ಮತ್ತು ಸೈಯದ್ ಮದನಿಯವರ ಆಶೀರ್ವಾದದಿಂದ ಹುಟ್ಟಿದ ಮಗುವಿಗೆ ಮಹಮದ್ ಅಂತಾ ಹೆಸರನ್ನಿಟ್ಟರು.

ಅತ್ತೆಗೆ ಹುಟ್ಟಿದ್ದು ಒಂದೇ ಮಗು. ಮಕ್ಕಳ ಫಲವಿಲ್ಲದ ತನಗೆ ಹರಕೆಯ ಕಾರಣಕ್ಕೆ ಈ ಮಗು ಹುಟ್ಟಿದೆ ಎಂದು ಆಕೆ ಎಲ್ಲರ ಬಳಿ ಮಗುವಿನ ಜನ್ಮ ರಹಸ್ಯವನ್ನು ಆಗ ಬಿಚ್ಚಿಟ್ಟಳಂತೆ. ಮೊಹಮದ್ ಎಂದು ನಾಮಕರಣ ಮಾಡಿಸಿಕೊಂಡ ಆ ಕೂಸು ದಿನ ಕಳೆದಂತೆಲ್ಲಾ ಅಪೂರ್ವ ಕಾಂತಿಯಿಂದ ಕಂಗೊಳಿಸತೊಡಗಿತ್ತಂತೆ. ಎಲ್ಲರ ಕಣ್ಣೂ ಆ ಮಗುವಿನ ಮೇಲೆ, ಅಂಥಾ ಚಂದದ ಕೂಸು! ಮಸೀದಿಯ ಭಾಂಗ್ ಅಥವಾ ಅಮ್ಮಿ ಹಾಡುವ ಅಲ್ಲಾನ ಹಾಡುಗಳನ್ನು ಕೇಳಿದರೆ ಸಾಕು ಮೈಮರೆತು ಕೇಳುತ್ತಿತ್ತಂತೆ.

ದಿನ ಕಳೆದಂತೆಲ್ಲಾ ಅಲ್ಲಾನಲ್ಲೇ ಮನಸ್ಸಿಟ್ಟು, ಕುರಾನ್ ಪಠಣ, ನಮಾಜುಗಳಲ್ಲಿ ಕಾಲ ಕಳೆಯುತ್ತಿದ್ದ ಮಗನನ್ನು ನೋಡಿ ಅತ್ತೆಗೆ ಸಂಕಟವಾಗುತ್ತಿತ್ತು. ಏನಾದರೂ ಸರಿ ಕೆಲಸವನ್ನು ಮಾಡುವಂತೆ ಮಗನಿಗೆ ಬುದ್ದಿ ಹೇಳಿದರೆ ಮಗ ಕೇಳುವ ಆಸಾಮಿಯೇ? 'ನನಗಿಷ್ಟೇ ಸಾಕು' ಎಂದು ಸುಮ್ಮನಾಗಿ ಬಿಡುತ್ತಿದ್ದರಂತೆ. ಮಸೀದಿಗೆ ಹೋಗುವುದು ಭಾಂಗ್ ಕೂಗುವುದು ಅಭ್ಯಾಸ ಮಾಡತೊಡಗಿದ್ದರಿಂದ ಧಾರ್ಮಿಕ ಶ್ರದ್ಧೆ ಇನ್ನಷ್ಟು ಜಾಸ್ತಿ ಆಗತೊಡಗಿತು. ಇಪ್ಪತ್ತಾದರೂ ಮದುವೆಯ ಕಡೆಗೆ ಮನಸ್ಸು ಮಾಡದ ಮಗನಿಗೆ ಹೇಗಾದರೂ ಸರಿಯೇ ಮದುವೆ ಮಾಡಿಬಿಟ್ಟರೆ ಎಲ್ಲವೂ ಸರಿಯಾಗುತ್ತೆ ಎಂದು ಮದುವೆಯ ಪ್ರಸ್ತಾಪ ಮಾಡಿದಾಗ, ಅದೆಲ್ಲಾ ಬೇಡ ನನಗೇ ದುಡಿಮೆ ಇಲ್ಲ ಎಂದು ತಳ್ಳಿಬಿಟ್ಟಿದ್ದರಂತೆ. ಮತ್ತೆ ಅತ್ತೆಯ ಕಣ್ಣಿಗೆ ಕಂಡಿದ್ದು ಉಲ್ಲಾಳದ ದರ್ಗಾ. 'ನೀನೇ ಕೊಟ್ಟ ಮಗುವಿಗೆ ಸರಿಯಾದ ದಾರಿ ತೋರು, ಈ ಮನೆಗೆ ಒಬ್ಬ ವಾರಸುದಾರನನ್ನು ಕರುಣಿಸು' ಎಂದು ಮತ್ತೆ ಹರಕೆ ಹೊತ್ತು ಮತ್ತೊಂದು ಆಡನ್ನು ಕಾಣಿಕೆಯಾಗಿ ಬಿಟ್ಟರಂತೆ.

ಆಗೆಲ್ಲಾ ಉಲ್ಲಾಳ ದರ್ಗಾಕ್ಕೆ ಹೀಗೆ ಕಾಂಪೌಂಡ್ ಇರಲಿಲ್ಲವಂತೆ. ಉರುಸ್ ನಡೆಯುವಾಗ ಬಯಲಿನಲ್ಲಿ ಮರದ ಕಂಬಗಳನ್ನು ನೆಟ್ಟು ಸುತ್ತಾ ಹಗ್ಗವನ್ನು ಕಟ್ಟಿ ಒಳಗೆ ಅಂಗಳವನ್ನು ಸ್ವಚ್ಛ ಮಾಡಿ ಊಟಕ್ಕೆ ಹಾಕುತ್ತಿದ್ದರಂತೆ. ಎಲ್ಲೆಲ್ಲಿಂದಲೋ ಜನ ಬರುತ್ತಿದ್ದರೆ ನಮ್ಮ ಅಬ್ಬಾ ಕೂಡಾ ಒಮ್ಮೆ ಬಂದಿದ್ದರಂತೆ. ಅವರು ಹೇಳುತ್ತಿದ್ದರು– ಒಂದು ಸಲಕ್ಕೆ 2000 ಜನ ಊಟಕ್ಕೆ ಕೂಡುತ್ತಿದ್ದರಂತೆ. ಇವರು ಊಟಕ್ಕೆ ಕೂತಿದ್ದು 52ನೆಯ ಸರತಿಯಲ್ಲಿ. ಹೀಗೆ ಬಿಟ್ಟ ಆಡುಗಳು ಉರುಸ್ಸಿನ ಜಾಗಕ್ಕೆ ಬಂದು ಸೇರುತ್ತಿದ್ದವಲ್ಲ, ಅವುಗಳನ್ನು ಮಾತ್ರ ಕಡಿದು ಪದಾರ್ಥ ತಯಾರು ಮಾಡುತ್ತಿದ್ದರಂತೆ. ಮತ್ತೆ ತುಪ್ಪವನ್ನೇ ಬಳಸಿ ಅನ್ನವನ್ನು ಮಾಡುತ್ತಿದ್ದರಂತೆ. ಊಟ ಮಾಡಿದ್ದವರ ಲೆಕ್ಕ ಸಿಗದೆ ಹೋಗುತ್ತಿತ್ತಂತೆ.

ಇದೆಲ್ಲಾ ನಡೆಯುವಾಗ ಒಂದು ದಿನ ಇದ್ದಕ್ಕಿದ್ದ ಹಾಗೆ ನನ್ನ ಸಾಬ್ ಸ್ನೇಹಿತನ ದೋಣಿಗೆ ಮೀನು ಹಿಡಿಯಲಿಕ್ಕೆಂದು ಹೋದರಂತೆ. ಆಗೆಲ್ಲಾ ಮೂರು ನಾಕು ದಿನ ಸಮುದ್ರದ ನಡುವೆ ಹೋಗುತ್ತಿದ್ದದ್ದು ವಾಡಿಕೆ. ಇನ್ನೂ ಸ್ವಲ್ಪ ದೂರವಷ್ಟೇ ಹೋಗಿದ್ದರಂತೆ. ಸಮುದ್ರ ಆಳವಾಗುತ್ತಾ ಹೋಗುತ್ತಿತ್ತು. ಆಗ ಇವರಿಗೆ ಮನಸ್ಸಿಗೆ ಮಂಕು ಕವಿದಂತಾಗಿ ಆಕಾಶವನ್ನೇ ದಿಟ್ಟಿಸುತ್ತಾ ಕುಳಿತುಬಿಟ್ಟರಂತೆ. ಹಾಗೆ ನೋಡುವಾಗ ಆಕಾಶದಲ್ಲಿ ದೊಡ್ಡದೊಂದು ಬೆಳಕು ಕಾಣಿಸಿಕೊಂಡು ಹೇಳಲಿಕ್ಕೆ ಶುರು ಮಾಡಿತಂತೆ. ಇದ್ದಕ್ಕಿದ್ದ ಹಾಗೆ ದೋಣಿಯ ತುದಿಗೆ ಬಂದು ಸಮುದ್ರಕ್ಕೆ ಹಾರೇಬಿಟ್ಟರಂತೆ. ಕರೆದುಕೊಂಡು ಹೋಗಿದ್ದ ಸ್ನೇಹಿತನಿಗೋ ದೊಡ್ಡ ಆಘಾತ. ಇಂಥಾ ಕೆಲಸ ಮಾಡಿದ? ಅನುಭವಿ ಅಲ್ಲದಿದ್ದರೆ ಹೀಗೆ ನೀರಿಗೆ ಹಾರುವುದು ಅಸಾಧ್ಯ. ಇನ್ನವನು ಬದುಕಿ ಬರುತ್ತಾನಾ? ಈಗ ಇವರ ಮನೆಗೆ ಹೇಳುವುದು ಹೇಗೆ? ಇವರ ಅಮ್ಮಿ ಇವನ ಮೇಲೇ ಜೀವ ಇಟ್ಟುಕೊಂಡಿದ್ದಾರೆ ಎಂದು ಭಯಭೀತನಾದನಂತೆ.

ಸಮುದ್ರಕ್ಕೆ ಹಾರಿದ ಇವರನ್ನು ಯಾವ ಶಕ್ತಿಯೋ ಎಳೆದುಕೊಂಡು ಹೋದಂತೆ ತಳವನ್ನು ತಲುಪಿದ್ದರಂತೆ. ಕೆಳಗೆ ನೋಡಿದರೆ ತುಂಬಾ ಅಪರೂಪವಾದ ಪಚ್ಚಿಲ (ಹಸಿರು ಬಣ್ಣದ ದೊಡ್ಡ ಚಿಪ್ಪುಗಳಲ್ಲಿನ ಮೃದ್ವಂಗಿ)ಗಳ ರಾಶಿಯೇ ಕಂಡಿತಂತೆ. 'ಏನು ಕೆಲಸ ಮಾಡುವುದು ಎಂದು ಕೇಳುತ್ತಿದ್ದೆಯಲ್ಲಾ? ನೋಡು ನಿನಗಾಗಿ ಈ ಪಚ್ಚಿಲಗಳು ಇವೆ. ಇವುಗಳನ್ನು ಕಡೆದು ಮಾರು. ಇದೇ ನಿನ್ನ ಜೀವನಕ್ಕೆ ದಾರಿಯಾಗುತ್ತದೆ. ಇನ್ನು ನೀನು ಮದುವೆಯನ್ನೂ ಆಗಬಹುದು' ಎಂದು ಹೇಳಿದ ಹಾಗಾಯಿತಂತೆ. ಮತ್ತೆ ಅದೇ ಶಕ್ತಿ ಅವರನ್ನು ಮೇಲೆಯೂ ತಂದುಬಿಟ್ಟಿತಂತೆ. ಆ ಅನುಭವವನ್ನು ಅವರ ಬಾಯಿಂದಲೇ ಕೇಳಬೇಕು. ನನ್ನ ಬಳಿ ಎಷ್ಟು ಬಾರಿ ಹೇಳಿದ್ದಾರೋ? ನಾನೂ ಅಷ್ಟೇ, ಮೊದಲ ಬಾರಿ ಕೇಳುತ್ತಿದ್ದೇನೆ ಎನ್ನುವಂತೆಯೇ ಕೇಳಿದ್ದೇನೆ!' ಎಂದರು ಅಲೀಮಮ್ಮ.

'ಇದೆಲ್ಲಾ ಆದಮೇಲೆ ನನ್ನ ಸಾಬ್‌ಗೆ ಸಮುದ್ರದ ಆಳಕ್ಕೆ ಜಿಗಿಯುವುದು, ದೊಡ್ಡ ದೊಡ್ಡ ಬಂಡೆಗಳಿಗೆ ಅಂಟಿಕೊಂಡಿದ್ದ ಪಚ್ಚಿಲಗಳ ಗುಚ್ಚನ್ನು ಜೋಪಾನವಾಗಿ ಕಡಿದು ತರುವುದು ಸಲೀಸಾಗಿ ಹೋಯ್ತು. ಅದಕ್ಕಾಗಿ ಕಾಯುತ್ತಿದ್ದ ಜನ ಒಂದೇ ಕ್ಷಣದಲ್ಲಿ ಮುಗಿಬಿದ್ದು ತೆಗೆದುಕೊಂಡುಬಿಡುತ್ತಿದ್ದರು. ವ್ಯಾಪಾರವೂ ಜೋರಾಯ್ತು, ಕೈತುಂಬಾ ಹಣವೂ ಓಡಾಡತೊಡಗಿತು. ಅಪಾರ ಧರ್ಮ ಶ್ರದ್ಧೆಯ ನನ್ನ ಸಾಬ್ ತಮ್ಮ ನಮಾಜನ್ನು ಎಂದೂ ತಪ್ಪಿಸಿಲ್ಲ. ದೋಣಿಗೆ ಹೋದಾಗಲೂ ಸರಿಯೇ. ಮಕ್ಕಳಿಗೂ ಅದೇ ಹೇಳಿಕೊಟ್ಟಿದ್ದಾರೆ. ನನ್ನ ಅತ್ತೆಗೆ ನನ್ನ ಕಂಡರೆ ತುಂಬಾ ಇಷ್ಟ, ಇಷ್ಟು ಮಕ್ಕಳನ್ನು ಕೊಟ್ಟಿದ್ದೇನೆ ಎಂದು. ನನ್ನ ಗಂಡನಂತೂ ಸಾಧ್ಯವಾದಾಗಲೆಲ್ಲಾ ಅಲೀಖತ್ತುಗಳನ್ನು ಕೊಡಿಸುತ್ತಲೇ ಬಂದಿದ್ದಾರೆ' ಎಂದು ಕಿವಿಯ ತುಂಬಿದ

ಅಲೀಖತ್ತುಗಳನ್ನು ತೋರಿಸಿರು ಹೆಮ್ಮೆಯಿಂದ. 'ಇಂಥವರ ಹೆಂಡತಿಯಾಗಿ ಬದುಕಲಿಕ್ಕೆ ನಾನು ಪುಣ್ಯ ಮಾಡಿದ್ದೇನೆ. ಈಗ ಹೇಳಿ ನಾನು ಚಂದವಾ ನನ್ನ ಸಾಬ್ ಚಂದವಾ?' ಎಂದಿದ್ದರು ಅಲೀಮಮ್ಮ– ಚಂದ ಎನ್ನುವ ಪದಕ್ಕೆ ಹೊಸತೇ ರೂಪ ಕೊಟ್ಟು.

ಇನ್ನೊಂದು ದಿನ ಇನ್ನೊಂದು ಕಥೆ, ಒಮ್ಮೆ ಸಮುದ್ರ ವಿಕೋಪವಾಗಿ ಸಮುದ್ರಕ್ಕೆ ಹೋಗಿದ್ದ ತನ್ನ ಗಂಡ ಇದ್ದ ದೋಣಿ ಮೊಗಚಿ ಬಿದ್ದಿತ್ತಂತೆ. ಆಗ ಈಕೆ ಮೊದಲ ಮಗುವಿಗೆ ಬಸುರಿ. ದೋಣಿ ಮಗಚುವಾಗ ನಮಾಜಿಗೆ ಕೂತಿದ್ದ ಗಂಡ ದೋಣಿ ಮುಳುಗುತ್ತಿದ್ದುದು ಗೊತ್ತಾದರೂ ಕಣ್ಣೇ ಬಿಡಲಿಲ್ಲವಂತೆ. ಯಾವ ಮಾಯವೋ ಏನೋ? ಎಲ್ಲರೂ ಆ ದುರಂತದಲ್ಲಿ ಸತ್ತರೆ, ಈಕೆಯ ಗಂಡ ಮಾತ್ರ ಸಮುದ್ರದ ತಡದಲ್ಲಿ ಪ್ರಜ್ಞಾಹೀನ ಸ್ಥಿತಿಯಲ್ಲಿ ಬಿದ್ದಿದ್ದರಂತೆ! ಕಣ್ಣು ತೆರೆದಾಗ ಆತ ಹೇಳಿದ ಕತೆ ಆಕೆಯಲ್ಲಿ ಇನ್ನಷ್ಟು ರೋಮಾಂಚನವನ್ನು ಉಂಟುಮಾಡಿತ್ತು. ಬೆಳಕಿನ ಕೈಗಳು ಆತನನ್ನು ಎತ್ತಿಕೊಂಡಿತ್ತಂತೆ. ಅಲ್ಲಾಹ್‌ನ ಅದೇ ಕೈಗಳು ತನ್ನ ಸಾಬ್‌ನನ್ನು ಸಮುದ್ರದ ತಡಿಗೆ ತಂದುಬಿಟ್ಟಿತ್ತಂತೆ. ನನಗೆ ಅಲೀಮಮ್ಮ ಹೇಳುವುದು ಕಥೆಯಾ? ಪುರಾಣವಾ? ಅಥವಾ ಗಂಡನ ಬಗ್ಗೆ ದೊಡ್ಡ ಭ್ರಮೆಯಾ? ಅರ್ಥವಾಗದೇ ಹೋಗಿತ್ತು.

ಪ್ರತಿ ಸಲ ಮಾತಾಡುವಾಗಲೂ ಹೀಗೆ ವಿವರಗಳು... ಹೀಗೆ ಅದ್ಭುತವಾದುದ್ದನ್ನು ಹೇಳುವ ಸಂಭ್ರಮವನ್ನು ಕಂಡು ಅಚ್ಚರಿಗೊಂಡಿದ್ದೆ. ಆಕೆಯ ಕಣ್ಣುಗಳು ಆರ್ದ್ರವಾಗುವುದನ್ನು ನೋಡಿದ್ದೆ. ಗಂಡ ಎಂದರೆ ಹೀಗೂ ಸಂಭ್ರಮ ಸಾಧ್ಯವಾ? ಎಂದು ಕೇಳಿಕೊಂಡಿದ್ದೇನೆ. ನನಗ್ಯಾಕೆ ಯಾವತ್ತು ಹೀಗನ್ನಿಸಲೇ ಇಲ್ಲವಲ್ಲ ಎಂದು ಅಚ್ಚರಿಪಟ್ಟಿದ್ದೇನೆ. ಹಗಲುಗಳಲ್ಲಿ, ಸಂಜೆಗಳಲ್ಲಿ, ಯಾವಾಗ ಸಾಧ್ಯವಾದರೆ ಆಗೆಲ್ಲಾ ಮಾತಾಡಿದ್ದೇವೆ. ಆಕೆ ಹಾಕುತ್ತಿದ್ದ ಉಪ್ಪಿನಕಾಯನ್ನು ಕೊಂಡು ಊಟದ ಹೊತ್ತಿನಲ್ಲಿ ಹಂಚಿದ್ದೆ. 'ಇದ್ಯಾವುದು ಉಪ್ಪಿನಕಾಯಿ? ಹೊಟೇಲಿನವರು ಕೊಟ್ಟಂತಿಲ್ಲವಲ್ಲ. ತುಂಬ ಡಿಫರೆಂಟಾಗಿದೆ' ಎಂದು ಎಲ್ಲರೂ ಚಪ್ಪರಿಸುವಾಗ 'ಸಮುದ್ರದ ದೇವತೆ' ತಂದುಕೊಟ್ಟಿದ್ದು ಎಂದು ಹಾಸ್ಯ ಮಾಡಿದ್ದೆ. ಅದನ್ನ ಕೇಳಿ 'ಎಂತ ಮಾತು ಅದು' ಎಂದು ಅಲೀಮಮ್ಮ ನಾಚಿಕೊಂಡಿದ್ದರು. ಇಂಥಾ ಅಲೀಮಮ್ಮ ನನ್ನ ಬಳಿ ಒಂದು ಮಾತನ್ನು ಹೇಳಿದ್ದರು ಅದೂ ಶೂಟಿಂಗ್ ಇನ್ನೆರಡು ದಿನಗಳಲ್ಲಿ ಮುಗಿಯುತ್ತೆ ಎನ್ನುವಾಗ. ಅದನ್ನು ಮಾತ್ರ ನಾನು ಯಾವತ್ತು ಮರೆಯಲ್ಲ. ಈಗಲೂ ಅದನ್ನು ನನ್ನ ಎದೆಯಲ್ಲಿ ಹಸಿಯಾಗಿಸಿಕೊಂಡು ಮತ್ತೆ ಉಸಿರಾಡಬೇಕು ಅನ್ನಿಸುತ್ತದೆ.

ಮಳೆಯ ಹುಡುಕಾಟದಲ್ಲಿ

ಉಡುಪಿಯ ಕೆಮ್ಮಣ್ಣು ಹೊಡೆಯಲ್ಲಿ ಶಾಂಭವಿ ನದಿ ಸಮುದ್ರವನ್ನು ಸೇರುತ್ತದೆ. ಆ ಜಾಗ ನಿಜಕ್ಕೂ ರೋಮಾಂಚನವನ್ನು ಉಂಟುಮಾಡುತ್ತದೆ. ಶೂಟಿಂಗ್ ಜಾಗವನ್ನು ಆಯ್ಕೆ ಮಾಡಲು ನೋಡಲಿಕ್ಕೆ ಹೋದಾಗ ಇದೇ ಕೆಮ್ಮಣ್ಣು ಹೊಡೆಗೆ ಪಂಚಾಕ್ಷರಿಯೇ ಕರೆದುಕೊಂಡು ಹೋಗಿದ್ದರು. ಹಸೀನಾ ಸಿನೆಮಾಗೆ ಗಿರೀಶ್ ಕಾಸರವಳ್ಳಿ ಅವರಿಗೆ ಕೆಲಸ ಮಾಡಿದ್ದ ಅವರಿಗೆ ಆ ಜಾಗವೆಲ್ಲಾ ಚಿರಪರಿಚಿತ. ಶಾಂಭವಿ ನದಿ ಒಂದು ಕಡೆ ಇನ್ನೊಂದು ಕಡೆ ಸಮುದ್ರ, ಎರಡು ಸೇರುವ ಜಾಗದಿಂದ ಸ್ವಲ್ಪ ದೂರಕ್ಕೆ ಗುಲಾಬಿ ಟಾಕೀಸಿನ ಸೆಟ್ ಹಾಕಿದ್ದನ್ನು

ತೋರಿಸಿ ವಿವರಿಸಿದ್ದರು. ಒಂದೆಡೆ ವಿಶಾಲವಾದ ಸಮುದ್ರ ಇನ್ನೊಂದೆಡೆ ರಭಸವಾಗಿ ಸಮುದ್ರವನ್ನು ಸೇರಲು ಬರುತ್ತಿದ್ದ ಶಾಂಭವಿ ನದಿ (ಸಮುದ್ರ ಮತ್ತು ನದಿ ಸೇರುವ ಜಾಗವನ್ನು ಅಳಿವೆ ಬಾಗಿಲು ಎನ್ನುತ್ತಾರೆ) ಸಾಲಾಗಿದ್ದ ಬಂಡೆಗಳಿಗೆ ಬಡಿದು, ಅಲೆಗಳ ಜೊತೆ ಪೈಪೋಟಿಗಿಳಿದು ನೀರನ್ನು ಬಹುದೂರದವರೆಗೂ ಎರಚುತ್ತಿತ್ತು. ಅಲ್ಲಿ ಆಟ ಆಡುವ ಹುಡುಗರು ಸಂಭ್ರಮದಲ್ಲಿ ಕೂಗುತ್ತಿದ್ದರು.

ನದಿಯ ನೀರು ಸಮುದ್ರವನ್ನು ಸೇರುವಲ್ಲಿ ಒಂದು ರಭಸವಿತ್ತು– ಅಕಸ್ಮಾತ್ ಆಗಿ ಯಾರಾದರೂ ಸಿಕ್ಕರೆ ಕೊಚ್ಚಿಹೋಗುವಷ್ಟು. ಸಮುದ್ರದ ದಡ ಬರೀ ಮರಳಾದರೆ, ನದಿಯ ದಡದಲ್ಲಿ ಗಿಡ ಗಂಟಿಗಳು ಹಸಿರಾಗಿ ಸೊಂಪಾಗಿದ್ದವು. ಕೆಲ ಮರಗಳು ಬಾಗಿದ್ದವು ಅವುಗಳ ಮೇಲೆ ಹುಡುಗರು ಗುಂಪುಗುಂಪಾಗಿ ಕುಳಿತು ಉಯ್ಯಾಲೆಯಾಡುತ್ತಿದ್ದರು. ಸಂಜೆಯ ಕೆಂಪು ಸಮುದ್ರದ ಮೇಲೆ ಬಿದ್ದು ದಂಡೆಯನ್ನೆಲ್ಲಾ ಕೆಂಪಾಗಿಸಿತ್ತು.

ಸಮುದ್ರದ ದಡದಲ್ಲಿ ಪ್ಲಾಸ್ಟಿಕ್ ಕವರ್ ಹಿಡಿದು ದೊಡ್ಡವರು ಚಿಕ್ಕವರು ಏನನ್ನೋ ಹುಡುಕುತ್ತಿದ್ದರು. ಸಮುದ್ರದ ಅಲೆ ಒಮ್ಮೆ ಬಂದು ಹೋದರೆ ಹುಡುಗರು ಹೋ ಎಂದು ಓಡುತ್ತಿದ್ದರು. ಅಲೆ ತಂದೆರಚಿದ ಕಪ್ಪೆಚಿಪ್ಪನ್ನು ಆಯ್ದು ತಮ್ಮ ತಮ್ಮ ಕವರಿಗೆ ತುಂಬಿಸಿಕೊಳ್ಳುತ್ತಿದ್ದರು. ಇದ್ಯಾವ ಆಟ ಎಂದು ನಾವು ಆ ಹುಡುಗರನ್ನು 'ಏನನ್ನು ಆಯುತ್ತಿದ್ದೀರಿ?' ಎಂದು ಕೇಳಿದೆವು. ಮಳಿ ಎಂದು ಹೇಳಿ, ಮತ್ತೆ ಹಿಂದೆ ಸರಿದ ಅಲೆಯನ್ನನುಸರಿಸಿ ಹುಡುಗರು ಓಡತೊಡಗಿದರು. ದೃಶ್ಯವಾಗಿ ಅದು ತುಂಬಾ ಇಂಟರೆಸ್ಟಿಂಗ್ ಎನ್ನಿಸತೊಡಗಿತು.

ಮಳಿ ಎಂದರೆ ಏನು? ಅದನ್ನ ಏನು ಮಾಡುತ್ತಾರೆ? ಎಂದೆಲ್ಲಾ ಯೋಚಿಸಿದೆವೇ ಹೊರತು ನಮಗಂತೂ ಏನೂ ಗೊತ್ತಿರಲಿಲ್ಲ. ಕೇಳೋಣವೆಂದರೆ ಚಂದ್ರಹಾಸರಿಗೆ ಪರಿಚಯದವರು ಸಿಕ್ಕು ದೀರ್ಘವಾದ ಮಾತುಕತೆಯಲ್ಲಿ ತೊಡಗಿದ್ದರು. ನಮ್ಮ ಹತ್ತಿರವೇ ಅಲ್ಲೇ ಕಲ್ಲುಬಂಡೆಯ ಮೇಲೆ ಒಬ್ಬ ಹೆಂಗಸು ಕೂತು ಹುಡುಗರ ಸಂಭ್ರಮ ನೋಡುತ್ತಿದ್ದಳು. ಅವಳನ್ನು ನೋಡಿದರೆ ಪಕ್ಕಾ ಲೋಕಲ್ ಬ್ಯಾರೀ ಹೆಂಗಸು ಎಂದು ಗೊತ್ತಾಗುತ್ತಿತ್ತು. ನಾನು ಆಕೆಯನ್ನು ಮಾತಾಡಿಸತೊಡಗಿದೆ. ಶಾಂಭವೀ ನದಿಯ ತಟದಲ್ಲಿ ಆಕೆಯ ತಂದೆಯ ಮನೆಯಿತ್ತು. ಅದು ಅಕ್ಟೋಬರ್ ತಿಂಗಳು, ರಜಾ ದಿನಗಳೆಂದು ಮಕ್ಕಳ ಜೊತೆ ತವರಿಗೆ ಬಂದಿದ್ದಳು. ಮಕ್ಕಳಿಗೆ ಇದೆಲ್ಲಾ ಆಕೆಯ ಗಂಡನ ಮನೆಯಲ್ಲಿ ಸಿಗುವುದಿಲ್ಲ, ಆದ್ದರಿಂದ ಅವು ಖುಷಿಯಿಂದ ಆಡುತ್ತಿದ್ದವು. 'ಇವತ್ತು ಅವು ಆರಿಸಿ ತಂದ ಮಳಿಯಿಂದ ಪದಾರ್ಥ ಮಾಡಿಕೊಟ್ಟರೆ ಖುಷಿ ಪಡ್ತಾರೆ' ಎಂದೆಲ್ಲಾ ಹೇಳಿದಳು. 'ಇದರಲ್ಲಿ ಪದಾರ್ಥ ಹೇಗೆ ಮಾಡುತ್ತೀರಿ?' ಎಂದೆ. 'ಹೊರಗಿನ ಚಿಪ್ಪು ತುಂಬಾ ಗಟ್ಟಿ. ಅದಕ್ಕೆ ಚೆನ್ನಾಗಿ ತೊಳೆದು ನೀರಲ್ಲಿ ಕುದಿಸುತ್ತೇವೆ, ಚಿಪ್ಪು ಬಾಯಿ ಬಿಟ್ಟುಕೊಳ್ಳುತ್ತದೆ. ಇಲ್ಲದಿದ್ದರೆ ಮೆಟ್ಟುಗತ್ತಿಯಿಂದ

ಸೀಳಿ ತೆಗೆಯಬೇಕು. ಪದಾರ್ಥ ಮಾತ್ರ ಅದ್ಭುತವಾಗಿರುತ್ತೆ. ಇದೊಂದಿದ್ದರೆ ಯಾವ ತರಕಾರಿಯೂ ಬೇಡ, ಮೀನೂ ಬೇಡ ಅಂಥಾ ರುಚಿ' ಎಂದಳು. 'ನಿಮಗೆಷ್ಟು ಮಕ್ಕಳು?' ಎಂದೆ. 'ಇಬ್ಬರು. ಓ ಅಲ್ಲಿ ಆಡುತ್ತಿದ್ದಾರೆ ನೋಡಿ ಅವರೇ' ಎಂದಳು. ಅಷ್ಟು ಜನ ಮಕ್ಕಳಲ್ಲಿ ಯಾರೆಂದು ನೋಡುವುದು? ಮಳಿಗಳ ಹಾಗೆ ಅವನ್ನೂ ಸಮುದ್ರವೆ ತಂದುಬಿಟ್ಟಿದೆಯೇನೋ ಅನ್ನಿಸಿಬಿಟ್ಟಿತ್ತು. 'ಎರಡೇ ಮಕ್ಕಳು ಸಾಕಾ?' ಎಂದೆ. 'ಈಗೆಲ್ಲಾ ಯಾರು ತುಂಬಾ ಮಕ್ಕಳನ್ನು ಮಾಡಿಕೊಳ್ಳುತ್ತಾರೆ, ಎಲ್ಲಾ ಫ್ಯಾಮಿಲಿ ಪ್ಲಾನಿಂಗು' ಎಂದಳು ಆಕೆ. 'ನಿಮ್ಮಲ್ಲಿ ಅದು ತಪ್ಪಲ್ಲವಾ? ಹಾಗೆ ಮಾಡಿಸಿಕೊಳ್ಳುವ ಹಾಗಿಲ್ಲ ಎನ್ನುತ್ತಾರೆ' ಎಂದೆ ಅಚ್ಚರಿಯಿಂದ. 'ಅದೆಲ್ಲಾ ಹಳೆ ಜಮಾನ ಕಥೆ, ಇಲ್ಲದಿದ್ದರೆ ಮಕ್ಕಳನ್ನು ಓದಿಸುವುದು ಹೇಗೆ? ಒಳ್ಳೆಯ ಜೀವನ ಕೊಡಬೇಕೋ ಬೇಡವೋ' ಎಂದಳು. 'ನಿಮ್ಮ ಯಜಮಾನರು ಒಪ್ಪಿದರೆ?' ಎಂದರೆ, 'ಒಪ್ಪಲಿಕ್ಕೆ ಬೇಕು, ಇದೇನು ನಮ್ಮ ಒಳ್ಳೆಯದಕ್ಕೆ ಮಾತ್ರವೋ? ಅವರಿಗೂ ಲಾಯಕ್ಕಾಗುವುದಲ್ಲಾ! ಈಗೆಲ್ಲ ಹಾಗೆ ಹತ್ತು ಹನ್ನೆರಡು ಮಕ್ಕಳು ಮಾಡಿಕೊಳ್ಳುವುದಿಲ್ಲ ಬಿಡಿ, ಆಗಿನ ಹಾಗೆ ಈಗ ಯುದ್ಧಗಳಿಲ್ಲವಲ್ಲ ಹೆಚ್ಚುಮಕ್ಕಳು ಬೇಕು ಎನ್ನುವುದಕ್ಕೆ' ಎಂದಳು. 'ನೀವು ಹಟ ಹಿಡಿದು ನಿಮ್ಮ ಗಂಡ ತಲ್ಲಾಖ್ ಕೊಟ್ಟುಬಿಟ್ಟರೆ?' ನನಗೆ ಆತಂಕವಾಗುತ್ತಿತ್ತು. ಅದಕ್ಕೆ ಆಕೆ, 'ಯಾಕೆ ಕೊಡ್ತಾರೆ? ಹಾಗೆಲ್ಲಾ ಕೊಡಲಿಕ್ಕಾಗಲ್ಲ. ನಾವು ಸರಿಯಾಗಿ ಸಂಸಾರ ನಿಭಾಯಿಸಿದರೆ ಆಯ್ತು. ಈಗ ನಮ್ಮ ಶರೀಯತ್ತು ಮಾತ್ರವಲ್ಲ, ಕೋರ್ಟ್ ಕೂಡಾ ಇದೆ. ಎರಡೂ ನಮ್ಮ ಹೆಣ್ಣುಮಕ್ಕಳನ್ನು ಬಿಟ್ಟುಕೊಡುವುದಿಲ್ಲ. ಒಂದು ವೇಳೆ ಅವರು ಹಾಗೆ ಹೇಳಿದರೆ ನಾವು ಸುಮ್ಮನೆ ಬಿಡ್ತೀವಾ? ಅದೆಲ್ಲಾ ಸುಲಭದ ಮಾತಲ್ಲ ಬಿಡಿ' ಎಂದಳು. ಅವಳ ದೃಢತೆಯನ್ನು ನೋಡಿ ಅಚ್ಚರಿಯಾಯಿತು. ಬರೀ ಕಥೆಗಳಲ್ಲಿ ನೋಡುವ ಗೋಳಾಡುವ ಪಾತ್ರಗಳಿಗೂ, ನಮ್ಮ ಮಧ್ಯೆ ಎಲ್ಲವನ್ನೂ ಎದುರಿಸುವ ಜೀವಂತವಾದ ಪಾತ್ರಗಳಿಗೂ ಎಂಥಾ ದೊಡ್ಡ ಅಂತರವಿದೆ ಅನ್ನಿಸಿತು.

ಆದರೆ ಶೂಟಿಂಗ್‌ಗಾಗಿ ನಾವು ಈ ಸೀನ್ ಅನ್ನು ಪ್ಲಾನ್ ಮಾಡಿ ನವೆಂಬರ್ ಹೊತ್ತಿಗೆ ಶೂಟ್ ಮಾಡಲಿಕ್ಕೆ ಹೋದರೆ ಅಲ್ಲಿ ಒಂದು ಮಳಿಯೂ ಸಿಗಲಿಲ್ಲ. ಮಕ್ಕಳು ಆಯಲಿಕ್ಕೂ ಬರಲಿಲ್ಲ. ಅದು ಮಳಿಯ ಕಾಲವಲ್ಲ ಎನ್ನುವುದು ಗೊತ್ತಾಯಿತು ಮಳೆಯ ಕಾಲ ಕೊನೆಯಾಗುವ ಹೊತ್ತಿನಲ್ಲಿ ಸಮುದ್ರ ಈ ಮಳಿಗಳನ್ನು ತನ್ನೊಡಲಿನಿಂದ ತಂದು ನೆಲಕ್ಕೆ ಎರಚುತ್ತದೆ. ಅಕಾಲದಲ್ಲಿ ಮಳಿ ಎಲ್ಲಿಂದ ಬರುತ್ತೆ? ಪ್ರಕೃತಿಯೇ ಹೀಗೆ ಎಲ್ಲವನ್ನೂ ಆಯಾ ಕಾಲದಲ್ಲಿ ಮಾತ್ರ ಒದಗಿಸಿಕೊಡುತ್ತದೆ. ನಮಗೆ ಆಸೆಬುರುಕತನ ಜಾಸ್ತಿ ಅದು ಯಾವಾಗಲೂ ಸಿಗಲಿ ಎಂದು ಬಯಸುತ್ತೇವೆ.

ನಾವು ಅಲ್ಲಿದ್ದ ಹುಡುಗರನ್ನು ಕೇಳಿಕೊಂಡಿದ್ದಕ್ಕೆ ನಾಲ್ಕಾರು ಜನ ಬಂದರೂ ದೃಶ್ಯ ಕುತೂಹಲಕಾರಿ ಅನ್ನಿಸಲಿಲ್ಲ. ಅಲ್ಲಲ್ಲಿ ಕೆಲ ಮಳಿ ಸಿಕ್ಕರೂ ಅದು ಚೆನ್ನಾಗಿರಲಿಲ್ಲ.

ಪ್ಲಾಸ್ಟಿಕ್ ಕವರ್‌ನಲ್ಲಿ ಕಾಣಲಿ ಎಂದು ನಾವು ಅದನ್ನೇ ಆಯ್ದುಕೊಂಡೆವು. ಕಡೆಗೆ ಸಂಜೆ ಸೂರ್ಯಾಸ್ತದ ವೇಳೆಗೆ ಪಾತುಮ್ಮ ಮತ್ತು ಅವಳ ಮೊಮ್ಮಗಳು ಮಾತ್ರವೇ ಸಮುದ್ರದ ದಡದಲ್ಲಿ ಮಳಿ ಆಯುವುದನ್ನು ಚಿತ್ರೀಕರಿಸಲಾಯಿತು.

ಶೂಟಿಂಗ್‌ಗೆ ಹೋದಾಗ ಎದುರಾಗುವ ನಿಜವಾದ ಸವಾಲು ಇಂಥಾದ್ದೆ. ನಾವು ಇದೆ ಎಂದು ಹೋದರೆ ಪ್ರಕೃತಿ ತನ್ನೊಡಲನ್ನು ಬರಿದು ಮಾಡಿಕೊಂಡು ಇನ್ನೊಂದೇನನ್ನೋ ತುಂಬಿಕೊಂಡಿರುತ್ತದೆ. ಕಂಡಿದ್ದೆಲ್ಲಾ ಸಿಗುವುದು, ಅಂದುಕೊಂಡ ಹಾಗೆ ಆಗುವುದೇ ನಡೆದರೆ ನಮ್ಮನ್ನು ಹಿಡಿಯುವವರು ಯಾರು? ನಮ್ಮ ಮುಂದಿರುವುದು ದೃಶ್ಯವಾಗಿ ಚೆನ್ನಾಗಿರುತ್ತೆ ಎಂದುಕೊಳ್ಳುವ ಮನಸ್ಸಿಗೆ ಸಮಾಧಾನ ಹೇಳುವುದು ಮಾತ್ರ. ಸಿನಿಮಾಗೂ ನಾವು ಏನೆಲ್ಲಾ ಶಕ್ತಿ ಹಾಕಬಹುದು, ಆದರೆ ಮಾಂತ್ರಿಕತೆಯ ಸ್ಪರ್ಷ ಸಿಕ್ಕದೇ ಹೋದರೆ ಏನು ಮಾಡಿದರೂ ಅದನ್ನು ಮೇಲೆತ್ತಲು ಅಸಾಧ್ಯ. ನನಗೆ ಈಗಲೂ ಅನ್ನಿಸುವುದು, ನಾವು ಮಾಡುವ ಯಾವುದೇ ಕೆಲಸಕ್ಕಾಗಲೀ ಪಂಚಭೂತಗಳ ಬೆಂಬಲ ಬೇಕೇಬೇಕು ಎನ್ನುವುದು.

ಕೆಮ್ಮಣ್ಣು ಊಡೆಯ ಜಿತೇಂದ್ರ

ಹುಡುಕಾಟ ಎನ್ನುವುದೇ ಒಂದು ವಿಚಿತ್ರವಾದ ಪ್ರಕ್ರಿಯೆ. ಅದೊಂದು ರೋಮಾಂಚಕ ಪಯಣ. ನಮ್ಮ ಸೆಟ್‌ನಲ್ಲಿ ಜೀವಂತಿಕೆಯಿಂದ ಓಡಾಡುತ್ತಿದ್ದ ಮೂವರು ಮಕ್ಕಳು, ಅವುಗಳ ಚೇಷ್ಟೆ, ತುಂಟತನ, ಕಳ್ಳಾಟಗಳು ನಮ್ಮನ್ನು ಉಲ್ಲಾಸಿತಗೊಳಿಸುತ್ತಿದ್ದವು. ಆ ಮಕ್ಕಳಲ್ಲಿ ಎರಡು ಮಕ್ಕಳು ನಮಗೆ ಸಿಕ್ಕಿದ್ದು ಈ ಕೆಮ್ಮಣ್ಣು ಊಡೆಯಲ್ಲೇ.

ಕೆಮ್ಮಣ್ಣು ಊಡೆಯವರಾದ ಜಿತೇಂದ್ರ ನಮ್ಮ ಸಿನಿಮಾದ ಲೋಕಲ್ ಆದ ಅರೇಂಜ್ಮೆಂಟ್‌ಗಳನ್ನು ನೋಡಿಕೊಳ್ಳುತ್ತಿದ್ದರು. ಅವರ ಹೆಂಡತಿ ಮತ್ತು ಮಕ್ಕಳೂ ಶೂಟಿಂಗ್‌ನಲ್ಲಿ ನಮ್ಮ ಜೊತೆಗೇ ಇರುತ್ತಿದ್ದರು. ಇದಕ್ಕೆ ಕಾರಣವೂ ಇತ್ತು. ನಮ್ಮ ಸಿನೆಮಾದಲ್ಲಿ ಪಾತುಮ್ಮಾಳ ಮಗಳು ಸಲ್ಮಾಗೆ ಮೂರು ಜನ ಹೆಣ್ಣು ಮಕ್ಕಳು ಎಂದೂ, ನಾಲ್ಕನೆಯದ್ದೂ ಹೆಣ್ಣಾಗಿದ್ದು, ಇನ್ನು ಮಕ್ಕಳಾಗದ ಹಾಗೆ ಸಲ್ಮಾ ಡಾಕ್ಟರ್ ಸಲಹೆಯಂತೆ ಆಪರೇಷನ್ ಮಾಡಿಸಿಕೊಳ್ಳುತ್ತಾಳೆ. ಇದರಿಂದ ಅವಳ ಗಂಡ ಮಹಮದ್ ಕೋಪಗೊಂಡು ತಲ್ಲಾಖ್ ಕೊಟ್ಟುಬಿಡುತ್ತಾನೆ. ಸ್ಪಂದನಾ ಸಲ್ಮಾ ಪಾತ್ರವನ್ನು ಮಾಡುತ್ತಿದ್ದರು. ಅವರು ನೀನಾಸಂನಿಂದ ಬಂದವರಾಗಿದ್ದು ಅನೇಕ ಸಿನೆಮಾ ಸೀರಿಯಲ್ಲುಗಳಲ್ಲಿ ಪಾತ್ರ ಮಾಡಿದ್ದರು. ಪಾತ್ರಕ್ಕೆ ಜೀವ ತುಂಬುವ ಅಪ್ಪಟ ಪ್ರತಿಭಾವಂತೆ. ಅವರ ಮಗಳು ಸ್ಕ್ರೀನ್ ಟೆಸ್ಟ್ ಮಾಡುವ ಹೊತ್ತಲ್ಲಿ ಜೊತೆಗೆ ಬಂದಿದ್ದರಿಂದ ದೊಡ್ಡ ಮಗಳ ಪಾತ್ರಕ್ಕೆ ಹುಡುಗಿ ಸಿಕ್ಕಿಬಿಟ್ಟಿದ್ದಳು. ಇನ್ನಿಬ್ಬರ ಹುಡುಕಾಟದಲ್ಲಿದ್ದೆವು. ಇನ್ನಿಬ್ಬರು ಮಕ್ಕಳು ಜಿತೇಂದ್ರರವರದ್ದು. ಹೀಗಾಗಿ ಜಿತೇಂದ್ರ ತಮ್ಮ ಜೊತೆ ಮಕ್ಕಳನ್ನೂ ದಿನಾ ಕರೆತರುತ್ತಿದ್ದರು. ಮುದ್ದಾದ ಮಕ್ಕಳು ಮೊಲದ ಮರಿಗಳ ಹಾಗಿದ್ದವು. ಇಡೀ ಸೆಟ್‌ನಲ್ಲಿ ಓಡಾಡುತ್ತಿದ್ದರೇ ಜೀವಸಂಚಾರ ಎನ್ನಿಸುತ್ತಿತ್ತು. ಇನ್ನು ಜಿತೇಂದ್ರ ಅಂತೂ ಪಾದರಸದ ಹಾಗೆ ಓಡಾಡುತ್ತಾ ಸದಾ ಮಾತಾಡುತ್ತಲೇ ಇರುತ್ತಿದ್ದರು. ಇಂಥಾ ಕೆಲಸ ಅವರಿಂದ ಆಗಲ್ಲ ಎನ್ನುವ ಹಾಗಿರಲಿಲ್ಲ. ಹೇಳಿದ ಮರುಕ್ಷಣ ಫೋನ್ ತೆಗೆದುಕೊಂಡು ನಮ್ಮಿಂದ ದೂರ ಹೋಗಿ ನಿಂತು ಮಾತಾಡತೊಡಗಿದರೆ ಕೆಲಸ ಆದಂತೆಯೇ ಲೆಕ್ಕ. ಜಿತೇಂದ್ರರಿದ್ದ ಕಾರಣಕ್ಕೆ ಚಂದ್ರಹಾಸರು ಸ್ಕ್ರಿಪ್ಟ್ ಮತ್ತು ಕಲಾವಿದರ ಉಚ್ಚಾರಣೆಯ ಕಡೆಗೆ ಗಮನ ಕೊಡಲಿಕ್ಕೆ ಸಾಧ್ಯವಾಯಿತು. ಆದರೆ ಒಂದು ವಿಷಯದಲ್ಲಿ ಅವರು ತುಂಬಾ ಕಟ್ಟುನಿಟ್ಟಾಗಿರುತ್ತಿದ್ದರು. 'ನಿಮಗೆ ಏನು ಬೇಕಾದರೂ ಕೇಳಿ ಮಾಡಿಕೊಡುವ ಆದರೆ ದುಡ್ಡಿನ ವಿಚಾರ ಮಾತ್ರ ನೀವೇ ಮಾತಾಡಿಕೊಳ್ಳಬೇಕು' ಎಂದು ಮೊದಲೇ ಹೇಳಿಬಿಡುತ್ತಿದ್ದರು. ನಾನೇ ಎಷ್ಟೋ ಸಲ, 'ಯಾಕೆ ಇಷ್ಟೊಂದು ಭಯ' ಎಂದು ತಮಾಷಿ ಮಾಡಿದ್ದೆ. ಮೊದಮೊದಲು ಅವರು ಏನನ್ನೂ ಹೇಳಲಿಲ್ಲ. ನಂತರ ತಮಗೆ ಹೀಗೆ ಬೆಂಗಳೂರಿನ ಸಿನಿಮಾ ತಂಡ ಮಾಡಿದ ವಿಷಯವನ್ನು ವಿವರವಾಗಿ ಬಿಚ್ಚಿಟ್ಟಿದ್ದರು. 'ಯಾರಿಗೋ ಸಹಾಯ ಮಾಡಲಿಕ್ಕೆ ಹೋಗಿ ನಾನ್ಯಾಕೆ ನಿಷ್ಠುರ ಆಗುವುದು ಹೇಳಿ? ಮೇಲಾಗಿ ನನ್ನ ಕೈಯಿಂದ ಹಣ ಕೊಡುವ ಹಾಗೆ ಆಗಬಾರದಲ್ಲ' ಎಂದರು.

ಜಿತೇಂದ್ರರವರನ್ನು ಭೇಟಿಯಾಗಿದ್ದು ತುಂಬಾ ಆಕಸ್ಮಿಕವಾಗಿ. ನಮಗೆ ಶೂಟಿಂಗ್‌ಗಾಗಿ ಉಳಿದುಕೊಳ್ಳುವ ಜಾಗದ ಹುಡುಕಾಟದಲ್ಲಿದ್ದಾಗ ಎಲ್ಲಿಂದಲೋ ಜಿತೇಂದ್ರರ ಹೆಸರು ಕೇಳಿಬಂದಿತ್ತು. ಉಳಿದುಕೊಳ್ಳಲು ಅವರದ್ದೇ ಕೆಲ ರೂಮುಗಳಿವೆಯೆಂದೂ, ಹೀಗೆ ಬಂದವರು ಉಳಿದುಕೊಳ್ಳಬಹುದೆಂದೂ

ಯಾರೋ ಹೇಳಿದ್ದರು. ಆ ಜಾಡನ್ನು ಹಿಡಿದು ಹೊರಟೆವು. ಹಾದಿಯುದ್ದಕ್ಕೂ ಮನೆಯ ವಿಳಾಸ ಕೇಳುತ್ತಾ ಹೊರಟೆವಾದರೂ, ಮನೆ ತುಂಬಾ ಒಳಗೆ, ಮುಖ್ಯರಸ್ತೆಯಿಂದ ತುಂಬಾ ದೂರದಲ್ಲಿತ್ತು. ನಾವು ಹಾದಿ ತಪ್ಪಿದರೆ ಎನ್ನುವ ಆತಂಕ ನಮ್ಮಲ್ಲಿತ್ತು. ಸಣ್ಣ ಟಾರ್ ರಸ್ತೆ, ಅಕ್ಕಪಕ್ಕದಲ್ಲಿ ತೆಂಗಿನ ತೋಟಗಳು ಸಮೃದ್ಧವಾಗಿದ್ದವು. ಸ್ವಲ್ಪ ದೂರ ದಾಟಿದರೆ ಸಮುದ್ರ. ನನಗೋ ಕುತೂಹಲ, ಉಪ್ಪು ನೀರನ್ನೇ ನೆಲದಾಳದಿಂದ ಎತ್ತೊಯ್ದು, ಸಿಹಿಯಾಗಿಸಿ ಎಳೆನೀರಲ್ಲಿ ಇರಿಸುವ ಮರದ ಇಚ್ಛಾಶಕ್ತಿ ಎಷ್ಟು ದೊಡ್ಡದಿರಬೇಕು!

ಹಾದಿಯಲ್ಲಿ ಸಿಗುವ ಸಣ್ಣ ಸಣ್ಣ ಹಳ್ಳಿಗಳಲ್ಲಿ ಜಿತೇಂದ್ರರ ಮನೆಯನ್ನು ಹುಡುಕುತ್ತಾ ಹೊರಟೆವು. ಫೋನ್ ಹಿಡಿದು ಮಾತಾಡುತ್ತಲೇ, 'ಮನೆಯ ಹೊರಗೆ ಬಂದಿದ್ದೇನೆ, ನಾನು ಕಾಣುತ್ತೇನಾ ನೋಡಿ?' ಎಂದೆಲ್ಲ ಹೇಳುವಾಗ ನಮಗೆ ಕಂಡಿದ್ದು ಸಮುದ್ರ. ದಡದಲ್ಲೊಂದು ಅದ್ಭುತವಾದ ಮನೆ ಅದರ ಪಕ್ಕದಲ್ಲಿ ಜಿತೇಂದ್ರ ನಿಂತಿದ್ದರು. ನಾನು ಅದೇ ಅವರ ಮನೆ ಎಂದು ಕಾರನ್ನು ಇಳಿದವಳೇ, 'ಆಹಾ ಮನೆ ಎಷ್ಟು ಚೆನ್ನಾಗಿದೆ' ಎಂದೆ. 'ಇದು ನನ್ನ ಕಸಿನ್‌ದು. ಅವರೆಲ್ಲಾ ಬೆಂಗಳೂರಲ್ಲಿರುತ್ತಾರೆ. ಬಂದಾಗ ಇರಲಿ ಎಂದು ಉಳಿಸಿಕೊಂಡಿದ್ದಾರೆ, ಅದ್ಭುತವಾಗಿದೆ ಮೇಲೆ ನೋಡುವಿರಂತೆ. ಆದರೆ ಶೂಟಿಂಗ್‌ಗೆ ಕೊಡಲ್ಲ. ಒಮ್ಮೆ ನಾನೇ ಕೊಡಿಸಿ ಮನೆಯ ನೆಲವನ್ನೆಲ್ಲ ಗೀಚು ಮಾಡಿ ಹಾಕಿದ್ದರು, ಅದಕ್ಕಾಗಿ ನನ್ನ ಅಣ್ಣನ ಹತ್ತಿರ ಬೈಸಿಕೊಂಡೆ. ಯಾವತ್ತಾದರೂ ಉಳಿಯಲಿಕ್ಕೆ ಬೇಕಾದರೆ ಕೊಡುವಾ ಕೀ ನನ್ನ ಬಳಿಯೇ ಇದೆ' ಎಂದಿದ್ದರು. ನಮ್ಮ ಉದ್ದೇಶಕ್ಕೆ ಸಿಕ್ಕದ ಮೇಲೆ ನೋಡುವುದು ಯಾಕೆ? ಎಂದು ನೋಡಲಿಕ್ಕೆ ಹೋಗಲಿಲ್ಲ.

ಆ ಮನೆಯನ್ನು ನೋಡಿದ ಮೇಲೆ ಜಿತೇಂದ್ರರ ಮನೆ ಸಪ್ಪೆ ಎನ್ನಿಸಿತು. ಸಾಕಷ್ಟು ವಿಶಾಲವೇ ಇದ್ದರೂ, ಅಷ್ಟು ಮಾರ್ಡ್ರನ್ ಲುಕ್ ಆ ಪರಿಸರಕ್ಕೆ ಹೊಂದುವಂತೆ ಇರಲಿಲ್ಲ. ಮಾರ್ಬಲ್ ಹಾಕಿದ್ದ ನೆಲ ಕಾಲಿಟ್ಟರೆ ಜಾರುವಂತಿತ್ತು.

ಸ್ವಂತ ಬಿಸಿನೆಸ್ ಮಾಡುತ್ತಿದ್ದ ಅವರು ಕೆಮ್ಮಣ್ಣು ಊಡೆಯಲ್ಲಿ ಸಾಕಷ್ಟು ಹೆಸರು ಮಾಡಿದ್ದರು. ಸಿನಿಮಾ ಕ್ಷೇತ್ರದಲ್ಲಿ ಏನಾದರೂ ಮಾಡಬೇಕು ಎಂದು ಅವರ ಮನೆಯ ಹಿಂಭಾಗದಲ್ಲಿ ದೊಡ್ಡದೊಂದು ಬಿಲ್ಡಿಂಗ್ ಕಟ್ಟಿದ್ದರು. ಸಿನಿಮಾ ಮಂದಿ ಈ ಭಾಗಕ್ಕೆ ಶೂಟಿಂಗ್‌ಗೆ ಬಂದರೆ ಉಳಿದುಕೊಳ್ಳಲಿಕ್ಕೆ ಅನುಕೂಲಕರವಾದೀತು ಎನ್ನುವ ಉದ್ದೇಶ ಅವರದಿತ್ತು. ನಮಗೂ ಜಾಗ ಕಡಿಮೆ ದುಡ್ಡಿಗೆ ಸಿಕ್ಕರೆ ಒಳ್ಳೆಯದೇ ಅಲ್ಲವೇ?

ನಮಗಾಗಿ ಒಂದಿಷ್ಟು ತಿಂಡಿಯನ್ನು ಮಾಡಿಸಿದ್ದರು. ಜಿತೇಂದ್ರರೇ ನಮಗೆ ತಂದುಕೊಟ್ಟರು. ಸಂಜೆಯಾದ್ದರಿಂದ ನಮಗೂ ಏನಾದರೂ ಬೇಕು ಎನ್ನಿಸುತ್ತಿತ್ತು. ತಿಂಡಿ ಹಿತಕರವಾಗಿತ್ತು. ಮಾತು ಹೀಗೆ, ಹಾಗೆ ಹೊರಳಿ, 'ನಿಮಗೆ ಜನರೇಟರ್

ಯುನಿಟ್ ಎಲ್ಲಾ ಬೇಕಲ್ಲವಾ? ನಮ್ಮವರೇ ಇದ್ದಾರೆ ನೋಡಿ' ಎಂದಿದ್ದರು. ಬೇಕುಗಳು ಒಂದು ಸಿನೆಮಾಗೆ ತುಂಬಾ ಇರುತ್ತದೆ. ಹಣ ಕೊಟ್ಟರೂ ಸಮಯಕ್ಕೆ ಒದಗಿಸುವವರು ಅಗತ್ಯ. 'ಒಳ್ಳೆಯದೇ ಆಯಿತು. ತಿಳಿದವರೊಬ್ಬರಿದ್ದಾರೆ ಎಂದರೆ ವ್ಯವಹಾರ ಸ್ಮೂತ್ ಆಗಿ ಹೋಗುತ್ತದೆ.' ಬಿಲ್ಡಿಂಗ್ ನೋಡಲು ಬಂದವರು ಯುನಿಟ್ ಬಗ್ಗೆ ಮಾತಾಡತೊಡಗಿದೆವು. ಹೊರಗಿನಿಂದ ಮುದ್ದಾದ ಎರಡು ಪುಟ್ಟ ಪುಟ್ಟ ಮಕ್ಕಳು ಬಂದವು. ಅವನ್ನು ನೋಡಿ ನಮಗೆ ತುಂಬಾ ಸಂತೋಷವಾಯಿತು. ನಾವು ಬಂದಿದ್ದು ಯಾತಕ್ಕೋ ಸಿಕ್ಕಿದ್ದು ಮಾತ್ರ ಇನ್ನೇನೋ. ನಾವು ಕನಸುತ್ತಿದ್ದ ಪಾತ್ರಗಳು ಕಣ್ಣ ಮುಂದೆ ಜೀವಂತವಾಗಿ ಬಂದಾಗ ಹೇಳಲಿಕ್ಕಾಗದ ಸಂತೋಷ. ನಮ್ಮ ಪಾತ್ರಗಳಿಂದ ಅವುಗಳನ್ನು ನೋಡುತ್ತೇವೋ, ಅವುಗಳಿಂದ ನಮ್ಮ ಪಾತ್ರಗಳು ಸ್ಪಷ್ಟವಾಗುತ್ತದೋ ಹೇಳುವುದು ಕಷ್ಟ. ಆಡಿ ಬಂದಿದ್ದವು ಸುಸ್ತಾದ ಮುಖದಲ್ಲಿ ನಮ್ಮನ್ನು ನೋಡಿ ಯಾರಿವರು? ಎನ್ನುವ ಭಾವ ಮಿಂಚುತ್ತಿತ್ತು. 'ನನ್ನ ಮಕ್ಕಳು' ಎಂದರು ಜಿತೇಂದ್ರ. ಹೇಳದಿದ್ದರೂ ಅರ್ಥವಾಗುತ್ತಿತ್ತು. ಒಳಗಿಂದ ಅವರ ಮನೆಯವರೂ ಚಹಾದ ಕಪ್ಪುಗಳೊಂದಿಗೆ ಬಂದರು. ಏನೆಲ್ಲಾ ಮಾತಾಡುತ್ತಿದ್ದರೂ ನನಗೆ ಆ ಮಕ್ಕಳ ಮೇಲೆ ಕಣ್ಣು. ಮಕ್ಕಣೆ ಧರಿಸಿ ಮುಸ್ಲಿಂ ಮಕ್ಕಳ ಹಾಗೆ ಎದುರು ನಿಂತರೆ ಹೇಗಿರುತ್ತೆ ಎನ್ನುವ ಕಲ್ಪನೆ. ಮಕ್ಕಳು ಯಾವ ವೇಷ ಧರಿಸಿದರೂ ಚೆನ್ನವೇ. ಕೃಷ್ಣನೋ ರಾಮನೋ, ಏಸುವೋ, ಯಾವ ವೇಷ ಧರಿಸಿದರೂ ಅದೇ ಆಗುವ ಶಕ್ತಿ ಅವುಗಳಿಗಿರುತ್ತದೆ. ಅವರ ತಿಳಿ ಮನಸ್ಸು ಮುಖದಲ್ಲಿ ಮುಗ್ಧತೆಯನ್ನು ಪ್ರತಿಫಲಿಸುತ್ತದೆ.

ಪಂಚಾಕ್ಷರಿಗೆ ಆ ಕ್ಷಣ ವಹಿವಾಟಿನ ಚಿಂತೆ. ನನಗೆ ಮಾತ್ರ ಆ ಮಕ್ಕಳನ್ನು ಹೇಗೆ ಕೇಳುವುದು? ಅವರು ಆ್ಯಕ್ಟ್ ಮಾಡಿಸಲ್ಲ ಎಂದರೆ ಏನು ಮಾಡುವುದು ಎನ್ನುವ ಚಿಂತೆ.

ಬಿಲ್ಡಿಂಗ್ ನೋಡಿಕೊಂಡು ಬಂದೆವು. ಸಾಧಾರಣವಾಗಿತ್ತು, ಒಂದು ದಿನ ನಾಲ್ಕಾರು ಜನ ಉಳಿಯಲಿಕ್ಕೆ ಯಾವ ತೊಂದರೆಯೂ ಇರಲಿಲ್ಲ. ಆದರೆ ನಾವು ಬಹು ಜನ ಇದ್ದಿದ್ದರಿಂದ ಶೂಟಿಂಗ್‌ನಲ್ಲಿ ಅಲ್ಲೇ ಉಳಿಯುವ ಡೀಲ್ ಕುದುರಲಿಲ್ಲ. ಆದರೆ ಯುನಿಟ್ ಮಾತ್ರ ಫೈನಲ್ ಆಯ್ತು. ಇನ್ನೇನು ಹೊರಡುವಾಗ ನಾನು ಪಂಚಾಕ್ಷರಿಗೆ 'ಈ ಹುಡುಗರು ನಮ್ಮ ಶೂಟಿಂಗ್‌ಗೆ ಸಿಕ್ಕರೆ ಎಷ್ಟು ಚೆನ್ನಾಗಿರುತ್ತೆ ಅಲ್ವಾ?' ಎಂದೆ. ಜಿತೇಂದ್ರ ಮೊದಲು 'ಬೇಡ ಬಿಡಿ ಮೇಡಂ' ಎಂದರು. 'ನೋಡಿ ಸಾರ್ ನಿಮ್ಮ ಜೊತೆಯೇ ಇರ್ತಾರೆ, ಯಾವ ತೊಂದರೆಯೂ ಆಗಲ್ಲ. ಮೇಲಾಗಿ ನಿಮ್ಮದೇ ಸಿನಿಮಾ ಅಲ್ವಾ?' ಎಂದೆ. ಒಮ್ಮೊಮ್ಮೆ ಹೀಗೆ ಮಾತಾಡುವಾಗ ಮನಸ್ಸಿಂದ ಮಾತಾಡಿದರೂ ಎಮೋಷನಲ್ ಬ್ಲಾಕ್‌ಮೇಲ್ ಮಾಡ್ತಾ ಇದೀನೇನೋ ಅನ್ನಿಸಿ ನನಗೆ ನಾಚಿಕೆ ಅನ್ನಿಸುತ್ತೆ. ಆರಂಭದಲ್ಲಿ ಹುಡುಗರನ್ನು ಹೇಗೆ ಕರೆತರುವುದು? ಎಂದಾಗ ಆ ಜವಾಬ್ದಾರಿಯನ್ನು ನನ್ನ ಮೇಲೆ ಹಾಕಿ. ಮುಕ್ಕಚ್ಚೇರಿಯ ಇಬ್ಬರು

ಹುಡುಗರನ್ನು ಕೇಳಿದರಾಯ್ತು, ಸಹಜವಾಗಿ ಕಾಣ್ತಾರೆ ಎಂದಿದ್ದರು ಪಂಚಾಕ್ಷರಿ. ಅದು ಆಗದ ಮಾತೆಂದು ಇಬ್ಬರಿಗೂ ಗೊತ್ತಿತ್ತು. ನನ್ನ ಮಾತಿನಿಂದ ಜಿತೇಂದ್ರರಿಗೂ ಆಸೆ ಬಂತಾದರೂ, ತೀರ್ಮಾನ ತೆಗೆದುಕೊಳ್ಳಲು ಆಗುತ್ತಿಲ್ಲ ಎನ್ನಿಸಿತು ಅವರ ಮುಖಭಾವ.

ಜಿತೇಂದ್ರ ಅವರ ಹೆಂಡತಿಯನ್ನು ಕೇಳಿದರು. ನಾನು, ಪಂಚಾಕ್ಷರಿ ಆಕೆಗೂ ಬಲವಂತ ಮಾಡಿದೆವು. ಪಾಪ ಅವರಿಗೆ ಏನು ಹೇಳಬೇಕು ಎಂದು ಗೊತ್ತಾಗಲಿಲ್ಲ. 'ಆದರೆ ಮಕ್ಕಳಿಗೆ ಸ್ಕೂಲ್ ಹೋಗುತ್ತದಲ್ಲಾ?' ಎಂದಿದ್ದರು. 'ಅದೆಲ್ಲ ನಾವು ನೋಡೋಣ, ಶನಿವಾರ, ಭಾನುವಾರಗಳಂದೇ ಪ್ಲಾನ್ ಮಾಡೋಣ' ಎಂದಿದ್ದೆ. ಅದಕ್ಕೆ ಪಂಚಾಕ್ಷರಿ ಕೂಡ ಒಪ್ಪಿದ್ದರು. ಆಮೇಲೆ ಮಕ್ಕಳಿಗೋಸ್ಕರ ಪೇಮೆಂಟ್ ಆರ್ಟಿಸ್ಟ್‌ಗಳಿಗೆ ಈಗ ಕೊಟ್ಟಿರುವ ಡೇಟ್ಸ್ ಅನ್ನು ಬದಲಿಸಲಾಗುವುದಿಲ್ಲ ಎಂದು ಖಡಾಖಂಡಿತವಾಗಿ ಹೇಳಿಬಿಟ್ಟರು. ನಂತರ ಆ ಮಕ್ಕಳಿಗೆ ರಜಾ ಹಾಕಿಸಿ ಕರೆತರಬೇಕಾಯಿತು. ಜಿತೇಂದ್ರರಿಗೆ ಮಕ್ಕಳನ್ನು ಸಿನೆಮಾದಲ್ಲಿ ಕಾಣಬೇಕು ಅನ್ನಿಸಿದ್ದರಿಂದ ಅವರೂ ಪ್ರತಿ ಮಾತನ್ನ ಹೇಳಲಿಲ್ಲ. ನಾವು ಕೇಳಿದಾಗ ನಮ್ಮ ಬಲವಂತಕ್ಕೆ ಅವರೂ ಮಣಿದ ಹಾಗೆ ಅನ್ನಿಸಿತು. ಹೀಗೆ ನಮಗೆ ಬೇಕಾದ ಮೂರು ಮುದ್ದಾದ ಮಕ್ಕಳು ಸಿಕ್ಕರು.

ಸುಖೇಶ್

ಮುಲ್ಕಿಯ ಮನೆಯಲ್ಲಿ ಸೆಖೆ ಇದ್ದರೂ ಮುಕ್ಕಚ್ಚೇರಿಯಲ್ಲಿದ್ದಷ್ಟು ಇರಲಿಲ್ಲ. ಮುಕ್ಕಚ್ಚೇರಿಯಲ್ಲಿ ಮನುಷ್ಯರೇ ಕರಗಿಹೋಗುತ್ತೀವಿ, ಇಲ್ಲಾಂದ್ರೆ ಸೀದು ಹೋಗುತ್ತೀವಿ ಎನ್ನುವಷ್ಟು ಬಿಸಿಲು ಸೆಖೆ ಇತ್ತು. ಬೆಂಗಳೂರಿನಿಂದ ಮಂಗಳೂರಿಗೆ ಹೊರಟಾಗ ಮಾರ್ಕೆಟ್‌ನಲ್ಲಿ ನಮಗೆ ಬೇಕಾದ ವಸ್ತುಗಳ ಖರೀದಿಗೆ ಹೋದಾಗ ಐದು ಒಂದೇ ಥರದ ಹ್ಯಾಟ್‌ಗಳನ್ನು ತಂದಿದ್ದೆ, ಕಲಾ ವಿಭಾಗದ ನಮ್ಮ ಮೂವರಿಗೆ, ಡೈರೆಕ್ಟರ್‌ಗೆ ಮತ್ತು ಇನ್ನೊಂದು ಯಾರು ಬೇಕಾದರೂ ಬಳಸಲಿ ಎಂದು. ಆದರೆ ಮೊದಲ ದಿನವೇ ಆ ಹ್ಯಾಟುಗಳು ಎಲ್ಲೆಲ್ಲೋ ಹೋಗಿ ಕಡೆಗೆ ಮಕ್ಕಳ ಆಟಿಕೆಯಾಗಿ ಅದರಲ್ಲಿ ಮರಳನ್ನು ತುಂಬಿಸಿಟ್ಟುಬಿಟ್ಟಿದ್ದರು.

ಬಿಸಿಲನ್ನು ತಡೆಯಲಾಗದೆ, ಸೆಖೆಯಾದರೂ ಪರವಾಗಿಲ್ಲ ನನಗೊಂದು ಮಕ್ಕಣೆ ಇದ್ದಿದ್ದರೆ ಎಷ್ಟು ಚೆನ್ನಾಗಿರುತ್ತಿತ್ತು ಎಂದುಕೊಳ್ಳುತ್ತಿದ್ದೆ. 'ನೀವು ಹಾಕ್ತೀರಾ ನಮ್ಮ ಹಾಗೆ? ಅಲ್ಲ ಇಲ್ಲಿಗೆ ಬಂದು ನಮ್ಮವರೇ ಆಗಿಬಿಡುತ್ತಿದ್ದೀರಲ್ಲಾ!' ಎಂದು ಹಸೀನಮ್ಮ ನಕ್ಕಿದ್ದಳು. 'ಏನು ಮಾಡುವುದು? ಈ ಬಿಸಿಲು ಸೆಖೆ ತಡಿಲಿಕ್ಕಾಗುವುದಿಲ್ಲ' ಎಂದು ಅಲವತ್ತುಕೊಂಡಿದ್ದೆ. 'ದೊಡ್ಡ ಷಾಪ್‌ಗೆ ಹೋದರೆ ಸಿಗುತ್ತೆ. ನಿಮಗೆ ಸಮಯವೇ ಇಲ್ಲವಲ್ಲ?! ಏನು ಮಾಡ್ತೀರಾ?' ಎಂದು ಹಸೀನಮ್ಮ ಬೇಸರಿಸಿಕೊಂಡಿದ್ದಳು. 'ಹೋದಾಗ ತಂದುಕೊಟ್ಟುಬಿಡಿ. ಇಲ್ಲಿನ ನೆನಪಿಗೆ ಇರಿಸಿಕೊಳ್ಳುತ್ತೇನೆ' ಎಂದಿದ್ದೆ. 'ನೆನಪು ವಸ್ತುಗಳಲ್ಲಿ ಇರಲ್ಲ, ಇಲ್ಲಿ ಇರುತ್ತೆ' ಅಂತ ತನ್ನ ಹೃದಯವನ್ನು ಮುಟ್ಟಿ ಹೇಳಿದ್ದಳು ಹಸೀನಮ್ಮಾ. ನಿಜ ಅನ್ನಿಸಿದರೂ ಕಣ್ಣಿಗೆ ಕಾಣುವುದರಲ್ಲೇ ಎಲ್ಲವನ್ನೂ ಹುಡುಕುವ ದೃಶ್ಯ ಮಾಧ್ಯಮದವರಿಗೆ ಹುಡುಕಾಟ ಕಾಣುವುದರಲ್ಲಿ ಮಾತ್ರವೇ ಇರುತ್ತದೆ. ನಮ್ಮ ಈ ಮಾತುಕಥೆಗಳ ನಡುವೆ ಆಚೆ ಮನೆಯ ಹುಡುಗಿ ಬಂದು ನಾನು ಹೊದ್ದುಕೊಂಡಿದ್ದ ವೇಲ್‌ನಲ್ಲೆ ಹೇಗೆ ಮುಖವನ್ನು ಪೂರ್ಣವಾಗಿ ಮುಚ್ಚಿಕೊಳ್ಳಬಹುದು ಎನ್ನುವುದನ್ನು ತೋರಿಸಿಕೊಟ್ಟಿದ್ದಳು. ವೇಲ್ ಅನ್ನು ವಿ ಆಕಾರದಲ್ಲಿ ಮಡಚಿ ಹಣೆಯ ಮೇಲುಭಾಗ ಮುಚ್ಚುವಂತೆ ಹೊದ್ದು, ಮಿಕ್ಕ ಬಟ್ಟೆಯನ್ನು ಕಣ್ಣುಗಳನ್ನು ಮಾತ್ರ ಬಿಟ್ಟು ಮಿಕ್ಕೆಲ್ಲಾ ಕವರ್ ಆಗುವಂತೆ ತಂದ ನಂತರ ತುದಿಗಳನ್ನು ತಲೆಯ ಹಿಂಭಾಗಕ್ಕೆ ತೆಗೆದುಕೊಂಡು ಹೋಗಿ ಕಟ್ಟಿಬಿಟ್ಟಳು. ನನಗದು ಅಚ್ಚರಿ, ಹೀಗೆ ಇದರಿಂದ ಮುಖವನ್ನು ಮುಚ್ಚಿಕೊಳ್ಳಬಹುದು ಎಂದು. ಎಷ್ಟು ಸಲ ಪ್ರಯತ್ನಪಟ್ಟಿದ್ದೆನೋ ನನಗೆ ಗೊತ್ತಿಲ್ಲ. ಹೊಟೇಲ್ ರೂಂಗೆ ಬಂದ ಮೇಲೂ ಪ್ರಯತ್ನಪಡುತ್ತಿದ್ದೆ. ಕಡೆಗೆ ಒಮ್ಮೆ ಬಂದೇ ಬಿಟ್ಟಿತು. ನಂತರದ ದಿನಗಳಲ್ಲಿ ಅದು ನನಗೆ ತುಂಬಾ ಉಪಯೋಗಕ್ಕೆ ಬಂತು ಮತ್ತು ಮಕ್ಕಣೆಯನ್ನು ಕೊಳ್ಳುವ ಅವಶ್ಯಕತೆ ಕೂಡಾ ಬೀಳಲಿಲ್ಲ. ನಾನು ಹಾಗೆ ವೇಲ್‌ನಿಂದ ಮುಖವನ್ನು ಮುಚ್ಚಿಕೊಂಡಾಗ, ಎಲ್ಲರೂ 'ನೀವೀಗ ಟೆರರಿಸ್ಟ್ ಕೂಡಾ ಆಗಬಹುದು, ಯಾರೂ ನಿಮ್ಮನ್ನು ಗುರುತು ಹಿಡಿಯೊಲ್ಲ' ಎಂದು ರೇಗಿಸುತ್ತಿದ್ದರು. ಪುಟ್ರಾಜು, 'ಹೆಣ್ಣುಮಕ್ಕಳು ನೀವು ಹೇಗೋ ದಾರಿಗಳನ್ನು ಕಂಡುಕೊಳ್ಳುತ್ತೀರಿ ನಮಗೆ ಮಾತ್ರ ಏನೂ ಇರಲ್ಲ ನೋಡಿ' ಎಂದಿದ್ದ. ಮುದ್ದಾಗಿದ್ದ ಅವನ ಬಿಳಿ ಕೆನ್ನೆಯ ಮೇಲೆ ಕಪ್ಪು ಕಪ್ಪು ಚುಕ್ಕಿಗಳು ಮೂಡಿದ್ದವು.

ಎರಡನೇ ದಿನದ ಮುಕ್ಕಚ್ಚೇರಿಯ ಶೂಟಿಂಗ್ ಹೊತ್ತಿಗೆ (ದಿನಾ ಒಂದೇ ಕಡೆ ಶೂಟಿಂಗ್ ಮಾಡುತ್ತಿರಲಿಲ್ಲವಾದ್ದರಿಂದ ಅದು ನಾಲ್ಕೋ ಐದನೇ ದಿನವೋ ಆಗಿತ್ತು) ದೊಡ್ಡ ಸಮಸ್ಯೆ ಬಂತು. ಬಳಸುತ್ತಿದ್ದ ರೆಡ್ ಎಪಿಕ್ ಕ್ಯಾಮೆರಾ ಸಣ್ಣ ವಿವರಗಳನ್ನೂ ಸಮರ್ಥವಾಗಿ ತೋರಿಸಬಲ್ಲದ್ದಾಗಿತ್ತು. ಕ್ಲೋಸ್‌ಅಪ್‌ನಲ್ಲಂತೂ ಸೆಖೆಗೆ ಇದ್ದಿದ್ದೂ ಮುಖವೆಲ್ಲಾ ಎಣ್ಣೆ ಎಣ್ಣೆಯಾಗಿ ಕ್ಯಾಮೆರಾದಲ್ಲಿ ಹೊಳೆಯುವಂತೆ ಕಾಣಿಸತೊಡಗಿತು. ಕ್ಯಾಮೆರಾಮನ್ ಅಶೋಕ್ ವಿ ರಾಮನ್ 'ಟಚ್ ಅಪ್ ಕೊಡಿ' ಎಂದು ಪ್ರತಿ ಶಾಟ್‌ಗೂ ಕೇಳತೊಡಗಿದರು. ಕೊಡುವವರು ಯಾರು? ಎಲ್ಲವನ್ನೂ

ಸಹಜವಾಗಿಯೇ ಶೂಟ್ ಮಾಡುವ ಉದ್ದೇಶವಿದ್ದಿದ್ದರಿಂದ ಮೇಕಪ್‌ನ ಅವಶ್ಯಕತೆ ಇಲ್ಲ ಎಂದು ಭಾವಿಸಿದ್ದೆವು. ಹಾಗೇನಾದರೂ ಆದರೆ ಇರಲಿ ಎಂದು ಒಂದಿಷ್ಟು ಸಾಫ್ಟ್ ಟಿಷ್ಯೂಗಳನ್ನು, ವೆಟ್ ಟಿಶ್ಯೂಗಳನ್ನು ತಂದಿರಿಸಿಕೊಂಡಿದ್ದೆವು. ಅದನ್ನೆ ಜಯಶ್ರೀಯವರಿಗೆ ಕೊಟ್ಟೆವು. ಅವರೇ ಹೇಗೆ ತೆಗೆದುಕೊಳ್ಳುತ್ತಾರೆ? ಅವರು ಒತ್ತಿ ತೆಗೆದರೂ ಪೂರ್ತಿ ಹೋಗುತ್ತಿರಲಿಲ್ಲ. ಅದನ್ನು ತೆಗೆಯಲಿಕ್ಕೆ ನಾವೇ ಯಾರಾದರೂ ಹೋಗಬೇಕಿತ್ತು. ಇದೆಲ್ಲಾ ಆಗದ ಕೆಲಸ, ನಾವು ನಮ್ಮ ಕೆಲಸ ಮಾಡಿದರೆ ಸಾಕು ಎನ್ನುವಷ್ಟಿತ್ತು. ಟೆನ್ಷನ್‌ಗಳಲ್ಲಿ ಇದನ್ನು ಬಿಟ್ಟು ಬಂದೆವು, ಅದನ್ನು ತರಲಿಲ್ಲ, ಈಗಲೇ ಬೇಕು ಎನ್ನುವ ಅನೇಕ ವಸ್ತುಗಳನ್ನು ಜೋಡಿಸುವಲ್ಲೇ ಹೈರಾಣಾಗುತ್ತಿದ್ದೆವು. ಪ್ರತಿ ಸಲ ಕಂಟಿನ್ಯುಟಿಗಾಗಿ ನಮ್ಮ ಮೊಬೈಲ್‌ನಲ್ಲೇ ಫೋಟೋಗಳನ್ನು ತೆಗೆದುಕೊಳ್ಳುತ್ತಿದ್ದರೂ ಕೆಲ ಸಂಗತಿಗಳು ತಪ್ಪಿಬಿಡುತ್ತಿದ್ದವು. ಮೇಲಾಗಿ ಎಡಬಿಡಂಗಿಗಳು. ನಾನೇ ಕಟ್ ಎಂದ ಪ್ರತಿಸಲ ಓಡಿಹೋಗಿ ಸ್ವೆಟ್ ತೆಗೆಯುವುದು ಎಷ್ಟು ಕಷ್ಟದ ಕೆಲಸ ಎನ್ನುವುದು ಒಂದೇ ದಿನಕ್ಕೆ ಅರ್ಥವಾಗಿಬಿಟ್ಟಿತ್ತು. ನನ್ನಿಂದಾಗಿ ಜಯಶ್ರೀಯವರೂ ಸಾಕಷ್ಟು ಒದ್ದಾಡಿದರು. ಯಾಕೆಂದರೆ ಆ ಪ್ರೊಫೆಷನ್ ಗೊತ್ತಿರದ ನಾನು ಅವರಿಗೆ ಜೋರಾಗಿ ಒತ್ತಿ ಮುಖದಲ್ಲಿನ ಪಸೆಯನ್ನು ತೆಗೆಯುವಾಗ ನೋವುಂಟು ಮಾಡಿದ್ದೆ. 'ನಾನೇ ಮಾಡಿಕೊಳ್ಳುತ್ತೇನೆ ಬಿಡಿ' ಎಂದಿದ್ದರು ಬೇಸರವನ್ನು ತೋರಿಸಿಕೊಳ್ಳದೆ.

'ಸ್ವೆಟ್ ತೆಗೀಲಿಕ್ಕೆ ಮಾತ್ರ ಬೇರೇನೂ ಮೇಕಪ್ ಬೇಡ' ಎಂದು ಪಂಚಾಕ್ಷರಿ ಜಿತೇಂದ್ರರಲ್ಲಿ ಹೇಳಿದ್ದರು. ಜಿತೇಂದ್ರರಿಗೆ ಲೋಕ ಸಂಪರ್ಕ ತುಂಬಾ ಇದ್ದಿದ್ದರಿಂದ ಮಾರನೆಯ ದಿನಕ್ಕೇ ವ್ಯವಸ್ಥೆ ಮಾಡಿಕೊಟ್ಟರು. ತುಳು ಸಿನಿಮಾಗಳಿಗೆ ಮೇಕಪ್ ಅಸಿಸ್ಟೆಂಟ್ ಆಗಿ ಕೆಲಸ ಮಾಡುತ್ತಿದ್ದ ಸುಖೇಶ್ ನಮ್ಮ ತಂಡವನ್ನು ಸೇರಿಕೊಂಡಿದ್ದ. ದಿನಕ್ಕೆ ಸಾವಿರ ರೂಪಾಯಿಗಳನ್ನು ಎಣಿಸುತ್ತಿದ್ದ ಅವನು ನಮ್ಮಲ್ಲಿ ಬರೀ ಐನೂರಕ್ಕೆ ಒಪ್ಪಿ ಬಂದಿದ್ದ. ಅಬ್ಬಬ್ಬಾ ಎಂದರೆ ಅವನಿಗೆ ಇಪ್ಪತ್ತೆರಡರ ಆಸುಪಾಸು. ಅವರ ಅಪ್ಪನದ್ದು ಸಣ್ಣ ಬಿಸಿನೆಸ್. ಅದನ್ನ ನೋಡಿಕೊಂಡರೆ ಸಾಕು ಎಂದು ಹೇಳಿದ್ದರೂ, ಸಿನಿಮಾ ಹುಚ್ಚಿಗೆ ಬಿದ್ದು, ಮೇಕಪ್ ಕಿಟ್ ಅನ್ನು ಹೆಗಲಿಗೆ ಹಾಕಿಕೊಂಡು, ಕೈಲೊಂದು ಕನ್ನಡಿ ಹಿಡಿದು ಹೊರಟುಬಿಟ್ಟಿದ್ದ. ತುಂಬಾ ಸ್ಟೈಲಿಷ್ ಆಗಿದ್ದ ಆ ಹುಡುಗ ಜಿತೇಂದ್ರರಿಗೆ ತುಂಬಾ ಹತ್ತಿರದವ ಅನ್ನಿಸಿದ್ದು ಅವನು ಅವರ ಜೊತೆ ನಡೆದುಕೊಳ್ಳುತ್ತಿದ್ದ ರೀತಿಯಿಂದ. ಹೀಗೆ ನಮ್ಮ ಸೆಟ್‌ನಲ್ಲಿ ನಾವು ಬೇಡ ಅಂದುಕೊಂಡಿದ್ದ ಮೇಕಪ್‌ಮನ್ ಕನ್ನಡಿಯ ಸಮೇತ ಪ್ರತ್ಯಕ್ಷವಾಗಿ ಶೂಟಿಂಗ್ ಕಳೆಯನ್ನು ಹೆಚ್ಚು ಮಾಡಿದ್ದ.

ಸುಖೇಶ್ ತಲೆಕೂದಲಿಗೆ ಎರಡು ಮೂರು ಥರದ ಬಣ್ಣ ಹಚ್ಚಿದ್ದರಿಂದ ಒಂದೊಂದು ಆ್ಯಂಗಲ್‌ನಲ್ಲಿ ಒಂದೊಂದು ಥರಾ ಕಾಣ್ತೇಯ ಎಂದು ರೇಗಿಸುತ್ತಿದ್ದೆವು. ನಮ್ಮ ರೇಗಿಸುವಿಕೆಗೆ ಸಣ್ಣಗೆ ನಕ್ಕು ಸುಮ್ಮನಾಗುತ್ತಿದ್ದ. ಬೆಳಗ್ಗೆ ಬಂದರೆ ಹೆಚ್ಚು ಮಾತಾಡದೆ ತನ್ನ ಪಾಡಿಗೆ ತಾನು ಸುಮ್ಮನೆ ಕೆಲಸ ಮಾಡುತ್ತಾ

ಇದ್ದು ಬಿಡುತ್ತಿದ್ದ. ಕೂಗಿದ ತಕ್ಷಣ ಓಡಿಬರುತ್ತಿದ್ದ, ಸ್ವಲ್ಪ ತಡ ಆದರೂ ಏನಾದರೂ ಅನ್ನಬಹುದು ಎನ್ನುವ ಅತಂಕದಲ್ಲಿ. ಅವನ ತಲೆಯನ್ನೇ ಗಮನಿಸಿದರೆ ಕೋಳಿ ಪುಕ್ಕದ ಹಾಗೆ ಕಾಣುತ್ತಿತ್ತು. ಹಿಂದೆ ಎಲ್ಲರೂ ಅವನನ್ನು ಸ್ಟೈಲಿಷ್ ಸುಖೇಶ್, ಕೋಳಿಪುಕ್ಕ ಎಂದೆಲ್ಲಾ ಕರೆಯುತ್ತಿದ್ದರು. ಅದು ಗೊತ್ತಾದಾಗ ಮಾತ್ರ, 'ನಿಮ್ಮ ತಂಟೆಗೆ ನಾನು ಬಂದಿದ್ದೇನಾ? ನೀವೆಂತಕ್ಕೆ ನನ್ನ ಹಂಗಿಸುವುದು? ನನ್ನ ಕೂದಲು ನನ್ನಿಷ್ಟ. ನಿಮಗಿಷ್ಟ ಆದರೆ ಹತ್ತು ಬಣ್ಣ ಹಾಕಿಕೊಳ್ಳಿ, ನೀವು ಹೇಗೆ ಕಾಣಬೇಕು ಎನ್ನುವುದನ್ನು ನೀವು ತೀರ್ಮಾನ ಮಾಡಿಕೊಳ್ಳಿ' ಎಂದು ಸುಖೇಶ್ ರೇಗಿದ್ದ.

ನಾನೊಮ್ಮೆ ಆತನನ್ನು 'ಯಾಕೆ ಸುಖೇಶ್ ನಿಮ್ಮ ತಂದೆಯ ಬಿಸಿನೆಸ್ ಮುಂದುವರೆಸಲಿಲ್ಲ?' ಎಂದು ಕೇಳಿದ್ದಕ್ಕೆ, 'ಅದರ ಪಾಡಿಗೆ ಅದು ನಡೀತಾ ಇದೆ. ಅದರಲ್ಲಿ ನನಗೆ ಸುಖ ಕಂಡಿಲ್ಲ. ನಾನೂ ಅಲ್ಲೇ ಹೋದರೆ ಸ್ವಲ್ಪ ವ್ಯಾಪಾರ ಜಾಸ್ತಿಯಾಗಬಹುದು, ಆದರೆ ಎಂದಾದರೂ ಮಾತಿಗೆ ಮಾತು ಬಂದು 'ನೀನೇನು ಮಾಡಿದೆ? ನಾನು ಮಾಡಿದ್ದನ್ನು ಮುಂದುವರಿಸಿದೆ' ಎಂದು ಅಪ್ಪ ಹೇಳುವುದು ಗ್ಯಾರೆಂಟಿ. ಹಾಗೆ ಹೇಳಿಸಿಕೊಳ್ಳಬಾರದು ಎಂದರೆ ನನ್ನದೂ ಒಂದು ಪ್ರಯತ್ನ ಇರಬೇಕು. ಇವತ್ತು ಅಸಿಸ್ಟೆಂಟ್, ನಾಳೆ ಮೇಕಪ್‌ಮನ್. ಅದೃಷ್ಟ ಚಂದ ಇದ್ದರೆ ನಾಳೆ ಬಾಂಬೆಗೆ ಹೋದೆ ಅಂದುಕೊಳ್ಳಿ ಬೇಕಾದಷ್ಟು ಹಣ' ಎಂದಿದ್ದ. ನಾನು ರೇಗಿಸುವವಳಂತೆ 'ಅಂತೂ ಹಣ ಮಾಡಲಿಕ್ಕೆ ಇಲ್ಲಿಗೆ ಬಂದಿದ್ದಾ?' ಎಂದೆ. 'ಹಣ ಯಾರಿಗೆ ಬೇಡ ಹೇಳಿ? ಅಪ್ಪನ ಬಿಸಿನೆಸ್ಸಿನಲ್ಲೂ ಇದೆ. ಆದರೆ ಅದಕ್ಕೆ ಪ್ರತಿಭೆ ಬೇಡ, ಬುದ್ಧಿವಂತಿಕೆ ಇದ್ದರೆ ಸಾಕು. ನನಗೆ ಏನಾದರೂ ಆಗಬೇಕು ಎನ್ನುವ ಆಸೆಯಿದೆ. ಇಲ್ಲಿ ಒಂದು ಸಿನೆಮಾ ಗೆದ್ದರೆ ಆ ಟೀಂನಲ್ಲಿರುವವರ ಎಲ್ಲರ ಅದೃಷ್ಟ ಖುಲಾಯಿಸುತ್ತೆ. ಆಗ ಅಪ್ಪ ದುಡಿಯದೇಯೂ ಅರಾಮಾಗಿರಬಹುದು. ಭಗವಂತ ಯಾರ ಹಣೇಲಿ ಏನು ಬರೆದಿದ್ದಾನೋ ಗೊತ್ತಾಗುವುದು ಹೇಗೆ? ಅದಕ್ಕೆ ನಮ್ಮ ಪ್ರಯತ್ನ ಆಗಲೇಬೇಕಲ್ಲ' ಎಂದಿದ್ದ. ಕೊನೆಯ ದಿನದವರೆಗೂ ಯಾವ ನಖರವೂ ಇಲ್ಲ. ಹಣ ಪಡೆದು 'ಹೋಗಿಬರ್ತೇನೆ ಮೇಡಂ' ಎಂದು ಹೇಳಿದ್ದ. 'ಸರಿ ನಿನ್ನನ್ನು ಬಾಲಿವುಡ್‌ನಲ್ಲಿ ನೋಡ್ತೇನೆ' ಎಂದೆ. 'ಖಂಡಿತಾ ಮೇಡಂ, ಆಗಲಾರದ್ದು ಏನಿದೆ ಹೇಳಿ?' ಎಂದ. ಅವನ ಕಣ್ಣುಗಳ ಮಿಂಚು ನೋಡಿದರೆ ಈ ಹುಡುಗ ಪ್ರಯತ್ನಪಟ್ಟು ಅಲ್ಲಿಗೆ ಹೋಗಿ ಮುಟ್ಟಬಹುದು ಎನ್ನಿಸಿತು. 'ಸುಖೇಶ್ ಖಂಡಿತಾ ಆಗಲಿ. ಆದರೆ ಯಾವುದೇ ಕಾರಣಕ್ಕೂ ನಿನ್ನ ಅಪ್ಪನನ್ನು ಮರೀಬೇಡ' ಎಂದೆ. ಸುಖೇಶ್ ನಕ್ಕ. ನಕ್ಕಿದ್ದು ನೀವೇನು ಹೇಳುವುದು ಅದು ನನಗೆ ಗೊತ್ತಿದೆ, ಅವರು ನನ್ನ ಅಪ್ಪ ಅಂತಲಾ? ಅಥವಾ ತನ್ನ ಆತ್ಮವಿಶ್ವಾಸದ ಹೆಜ್ಜೆ ಗುರುತುಗಳನ್ನು ನೀವೂ ನೋಡುತ್ತೀರಾ ಅಂತಲಾ? ಇಷ್ಟಕ್ಕೂ ಅವನ ನಗುವಿಗೆ ಅರ್ಥ ಹುಡುಕುವುದು ಯಾಕೆ? ಎಂದಾದರೂ ಸರಿಯೇ ಅವನ ಹೆಸರು ನನಗೆ ಬಾಲಿವುಡ್ ಟೈಟಲ್‌ಗಳಲ್ಲಿ ಕಾಣಲಿ ಎನ್ನುವ ಆಸೆ.

ಹುಟ್ಟಿದ ದಿನ ನೆನಪಿಟ್ಟುಕೊಳ್ಳುವಂತೆ ಮಾಡು ತಂದೆ

ನವೆಂಬರ್ ನಾಲ್ಕು ನಾನು ಹುಟ್ಟಿದ ದಿನ. ನನಗೆ ಆಚರಣೆಯಲ್ಲಾಗಲೀ, ಸಂಖ್ಯೆಯಲ್ಲಾಗಲೀ ನಂಬಿಕೆಯಿಲ್ಲ. ಶೂಟಿಂಗ್ ನಡೆಯುವಾಗ ನನ್ನ ಮೊಬೈಲನ್ನು ಜೇಬಿನಲ್ಲಿಟ್ಟುಕೋ ಎಂದು ಪುನೀತನಿಗೆ ಕೊಟ್ಟಿದ್ದೆ. ಅವನು ನನ್ನ ಮಗನ ಜೊತೆ ಮಾತಾಡುತ್ತಾ ಅಮ್ಮ ನಿಮ್ಮ ಮಗನ ಫೋನ್ ಎಂದು

ತಂದುಕೊಟ್ಟಿದ್ದ. ನನ್ನ ಗಂಡ ಮತ್ತು ಮಗ ಇಬ್ಬರೂ ನಾಳಿನ ನನ್ನ ಹುಟ್ಟಿದ ಹಬ್ಬಕ್ಕಾಗಿ ಹೊಸ ಮೊಬೈಲ್ ತಂದ ಸುದ್ದಿಯನ್ನು ಹೇಳಿದ್ದರು.

ಅಂದು ಪುನೀತ ನನಗೆ ಐನೂರು ರೂಪಾಯಿಗಳನ್ನು ಕೊಡುವಂತೆ ದುಂಬಾಲು ಬಿದ್ದ. 'ಈಗ ಯಾಕೋ' ಎಂದು ಕೇಳಿದ್ದಕ್ಕೆ 'ಅಮ್ಮಾ ನೀನು ಸುಮ್ಮನೆ ಕೊಡು ಆಮೇಲೆ ನನ್ನ ಸಂಬಳದಲ್ಲಿ ಮುರಿದುಕೋ' ಎಂದಿದ್ದ. ಅವತ್ತು ರಾತ್ರಿ ಹೊರಗೆ ಊಟ ಮುಗಿಸಿದ ಮೇಲೆ ಮೇಲಿನ ಹಾಲ್‌ನಲ್ಲೇ ನಿಲ್ಲಿಸಿಕೊಂಡ. ಹೊಟೇಲಿನವರು ಬೀಗ ಹಾಕಬೇಕು ಎಂದು ಬಂದಾಗಲೂ ಅವನ ಹತ್ತಿರ ಕೀ ತೆಗೆದುಕೊಂಡು 'ಏನು ಹೋದರೂ ನಾನೇ ಜವಾಬ್ದಾರಿ' ಎಂದ. ಇವನಿಗೇನು ತಲೆ ಕೆಟ್ಟಿದೆಯಾ? ಎಂದು ನಾನು ಪುಟ್ಟಣ್ಣ ಮಾತಾಡಿಕೊಂಡೆವು. ಹನ್ನೆರಡು ಗಂಟೆಗೆ ಅಲಾರಾಂ ಇಟ್ಟುಕೊಂಡು ಅದು ರಿಂಗ್ ಆದ ತಕ್ಷಣ ನನ್ನ ಮತ್ತು ಪುಟ್ಟಣ್ಣನ ರೂಂನ ಬಳಿ ಬಂದು ಎಬ್ಬಿಸಿದ. 'ಏನೋ ನಿನ್ನ ತಲೆ ನೋವು?' ಎಂದರೆ, 'ಅಮ್ಮಾ ಕಣ್ಣು ಮುಚ್ಚಿಕೋ' ಎಂದ. ಅಷ್ಟು ಹೊತ್ತಿಗೆ ನನಗೆ ಸೂಚನೆ ಸಿಕ್ಕಿಬಿಟ್ಟಿತ್ತು ಇವನಿಗೆ ಹೇಗೋ ವಿಷಯ ಗೊತ್ತಾಗಿದೆ ಎಂದು. ನನ್ನ ಮಾತನ್ನು ಕೇಳಿಸಿಕೊಳ್ಳುವ ಸ್ಥಿತಿಯಲ್ಲಿ ಅವನು ಇರಲಿಲ್ಲ. ನಾನು ಕಣ್ಣು ಮುಚ್ಚಿಕೊಂಡೆ. ಅವನ ಆಣತಿಯ ಮೇರೆಗೆ ಕಣ್ಣನ್ನು ತೆಗೆದೆ. ನನ್ನೆದುರು ಪುಟ್ಟದಾದ ಒಂದು ಕೇಕ್ ಇತ್ತು. ಅದರ ಮೇಲೆ 'ಹ್ಯಾಪಿ ಬರ್ತಡೇ ಅಮ್ಮಾ' ಎಂದು ಬರೆದಿತ್ತು. ನನ್ನ ಕಣ್ಣುಗಳು ತುಂಬಿ ಬಂದಿತ್ತು. ಯಾರೋ ಈ ಹುಡುಗ, ಪರಿಚಯ ಒಂದೆರಡು ವಾರಗಳದ್ದು. ಈ ಪ್ರೀತಿಗೆ ಏನು ಹೇಳಲಿ ಅನ್ನಿಸಿತ್ತು. ನಮ್ಮ ಜೀವನ ಪಯಣದಲ್ಲಿ ಅಚಾನಕ್ ಆಗಿ ಏನೆಲ್ಲವನ್ನೂ ಪಡೆದುಕೊಳ್ಳುತ್ತೇವಲ್ಲಾ? ಪುಟ್ಟಣ್ಣ, 'ಮೇಡಂ ಕೇಕ್ ಕಟ್ ಮಾಡಿಬಿಡಿ' ಎಂದ. ಅವನಿಗೆ ನಿದ್ದೆ. ಕೇಕ್ ತಿಂದೇ ಮಲಗುವ ಉಮೇದು ಅವನದ್ದು. ಪುನೀತ ಮಾತ್ರ ಒಪ್ಪಲೇ ಇಲ್ಲ. 'ಮತ್ತೆ ಇದನ್ಯಾಕೆ ತಂದೆ? ತೋರಿಸಲಿಕ್ಕಾ' ಎಂದು ಪುಟ್ಟಣ್ಣ ಅವನನ್ನು ಬೈದ. 'ಅಮ್ಮಾ ಇಂಥಾ ಬರ್ತ್ ಡೇಗಳನ್ನು ಸಾಕಷ್ಟು ಮಾಡಿಕೊಂಡಿರುತ್ತಾರೆ, ಆದರೆ ನಾನು ಮಾಡುವ ಈ ಸೆಲಬ್ರೇಷನ್ ಅನ್ನು ಅವರು ಯಾವತ್ತೂ ಊಹೆ ಕೂಡಾ ಮಾಡಿಕೊಂಡಿರಲ್ಲ' ಎಂದ. ನನಗೂ ಕುತೂಹಲ ಅನ್ನಿಸಿತು. ಅದಕ್ಕೆ ಅವನು 'ಅಮ್ಮಾ ಈ ವರ್ಷದ ನಿಮ್ಮ ಹುಟ್ಟುಹಬ್ಬದ ಆಚರಣೆ ನಿಮ್ಮ ಪ್ರೀತಿಯ ಮುಕ್ಕಚ್ಚೇರಿಯ ಹೆಂಗಸರ ಮಧ್ಯೆ. ಹೇಗಿದೆ ನನ್ನ ಐಡಿಯಾ?' ಎಂದ. ನನಗೆ ನಿಜಕ್ಕೂ ಇದು ಅಚ್ಚರಿಯೂ ಸಂತೋಷದಾಯಕವೂ ಆದ ಸಂಗತಿಯಾಗಿತ್ತು.

ಮಾರನೇ ದಿನ ಬೆಳಗ್ಗೆ ಆರು ಗಂಟೆಗೇ ಮುಲ್ಕಿಯ ಬಪ್ಪನಾಡು ದುರ್ಗಾಪರಮೇಶ್ವರಿಯ ದೇವಸ್ಥಾನಕ್ಕೆ ಕರೆದೊಯ್ದು ನನ್ನ ಹೆಸರಲ್ಲಿ ಅರ್ಚನೆ ಮಾಡಿಸಿ, ಪ್ರಸಾದ ಕೊಡಿಸಿದ್ದ. 'ಇದೆಲ್ಲಾ ಜಾಸ್ತಿಯಾಯ್ತು ಕಣೋ' ಎಂದಿದ್ದಕ್ಕೆ, 'ನೀನು ಸುಮ್ಮನಿರಮ್ಮ. ನಾನು ಇದನ್ನೆಲ್ಲಾ ನಂಬ್ತೀನಿ, ದೇವರೇ ಇಲ್ಲದ ಮೇಲೆ ಜಗತ್ತು ನಡೆಯುವುದಾದರೂ ಹೇಗೆ, ನಿನ್ನದೂ ಒಂದು ಅಪ್ಲಿಕೇಷನ್ನು ಅವನ

ಟೇಬಲ್ ಮೇಲಿರಲಿ ತಪ್ಪೇನು?' ಎಂದಿದ್ದ. ಈ ಹುಡುಗ ನಡೆ ನುಡಿಯಲ್ಲಿ ತುಂಬಾ ಶುದ್ಧ. ಮನಸ್ಸು ಇನ್ನೂ ಪರಿಶುದ್ಧ. ಎದುರಿರುವ ಯಾರೇ ಆಗಲಿ ಅವರನ್ನು ಕ್ಯಾರೇ ಅನ್ನುತ್ತಿರಲಿಲ್ಲ. ತನಗೆ ಸರಿ ಎಂದು ಕಂಡಿದ್ದನ್ನೇ ಮಾಡುತ್ತಿದ್ದ. ಹಿಂದೆ ಸೀರಿಯಲ್ಲುಗಳಲ್ಲಿ ತಾನು ಮಾಡಿದ ಕೆಲಸದ ಅನುಭವ ಹೇಳುವಾಗಲೂ ಇಂಥಾದ್ದೇ ಕಾರಣಕ್ಕೆ ಹೊರಗುಳಿದ ಕಥೆಗಳನ್ನು ಹೇಳಿದ್ದ. ಇಂಥಾ ಕಥೆಗಳನ್ನು ಹೇಳುವಾಗ ಅವನಿಗೆ ವಿಷಾದಕ್ಕಿಂತ ಸಂತೋಷ, ಹೆಮ್ಮೆಯೇ ಇರುತ್ತಿತ್ತು.

ಬಪ್ಪನಾಡು ದುರ್ಗಾಪರಮೇಶ್ವರಿ ದೊಡ್ಡ ದೇವಸ್ಥಾನ. ಬೇಡ ಎಂದರೂ, ಸಮಯ ಆಗುತ್ತದೆ ಎಂದು ಗೋಗರೆದರೂ ಬಿಡದೆ ತನ್ನ ಜೊತೆ ನನ್ನನ್ನು ಇಪ್ಪತ್ತೊಂದು ಸುತ್ತು ಸುತ್ತಿಸಿದ್ದ. 'ಅಮ್ಮ ದೇವರಲ್ಲಿ ಸರಿಯಾಗಿ ಕೇಳಿಕೋ ಮುಂದಿನ ದಿನಗಳಲ್ಲಿ ಒಳ್ಳೆಯದನ್ನು ಮಾಡು ಅಂತ' ಎಂದು ಪದೇಪದೇ ಹೇಳಿದ್ದ. 'ಆಯ್ತಪ್ಪಾ ನಾವು ಶೂಟಿಂಗ್ ಹೊರಡುವಾಗ ಲೇಟ್ ಆಗುತ್ತೆ, ಇನ್ನೊಬ್ಬರಿಗೆ ತೊಂದರೆ ಕೊಡಬಾರದು' ಎಂದು ಅವನನ್ನು ಸಾಗಹಾಕಿಕೊಂಡು ಬಂದಿದ್ದೆ.

ಅವತ್ತು ಮುಕ್ಕಚ್ಚೇರಿಯ ಕೇರಿಯಲ್ಲಿ ಸಂಭ್ರಮ ಇತ್ತು. ಮಧ್ಯಾಹ್ನ ಊಟದ ವೇಳೆಯಲ್ಲಿ ಕೇಕ್ ನೋಡಿದ ತಕ್ಷಣ, 'ಹೌದಾ ಮೇಡಂ ನಿಮ್ಮ ಬರ್ತಡೆಯಾ? ಎಷ್ಟನೇ ವರ್ಷದ್ದು?' ಎಂದೆಲ್ಲಾ ಕೇಳಿದರು. 'ನಲವತ್ತಾರು' ಎಂದರೆ, 'ನಿಮಗೆ ಅಷ್ಟು ವರ್ಷ ಎಂದು ಗೊತ್ತೇ ಆಗುವುದಿಲ್ಲ' ಎಂದು ನಾನು ಹೆಮ್ಮೆ ಪಡುವ ಹಾಗೆ ಮಾಡಿದರು. 'ಹಾಗೇನೂ ಇಲ್ಲ ಬಿಡಿ ಆಗುವ ವಯಸ್ಸು ಆಗೇ ಆಗುತ್ತೆ' ಎಂದಾಗ, 'ಇರಬಹುದು, ಆದರೆ ನಿಮ್ಮ ಉತ್ಸಾಹ ನಮಗಿಲ್ಲ ನೋಡಿ, ನಮಗೆಲ್ಲಾ ಮೂವತ್ತೈದು ನಲವತ್ತು ದಾಟಿದರೆ ಅಜ್ಜಿಗಳಾಗುವ ವಯಸ್ಸು ಎನ್ನಿಸಿಬಿಡುತ್ತೆ. ಅಷ್ಟು ಹೊತ್ತಿಗೆ ನಮ್ಮ ಹೆಣ್ಣುಮಕ್ಕಳ ಮದುವೆಯನ್ನೂ ಮಾಡಿಬಿಟ್ಟಿರುತ್ತೇವೆ. ಮೊಮ್ಮಕ್ಕಳು ಹುಟ್ಟಿಬಿಟ್ಟಿರುತ್ತಾರೆ. ನೀವು ಜೀವನಾನ ಈಗ ಸ್ಟಾರ್ಟ್ ಮಾಡಿದ್ದೀರೇನೋ ಅನ್ನಿಸುತ್ತೆ' ಎಂದರು. ಇದ್ಯಾಕೋ ಜಾಸ್ತಿ ಅನ್ನಿಸ್ತು ಎಂದು ಪುನೀತನಿಗೆ 'ಕೇಕ್ ಕಟ್ ಮಾಡುವಾ, ಇಲ್ಲಾಂದ್ರೆ ಸುಮ್ಮನೆ ಟೈಂ ಆಗಿಹೋಗುತ್ತೆ' ಎಂದೆ. ಅಲ್ಲಿ ನಾನು ಪುಟ್ಟಣ್ಣಿ, ಪುನೀತ ಬಿಟ್ಟರೆ ಟೀಮ್‌ನವರು ಯಾರೂ ಇರಲಿಲ್ಲ. ಕೇಕ್ ಕಟ್ ಮಾಡಿದೆ. ಎಲ್ಲ ಹೆಂಗಸರೂ ತಮ್ಮ ಪಾಲಿಗೆ ಬಂದ ಕೇಕಲ್ಲಿ ಒಂದು ತುಂಡನ್ನು ನನ್ನ ಬಾಯಿಗಿಟ್ಟು ಹರಸಿದರು. ಹಸೀನಮ್ಮ, 'ಇರಿ' ಎಂದು ಮನೆಗೆ ಹೋಗಿ ಒಂದು ಸ್ಕಾರ್ಫ್ ತಂದು ನನ್ನ ಕೈಲಿಟ್ಟು ನಮ್ಮೆಲ್ಲರ ಪರವಾಗಿ ಎಂದಳು. ತಿಳಿ ಗುಲಾಬಿ ಮತ್ತು ತಿಳಿ ನೀಲಿ ಬಣ್ಣದ ಸ್ಕಾರ್ಫ್ ನನ್ನ ಕೈಗಳಲ್ಲಿ ಬೆಚ್ಚಗೆ ನಗುತ್ತಿತ್ತು. ಅಲೀಮಮ್ಮ 'ಮುಂದಿನ ನಿಮ್ಮ ಬರ್ತ್ ಡೇ ದಿನ ನಮ್ಮನ್ನೆಲ್ಲಾ ನೆನಪಿಸಿಕೊಳ್ಳಿ' ಎಂದಿದ್ದರು.

ಈ ಗಲಾಟೆ ಕೇಳಿ ನಮ್ಮವರು ಬಗ್ಗಿ ನೋಡಿದರು, ಆಗ ಅವರಿಗೆ ವಿಷಯ ಗೊತ್ತಾಯಿತು. ಪಂಚಾಕ್ಷರಿ 'ನನಗೇ ಹೇಳದೆ ಮಾಡಿದಿರಿ' ಎಂದು ದೂರಿದರು. ಇದರಲ್ಲಿ, 'ನನ್ನದೇನೂ ಇಲ್ಲ ಎಲ್ಲಾ ಪುನೀತ ಮಾಡಿದ್ದು' ಎಂದೆ. ಪುನೀತ

ಉಳಿದ ಕೇಕನ್ನು ತನಗೆ ಬೇಕಾದವರಿಗೆ ಕೊಟ್ಟಿದ್ದ. 'ನಮಗೆ ರಾತ್ರಿ ಪಾರ್ಟಿ ಬೇಕು ಎಂದಿದ್ದರು' ಉಳಿದವರು. 'ಅಯ್ಯೋ ನಾನು ಸಣ್ಣ ಮಗು ಅಲ್ಲಪ್ಪಾ ಬರ್ತ್ ಡೇ ಮಾಡಿಕೊಳ್ಳಲಿಕ್ಕೆ. ಮನೆಯಲ್ಲೂ ಇದೆಲ್ಲಾ ಏನೂ ಮಾಡಲ್ಲ, ಈ ಹುಚ್ಚು ಹುಡುಗ ಮಾಡಿದ್ದಾನೆ ಅಷ್ಟೇ' ಎಂದಿದ್ದೆ. ಆದರೂ ಪುನೀತ ಮುಕ್ಕಚ್ಚೇರಿಯ ಹೆಂಗಸರ ನಡುವೆ ನನ್ನ ಬರ್ತ್ ಡೇ ಆಚರಿಸಿದ್ದು ನಿಜಕ್ಕೂ ಸಂತೋಷವೇ. ಆದರೆ ಅವರು ಹೇಳಿದ್ದ ಒಂದು ಮಾತು ಮಾತ್ರ ಈಗಲೂ ನನ್ನ ಹೃದಯವನ್ನು ಇರಿಯುತ್ತಲೇ ಇದೆ. 'ಕೆಲಸ ಮಾಡಲಿಕ್ಕೆ ಅಂತ ಹುಟ್ಟಿದವರು ನಾವು, ನಮ್ಮ ಯಾರ ಹುಟ್ಟಿದ ದಿನವೂ ಗೊತ್ತಿಲ್ಲ. ನಮಗಾಗಿ ಯಾರೂ ಹೀಗೆ ಹಬ್ಬ ಮಾಡಲ್ಲ. ಅಷ್ಟೇ ಯಾಕೆ ನಮ್ಮ ಆರೋಗ್ಯ ಕೆಟ್ಟು, ಗಂಡಸರು ಕೈ ಸುಟ್ಟುಕೊಂಡಾಗ ಮಾತ್ರ ಅವರಿಗೆ ನಮ್ಮ ಕೆಲಸದ ಅರಿವಾಗುತ್ತದೆ. ಸ್ವಲ್ಪ ಹೊತ್ತು ಮತ್ತೆ ನಾವು ಕೆಲಸ ಶುರು ಮಾಡಿದ್ರೆ ಅದೂ ಮರೆತುಹೋಗುತ್ತೆ. ನಿಮ್ಮ ಲೈಫೇ ಚೆನ್ನಾಗಿದೆ. ಹೀಗೆ ಚೆನ್ನಾಗಿರಿ' ಎಂದಿದ್ದರು.

ನಾನು ಏನನ್ನು ಅರ್ಥ ಮಾಡಿಕೊಳ್ಳುತ್ತಿದ್ದೇನೆ? ಇದ್ಯಾವ ಪಯಣ? ಎಲ್ಲಿದ್ದವಳು ಇಲ್ಲಿಗೇಕೆ ಬಂದೆ? ಈ ಜನರ ಜೊತೆ ಯಾಕಿದ್ದೇನೆ? ನನಗೂ ಇವರಿಗೂ ಇರುವ ವ್ಯತ್ಯಾಸವೇನು? ಬದುಕು ಕಟ್ಟಿಕೊಳ್ಳಲು ಹೊರಟವರಿಗೆ ಬದುಕುವ ಛಲ ಬಿಟ್ಟು ಏನಿರಲು ಸಾಧ್ಯ? ತಂದು ಹಾಕುವ ಗಂಡ, ತಿನ್ನುವ ಮಕ್ಕಳನ್ನು ಬಿಟ್ಟು ಇವರ ಜಗತ್ತು ಏನಿದೆ? ಎಂದು ಯೋಚಿಸಿದರೆ ಏನೂ ಇಲ್ಲ. ಚರಿತ್ರೆಯಲ್ಲಿ ಇಲ್ಲದವರು, ಚರಿತ್ರೆಯೇ ನಿರಾಕರಿಸಿದವರು ಒಳಗೆ ಆರದ ಗಾಯದಿಂದ ನರಳುತ್ತಿರುವವರು ಎಲ್ಲರ ಇತಿಹಾಸ ಬರೆಯಬೇಕಿದೆ. ಅಕ್ಷರ ಬಲ್ಲ, ಅರಿವಿನ ಬೆನ್ನು ಹತ್ತಿರುವ ನಮಗೇ ಇಲ್ಲದ ಚರಿತ್ರೆ ಇವರಿಗೆಲ್ಲಿ ಬರಬೇಕು? ಚರಿತ್ರೆಯಲ್ಲಿಲ್ಲದವರಿಗೆ ಶತಮಾನ, ವರ್ಷ, ದಿನಾಂಕಗಳು ಏನು ತಾನೆ ಮಾಡಿಯಾವು? ನನ್ನ ಮನಸ್ಸು ಪ್ರಾರ್ಥಿಸುತ್ತಿತ್ತು, ಇವರೆಲ್ಲರ ಹುಟ್ಟಿದ ದಿನಾಂಕವನ್ನು ನೆನಪಿಟ್ಟುಕೊಳ್ಳುವ ದಿನ ಬರಲಿ ಎಂದು.

ಬಟವಾಡೆಯಾಗದ ನೋಟುಗಳು

ರಾತ್ರಿಯ ಊಟವನ್ನು ಮುಲ್ಕಿಯ ಹೋಟೇಲಿನಲ್ಲೇ ಮಾಡಿಸಿದ್ದರೂ ಬೆಂಗಳೂರಿನ ವೆರೈಟಿ ಆಹಾರದ ಎದುರು ಸಪ್ಪೆ ಅನ್ನಿಸತೊಡಗಿತ್ತು. ಹುಡುಗರು ಪಂಚಾಕ್ಷರಿಯ ಹತ್ತಿರ 'ಸರ್ ನಾವಿಲ್ಲಿ ಊಟ ಮಾಡಲ್ಲ' ಎಂದು ಹೇಳಿದರೂ ಪಂಚಾಕ್ಷರಿ ಊಟದ ವ್ಯವಸ್ಥೆ ಮಾತ್ರ ಮುಂದುವರೆಸಿದ್ದರು. ನಮ್ಮ ಪುಟ್ರಾಜು ಮತ್ತು ಪುನೀತ ಇಬ್ಬರೂ ನಾವೂ ಹೊರಗೇ ಊಟ ಮಾಡೋಣ, ಇಲ್ಲಿಯ ಸಿಹಿ, ಸಪ್ಪೆ ಊಟ ತಿಂದು ತಿಂದು ಬಾಯೆಲ್ಲಾ ಕೆಟ್ಟು ಹೋಗಿದೆ ಎಂದು ದುಂಬಾಲು

ಬಿದ್ದರು. ಕೆಲವರಿಗೆ ಕುಡಿತದ ಅಭ್ಯಾಸ ಇದ್ದಿದ್ದರಿಂದ ಅವರು ಹೊರಗೆ ಊಟದ ಜೊತೆ ಕುಡಿಯುವುದಕ್ಕೂ ಸ್ವಾತಂತ್ರ್ಯವನ್ನು ಬಯಸಿದ್ದರು. ಆದರೆ ಪುಟ್ರಾಜು ಮತ್ತು ಪುನೀತ ಇಬ್ಬರಿಗೂ ಕುಡಿತದ ಅಭ್ಯಾಸ ಇರಲಿಲ್ಲ. ನಾನು ಅವರಿಗೆ ಮೊದಲೇ ಹೇಳಿದ್ದೆ ನಾವು ಮೂರೂಜನ ಏನು ಮಾಡಿದರೂ ಒಂದಾಗಿ ನಿರ್ಧಾರಗಳನ್ನು ತೆಗೆದುಕೊಳ್ಳಬೇಕು ಎಂದು. ಚಂದ್ರಹಾಸ್ ದಿನ ಉಲ್ಲಾಳದ ಅವರ ಮನೆಗೆ ಹೋಗುತ್ತಿದ್ದರು. ಹಾಗಾಗಿ ರಾತ್ರಿಯ ಊಟದ ಬಗ್ಗೆ ಅವರೊಬ್ಬರನ್ನು ಬಿಟ್ಟು ಮಿಕ್ಕೆಲ್ಲರೂ ತಲೆ ಕೆಡಿಸಿಕೊಂಡಿದ್ದೆವು. ಎರಡು ಮೂರು ದಿನಗಳಲ್ಲಿ ಹೋಟೆಲಿನವರು 'ಊಟ ವೇಸ್ಟ್ ಆಗ್ತಾ ಇದೆ. ಹಣ ಮಾತ್ರ ಮುಖ್ಯವಲ್ಲ, ಯೋಚನೆ ಮಾಡಿ' ಎಂದಿದ್ದರು. ದಿನಾ ರಾತ್ರಿಯ ಊಟಕ್ಕೆ ನೂರು ರೂಪಾಯಿಗಳನು ಕೊಡುವುದು ಪಂಚಾಕ್ಷರಿಯ ಮನಸ್ಸಿಗೂ ಕಷ್ಟದ, ಜೊತೆಗೆ ಹೊರೆಯಾಗಿತ್ತು ಕೂಡ. ಆ ನೂರು ರೂಪಾಯಿಗೆ ನಾರ್ತ್ ಇಂಡಿಯನ್ ಊಟ ಏನು ಸಿಗುತ್ತೆ? ಕಡಲೂರಿಗೆ ಬಂದಮೇಲೆ ಮೀನಿಲ್ಲದಿದ್ದರೆ ಹೇಗೆ? ಜೊತೆಗೆ ಸಣ್ಣದಾಗಿ ಎಣ್ಣೆ ಇಲ್ಲದಿದ್ದರೆ ಜೀವನಕ್ಕೆ ಸಾರವಾದರೂ ಎಲ್ಲಿಂದ ಬಂದೀತು ಎನ್ನುವ ಬಹುಜನರ ನಿಲುವಿನ ಎದುರು ಅವರ ಅಭಿಪ್ರಾಯಕ್ಕೆ ಮನ್ನಣೆ ಸಿಗದಾಯಿತು. ರಾತ್ರಿ ಎಂಟಕ್ಕೆ ಹೊಟೇಲ್ ಮುಚ್ಚುತ್ತಿದ್ದರಿಂದ ಕಡೆಗೆ ಪಂಚಾಕ್ಷರಿಯೂ ಬೇರೆ ಹೊಟೇಲ್ ಹುಡುಕಿಕೊಂಡು ಹೋಗಬೇಕಾಗುತ್ತಿತ್ತು. ಅವರು 'ಎಲ್ಲ ಅನುಕೂಲ ಮಾಡಿಕೊಟ್ಟರೂ ಜನ ಹೀಗೆ' ಎಂದು ಗೊಣಗಿಕೊಳ್ಳುತ್ತಿದ್ದರು. ಸಣ್ಣ ಬಜೆಟ್‌ನಲ್ಲಿ ಸಿನೆಮಾ ಮಾಡುವ ಕಷ್ಟದ ಬಗ್ಗೆ ಅವರು ಆಗಾಗ ಹೇಳಿಕೊಳ್ಳುತ್ತಲೇ ಇದ್ದರು.

ಅಂದು 2016 ನವೆಂಬರ್ ಎಂಟರ ರಾತ್ರಿ ಊಟ ಮುಗಿಸಿ ಬರುವಾಗ ನಮ್ಮ ಕಿವಿಗೆ ಆಘಾತಕಾರಿ ಸುದ್ದಿಯೊಂದು ಮುಟ್ಟಿತ್ತು. ಟಿವಿಯಲ್ಲಿ ದೇಶವನ್ನು ಉದ್ದೇಶಿಸಿ 500 ಹಾಗೂ 1000 ನೋಟು ನಿಷೇಧಿಸಿ ದೇಶದ ಪ್ರಧಾನಿ ಮಾತಾಡಿದ್ದರು. ನಮ್ಮದಲ್ಲದ ಊರಲ್ಲಿ, ದೊಡ್ಡ ಖರ್ಚು ವೆಚ್ಚದ ವ್ಯವಹಾರದಲ್ಲಿ ಇರುವಾಗ, ಇಂಥಾದ್ದೊಂದು ಸುದ್ದಿ? ನಿಜಕ್ಕೂ ಆ ದಿನ ನಮ್ಮನ್ನು ಅಲ್ಲಾಡಿಸಿ ಬಿಟ್ಟಿತ್ತು. ಮೊದಲು ಸ್ವಲ್ಪವಾದರೂ ಹಣ ತೆಗೆದುಕೊಳ್ಳಬೇಕು ಎಂದು ನಿರ್ದೇಶಕರು ಎಟಿಎಂ ಕಡೆಗೆ ಓಡಿದರು. ಸಿಕ್ಕಷ್ಟು ಹಣವನ್ನು ತೆಗೆದುಕೊಂಡರು. ನಮಗೆ ವೈಯಕ್ತಿಕವಾಗಿ ಹಣದ ಅಗತ್ಯ ಇಲ್ಲದ್ದರಿಂದ ಅಂಥಾ ಆಘಾತವಾಗಲಿಲ್ಲ. ಮತ್ತು ಮುಂದೆ ಅದು ತೆಗೆದುಕೊಂಡ ಗಂಭೀರ ಸ್ವರೂಪದ ಬಗ್ಗೆ ಯಾವ ಕಲ್ಪನೆಯೂ ಇರಲಿಲ್ಲ. 500, 1000 ರೂಪಾಯಿಗಳು ನಮ್ಮನ್ನು ಮುಂದೆ ಹೇಗೆ ಆಡಿಸಬಹುದು ಎಂದು ಊಹಿಸಲೂ ಸಾಧ್ಯವಿರಲಿಲ್ಲ. ಆದರೆ ಮುಂದೆ ಏನಾಗಬಹುದು ಎನ್ನುವ ಆತಂಕ ಮಾತ್ರ ನಮ್ಮೊಳಗೆ ಇತ್ತು.

ಮಾರನೇ ದಿನದಿಂದಲೇ ಶುರುವಾಯಿತು ಸಮಸ್ಯೆಗಳ ಸರಮಾಲೆ. ಪುನೀತ ದಿನಾ ಫೋಟೋಗೆ ಪೂಜೆ ಮಾಡುತ್ತಿದ್ದ. ವೈಯಕ್ತಿಕವಾಗಿ ಯಾರಿಗೆ ನಂಬಿಕೆ

ಇತ್ತೋ ಇಲ್ಲವೋ ಅವನಂತೂ ಮಹಾನ್ ದೈವ ಭಕ್ತನಾಗಿದ್ದ. ಮುಕ್ಕಚ್ಚೇರಿಯ ಮುಸ್ಲಿಂ ಕೇರಿಯಲ್ಲಿ, ನಿರಾಕಾರನಾದ ಭಗವಂತನನ್ನು ಆರಾಧಿಸುವವರ ನಡುವೆ ನಿಂತು, ಅವರದ್ದೇ ಕಥೆಯನ್ನು ಹೇಳುತ್ತಿರುವ ಹೊತ್ತಿನಲ್ಲೇ, ಅವನ ಈ ಕ್ರಿಯೆ ಎಲ್ಲರಿಗೂ ವಿಚಿತ್ರವಾಗಿ ಕಂಡರೂ ಅವನು ಮಾತ್ರ ಯಾವುದೂ ಗಮನಕ್ಕೆ ಇಲ್ಲದ ನಿಷ್ಠೆ. ವಿಚಿತ್ರ ಎಂದರೆ ಆ ಕೇರಿಯಲ್ಲಿನ ಜನ ಕೂಡಾ ಇದನ್ನು ವಿರೋಧಿಸಲಿಲ್ಲ. ಹಸೀನಮ್ಮಾ 'ಬಿಟ್ಟುಕೊಟ್ಟಿದ್ದೀವಿ, ಅದು ನಿಮ್ಮ ನಂಬಿಕೆ' ಎಂದಿದ್ದಳು. ಶೂಟಿಂಗ್‌ನ ಎಲ್ಲಾ ದಿನಗಳಲ್ಲೂ ಇದು ನಡೆಯುತ್ತಲೇ ಇತ್ತು. ಹಾಗೆ ಪೂಜೆಗಾಗಿ ಪಂಚಾಕ್ಷರಿ ಒಂದಿಷ್ಟು ಹಣವನ್ನು ಪುನೀತನಿಗೆ ಕೊಟ್ಟುಬಿಟ್ಟಿದ್ದರು. ಅದೆಲ್ಲಾ 500ರ ನೋಟುಗಳೇ ಆಗಿದ್ದರಿಂದ ಅದನ್ನ ತೆಗೆದುಕೊಳ್ಳಲು ಜನ ಹಿಂದೆ ಮುಂದೆ ನೋಡತೊಡಗಿದರು. ಇಂತಿಷ್ಟು ದಿನಗಳ ಕಾಲ ಸಮಯಾವಕಾಶವನ್ನು ಸಾರ್ವಜನಿಕರಿಗೆ ಕೊಟ್ಟಿದ್ದರೂ ನಮಗ್ಯಾಕೆ ಈ ರಿಸ್ಕ್ ಎಲ್ಲಾ ಎಂದು ಆ ನೋಟುಗಳನ್ನು ಬೇಡ ಎನ್ನತೊಡಗಿದ್ದರು. ಪುನೀತ ತನಗೆ ನೂರರ ನೋಟುಗಳನ್ನು ಕೊಡುವಂತೆ ಪಂಚಾಕ್ಷರಿಗೆ ದುಂಬಾಲು ಬಿದ್ದ. ಅವರು ಅದೇ ಹಣ ಇದ್ದರೆ ನನಗೆ ಬೇರೆ ಯಾವುದಕ್ಕಾದರೂ ಆಗುತ್ತೆ ಎಂದುಬಿಟ್ಟರು. ದೇವರಿಗೆ ಇಲ್ಲ ಅಂದಮೇಲೆ ಬೇರೆ ಯಾವುದಕ್ಕೆ ಇದ್ದರೆಷ್ಟು? ಬಿಟ್ಟರೆಷ್ಟು? ಎನ್ನುವ ಭಾವ ಪುನೀತನದ್ದು. ದಿನವಿಡೀ ಗೊಣಗುತ್ತ ನಮ್ಮ ಹತ್ತಿರವೂ ಕಂಪ್ಲೇಟ್ ಹೇಳುತ್ತಲೇ ಇದ್ದ. ನಾವು ಬಿಡು ಪುನೀತ ಎಂದರೂ ಕೇಳಲಿಲ್ಲ. ಅವನ ಕಾಟ ತಡೆಯಲಾಗದೆ ಅವತ್ತೆಲ್ಲಾ ನಾವೇ ಅವನಿಂದ ದೂರ ಉಳಿದುಬಿಟ್ಟೆವು.

ಮೊದಲೆರಡು ದಿನಗಳು ನೋಟು ಬ್ಯಾನ್‌ನ ಬಿಸಿ ತಟ್ಟಲಿಲ್ಲ. ಇರುವ ಹಣದಲ್ಲೇ ಎಲ್ಲವನ್ನೂ ನಿಭಾಯಿಸಲಾಯಿತು. ಮೂರನೆ ದಿನದಿಂದ ನಿಧಾನವಾಗಿ ಕಿರಿಕ್ ಶುರುವಾಯಿತು. ಮುಲ್ಕಿಯಿಂದ ಹೊರಡುವಾಗ ಬೆಳಗ್ಗೆ ಎಂಟೂವರೆ ಗಂಟೆಯಾಗಿರುತ್ತಿತ್ತು. ನಮ್ಮ ಜೊತೆ ಊಟ ತೆಗೆದುಕೊಂಡು ಹೋಗಲಾಗುತ್ತಿರಲಿಲ್ಲ. ಹೊಟೇಲ್‌ನವರೂ ಮಧ್ಯಾಹ್ನದ ವೇಳೆಗೆ ತಂದುಕೊಂಡುವುದು ದೂರದ ಕಾರಣಕ್ಕೆ ಅಸಾಧ್ಯದ ಮಾತಾಗಿತ್ತು. ಹೀಗಾಗಿ ಸುಭಾಷ್ ನಗರದಲ್ಲೇ ಇದ್ದ ಹೋಟೇಲ್ ಅನ್ನು ಆಶ್ರಯಿಸಬೇಕಾಗಿತ್ತು. ಅವರು ಈ ನೋಟುಗಳನ್ನು ತೆಗೆದುಕೊಳ್ಳಲಿಲ್ಲ. ಎಟಿಎಂಗಳೋ ಜನಸಂದಣಿಯಿಂದ ತುಂಬಿ ತುಳುಕುತ್ತಿದ್ದವು. ಹಸೀನಮ್ಮನ ಐಡಿಯಾದಂತೆ ಮುಕ್ಕಚ್ಚೇರಿಯ ವ್ಯಾಪಾರಿಯೊಬ್ಬರ ಮನೆಯಲ್ಲಿ ಸಾವಿರ ರೂಪಾಯಿಗೆ ಐವತ್ತು ರೂಪಾಯಿಯ ಕಮಿಷನ್‌ನಂತೆ ಒಂದಿಷ್ಟು ಹಣ ಸಿಕ್ಕರೂ ಯಾವುದೂ ನಮಗೆ ಸಾಲುತ್ತಿರಲಿಲ್ಲ. ಯಾರನ್ನಾದರೂ ಕೇಳೋಣವೆಂದರೆ ನಮಗೆ ಯಾರ ಪರಿಚಯವೂ ಇಲ್ಲ. ಇದೇ ವಿಷಯಕ್ಕೆ ತಲೆ ಕೆಡಿಸಿಕೊಂಡು ಕೂತರೆ ಶೂಟಿಂಗ್ ಮಾಡುವುದಾದರೂ ಹೇಗೆ? ಆದರೆ ದಿನದ ಖರ್ಚುಗಳು, ರಾತ್ರಿಯ ಊಟ, ಗಾಡಿಯ ಡೀಸಲ್ ಖರ್ಚು, ಟೋಲ್‌ನ ಶುಲ್ಕ... ಹೀಗೆ ಎಲ್ಲಕ್ಕು ದೊಡ್ಡ ತೊಂದರೆಯೇ ಆಗಿಬಿಟ್ಟಿತು. ಹುಡುಗರು ರಾತ್ರಿಯ ಊಟಕ್ಕೆ ಐನೂರರ ನೋಟನ್ನು

ಕೊಡಲು ತೆಗೆದರೆ ಬೇಸರಿಸಿಕೊಳ್ಳತೊಡಗಿದರು. ಒಟ್ಟಿಗೆ ಬೇಡ ಇಂಡಿವಿಜ್ಯುಯಲ್ ಆಗೇ ಕೊಟ್ಟು ಬಿಡಿ ಎನ್ನತೊಡಗಿದರು. ಹಣ ಇಲ್ಲ ಮುಲ್ಕಿಯ ಹೋಟಲಿನಲ್ಲೇ ತಿನ್ನಿ ಎಂದರೆ ಉಪ್ಪು ಖಾರದ ಮಸಾಲೆಯ ನಾನ್ ವೆಜ್ ಊಟದ ರುಚಿಯ ಎದುರು ಸಪ್ಪೆಯ ಊಟವಾ? ಪರಿಸ್ಥಿತಿ ಅರ್ಥವಾದರೂ ನಾಲಗೆ ಮಾತ್ರ ಒಪ್ಪುತ್ತಿರಲಿಲ್ಲ. ಹಾಗಾಗಿ ಉಪದೇಶಗಳು, ರಿಕ್ವೆಸ್ಟ್ ಅವರನ್ನು ತಲುಪಲೇ ಇಲ್ಲ.

ಈ ಮಧ್ಯೆಯೇ ನಾವಿದ್ದ ಕಾರಿನ ಚಾಲಕ ನಿಯಮ ಉಲ್ಲಂಘನೆ ಮಾಡಿದ ಎನ್ನುವ ಕಾರಣಕ್ಕೆ ಸಂಚಾರಿ ಪೊಲೀಸರು ತಡೆದು ನಿಲ್ಲಿಸಿದ್ದರು. ಆಗೆಲ್ಲಾ ಪೇಟಿಎಂ, ಗೂಗಲ್ ಪೇ ಎಲ್ಲಾ ಇರದಿದ್ದ ಕಾರಣ ಹಣವನ್ನೇ ಸಂದಾಯ ಮಾಡಬೇಕಿತ್ತು. ನಮ್ಮ ಬಳಿ ಇರುವ ಐನೂರರ ನೋಟನ್ನು ತೆಗೆದುಕೊಳ್ಳುತ್ತಿಲ್ಲ, ನಮ್ಮನ್ನು ಬಿಡುತ್ತಲೂ ಇಲ್ಲ. ನಿಜಕ್ಕೂ ಅವತ್ತು ಹೈರಾಣಾಗಿ ಹೋದೆವು. ನಮ್ಮ ಬಳಿ ಇದ್ದ ಐದು, ಹತ್ತು, ಐವತ್ತರ ನೋಟುಗಳನ್ನು ಸೇರಿಸಿ ಕೊಟ್ಟಿದ್ದಾಯಿತು.

ಪರಿಸ್ಥಿತಿ ಕೈಮೀರಿ ಹೋಗುತ್ತಿದೆ, ಇನ್ನು ನಿಭಾಯಿಸಲು ಸಾಧ್ಯವಿಲ್ಲ ಅನ್ನಿಸಿದಾಗ ಪಂಚಾಕ್ಷರಿ ತಮ್ಮ ಮನೆಯವರ ಕಡೆಯಿಂದ ಹೇಗೋ ಹಣವನ್ನು ತರಿಸಿಕೊಂಡರು. ಸದ್ಯಕ್ಕೆ ಸಮಸ್ಯೆ ತೀರಿದರೂ ನಮ್ಮ ಶೂಟಿಂಗ್‌ನ ಉದ್ದಕ್ಕೂ ಭೂತದ ಹಾಗೆ ಕಾಡುತ್ತಲೇ ಇತ್ತು. ದೇಶದ ಐತಿಹಾಸಿಕವಾದ ತೀರ್ಮಾನದ ಅತ್ಯಂತ ಕೆಟ್ಟ ಗಳಿಗೆಯ ಜೊತೆ ಯಾರ ಅನುಭವ ಏನೋ? ನಮ್ಮದು ಮಾತ್ರ ದೊಡ್ಡ ತಂಡವನ್ನು ನಿಭಾಯಿಸಲು ನಡೆದ ಪರದಾಟ ಅ ಹೇಳತೀರದು. ಎಲ್ಲಾ ಘಟನೆಗೆ ನಾವು ಹೀಗೇ ಸಾಕ್ಷೀಭೂತರಾಗಿದ್ದು ಮಾತ್ರ ಯಾವತ್ತು ಮರೆಯಲು ಸಾಧ್ಯವೇ ಆಗುವುದಿಲ್ಲ. ಅದರಲ್ಲೂ ಫೈರ್ ಸ್ಟೇಷನ್ ನಡೆದ ಆ ಒಂದು ಘಟನೆ ಮಾತ್ರ ಹಣದ ಎದುರು ಪರಿಸ್ಥಿತಿಯ ಎದುರು ಅಸಹಾಯಕತನವನ್ನು ಮರೆಸಿಬಿಟ್ಟಿತ್ತು.

ಕೃತಕ ಮಳೆಗೆ ಹಣದ ಕೊರತೆ

ನಮ್ಮ ಸಿನೆಮಾದಲ್ಲಿ ಮಳೆಯ ದೃಶ್ಯವಿತ್ತು. ಆ ದೃಶ್ಯಕ್ಕಾಗಿ ಕೃತಕ ಮಳೆಯ ವಾತಾವರಣವನ್ನು ಸೃಷ್ಟಿಸಬೇಕಿತ್ತು ಹಾಗಾಗಿ ಅಗ್ನಿಶಾಮಕ ದಳದಿಂದ ಬೆಂಕಿ ನಂದಿಸಲು ಬಳಸುವ ಎಂಜಿನ್ ಬೇಕಿತ್ತು. ಅದಕ್ಕಾಗಿ ಮಂಗಳೂರಿನ ಪಾಂಡೇಶ್ವರದ ಬಳಿ ಇರುವ ಅಗ್ನಿಶಾಮಕ ಕಛೇರಿಗೆ ಹೋಗಬೇಕಿತ್ತು. ಹಿಂದೆ ಹೋಗಿ ಮಾತನಾಡಿ ಬಂದಿದ್ದರಿಂದ ಮತ್ತು ಅಲ್ಲಿಯ ಇನ್‌ಚಾರ್ಜ್ ಅಧಿಕಾರಿ ತಿಪ್ಪೇಸ್ವಾಮಿ ಎನ್ನುವವರು ನನ್ನ ತವರು ಜಿಲ್ಲೆ ಚಿತ್ರದುರ್ಗದವರೇ ಆಗಿದ್ದರಿಂದ ಎಲ್ಲವೂ ಸುಲಭಕ್ಕೆ ಆಗುತ್ತದೆ ಎಂದು ಭಾವಿಸಿದ್ದೆವು.

ಈ ಕಾರಣಕ್ಕೆ ಫೈರ್ ಇಂಜಿನ್ ಅನ್ನು ಬುಕ್ ಮಾಡಿ ಬರಲಿಕ್ಕೆ ನನ್ನನ್ನೇ ಹೋಗುವಂತೆ ಹೇಳಿದ್ದರು. ಬೆಳಗ್ಗೆಯೇ ಹೋಗಿ ಅವರ ನಿಯಮಗಳ ಪ್ರಕಾರ ಅರ್ಜಿಯನ್ನು ಬರೆದು ಕೊಟ್ಟು ಎಂಟು ಸಾವಿರ ಹಣವನ್ನು ಕಟ್ಟಿ, ಒಂದು ಸಮಯ ಹೇಳಿಬಿಟ್ಟರೆ ಆದೀತು ಎಂದು ಹೊರಟೆ. ಆದರೆ ಅಲ್ಲಿಗೆ ಹೋಗುವಾಗ ಅಧಿಕಾರಿ ಬದಲಾಗಿದ್ದರು. ಶೂಟಿಂಗ್‌ಗೆ ಫೈರ್ ಇಂಜಿನ್ ಕೊಡಲು ಕಟ್ಟಿಸಿಕೊಳ್ಳುತ್ತಿದ್ದ ಹಣದ ಮೊತ್ತವೂ ಬದಲಾಗಿತ್ತು. ಎಂಟು ಸಾವಿರದಿಂದ ಹದಿನೈದು ಸಾವಿರಕ್ಕೆ ಅದನ್ನು ಏರಿಸಿಬಿಟ್ಟಿದ್ದರು. ವಾರದಲ್ಲಿ ಇಂಥಾ ಬದಲಾವಣೆ ಹೇಗೆ ಸಾಧ್ಯ ಎಂದು ನಾನು ಪ್ರಶ್ನಿಸಿದ್ದಕ್ಕೆ ಬಹುದಿನಗಳಿಂದ ನೆನೆಗುದಿಗೆ ಬಿದ್ದ ಮೊತ್ತದ ಬದಲಾವಣೆ ಏಕಾಏಕಿ ಆಗಿಬಿಟ್ಟಿತ್ತು. ನನ್ನ ಹತ್ತಿರ ಇದ್ದ ಹಣ ಯಾವುದಕ್ಕೂ ಆಗುವುದಿಲ್ಲ. ಇಲ್ಲಿ ಆಗಿಲ್ಲ ಅಂದ್ರೆ ನಿಮ್ಮೂರಲ್ಲೇ ನಮ್ಮ ಹೆಸರಿಗೆ ಡಿಡಿ ತೆಗೆದು ಡೀಟೇಲ್ಸ್ ಕಳಿಸಿ, ಇಲ್ಲಾಂದ್ರೆ ಅಕೌಂಟ್‌ಗೆ ಹಣವನ್ನು ಟ್ರಾನ್ಸ್‌ಫರ್ ಮಾಡಿ ಎಂದುಬಿಟ್ಟರು. ಹಿಂದೆ ಹಂಗಾಮಿ ಅಧಿಕಾರಿ ಅಲ್ಲೇ ಇದ್ದರು. ಅವರನ್ನೂ ಕೇಳಿಕೊಂಡೆ. ಇಡೀ ದೇಶವೇ ಸಂಕಷ್ಟದಲ್ಲಿರುವಾಗ ನಮ್ಮ ಪರಿಸ್ಥಿತಿಗೆ ಸ್ಪಂದಿಸಿ ಸಹಾಯ ಮಾಡಿ ಎಂದು. ನನ್ನ ಮಾತುಗಳಿಂದ ಅವರ ಮನಸ್ಸು ಕರಗುತ್ತಿತ್ತು. ಆದರೆ ನನಗೆ ಸಹಾಯ ಮಾಡುವ ಯಾವ ದಾರಿಗಳೂ ಅವರಿಗೆ ಕಾಣಲಿಲ್ಲ.

ನನ್ನ ಹತ್ತಿರ ಎಟಿಎಂ ಕಾರ್ಡ್ ಇದ್ದರೂ ಅದನ್ನ ಬಳಸಲಿಕ್ಕಾಗದ ಸ್ಥಿತಿ. ನಮ್ಮ ಹಣವನ್ನು ನಾವೇ ತೆಗೆದುಕೊಳ್ಳಲಾಗುತ್ತಿಲ್ಲ. ದೇಶದ ಕಳ್ಳರನ್ನೆಲ್ಲಾ ಹಿಡಿಯುವ ದೊಡ್ಡ ಆಶ್ವಾಸನೆಯ ಜೊತೆಗೆ ನಮ್ಮ ಕನಸುಗಳೂ ಸೇರಿದ್ದರಿಂದ ಇದನ್ನೆಲ್ಲಾ ಸಹಿಸಿಕೊಂಡು ಬಿಡೋಣ ಎಂದು ಅನ್ನಿಸುತ್ತಿತ್ತು. ತುಘಲಕ್ ದರ್ಬಾರಿಗೆ ನಾವೂ ಹೀಗೆ ಕೈಜೋಡಿಸುತ್ತೇವೆಂದೂ ಬೆಟ್ಟ ಅಗೆದು ಇಲಿಯನ್ನೂ ಹಿಡಿಯಲಾಗದ ಒಣ ಜಂಭಗಳನ್ನು ಹೀಗೆ ಪೋಷಿಸುತ್ತೇವೆಂದು ಕಲ್ಪನೆ ಕೂಡಾ ಇರಲಿಲ್ಲ. ಏನೇ ಆಗಲಿ ಎಲ್ಲದಕ್ಕೂ ಬಲಿಯಾಗುವುದು ಮಾತ್ರ ನಮ್ಮಂಥಾ ಮಧ್ಯಮ ವರ್ಗದ, ದುಡಿದ ಪೈಸೆ ಪೈಸೆಯ ಲೆಕ್ಕವನ್ನೂ ಇಟ್ಟು ತೆರಿಗೆ ಕಟ್ಟುವ ಜನ ಮಾತ್ರ. ಇಲ್ಲಿಯೂ ಆಗಿದ್ದು ಇದೇ. ಈ ದೇಶದ ದುರಂತ ಎಂದರೆ ತೆರಿಗೆ ಹಣವನ್ನು ತಪ್ಪಿಸಿಕೊಳ್ಳಲಿಕ್ಕೆ ದೊಡ್ಡವರಿಗೆ ದಾರಿಗಳಿರುವುದು ಸ್ವಾಭಾವಿಕ. ಆದರೆ ಗಂಡನಿಗೆ ಕಾಣದೆ ಹೆಂಡತಿ ಬಚ್ಚಿಡುತ್ತಿದ್ದ ಹಣದ ಗುಟ್ಟುಗಳೆಲ್ಲಾ ರಟ್ಟಾಗಿ ಗಂಡ ಹೆಂಡತಿಯರ ಜಗಳ ಬೀದಿಗೆ ಬಂದು ನಿಂತಿತ್ತು.

ಪಂಚಾಕ್ಷರಿಗೆ ಫೋನ್ ಮಾಡಿದ್ರೆ ಅವರು, ಮೇಡಂ ಹೇಗಾದ್ರೂ ನೀವೇ ಅರೇಂಜ್ ಮಾಡಿ ನನ್ನ ಕೈಲಿ ಎಲ್ಲಾ ಕೆಲಸ ಒಟ್ಟಿಗೆ ಮಾಡಲಿಕ್ಕಾಗಲ್ಲ ಅಂದುಬಿಟ್ಟರು. ಕಾಣದ ಊರು ಮಾಡುವುದಾದರೂ ಏನು? ನಾನು ಬೆಳಗ್ಗೆ ಹತ್ತು ಗಂಟೆಗೆ ಅಲ್ಲಿಗೆ ಹೋಗಿದ್ದು ಮಧ್ಯಾಹ್ನ ಎರಡಾದರೂ ಏನೂ ಆಗುತ್ತಿಲ್ಲ. ಹಳೆಯದಾದ ನನ್ನ ಫೋನ್‌ನಲ್ಲಿ ಚಾರ್ಜ್ ಕೂಡಾ ನಿಲ್ಲುತ್ತಿಲ್ಲ. ಮತ್ತಲ್ಲಿ ಯಾರೊಂದಿಗೋ ರಿಕ್ವೆಸ್ಟ್

ಮಾಡಿ ಅದನ್ನು ಚಾರ್ಜ್ ಮಾಡಿಸಿಕೊಂಡೆ. ಮಧ್ಯಾಹ್ನವಾಗುತ್ತಾ ಬಂದದ್ದರಿಂದ ನನ್ನ ಕರೆತಂದಿದ್ದ ಡ್ರೈವರ್ ಕಾರನ್ನು ವಾಪಸು ತೆಗೆದುಕೊಂಡು ಹೋಗುವ ತುರ್ತಿನಲ್ಲಿ ಹೊರಟ. ಈಗ ನನಗೆ ನಾನು ಈ ಜಗತ್ತಿನಲ್ಲಿ ಒಂಟಿ ಅನ್ನಿಸಿಬಿಟ್ಟಿತ್ತು.

ನನ್ನ ಪರಿಸ್ಥಿತಿ ನೋಡಿ ಕನಿಕರದಿಂದ ಅಲ್ಲಿದ್ದ ಸಿಬ್ಬಂದಿ, 'ಮೊದಲು ಊಟ ಮಾಡಿ ಬನ್ನಿ ಮೇಡಂ' ಎಂದು ಕಾಳಜಿ ಮಾಡಿದರು. ಅದಕ್ಕಿಂತ ಬೇರೆ ಏನು ಮಾಡಲು ಅವರಿಗೆ ಸಾಧ್ಯವಿರಲಿಲ್ಲ. ನನಗೆ, 'ನೀವೇ ನೋಡಿಕೊಳ್ಳಿ ಯಾರಿಂದಲಾದರೂ ಹಣವನ್ನು ಟ್ರಾನ್ಸ್‌ಫರ್ ಮಾಡಿಸಿ' ಎಂದು ಹೇಳಿಯಾದ ಮೇಲೆ ಪಂಚಾಕ್ಷರಿ ಫೋನ್ ರಿಸೀವ್ ಮಾಡಲಿಲ್ಲ. ಅವರನ್ನು ಏನೂ ಅನ್ನಲಿಕ್ಕೆ ಸಾಧ್ಯವಿರಲಿಲ್ಲ. ಅವರು ಶೂಟಿಂಗ್ ಮಾಡುವ ಅನಿವಾರ್ಯ ಸ್ಥಿತಿಯಲ್ಲಿದ್ದರು.

ಮತ್ತೆ ಮನೆಗೆ ಸ್ನೇಹಿತರಿಗೆ ಎಲ್ಲರಿಗೂ ಫೋನಾಯಿಸಿದೆ, ತಲೆಯನ್ನೂ ತಿಂದೆ. ಎಲ್ಲರ ಸ್ಥಿತಿಯೂ ನನಗಿಂತ ತುಂಬಾ ಬೇರೆಯಾಗಿರಲಿಲ್ಲ. 'ನನ್ನ ಸ್ನೇಹಿತರು ಬ್ಯಾಂಕಿನಲ್ಲಿದ್ದಾರೆ, ತುಂಬಾ ಒಳ್ಳೆಯವರು, ಅವರು ಸಹಾಯ ಮಾಡಬಹುದು' ಎಂದು ಇನ್ಯಾರೋ ಫೋನ್ ನಂಬರ್ ಕೂಡ ಕಳಿಸಿದ್ದರು. ಅವರು ಒಳ್ಳೆಯವರಲ್ಲ, ಅದಕ್ಕೆ ನನಗೆ ಸಹಾಯ ಮಾಡಲಿಲ್ಲ ಎಂದು ಹೇಳಲಿಕ್ಕಾಗುತ್ತದಾ? ಅವರಿಂದಲೂ ವಿಷಾದ ಯೋಗದ ಮಾತುಗಳು ಬಿಟ್ಟರೆ ಮತ್ತೇನೂ ಸಿಗಲಿಲ್ಲ. ಆಗ ಆನ್ಲೈನ್ ಟ್ರಾನ್ಸ್‌ಫರ್ ಮಾಡುವ ಸೌಲಭ್ಯ ಎಲ್ಲರಲ್ಲೂ ಇರುತ್ತಿರಲಿಲ್ಲ. ಕಡೆಗೆ ನನ್ನ ಗಂಡನಿಗೆ ಕಾಟಕೊಟ್ಟು 'ಏನಾದರೂ ಮಾಡು ಮಾರಾಯ' ಎಂದಿದ್ದಕ್ಕೆ, 'ಇರುವ ಕೆಲಸದ ನಡುವೆ ನಿನ್ನದೊಂದು' ಎಂದು ಬೈದುಕೊಳ್ಳುತ್ತಲೇ ಸ್ನೇಹಿತರ ಕಡೆಯಿಂದ ಆನ್ ಲೈನ್ ಟ್ರಾನ್ಸ್‌ಫರ್ ಮಾಡಿಸಿದರು. ಆಗ ಮಧ್ಯಾಹ್ನ ಮೂರೂವರೆ. ಊಟ ಕೂಡಾ ಮಾಡಿರಲಿಲ್ಲ, ಹತ್ತು ನಿಮಿಷ ಊಟ ಮುಗಿಸಿ ಬರುತ್ತೇನೆ ಎಂದು ಅವರಿಗೆ ಹೇಳಿ ಅಲ್ಲೇ ಇದ್ದ ಪುಟ್ಟ ಕ್ಯಾಂಟೀನ್ ಒಂದರಲ್ಲಿ ಏನು ಸಿಕ್ಕಿತೋ ಅದನ್ನೇ ತಿಂದೆ. ನನಗೆ ವಾಪಾಸು ಹೋಗಲಿಕ್ಕೆ ವೆಹಿಕಲ್ ಇಲ್ಲದ್ದರಿಂದ ಫೈರ್ ಇಂಜಿನ್ ವಾಹನದ ಜೊತೆಗೇ ಹೊರಟೆ. ದೊಡ್ಡ ಸಮಾಧಾನದ ನಿಟ್ಟುಸಿರು ನನ್ನೊಂದಿತ್ತು. ನಾನಿಲ್ಲಿ ಇಷ್ಟು ಕಷ್ಟಪಟ್ಟಿದ್ದು ಯಾರಿಗೂ ಗೊತ್ತಾಗಲೇ ಇಲ್ಲ. ಯಾಕೆಂದರೆ ಆ ಸ್ಥಿತಿಯಲ್ಲಿ ಪರಿಸ್ಥಿತಿಯನ್ನು ಎದುರಿಸಿದ್ದು ನಾನು ಮಾತ್ರ. ಹಾಗಾಗಿ ಈ ನನ್ನ ಸಾಹಸದ ಸಣ್ಣ ಕಲ್ಪನೆ ಕೂಡಾ ಯಾರಿಗೂ ಸಿಗಲಿಲ್ಲ. ಹೇಳುವ ಉಮೇದು ನನ್ನದಿದ್ದರೂ ಕೇಳಿಸಿಕೊಳ್ಳುವ ವ್ಯವಧಾನ ಯಾರಿಗೂ ಇರಲಿಲ್ಲ.

ಜಗಳ–ಕದನ–ಮುನಿಸು

ಶೂಟಿಂಗ್ ಯಾವತ್ತು ಸ್ಕ್ರಿಪ್ಟ್‌ನಲ್ಲಿದ್ದ ಆರ್ಡರ್‌ನಲ್ಲಿ ಮಾಡಲಿಕ್ಕೆ ಸಾಧ್ಯವಿರುವುದಿಲ್ಲ. ಒಂದು ಮನೆಯಲ್ಲಿ ಬರುವ ಎಲ್ಲ ದೃಶ್ಯಗಳನ್ನು ವಿಂಗಡಿಸಿ, ಆ ಮನೆ ಎಷ್ಟು ದಿನ ಬೇಕಾಗಬಹುದು ಎನ್ನುವ ಲೆಕ್ಕಾಚಾರದ ಮೇಲೆ ಕಲಾವಿದರನ್ನು ಕರೆಸಿಕೊಳ್ಳಬೇಕಾಗುತ್ತದೆ. ಹೆಚ್ಚು ಜನ ಕಲಾವಿದರು ಒಟ್ಟಿಗೆ ಇರುವುದು ಕೂಡ ಹೊರೆಯೇ. ಅವರು ಉಳಕೊಳ್ಳಲಿಕ್ಕೆ ಜಾಗ

ಊಟ, ತಿಂಡಿ ಎಲ್ಲಾ ಲೆಕ್ಕ ಹಾಕಿದರೆ ವೆಚ್ಚ ಜಾಸ್ತಿಯೇ. ಆದರೂ ಪಂಚಾಕ್ಷರಿ ಶ್ರೀನಿವಾಸಾಚಾರಿ ಪಾತ್ರಧಾರಿ ರಾಮಣ್ಣ ಮತ್ತು ಚಂದ್ರಣ್ಣನ ಪಾತ್ರಧಾರಿ ಪ್ರಸನ್ನ ಶೆಟ್ಟಿಯನ್ನು ತಮ್ಮೊಟ್ಟಿಗೆ ಇರಿಸಿಕೊಂಡಿದ್ದರು. ರಾಮಣ್ಣ ಕಲಾತ್ಮಕ ಚಿತ್ರಗಳಲ್ಲಿ ಪ್ರಧಾನವಾದ ಹೆಸರು. ಹಾಗಾಗಿ ಅವರು ಫ್ರೀಯಾಗೇ ಇದ್ದರು. ಆದ್ರೆ ಪ್ರಸನ್ನ ಶೆಟ್ಟಿ ಸೀರಿಯಲ್‌ಗಳಲ್ಲಿ ಮಾಡುತ್ತಿದ್ದು ಆತನಿಗೆ ಸಮಯ ಹೊಂದಿಸಿಕೊಳ್ಳುವುದು ಬೇಕಿತ್ತು. ಹಾಗೆ ಸೀರಿಯಲ್‌ನಲ್ಲಿ ಹೇಳಿಕೊಂಡು, ಹದಿನೈದು ದಿನಗಳ ಮಟ್ಟಿಗೆ ನಮ್ಮ ಜೊತೆಗೇ ಉಳಿದುಕೊಂಡಿದ್ದರು. ಆತನ ಎತ್ತರ ನಗು ಎಲ್ಲಾ ನನ್ನ ಮಗನನ್ನು ನೆನಪಿಗೆ ತರುತ್ತಿದ್ದರಿಂದ ಹೆಚ್ಚು ಮಾತಾಡದೆ ಹೋದರೂ ಆತನ ಜೊತೆ ಬೆಚ್ಚಗಿನ ಆಪ್ತಭಾವವೊಂದಿತ್ತು.

ದಿನಾ ಬೆಳಗ್ಗೆ ಅಂದುಕೊಂಡ ಸಮಯಕ್ಕೆ ಶೂಟಿಂಗ್ ಶುರು ಮಾಡುವುದು ಕಷ್ಟವಾಗುತ್ತಿತ್ತು. ಕಾರಣ ನಾವು ಮುಲ್ಕಿಯ ಹೋಟೆಲಿನಿಂದ ಹೊರಟು ಸೇರಬೇಕಿದ್ದ ಜಾಗಕ್ಕೆ ಸೇರಿ ಸೀನ್‌ಗೆ ತಕ್ಕಹಾಗೆ ಒಳಗೋ ಹೊರಗೋ ಶೂಟಿಂಗ್‌ಗೆ ತಯಾರು ಮಾಡಿ, ಕ್ಯಾಮೆರಾ ಫ್ರೇಮ್ ಇಟ್ಟು, ಆರ್ಟ್ ಡೈರೆಕ್ಷನ್ ಡಿಪಾರ್ಟ್‌ಮೆಂಟಿನವರಾದ ನಾವುಗಳು ಆ ಫ್ರೇಮ್‌ಗೆ ಬೇಕಾಗುವ ಪ್ರಾಪರ್ಟಿಯನ್ನು ತುಂಬಿಸಿದ ನಂತರ ಕಲಾವಿದರು ಬಂದು ನಿಲ್ಲುವುದು, ಆಕ್ಷನ್ ಕಟ್‌ಗಳು ಶುರುವಾಗುತ್ತಿದ್ದವು. ಆರಂಭವಾಗುವುದು ತಡವಾದ ತಕ್ಷಣ ಮುಗಿಯುವುದೂ ತಡವೇ ಆಗುತ್ತಿತ್ತು. ಒಂದು ದಿನ ಕಲಾವಿದರ ಕಾರಣದಿಂದ ಮಧ್ಯಾಹ್ನಕ್ಕೆ ಶೂಟಿಂಗ್ ಮುಗಿಸಬೇಕಾಯಿತು. ಅರ್ಧ ದಿನ ವೇಸ್ಟ್ ಆಗುತ್ತೆ ಎನ್ನುವ ಕಾರಣಕ್ಕೆ ಪಂಚಾಕ್ಷರಿ ಊಟದ ಹೊತ್ತಿಗೆ ಮುಲ್ಕಿಯ ಬೋಳ ರಂಗನಾಥ್ ರಾವ್ ಅವರ ಮನೆಗೆ ಶಿಫ್ಟ್ ಮಾಡಿಬಿಟ್ಟರು. ಅದೂ ಚಂದ್ರಣ್ಣ ಪಾತ್ರಧಾರಿ ಪ್ರಸನ್ನ ಶೆಟ್ಟಿ ಮತ್ತು ಶೃಂಗೇರಿ ರಾಮಣ್ಣ ಜೊತೆಯಲ್ಲೇ ಇದ್ದಿದ್ದರಿಂದ ಶೂಟಿಂಗ್ ಮಾಡುವುದಕ್ಕೆ ಪರದಾಡಬೇಕಿರಲಿಲ್ಲ. ಒಂದು ಕಡೆಯಿಂದ ಇನ್ನೊಂದು ಕಡೆಗೆ ಶಿಫ್ಟ್ ಆಗುವುದು ಎಂದರೆ ಸುಮ್ಮನೆ ಮಾತಲ್ಲವಲ್ಲ! ಯಾರನ್ನಾದರೂ ಅಭಿಪ್ರಾಯ ಕೇಳಿದರೆ ಇವತ್ತು ಇಲ್ಲಿಗೇ ಪ್ಯಾಕಪ್ ಮಾಡೋಣ ಎಂದು ಹೇಳುತ್ತಿದ್ದರು ಎನ್ನುವುದು ಅವರಿಗೆ ಗೊತ್ತಿತ್ತು. ಶೂಟಿಂಗ್‌ನ ಎಲ್ಲಾ ಚುಕ್ಕಾಣಿಯನ್ನೂ ಅವರೇ ಹಿಡಿದಿದ್ದರಿಂದ ನಿರ್ಧಾರಗಳನ್ನು ಅವರೇ ತೆಗೆದುಕೊಳ್ಳಬೇಕಿತ್ತು. ಆದರೆ ಆ ನಿರ್ಧಾರ ಕ್ಯಾಮೆರಾಮನ್ ಅಶೋಕ್ ವಿ ರಾಮನ್‌ರನ್ನು ವಿಚಲಿತಗೊಳಿಸಿದ ಹಾಗಿತ್ತು. ಯಾರೂ ಸುಮ್ಮನೆ ಕೆಲಸ ಮಾಡುವುದಿಲ್ಲ. ಅದರಲ್ಲೂ ಕಲಾಮಾಧ್ಯಮದಲ್ಲಿ ಕೆಲಸ ಮಾಡುವವರಿಗೆ ಏನಾದರೂ ಹೊಸತನ್ನು ಹುಡುಕಬೇಕು ಎನ್ನುವುದು ಇದ್ದೇ ಇರುತ್ತದೆ. ಸಮುದ್ರ, ನಿರ್ಜನವಾಗುತ್ತಿದ್ದ ತಡಿಯ ಪ್ರದೇಶಗಳು, ಅಲ್ಲೊಂದು ಇಲ್ಲೊಂದು ಮನೆಗಳಲ್ಲಿ ಏಳುತ್ತಿದ್ದ ಸೌದೆ ಒಲೆಯ ಹೊಗೆ, ಅಪರೂಪಕ್ಕೆ ಅಳುವ ಮಗುವಿನ ಶಬ್ದ ಇವೆನ್ನೆಲ್ಲಾ ಹಿಡಿಯಲಿಕ್ಕೆ ಅವರಿಗೂ ಸಮಯವಾಗಿರಲಿಲ್ಲ. ಅದನ್ನ

ಮಾಡಿಕೊಳ್ಳಬಹುದು ಎನ್ನುವ ಉದ್ದೇಶ ಅವರದಿದ್ದಿರಬಹುದು. ಅಥವಾ ದಿನಾ ತಡವಾಗುತ್ತಿದ್ದರಿಂದ ನಿದ್ದೆ ಸರಿಯಾಗದೆ, ಇವತ್ತಾದರೂ ಸರಿಯಾದ ಸಮಯಕ್ಕೆ ಮಲಗಬಹುದು ಎನ್ನುವ ಲೆಕ್ಕಾಚಾರವಿತ್ತೋ ಗೊತ್ತಿಲ್ಲ. ಊಟ ಮುಗಿದ ತಕ್ಷಣ ಶೂಟಿಂಗ್ ಶುರುವಾಗೇ ಬಿಟ್ಟಿತು. ಎಲ್ಲರಿಗೂ ಗೊತ್ತಾಗಿಬಿಟ್ಟಿತ್ತು, ಇವತ್ತು ನಾವು ತಡವಾಗೇ ರೂಂ ಸೇರುವುದು ಎಂದು. ಪುಟ್ಟಣ್ಣನಿಗೆ ನಾನು ಫ್ರೇಂನಲ್ಲಿ ಇಡುವ ವಸ್ತು ಸರಿ ಇದೆಯಾ ನೋಡುವಂತೆ ಹೇಳಿದ್ದೆ. ಒಮ್ಮೆ ಫ್ರೇಂ ಇಟ್ಟ ಮೇಲೆ ಸಾಮಾನ್ಯಕ್ಕೆ ಬದಲಿಸುತ್ತಿರಲಿಲ್ಲ. ಬದಲಿಸಬಾರದು ಎನ್ನುವ ನಿಯಮವೇನೂ ಇರಲಿಲ್ಲ. ನಾನೂ ಪುಟ್ಟಣ್ಣ ಇಬ್ಬರೂ ನಮ್ಮ ಕೆಲಸ ಮುಗಿಸಿ ಫ್ರೇಂನಿಂದ ಹೊರಗೆ ಬಂದೆವು. ನಂತರ ಫ್ರೇಮ್ ಚೇಂಜ್ ಮಾಡಿಬಿಟ್ಟಿದ್ದಾರೆ. ಅದು ನಮ್ಮ ಅರಿವಿಗೆ ಬರಲೇ ಇಲ್ಲ, ನಾನೂ ಪುಟ್ಟಣ್ಣ ಇಬ್ಬರೂ ಪಾತ್ರಧಾರಿಗಳನ್ನು ನೋಡುತ್ತಾ ನಿಂತು ಬಿಟ್ಟೆವು. ಪುಟ್ಟಣ್ಣ ಫ್ರೇಂ ಒಳಗೆ ಬರುತ್ತಿದ್ದಾನೆ ಎಂದು ಕ್ಯಾಮೆರಾಮನ್ ಸನ್ನೆ ಮಾಡುತ್ತಿದ್ದರೂ ಅವನಿಗೆ ಗೊತ್ತೇ ಆಗಲಿಲ್ಲ. ಅವನ ಕೈ ಫ್ರೇಂ ಒಳಗೆ ಇತ್ತು. ಪಾತ್ರಧಾರಿಗಳೆಲ್ಲರೂ ಚೆನ್ನಾಗೇ ಆ್ಯಕ್ಟ್ ಮಾಡುತ್ತಿದ್ದರೂ ಕ್ಯಾಮೆರಾಮನ್ ಮಾತ್ರ ಕಟ್ ಎಂದಿದ್ದರು. ನಮಗೋ ಯಾಕೆ ಎನ್ನುವ ಕುತೂಹಲ. ಏನಾಯ್ತು ಎಂದ ತಕ್ಷಣ ಕ್ಯಾಮೆರಾಮನ್ ಅಶೋಕ್ ಜೋರಾಗಿ ಪುಟ್ಟಣ್ಣನ ಮೇಲೆ ಕೂಗಾಡಿಬಿಟ್ಟರು. ನನಗೂ ಏನಾಯಿತು ಎನ್ನುವ ಆತಂಕ. ಪುಟ್ಟಣ್ಣ 'ಫ್ರೇಂ ಇಲ್ಲಿಯವರೆಗೂ ಮಾತ್ರ ಇಟ್ಟಿದ್ದರಲ್ಲಾ' ಎಂದ. ಅಷ್ಟು ಅಂದಿದ್ದೇ ತಡ ಅಶೋಕ್‌ಗೆ ಇನ್ನಷ್ಟು ಕೋಪ ಬಂತು. ಪುಟ್ಟಣ್ಣನಿಗೆ ಬಾಯಿಗೆ ಬಂದಂತೆ ಬೈದು, 'ನಿನ್ನ ಕೆಲಸ ಮೊದಲು ಮಾಡು, ನೆಟ್ಟಗೆ ಫ್ರೇಮ್ ಹೆಂಗೆ ತುಂಬಿಸಬೇಕು ಎನ್ನುವುದೇ ಗೊತ್ತಿಲ್ಲ, ನನಗೆ ಹೇಳಿಕೊಡಲಿಕ್ಕೆ ಬರ್ತಾನೆ' ಎಂದುಬಿಟ್ಟರು. ಇದರಿಂದ ಪುಟ್ಟಣ್ಣನಿಗೆ ತುಂಬಾ ಹರ್ಟ್ ಆಯ್ತು. ನೇರವಾಗಿ ಪುಟ್ಟಣ್ಣನನ್ನು ಗುರಿ ಮಾಡಿದ್ದು ನನಗೂ ಸರಿ ಬರಲಿಲ್ಲ. ನಾವು ನೋಡಿದಾಗ ಇಟ್ಟ ಫ್ರೇಂ ಬದಲಿಸಿದಾಗ ನಮಗೆ ಹೇಳದಿದ್ದರೆ ಹೇಗೆ? ಮಾತಿಗೆ ಮಾತು ಸೇರಿ ಗೊಂದಲವಾಯಿತು. ನಾನು, 'ಇಲ್ಲಿ ಯಾರೂ ದೊಡ್ಡವರಲ್ಲ, ಎಲ್ಲರೂ ಒಂದು ಉದ್ದೇಶಕ್ಕಾಗಿ ಬಂದಿದ್ದೇವೆ. ಇದನ್ನು ಬೆಳೆಸುವುದು ಬೇಡ' ಎಂದು ರಿಕ್ವೆಸ್ಟ್ ಮಾಡಿದೆ. ನನ್ನ ಮಾತನ್ನು ಯಾರೂ ಕೇಳಿಸಿಕೊಳ್ಳುವ ಹಾಗಿರಲಿಲ್ಲ.

ಪುಟ್ಟಣ್ಣ ಸ್ಪಾಟ್‌ನಿಂದ ಯಾವಾಗ ಹೊರಟನೋ ಗೊತ್ತೇ ಇಲ್ಲ. ಎಲ್ಲಾ ಕಡೆ ಹುಡುಕಿ ರೂಂಗೆ ಹೋಗಿರಬೇಕು ಬೇಸರ ಆಗಿತ್ತಲ್ಲ ಎಂದುಕೊಂಡು ರೂಂಗೆ ಬಂದರೆ ರೂಂ ಬೀಗ. ನಿಮ್ಮ ಹುಡುಗ ರೂಂ ಖಾಲಿ ಮಾಡಿ ಹೋಗಿಯಾಯ್ತು ತಗೊಳ್ಳಿ ಎಂದು ಮ್ಯಾನೇಜರ್ ಕೀ ಕೊಟ್ಟರು. ನಾನು ತಕ್ಷಣ ಪುಟ್ಟಣ್ಣನಿಗೆ ಫೋನ್ ಮಾಡಿದೆ ಅವನು ಪಿಕ್ ಮಾಡಲಿಲ್ಲ. ಮೆಸೇಜ್ ಹಾಕಿದೆ. ಅವನು ಅದಕ್ಕೂ ಉತ್ತರಿಸಲಿಲ್ಲ.

ನಾನು ಪುನೀತ ಎಲ್ಲ ಕಡೆಯೂ ಹುಡುಕಿದೆವು. ಅಶೋಕ್ ಎದುರು ಸಿಕ್ಕವರು 'ಎಲ್ಲಿಗೂ ಹೋಗಲ್ಲ ಬಿಡಿ' ಎಂದರು. ನನಗೂ ನೋವಿತ್ತು 'ಕೆಲಸಕ್ಕೇ ಬಂದಿರಬಹುದು, ಆದರೆ ಇನ್ನೊಬ್ಬರ ಮಕ್ಕಳ ಬಗ್ಗೆ ಮಾತಾಡಲಿಕ್ಕೆ ಯಾರಿಗೂ ಅಧಿಕಾರ ಇರೋಲ್ಲ ಸರ್' ಎಂದೆ. ಅಶೋಕ್ ಅವರಿಗೂ ಈ ಘಟನೆ ಅನಿರೀಕ್ಷಿತ ಎಂದು ಅವರ ವರ್ತನೆಯೇ ತೋರುತ್ತಿತ್ತು. ಇಷ್ಟೆಲ್ಲಾ ನಡೆಯುವಾಗ ಪಂಚಾಕ್ಷರಿಯೂ ನಮ್ಮನ್ನು ಬಂದು ಸೇರಿದರು. ಅವನ ಬಗ್ಗೆ ಯಾವ ಮಾಹಿತಿಯೂ ಸಿಗಲಿಲ್ಲ. ಕಡೆಗೆ ಮತ್ತೊಂದು ಸಾರಿ ನೋಡಿಬಿಡೋಣ ಎಂದು ಪುಟ್ರಾಜುಗೆ ಫೋನ್ ಮಾಡಿದೆ. ಫೋನ್ ರಿಸೀವ್ ಮಾಡಿಬಿಟ್ಟ! 'ಎಲ್ಲಿದ್ದೀಯಾ?' ಎಂದು ಒಂದೇ ಉಸಿರಿಗೆ ಮಾತಾಡಿದ ನಾನು, 'ನಿನಗೆ ಈಗ ಬಿಟ್ಟು ಹೋಗಲಿಕ್ಕೆ ಯಾವ ರೈಟ್ಸೂ ಇಲ್ಲ. ನನ್ನ ಜೊತೆ ಇದ್ದು ಕೆಲಸ ಮುಗಿಸಿಕೊಡುವುದಾಗಿ ಮಾತುಕೊಟ್ಟಿದ್ದೀಯ' ಎಂದೆ. ಅವನೂ ಅಷ್ಟು ಹೊತ್ತಿಗೆ ಸ್ವಲ್ಪ ಸಮಾಧಾನವಾಗಿದ್ದ ಅನ್ನಿಸುತ್ತೆ. ತನ್ನ ಲಗೇಜ್ ಜೊತೆ ಬೆಂಗಳೂರಿಗೆ ಹೋಗುವ ಬಸ್‌ಗಾಗಿ ಕಾಯುತ್ತಾ ಕುಳಿತಿದ್ದ ಅವನ ಕಡೆಗೆ ಓಡಿ ಹೋದೆವು.

ಪುಟ್ಟಣ್ಣನಿಗೆ ತುಂಬಾ ಬೇಸರ ಆಗಿತ್ತು. ಆ ಹುಡುಗನನ್ನು ನೋಡಿದಾಗಲೆಲ್ಲಾ ಇವನು ಏನು ಕೆಲಸವನ್ನಾದರೂ ಮಾಡಿಯೇ ಮಾಡುತ್ತಾನೆ ಎನಿಸುವಷ್ಟು ಉತ್ಸಾಹ ಜೀವಂತಿಕೆ ಅವನ ಪ್ರತೀ ವರ್ತನೆಯಲ್ಲೂ ಕಾಣುತ್ತಿತ್ತು. ಹೆಂಡತಿಗೆ ಏಳು ತಿಂಗಳು. ಮಗುವಿನ ನಿರೀಕ್ಷೆಯಲ್ಲಿದ್ದ ಅವನಿಗೆ ಆ ಕ್ಷಣದಲ್ಲೂ ಸಿನೆಮಾದೇ ಧ್ಯಾನ. ನಿನಗೆ ಸಿನಿಮಾನೆ ಹುಟ್ಟುತ್ತೆ ಬಿಡು ಎಂದು ಹಾಸ್ಯ ಮಾಡುತ್ತಿದ್ದೆವು. ಅಂಥಾ ಹುಡುಗ ಇದ್ದಕ್ಕಿದ್ದ ಹಾಗೆ ಎದ್ದು ಹೊರಟ ಎಂದರೆ ನನಗೆ ಮನಸ್ಸಿಗೆ ಕಷ್ಟ ಅನ್ನಿಸಿತ್ತು. ಅವನನ್ನು ಒಪ್ಪಿಸಿ ಮತ್ತೆ ವಾಪಸು ಕರೆತರುವಷ್ಟರಲ್ಲಿ ಸಾಕುಸಾಕಾಯಿತು.

ಅವತ್ತು ಅಶೋಕ್ ಕೂಗಾಡಿದ್ದಕ್ಕೆ ಕಾರಣ ಬೇರೆಯೂ ಒಂದಿತ್ತು. ಅದು ನಮಗೆ ಗೊತ್ತಾಗಿದ್ದು ತಡವಾಗಿ. ಸಂಜೆ ಮಗುವಿನ ಬರ್ತ್ ಡೇ ಇತ್ತಂತೆ. ಹಾಗಾಗಿ ಹಿಂದಿನ ದಿನವೇ ನಿರ್ದೇಶಕರನ್ನು ಕೇಳಿದ್ದರಂತೆ. ಪಂಚಾಕ್ಷರಿ ಒಪ್ಪಿಯೂ ನಂತರ ಮಧ್ಯಾಹ್ನದ ಮೇಲೆ ಮುಲ್ಕಿಗೆ ಶೂಟಿಂಗ್‌ಗೆ ಅಂತ ಬಂದಿದ್ದರಿಂದ ವಿಡಿಯೋ ಕಾಲ್‌ನಲ್ಲಾದರೂ ಸಂಜೆ ಆರಕ್ಕೆ ಮಗು ಕೇಕ್ ಕಟ್ ಮಾಡುವುದನ್ನು ನೋಡಲಾಗುವುದಿಲ್ಲವಲ್ಲ ಎನ್ನುವ ಕೊರಗು ಅವರನ್ನು ಕಾಡಿದೆ. ಆದರೆ ಈ ಎಲ್ಲಾ ಸಮಸ್ಯೆಯ ಮಧ್ಯೆ ಸುಮ್ಮನೆ ಸಿಕ್ಕಿಕೊಂಡವನು ನಮ್ಮ ಪುಟ್ಟಣ್ಣ. ಇಷ್ಟೆಲ್ಲಾ ಆಗಿಯೂ ಎಲ್ಲಾ ಕೆಲಸಗಳನ್ನು ಚಾಚೂ ತಪ್ಪದೆ ಮಾಡಿವನೂ ಅವನೇ.

ತುಂಬಾ ಖುಷಿಯ ಸಂಗತಿ ಎಂದರೆ, ಪುಟ್ಟಣ್ಣ ಇಂದು ತನ್ನೆಲ್ಲಾ ಕಷ್ಟದ ನಡುವೆಯೂ ಪುಟ್ಟದಾದ ಸ್ಟುಡಿಯೋ ಒಂದನ್ನು ಮಾಡಿಕೊಂಡಿದ್ದೇ ಅಲ್ಲದೆ, ಕ್ಯಾಮೆರಾಮನ್ ಆಗಿ ಕೆಲಸವನ್ನೂ ಮಾಡುತ್ತಿದ್ದಾನೆ. ಅಷ್ಟರಮಟ್ಟಿಗೆ 'ಪಾತುಮ್ಮ' ಸಿನೆಮಾ ಅವನ ಪಾಲಿಗೆ ದೊಡ್ಡ ಚಿಮ್ಮುಹಲಗೆ.

ಮುರಿದು ಬಿದ್ದ ಮನ

ಪಂಚಾಕ್ಷರಿ ಕೆಲವು ಕಲಾವಿದರನ್ನು ಮೊದಲ ದಿನದಿಂದ ಜೊತೆಗೆ ಇರಬೇಕೆಂದು ಹೇಳಿ ಇರಿಸಿಕೊಂಡಿದ್ದರು ಅದರಲ್ಲಿ ಪ್ರಸನ್ನ ಶೆಟ್ಟಿ ಮತ್ತು ರಾಮಣ್ಣ ಮುಖ್ಯರು. ರಾಮಣ್ಣ ಹಿರಿಯರು ಮತ್ತು ದೊಡ್ಡ ಕಲಾವಿದರು. ಅವರು ತೆರೆಯ ಮೇಲೆ ಕಾಣಿಸಿದರೆ ಅದೊಂದು ಫೀಲ್ ಕೊಡುತ್ತೆ. ಸಹಜವಾದ ನಟನೆ ಪಾತ್ರದ ಒಳಗೆ ಇಳಿವ ತಾಧ್ಯಾತ್ಮ ಆಪ್ತವಾದ ನಿಲುವು ಎಲ್ಲವೂ ಅವರನ್ನು ಕಲಾತ್ಮಕ ಚಿತ್ರಗಳ ಪರ್ಮನೆಂಟ್ ಪಾತ್ರಧಾರಿಯಾಗಿಸಿದೆ.

ಶೂಟಿಂಗ್ ಶುರುವಾಗುವ ಮೊದಲ ದಿನ ಬೆಳಗ್ಗೆ ಐದೂವರೆಗೆ ಎದ್ದು ವಾಕಿಂಗ್ ಮುಗಿಸಿ ಪುನರೂರು ಹೊಟೇಲ್‌ನಲ್ಲಿ ಇನ್ನೂ ಕಾಫಿ ಸಿದ್ಧವಾಗಿರದ ಕಾರಣ ಪಕ್ಕದ ಹೋಟೆಲಿಗೆ ಹೋದೆವು. ಆಗ ಸಮಯ ಬೆಳಗ್ಗೆ ಆರೂವರೆ ಇರಬಹುದು. ಪುನೀತ ಸ್ನಾನ ಮುಗಿಸಿ ದೇವಸ್ಥಾನಕ್ಕೆ ಹೋಗಿ ಹಣೆಗೆ ಕುಂಕುಮ ಇಟ್ಟುಕೊಂಡು ಬಂದಿದ್ದ. 'ಪುನೀತಾ ಸ್ನಾನ ಇಲ್ಲದೆ ಕಾಫಿಯನ್ನೂ ಕುಡಿಯುವುದಿಲ್ಲವಾ?' ಎಂದು ರೇಗಿಸಿದೆ. 'ಇಲ್ಲಮ್ಮಾ ನಮ್ಮ ಮನೆಯಲ್ಲಿ ಅದು ಅಭ್ಯಾಸವಿಲ್ಲ' ಎಂದಿದ್ದ. 'ನೀನು ಸಿನಿಮಾ ಫೀಲ್ಡ್‌ಗೆ ನಾಲಾಯಕ್ಕು' ಎಂದು ಪುಟ್ಟಣ್ಣ ಜೋರಾಗಿ ನಗಾಡಿದ್ದ. ಆಗಲೇ ಹೋಟೆಲಿನ ಒಳಗೆ ಒಬ್ಬ ವ್ಯಕ್ತಿ ಬಂದರು. ಇವರನ್ನು ತುಂಬಾ ನೋಡಿದ್ದೇನೆ. ಎಲ್ಲಿ ಅಂತ ಗೊತ್ತಾಗ್ತಾ ಇಲ್ಲ ಎಂದು ಅಂದುಕೊಳ್ಳುವಾಗಲೇ ಪುನೀತ, 'ಅಮ್ಮಾ ಇವರು ರಾಮಣ್ಣ ಅಲ್ವಾ?' ಎಂದಿದ್ದ. ಆಗಲೇ ನನಗೂ ಹೊಳೆದದ್ದು. ನಾವು ಮಾತಾಡುವುದನ್ನು ಅವರು ಕೇಳಿಸಿಕೊಂಡರು ಅನ್ನಿಸುತ್ತೆ; ನಮ್ಮ ಕಡೆಗೆ ನೋಡಿ ನಕ್ಕರು. ಆಪ್ತ ನಗು. ಬೆಳಗಿನ ಹಿಮದಂತೆ. ನಮ್ಮ ಮಾತುಗಳಲ್ಲಿ ನಾವೆಲ್ಲಾ ಒಂದೆ ಕಡೆ ಕೆಲಸ ಮಾಡುವವರು ಎಂದು ಅವರಿಗೂ ಅರ್ಥವಾಗಿತ್ತು ಅನ್ನಿಸುವ ಹಾಗಿತ್ತು ಅವರ ನಗು. ನಾವು ಮಾತು ಮತ್ತು ಕಾಫಿಯನ್ನೂ ಮುಗಿಸಿ ಹೊರಟು ನಿಂತಾಗ ಹೋಟೆಲಿನವರು 'ಬಿಲ್ಲು ಚುಕ್ತ ಆಗಿದೆ' ಎಂದಿದ್ದರು. ರಾಮಣ್ಣ ನಮ್ಮ ಬಿಲ್ಲನ್ನೂ ಕೊಟ್ಟು ಹೋಗಿದ್ದರು. ನಮಗದು ಅಚ್ಚರಿ ಮತ್ತು ಸಂತೋಷ ಎರಡನ್ನೂ ಕೊಟ್ಟಿತ್ತು.

ಶೂಟಿಂಗ್‌ನಲ್ಲಿ ಸಿಕ್ಕಾಗ ಒಂದು ಸಣ್ಣ ನಗುವನ್ನು ಬಿಟ್ಟರೆ ಬೇರೆ ಏನೂ ಮಾತೂಕತೆ ನಡೆಯುತ್ತಿರಲಿಲ್ಲ. ಇಡೀ ದಿನ ಕೆಲಸ. ಸಂಜೆಯ ಹೊತ್ತಿಗೆ ಹೈರಾಣು, ಮಧ್ಯದಲ್ಲಿ ಕಥೆಯ ಕುರಿತು ಚರ್ಚೆ, ತುಂಬಿಸಬೇಕಾದ ಫ್ರೇಮಿನ ಜವಾಬ್ದಾರಿ, ಒಂದಿಷ್ಟು ಸಂಬಾಳಿಸುವ ಕೆಲಸ ಇವುಗಳ ಮಧ್ಯೆ ಕಳೆದುಹೋಗುತ್ತಿದ್ದೆವು. ಆದರೂ ರಾಮಣ್ಣ ಅವರನ್ನ ನೋಡಿದಾಗಲೆಲ್ಲಾ ಯಾಕೋ ನನ್ನ ಚಿಕ್ಕಪ್ಪ ನೆನಪಾಗುತ್ತಿದ್ದರು. ಇವರೂ ನನ್ನನ್ನು ಅವರು ಕರೆದ ಹಾಗೆ 'ಮಗಳೇ' ಎಂದು ಕರೆಯಲಿ ಎನ್ನಿಸುತ್ತಿತ್ತು. ತಕ್ಷಣವೇ ನಕ್ಕುಬಿಡುತ್ತಿದ್ದೆ, ನಾನು ಭಾವಿಸಿದ ತಕ್ಷಣ ಅವರಿಗೆ ಆಪ್ತತೆ ಬಂದು ಬಿಡುವುದು ಸಾಧ್ಯವಿಲ್ಲವಲ್ಲ, ನಾನು ಕಾಣಲಿಕ್ಕೆ ಇರುವ ಹಾಗೆ ಅವರಿಗೂ ಕಾರಣ ಇರಬೇಕಲ್ಲಾ ಎಂದು.

ದಿನ ಕಳೆದ ಹಾಗೆ ಅವರ ಬಗ್ಗೆ ಬೇರೆಯವರು ಮಾತಾಡಿಕೊಳ್ಳುವುದು ಕೇಳಿ ನನಗೆ ಬೇಸರವಾಗುತ್ತಿತ್ತು. ಕಂಡಾಪಟ್ಟೆ ಕುಡಿದು ರೂಮಿನಲ್ಲಿ ಗಲಾಟೆ ಮಾಡುತ್ತಾರೆ, ಸಿಕ್ಕ ಸಿಕ್ಕ ಹಾಗೆ ಬೈತಾರೆ ಎಂದೆಲ್ಲಾ ಹೇಳುತ್ತಿದ್ದರು. ಅವರು ಯಾಕಾಗಿ ಗಲಾಟೆ ಮಾಡುತ್ತಾರೆ? ಯಾರಾದರೂ ಅವರಿಗೆ ತೊಂದರೆ ಕೊಡುತ್ತಾರಾ? ಎಂದು ಕೇಳಿದ್ದೆ. ಸಮರ್ಪಕವಾದ ಉತ್ತರ ಸಿಕ್ಕಿರಲಿಲ್ಲ. ಚಿಕ್ಕಪ್ಪನಂಥಾ ಅವರು ಜಗಳಗಂಟ ಆಗಲಿಕ್ಕಿಲ್ಲ ಎನ್ನುವುದು ನನ್ನ ನಂಬಿಕೆ.

ಚಂಚಲಾ ಟೀಂ ಬಿಟ್ಟು ಹೊರಟ ಮೇಲೆ ನನ್ನ ರೂಂನಲ್ಲಿ ನಾನೊಬ್ಬಳೆ ಇರುತ್ತಿದ್ದೆ. ಯಾರಾದರೂ ಪಾತ್ರಧಾರಿಗಳು ಹೆಣ್ಣುಮಕ್ಕಳು ಬಂದರೆ ನನ್ನೊಂದಿಗೆ ಉಳಿದುಕೊಳ್ಳುತ್ತಿದ್ದರು. ದಿನಾಗಲೂ ಸೀನ್ ಪೇಪರ್ ಅನ್ನು ಇಟ್ಟುಕೊಂಡು, ನಾಳಿನ ಶೂಟಿಂಗ್‌ಗೆ ಬೇಕಾಗುವ ಎಲ್ಲಾ ಪ್ರಾಪರ್ಟಿಗಳನ್ನು ಲಿಸ್ಟ್ ಮಾಡಿ, ಎತ್ತಿಟ್ಟುಕೊಳ್ಳುತ್ತಿದ್ದೆವು. ಅವತ್ತೂ ರಾತ್ರಿ ಹೀಗೆ ಪುಟ್ಟಣ್ಣ ಮತ್ತು ಪುನೀತ ಮತ್ತು ನಾನು ಎಲ್ಲಾ ವಸ್ತುಗಳನ್ನು ಎತ್ತಿ ನಮ್ಮ ಬ್ಯಾಗಿನಲ್ಲಿ ಇಡುತ್ತಿದ್ದೆವು. ಸ್ಪೆಷಲ್ ಎಫೆಕ್ಟ್‌ಗಾಗಿ ಸಾಂಬ್ರಾಣಿ ಹೊಗೆ ಹಾಕುವುದು ಸಿನೆಮಾಗಳಲ್ಲಿ ಸಾಮಾನ್ಯ. ಹಾಗೆಂದುಕೊಂಡೇ ತಂದಿದ್ದ ಬಾಂಡಲಿಗಳು, ಇದ್ದಿಲು, ಸಾಂಬ್ರಾಣಿಯ ಪಟ್ಟಣಗಳು ಮೂಲೆಯಲ್ಲಿ ಬಿದ್ದುಕೊಂಡಿದ್ದವು. 'ಮೇಡಂ ಇವನ್ನೆಲ್ಲಾ ಏನು ಮಾಡುವುದು?' ಎಂದು ಪುನೀತ ಕೇಳಿದ. 'ಇರು ಪುನೀತ ಕೊನೆಯ ದಿನದ ವರೆಗೂ ಯಾವುದು ಬೇಕು ಯಾವುದು ಬೇಡಾಂತ ಹೇಳೋಕ್ಕಾಗಲ್ಲ. ಡೈರೆಕ್ಟರ್ ಏನಾದ್ರೂ ಯೋಚನೆ ಮಾಡಿದ್ರೆ ಅದಕ್ಕೆ ಸಪೋರ್ಟ್ ಮಾಡಬೇಕಾಗುತ್ತದೆ' ಎಂದಿದ್ದೆ.

ಪಂಚಾಕ್ಷರಿಗೆ ಕ್ರಿಯೇಟಿವ್ ಆದ ಐಡಿಯಾಗಳು ತುಂಬಾ ಇದ್ದವು. ನಾವು ಶೂಟಿಂಗ್‌ಗಾಗಿ ಜಾಗ ಹುಡುಕಲು ಬಂದಿದ್ದೆವಲ್ಲ ಎಂಥೆಂಥಾ ಜಾಗ ನೋಡಿದ್ದು! ಅಲ್ಲಿ ಸುಮ್ಮನೆ ಕ್ಯಾಮೆರಾ ಇಟ್ಟರೂ ಏನೇನೋ ಹೇಳಿಬಿಡುತ್ತಿದ್ದವು. ಆದರೆ ಸಣ್ಣ ಬಜೆಟ್‌ನ ಸಿನೆಮಾ ದಿನಗಳ ಲೆಕ್ಕದಲ್ಲೇ ಮಾಡಬೇಕಲ್ಲಾ? ಹಾಗಾಗಿ ಕಥೆ ಬೇಡಿದರೂ ಅದನ್ನು ತೆಗೆಯಲು ಆಗಲೇ ಇಲ್ಲ.

ಹೀಗೆ ನಮ್ಮ ಮಾತುಕತೆ ನಡೆಯುವಾಗಲೇ ಹೊರಗೆ ಜೋರಾಗಿ ಜಗಳ ಶುರುವಾಗಿತ್ತು. ಪುಟ್ಟಣ್ಣ 'ಈವಯ್ಯನ ಕಿರಿಕ್ಕು ಶುರುವಾಯ್ತು' ಎಂದ. ನಮ್ಮ ಟೀಂನಲ್ಲಿ ಮತ್ಯಾರೂ ಕುಡಿದು ಗಲಾಟೆ ಮಾಡುತ್ತಿರಲಿಲ್ಲ. ಹಾಗಾಗಿ ಅದು ರಾಮಣ್ಣನೇ ಎಂದು ನನಗೂ ಅರ್ಥವಾಗಿತ್ತು. ಬಗ್ಗಿ ನೋಡಲು ಹೋದೆ. 'ಕುಡುಕರ ಸಹವಾಸ ಕಷ್ಟ ಸುಮ್ಮನೆ ಒಳಗಿರಿ ಮೇಡಂ' ಎಂದಿದ್ದ ಪುಟ್ಟಣ್ಣ. ಟೀಂನಲ್ಲಿ ನಾನೊಬ್ಬಳೆ ಹೆಂಗಸಾದ್ದರಿಂದ ನನ್ನ ಬಗ್ಗೆ ಕಾಳಜಿ ತೆಗೆದುಕೊಳ್ಳುತ್ತಿದ್ದರು. ಬೆಳಗ್ಗೆ ಎದ್ದು ಪಂಚಾಕ್ಷರಿಯೂ ಅವರ ಬಗ್ಗೆ ಕಂಪ್ಲೇಟ್ ಹೇಳಿದ್ದರು, 'ಹೋಗಿ ಅಂತ ಹೇಳಬೇಕು ಅಂದುಕೊಂಡಿದ್ದೇನೆ' ಎಂದು. 'ಯಾಕೆ ನಿಮ್ಮ ಜೊತೆ ಏನು ಕಿರಿಕ್ಕು ಮಾಡಿಕೊಂಡಿದ್ದಾರೆ' ಎಂದೆ. ನೇರವಾಗಿ ಅಲ್ಲದಿದ್ದರೂ 'ಆದರೆ ದಿನ ರೂಮಿಗೆ ಬಂದು ಹಾಗೆ ಹೀಗೆ ಎಂದೆಲ್ಲಾ ಹೇಳುತ್ತಾರೆ' ಎಂದಿದ್ದರು. ನನಗೆ ನೋವಾಗಿತ್ತು. ಗೊತ್ತಿಲ್ಲದ ಹಾಗೆ ನನಗೆ ಅವರೊಂದಿಗೆ ಆಪ್ತತೆ ಬೆಳೆದುಬಿಟ್ಟಿತ್ತು– ಅದೂ ಚಿಕ್ಕಪ್ಪನ ರೂಪದಲ್ಲಿ.

ಪುಟ್ಟಣ್ಣನ ಜೊತೆ ಅಶೋಕ್‌ಗೆ ಜಗಳ ಆಗಿತ್ತಲ್ಲ, ಅವತ್ತು ಮಾರನೆಯ ದಿನ ನಮ್ಮ ಪಾಡಿಗೆ ನಾವು ಬೆಳಗ್ಗೆ ತಿಂಡಿ ಮುಗಿಸಿ ಶೂಟಿಂಗ್‌ಗೆ ಹೊರಡುತ್ತಿದ್ದೆವು.

ಮನಸ್ಸು ಭಾರವೇ ಇತ್ತು. ನಮ್ಮ ಹತಾರಗಳನ್ನು ತೆಗೆದುಕೊಂಡು ಬಂದು ಗಾಡಿಯಲ್ಲಿ ತುಂಬುತ್ತಿದ್ದೆವು. ಅಷ್ಟರಲ್ಲಿ ರಾಮಣ್ಣ ನನ್ನ ಹತ್ತಿರಕ್ಕೆ ಬಂದರು. ನಾನು ಅವರನ್ನು ನೋಡಿ ನಕ್ಕು 'ಏನು ಸರ್' ಎಂದೆ. ಕುಡಿದದ್ದು ಇನ್ನೂ ಇಳಿದ ಹಾಗಿರಲಿಲ್ಲ, ಮುಖವನ್ನೂ ತೊಳೆದಿರಲಿಲ್ಲ. ಊದಿಕೊಂಡಿದ್ದ ಮುಖವನ್ನು ಮತ್ತಷ್ಟು ಕಠಿಣ ಮಾಡಿಕೊಂಡು, 'ಇದು ಪ್ರಕೃತಿಗಿಂತ ಒಳ್ಳೆಯ ಸ್ಕ್ರಿಪ್ಟಾ' ಎಂದರು. ನಾನು ಅವರ ಮುಖವನ್ನು ದಿಟ್ಟಿಸಿದೆ, ಕೋಪ ರವರವ ಅನ್ನುತ್ತಿತ್ತು. ಅಚ್ಚರಿಯಾಯಿತು, 'ಅರೆ ನನಗೂ, ಇವರಿಗೂ, ಈ ಮಾತಿಗೂ ಏನು ಸಂಬಂಧ' ಎಂದು. ಆದರೆ ಅವರು ಮಾತ್ರ ಬಿಡಲು ತಯಾರಿರಲಿಲ್ಲ. ಮತ್ತೆ ಮತ್ತೆ ಅದನ್ನೇ ಕೇಳಿದರು. 'ಆ ಸ್ಕ್ರಿಪ್ಟ್ ಮಾಡಿದ್ದೂ ನಾನೇ, ಇದನ್ನು ಮಾಡಿದ್ದೂ ನಾನೇ. ಏನೀಗ?' ಎಂದೆ ಸಹಜವಾಗಿ. ರಾಮಣ್ಣನಿಗೆ ಎಲ್ಲಿತ್ತೋ ಕೋಪ ಗೊತ್ತಿಲ್ಲ. 'ನೀವೇ ದೊಡ್ಡವರು ಅಂದುಕೊಂಡು ಬಿಡಬೇಡಿ. ಕ್ಯಾಮೆರಾಮನ್ ಇಲ್ಲದಿದ್ದರೆ ಸಿನೆಮಾ ಆಗೊಲ್ಲ, ಅವರ ಜೊತೆ ಜಗಳ ಮಾಡುತ್ತೀರಲ್ಲಾ?' ಅಂದರು. ಆ ಕ್ಷಣ ಬಿಟ್ಟರೆ ನನಗೂ ಅಶೋಕ್‌ಗೂ ಯಾವ ಜಗಳವೂ ಇಲ್ಲ. ಕೆಲಸದ ಮಧ್ಯೆ ಬರುವ ಮಾತು ಸ್ವಲ್ಪ ಜಾಸ್ತಿ ಆಯಿತು ಅನ್ನುವುದನ್ನು ಬಿಟ್ಟರೆ ಬೇರೆ ಏನೂ ಇರಲಿಲ್ಲ. ಕೆಲಸದಲ್ಲಿ ಇದೆಲ್ಲಾ ಮಾಮೂಲಿ. ನನಗೆ ಅವರು ಕೇಳಿದ್ದು ಕೋಪ ತರಿಸಿತು. ಆದರೂ ಸೌಮ್ಯವಾಗೇ, 'ಇದೊಳ್ಳೆ ಕಥೆಯಾಯಿತಲ್ಲಾ? ಕತೆಗಾರರಿಲ್ಲ ಅಂದ್ರೂ ಸಿನೆಮಾ ಆಗಲ್ಲ, ಕಡೆಗೆ ಊಟ ಬಡಿಸುವವರೂ ಇರಲೇ ಬೇಕು. ಎಲ್ಲರೂ ಸೇರಿದ್ರೇನೇ ಸಿನೆಮಾ' ಎಂದೆ. 'ಅಲ್ಲಾ ಕಥೆಯನ್ನು ಆರೋ ಏಳೋ ವರ್ಷನ್ ಬರೆದುಕೊಂಡೆವು ಅಂದಿದ್ದಿರಲ್ಲಾ ಏನಿದೆ ಅಂಥಾದ್ದು ಇದರಲ್ಲಿ?' ಎಂದರು ಮತ್ತೆ. ಅಷ್ಟರಲ್ಲಿ ಪಂಚಾಕ್ಷರಿ ಅಲ್ಲಿಗೆ ಬಂದರು. 'ಏನಿದೆ ಅನ್ನುವುದನ್ನು ನೀವು ಕೇಳುವುದು ಬೇಡ. ಕಥೆ ಕೆಟ್ಟದಾಗಿದ್ದರೆ ನೀವ್ಯಾಕೆ ಆ್ಯಕ್ಟ್ ಮಾಡಲಿಕ್ಕೆ ಒಪ್ಪಿಕೊಂಡಿರಿ? ಕಥೆ ಕೇಳದೆ ನಟನೆ ಮಾಡಲಿಕ್ಕೆ ಬಂದಿದ್ದೀರಾ?' ಎಂದೆ ನಾನೂ ಸ್ವಲ್ಪ ಖಾರವಾಗಿ. ಪಂಚಾಕ್ಷರಿ 'ಏನಾಯಿತು?' ಎಂದರು. 'ನೋಡಿ ಏನೆಲ್ಲಾ ಮಾತಾಡುತ್ತಿದ್ದಾರೆ' ಎಂದೆ. ಅವರು ರಾಮಣ್ಣನಿಗೆ ಏನೂ ಹೇಳಲಿಲ್ಲ ನನಗೆ. 'ನೀವ್ಯಾಕೆ ಎಲ್ಲರ ಹತ್ತಿರ ಇದನ್ನೆಲ್ಲ ಹೇಳಿದ್ರಿ?' ಎಂದು ನನ್ನನ್ನೇ ಬದಲಿ ಪ್ರಶ್ನೆ ಕೇಳಿಬಿಟ್ಟರು. ನನಗೆ ನಿಜಕ್ಕೂ ಕೋಪ ಬಂತು, 'ಇವರ ಹತ್ತಿರ ನಾನು ಹೇಳಲು ಹೋಗಿಲ್ಲ' ಎಂದೆ. 'ಮತ್ತೆ ಹೇಗೆ ಗೊತ್ತಾಯಿತು?' ಎಂದು ಅವರು ನನ್ನನ್ನೇ ಕೇಳಿದರು. ಹೀಗೆ ಮಾತಿನ ವರಸೆಯಲ್ಲಿ ಯಾರೋ ಏನೋ ಕೇಳಿದ್ದಕ್ಕೆ ಹೇಳಿದ್ದ ಮಾತು ಅದಾಗಿತ್ತು. ರಾಮಣ್ಣ ಕೂಡಾ ನನ್ನ ಮಾತನ್ನ ಕೇಳಿಸಿಕೊಳ್ಳಲಿಕ್ಕೆ ಸಿದ್ಧವಿರಲಿಲ್ಲ. ಅವರಿಗೆ ಬರಹಗಾರರ ಬಗ್ಗೆ ಒಳ್ಳೆಯ ಭಾವನೆ ಇರಲಿಲ್ಲ. 'ಪೆನ್ನು ಪೇಪರ್ ಕೈಲಿದ್ರೆ ಏನು ಬೇಕಾದ್ರೂ ಬರೀಬಹುದ್ದು. ಅದನ್ನ ದೃಶ್ಯಕ್ಕೆ ಇಳಿಸುವಾಗ ತಾಕತ್ತು ಬೇಕು' ಎಂದು ನಮ್ಮ ಕೆಲಸವನ್ನು ಕಡೆಗಣಿಸಿ ಮಾತನಾಡಿದ್ದರು. ಅವರು ಮಾತ್ರವಲ್ಲ ಸುಮಾರು ಜನ, 'ನಿಮಗೇನು ಹೆಚ್ಚು ಖರ್ಚಾಗಲ್ಲ ಅಬ್ಬಬ್ಬಾ ಅಂದ್ರೆ

ಹಾಳೆ ಒಂದು ಪೆನ್ನು ಅಷ್ಟೇ' ಎಂದಿದ್ದು ನೆನಪಿಗೆ ಬಂತು. ಪಂಚಾಕ್ಷರಿ ನನ್ನ ನೆರವಿಗೆ ಬರಲಿಲ್ಲ. ಅದಕ್ಕೆ ಕಾರಣ ಏನು ಎಂದು ಗೊತ್ತಾಗಲಿಲ್ಲ. ಇಂಥಾ ಮಾತುಗಳಿಂದ ಪ್ರಯೋಜನವಿಲ್ಲ ಅನ್ನುವುದೂ ಇರಬಹುದು. ಆದರೆ ನನ್ನನ್ನೇ ನಿಲ್ಲಿಸಿಕೊಂಡು ಗುರಿ ಮಾಡಿ ಪ್ರಶ್ನಿಸುತ್ತಿದ್ದರೆ ಹಾಗೆ ಹೋಗುವುದಾದರೂ ಹೇಗೆ?

ನಾನು ಮತ್ತು ಪಂಚಾಕ್ಷರಿ ಸ್ಕ್ರಿಪ್ಟ್‌ಗಾಗಿ ಕಷ್ಟ ಪಟ್ಟಿದ್ದು ನಿಜ. ಒಂದು ಕತೆ, ಚಿತ್ರ ಕಥೆ ಆಗುವಾಗ ಏನೆಲ್ಲಾ ಅಡೆತಡೆಗಳು ಇರುತ್ತೆ ಅನ್ನುವುದು ಚಿತ್ರ ಕಥೆ ಮಾಡುವವರಿಗೇ ಗೊತ್ತು. ಅದೇ ಒಂದು ಪಯಣ. ಸವಾಲುಗಳ ಕತ್ತಿಯಲುಗಿನ ಮೇಲೆ ಓಡಾಡುವಾಗ ನಮ್ಮ ಕಾಲಿಗೆ ಗಾಯವೂ ಆಗದ ಹಾಗೆ ನೋಡಿಕೊಳ್ಳಬೇಕು. ಈ ಪಯಣದಲ್ಲಿ ಕೊನೆಗೆ ನಾವೇ ಹುಡುಕಿಕೊಳ್ಳುವ ಅಥವಾ ಅಚಾನಕ್ ಆಗಿ ಸಿಗುವ ಸತ್ಯಗಳು ನಮ್ಮೊಳಗೆ ಒಂದು ಆನಂದವನ್ನು ತಂದೊಡ್ಡುತ್ತದೆ. ಅದೇ ಮಾಂತ್ರಿಕತೆ. ಕಥೆಯಲ್ಲಿ ಅದನ್ನ ಸಾಧಿಸಲಿಕ್ಕೆ ಪ್ರತಿಯೊಬ್ಬ ಬರಹಗಾರನ ತುಡಿತವೂ ಇರುತ್ತದೆ. ಹಾಗೆ ಸದ್ಯದ ಸತ್ಯಗಳಿಗೆ ಶಾಶ್ವತ ಪರಿಹಾರವಾಗಿ ಮಾನವೀಯತೆಯನ್ನು ಬೆಸೆಯುವ ಹಾಗೆ ಬಿದ್ದ ಮಸೀದಿಯ ಗೋಡೆ ನಮ್ಮ ಧಾರ್ಮಿಕತೆಗೆ ಪಾಪಪ್ರಜ್ಞೆಯನ್ನು ಹೆಚ್ಚಿಸಬೇಕಿತ್ತು. ತಪ್ಪುಗಳನ್ನು ಮರುಕಳಿಸದ ಹಾಗೆ ನೋಡಬೇಕಿತ್ತು. ಆದರೆ ಅದು ವಿಜಯದ ಸಂಕೇತವಾಗಿಬಿಟ್ಟಿತ್ತು. ಒಳಗೂ ಹೊರಗೂ ಕಾಡಬೇಕಿದ್ದ ಈ ಸಂಗತಿಯ ಬಗ್ಗೆ ಹೇಳುವವರು ಯಾರು? ನನಗೆ ಕಥೆಯಾಗಿ ಅದರ ಬಗ್ಗೆ ಅಪಾರವಾದ ಪ್ರೀತಿಯಿದೆ. ಅದು ನನ್ನೊಳಗಿನ ಅನಂತ ಅವಕಾಶಕ್ಕೆ ಬಾಗಿಲನ್ನು ತೆರೆದುಬಿಟ್ಟಿತ್ತು. ನಾನೇ ನನ್ನ ಯೌವ್ವನದ ದಿನಗಳಲ್ಲಿ ಬರೆದ 'ಸರಯೂ ನದಿಯಾಳದಲ್ಲಿ' ಕವಿತೆಯಲ್ಲೂ ಅದನ್ನೇ ಹೇಳಹೊರಟಿದ್ದೆ. ಪಕ್ಕದ ಮನೆಯ ಪಾತಿಮಾಳ ಜೊತೆ ಆಡುವ ತಂಗಿಯನ್ನು ಪ್ರಶ್ನಿಸಿದಾಗ, 'ಅವಳು ಕುಂಟಾ ಬಿಲ್ಲೆಯನ್ನು ಉಲ್ಟಾ ಆಡದೆ ನಾನು ಆಡಿದ ಹಾಗೆ ಆಡುತ್ತಾಳೆ, ಅವಳ ಜೊತೆ ಆಡಿದರೆ ತಪ್ಪೇನು?' ಎಂದು ಪ್ರಶ್ನಿಸುವ ಅವಳು ಈ ಸಮಾಜ ಪಡೆದುಕೊಳ್ಳಬೇಕಿರುವ ಪ್ರಜ್ಞಾವಂತಿಕೆಗೆ ಸಾಕ್ಷಿಯಾಗುತ್ತಾಳೆ. ಅದನ್ನೇ ಈ ಕಥೆಯಲ್ಲೂ ಹೇಳಬಯಸಿದ್ದೆ. ಸಿನಿಮಾ ಏನಾಯಿತೋ ಬಿಟ್ಟಿತೋ ಅದು ಬೇರೆ ಮಾತು. ಅದಕ್ಕೆಲ್ಲಾ ಕಾರಣಗಳು ಬೇರೆ ಬೇರೆಯೇ ಇರುತ್ತದೆ. ಆದರೆ ಶುದ್ಧ ಮಾನವೀಯ ತುಡಿತಗಳನ್ನು ಕಥೆಯಲ್ಲಿಯೂ, ನಾವಿದ್ದ ಮುಕ್ಕಚ್ಚೇರಿಯ ಕೇರಿಗಳಲ್ಲಿಯೂ, ಮನೆಗಳಲ್ಲೂ ಮನಸ್ಸುಗಳಲ್ಲೂ ಕಾಣುತ್ತಾ ಹೋದೆ.

ಈ ಕತೆ ಆಗಿದ್ದರ ಬಗ್ಗೆ ಕೂಡಾ ಒಂದೆರಡು ಮಾತನ್ನ ಹೇಳಬೇಕು. 'ಸಿಟಿ ಆಫ್ ಗಾಡ್ಸ್' ಎನ್ನುವ ಸಿನೆಮಾವನ್ನು ನೋಡಿದ ನನ್ನ ಮತ್ತು ಪಂಚಾಕ್ಷರಿಯ ಮನಸ್ಸಿನಲ್ಲಿ ಮಕ್ಕಳು ಹೀಗೆ ಯಾಕೆ ರೌಡಿಸಂನ ಹಿಂದೆ ಬೀಳುತ್ತಾರೆ ಎನ್ನುವ ಪ್ರಶ್ನೆ ಕಾಡತೊಡಗಿತ್ತು. ಸಮದ್ ಎನ್ನುವ ಹುಡುಗನನ್ನು ಇಟ್ಟುಕೊಂಡು ಮೊದಲು ಕಥೆ ಮಾಡಿಕೊಂಡಿದ್ದೆವು. ಇಂಥಾ ಮಕ್ಕಳನ್ನು ಪ್ರೀತಿಯಿಂದ ಮಾತ್ರ ಗೆಲ್ಲಲು ಸಾಧ್ಯ ಎನ್ನುವ ನಂಬಿಕೆ ನಮ್ಮದಾಗಿತ್ತು. ಅಂಥಾ ಪ್ರೀತಿಯನ್ನು ಕೊಡುವ ಪಾತ್ರವನ್ನು ನಮ್ಮ

ಕಥೆಯ ನಾಯಕಿಯನ್ನಾಗಿಸಿಕೊಂಡಿದ್ದೆವು. ನಮ್ಮ ಉದ್ದೇಶ ಆರಂಭದಲ್ಲಿ ಇದ್ದದ್ದು ವಿಶ್ವವನ್ನೇ ಕಾಡುತ್ತಿರುವ ತ್ಯಾಜ್ಯದ ಸಮಸ್ಯೆಯನ್ನು ಹೇಳುವುದಾಗಿತ್ತು. ಹೇಳುವುದು. ಮಗು ಹಿಡಿದ ಚಿಪ್ಸ್ ಪ್ಯಾಕೇಟಿನ ಮೇಲೆ ಇಟಲಿಯದ್ದೋ ಅಮೇರಿಕಾದ್ದೋ ಫ್ಲೇವರ್‌ನ ಹೆಸರಿತ್ತು. ಅಂಥಾದ್ದನ್ನೆಲ್ಲಾ ಪಾತುಮ್ಮಳ ಸೈಟಿನಲ್ಲಿ ತಂದು ಹಾಕುತ್ತಿದ್ದರು. ಅದರ ವಿರುದ್ಧದ ಹೋರಾಟದ ಕಥೆಯನ್ನು ಮಾಡಿಕೊಂಡಿದ್ದೆವು. ಅಲ್ಲಿ ಮಗಳ ತಲ್ಲಾಖಿನ ಕಥೆಯಿತ್ತು. ತಲ್ಲಾಖಿನ ಹಿಂದೆ ಬರೀ ಹೆಣ್ಣುಮಕ್ಕಳು ಹುಟ್ಟಿದ ಕಾರಣವಿತ್ತು. ಅದೊಂದು ಕಥೆಯಾಗಿ ಚೆನ್ನಾಗೇ ಇತ್ತು. ಆದರೆ ಒಂದು ತುಂಡು ಗೋಡೆಯನ್ನು ಓದಿದಾಗ ನಮ್ಮ ಪಾತ್ರಗಳು ಇನ್ನಷ್ಟು ಶಕ್ತಿಯುತವಾಗಿ ಕಾಣಲು ತೊಡಗಿತು. ನಾವಂದುಕೊಂಡಿದ್ದ ಕಥೆಯನ್ನು ಭರಿಸುವ ಶಕ್ತಿ ಈ 'ಒಂದು ತುಂಡು ಗೋಡೆ'ಗೆ ಇದೆ ಎಂದೆನ್ನಿಸಿದ್ದರಿಂದ ಆ ಕಥೆಯನ್ನು ನಮ್ಮ ಸಿನೆಮಾಗೆ ಆಯ್ಕೆ ಮಾಡಿಕೊಂಡೆವು.

ಇಂಥಾ ಕಥೆಯ ಬಗ್ಗೆ ರಾಮಣ್ಣ ಆಡಿದ ಮಾತು ನನ್ನಲ್ಲಿ ನೋವುಂಟು ಮಾಡಿತ್ತು. ಅರ್ಥವಾಗಲಿಲ್ಲ ಅಂದ ಮಾತ್ರಕ್ಕೆ ಪಯಣದ ಹಾದಿಯೇ ಸುಳ್ಳು ಅಂದುಬಿಟ್ಟರೆ? ಒಳ್ಳೆಯದ್ದೊ, ಕೆಟ್ಟದ್ದೋ, ಪ್ರತಿಯೊಂದು ಕಥೆಗೂ ಅದರದ್ದೆ ಆದ ಪಯಣ ಇರುತ್ತದೆ, ಅನುಭವ ಜಗತ್ತು ಇರುತ್ತದೆ. ಸಮಾಜಕ್ಕೆ ಒದಗುವ ಆತಂಕವನ್ನು ಎತ್ತಿ ತೋರಿಸಿ ಅದನ್ನು ಗುಣಪಡಿಸುವ ಜರೂರು ಇರುತ್ತದೆ.

ಮತ್ತೆ ನಾನು ರಾಮಣ್ಣ ಅವರನ್ನು ಮಾತಾಡಿಸಲಿಲ್ಲ ನನ್ನೊಳಗೆ ಇದ್ದ ಚಿಕ್ಕಪ್ಪನಂಥಾ ರಾಮಣ್ಣ ಮರೆಯಾಗಿಬಿಟ್ಟರು. ಆಯ್ಕೆ ಕಲಾವಿದನದ್ದು. ಅಂಥಾ ಎಚ್ಚರಿಕೆ ಇಲ್ಲದೆ, ನಂತರ ಮಾತಾಡುವವರ ಬಗ್ಗೆ ಏನು ಹೇಳುವುದು? ನನಗೆ ಬೇಸರವಾಗಿದ್ದು ಅವರು ನಾವು ಮಾಡಿದ್ದ ಕಥೆಯನ್ನು ಹೀಗಳೆದರು ಅನ್ನುವುದಕ್ಕೆ ಅಲ್ಲ. ಸಂಬಂಧವೇ ಇಲ್ಲದ ವಿಷಯಕ್ಕೆ ಮಾತಾಡಿದರು ಅಂತಲೂ ಅಲ್ಲ. ಅದೊಂದು ಗೆಸ್ಚರ್. ಒಳಗೆ ಪ್ರೀತಿಯ ಬಂಧವನ್ನು ನಂಟು ಮಾಡುವಾಗ ತೊಡಕಾಗುತ್ತಲ್ಲಾ ಅಂಥಾದ್ದು. ಅದು ತಾನು ಮಾಡುವ ಪಾತ್ರದ ಜೊತೆ ಕಲಾವಿದ ಸಾಧಿಸಿಕೊಳ್ಳಬೇಕು. ಅವನಿಗೆ ಅವಕಾಶ ಮಾತ್ರವಲ್ಲ ಗಾಢವಾದ ನಂಬುಗೆಯೂ ಬೇಕಾಗುತ್ತದೆ.

ಆದರೂ ನನ್ನ ಕಾಡಿಸಿದ್ದು, ಸಂಬಂಧಗಳು ಯಾಕೆ ಹುಟ್ಟುತ್ತವೋ ಗೊತ್ತಿಲ್ಲ, ಮಧುರತೆ ಮಾತ್ರ ಕಳೆದರೆ ಅದು ತೇವ ಆರಿಸಿಕೊಂಡು ಒಣಗಿ ಕಟುಕಲಾದ ನೆಲವಾಗುತ್ತದೆ.

ಹಸೀನಮ್ಮ ಮತ್ತು ಮೀನಿನ ಊಟ

ಪಾತುಮ್ಮಳ ಮಗಳಿಗೆ ಅಳಿಯ ಮೊಹಮದ್ ತಲ್ಲಾಖ್ ಕಳಿಸಿರುವ ದೃಶ್ಯ ಶೂಟ್ ಮಾಡಬೇಕಿತ್ತು. ಆ ವಿಷಯವನ್ನು ತಲುಪಿಸುವ ಆರ್ಟಿಸ್ಟ್ ಯಾರು ಎನ್ನುವುದು ಫೈನಲ್ ಆಗಿರಲಿಲ್ಲ. ಯಾಕೆ ಹಾಗಾಯಿತು ಎನ್ನುವುದು ಈಗಲೂ ನನಗೆ ಗೊತ್ತಾಗುತ್ತಿಲ್ಲ. ಸಣ್ಣಪುಟ್ಟ ಸುಮ್ಮನೆ ಹಾದು ಹೋಗುವ ಪಾತ್ರಗಳಿಗೂ ಜನರನ್ನ ಹುಡುಕುತ್ತಿದ್ದ ನಮಗೆ ಮಾತುಗಳಿರೋ ಈ ಪಾತ್ರದ ಬಗ್ಗೆ ಯಾಕೆ ಗಮನವಿರಲಿಲ್ಲವೋ? ಅಂತೂ ಸತ್ಯ ಏನೆಂದರೆ

ನಮಗೆ ಆ ಕ್ಷಣಕ್ಕೆ ಗಂಡು ಪಾತ್ರಧಾರಿಯೊಬ್ಬನ ಅಗತ್ಯ ಇತ್ತು. ಬೆಳಗ್ಗೇನೆ ಪಂಚಾಕ್ಷರಿ ನಮ್ಮಲ್ಲೇ ಯಾರೋ ಒಬ್ಬನ ಹತ್ತಿರ ಮಾಡಿಸಿಬಿಡೋಣ ಎಂದಿದ್ದರಾದರೂ ಅದು ಯಾರು ಎನ್ನುವುದು ಮಾತ್ರ ಗೊತ್ತಿರಲಿಲ್ಲ. ನಾನು ನಮ್ಮಲ್ಲಿ ಯಾರಾಗಬಹುದು ಎನ್ನುವ ಹುಡುಕಾಟದಲ್ಲಿದ್ದೆ.

ಪುನೀತ 'ನಾನು ಮಾಡಲ್ಲ ನಮ್ಮ ಮನೆಯಲ್ಲಿ ಮುಸ್ಲಿಂ ಪಾತ್ರ ಮಾಡಿದ್ರೆ ಬೇಜಾರಾಗ್ತಾರೆ ಶಾಸ್ತ್ರಿಗಳ ಮನೆತನ ನಮ್ಮದು' ಎಂದಿದ್ದ. ಪುಟ್ಟಣ್ಣನಿಗೆ ಕಾಶಿಯಲ್ಲಿ ಚಂದ್ರಣ್ಣನ ಜೊತೆ ಕರಸೇವೆಗೆ ಹೋಗುವ ಪಾತ್ರವೊಂದು ನಿಗದಿಯಾಗಿತ್ತು. ಇನ್ನು ಯಾರು? ಎನ್ನುವುದು ಲಕ್ಷಗಳ ಪ್ರಶ್ನೆ ಆಗಿತ್ತು.

ಪ್ರೊಡಕ್ಷನ್‌ಗೆ ಸಹಾಯ ಮಾಡಲಿಕ್ಕೆ ಅಂತ ಒಬ್ಬ ಹುಡುಗ ಬಂದಿದ್ದ. ಅವನ ಹೆಸರು ಮರೆತಿದ್ದೇನೆ. ಅವನದ್ದು ಬೆಕ್ಕಿನ ಕಣ್ಣು. ಅವನನ್ನು ನೋಡಿದಾಗಲೆಲ್ಲಾ 'ನಿನ್ನ ಹತ್ತಿರ ಒಂದು ಪಾತ್ರ ಮಾಡಿಸಲೇ ಬೇಕು' ಅಂತ ಹೇಳ್ತಾನೇ ಇದ್ದೆ. 'ಮೇಡಂ ಸುಮ್ಮನಿರಿ ನಾನು ಆ್ಯಕ್ಟಿಂಗೂ ತುಂಬ ದೂರ ದೂರ' ಅಂತ ನಗುತ್ತಿದ್ದ. 'ಇಲ್ಲ ಮಾರಾಯ ಹುಡುಕಿದರೂ ನಿನ್ನ ಹಾಗೆ ಲುಕ್ ಇರೋರು ಸಿಗಲ್ಲ. ನೀನು ಸುಮ್ಮನೆ ಟೋಪಿ ಹಾಕ್ಕೊಂಡ್ ನಿಂತ್ಕೋ ಆ ಫೀಲೇ ಬೇರೆ' ಎನ್ನುತ್ತಿದ್ದೆ. ಅವನು ಎದುರಿಗೆ ಬಂದ ತಕ್ಷಣ ನನಗೆ, 'ಅರೆ ಈ ಪಾತ್ರವನ್ನು ಯಾಕೆ ಇವನ ಹತ್ತಿರ ಮಾಡಿಸಬಾರದು' ಎನ್ನಿಸಿಬಿಟ್ಟಿತ್ತು. ಅದನ್ನ ಪಂಚಾಕ್ಷರಿಗೂ ಹೇಳಿದ್ದೆ. ಅವರು 'ಡೈಲಾಗ್ ಹೇಳಿಸುವುದು ಮಾತ್ರ ನಿಮ್ಮದೇ ಜವಾಬ್ದಾರಿ' ಎಂದಿದ್ದರು.

ಅವನು ನನ್ನ ಮಾತಿಗೆ ಏನಂದರೂ ಒಪ್ಪುತ್ತಿಲ್ಲ. ನಾನು ಬಿಡುತ್ತಿಲ್ಲ. ಕಡೆಗೆ ಕೋಪ ಬಂದು 'ಅಲ್ಲಾ ಮಾರಾಯಾ ಹೀಗೆ ನಿನ್ನ ಕೈಕಾಲು ಹಿಡಿದು ಪಾತ್ರ ಮಾಡು ಅಂತ ಯಾರು ಕೇಳ್ತಾರೆ. ಪಾತ್ರ ಕೊಡಿ ಅಂತ ಕ್ಯೂ ನಿಲ್ತಾರೆ. ಅಂಥಾದ್ರಲ್ಲಿ ನಾನು ಇಷ್ಟೆಲ್ಲಾ ರಿಕ್ವೆಸ್ಟ್ ಮಾಡ್ತಾ ಇದೀನಿ ನಿಂದು ಜಾಸ್ತಿ ಆಯ್ತು' ಎಂದು ಬೈದು ಬಿಟ್ಟೆ. ಪಾಪ ದಿಕ್ಕು ತೋಚದೆ ಒಪ್ಪಿಕೊಂಡುಬಿಟ್ಟ. ಸ್ಪಾಟ್‌ನಲ್ಲೇ ಪಾತ್ರಧಾರಿಯನ್ನು ಹುಡುಕಿ ಕೊಟ್ಟ ಖ್ಯಾತಿಗೂ ಪಾತ್ರಳಾಗಿದ್ದೆ. 'ಆಯ್ತು ಬಿಡಿ ಈ ಕ್ರೆಡಿಟ್ಟನ್ನೂ ಟೈಟಲ್ ಕಾರ್ಡ್‌ನಲ್ಲಿ ಕೊಡೋಣ' ಎಂದಿದ್ದರು ಪಂಚಾಕ್ಷರಿ,

ನಾನು ಬೆಳಗಿನಿಂದ ಅವನ ಹಿಂದೆ ಮುಂದೆ ಓಡಾಡುತ್ತಾ, ಅವನಿಗೆ ಡೈಲಾಗ್ ಹೇಳಿಕೊಡುತ್ತಾ ಹೇಳಲಿಕ್ಕಾಗದ ಅವನನ್ನು ಗದರುತ್ತಾ, 'ಮನಸ್ಸಿಡು ಮಾರಾಯಾ. ನೀನು ಹೇಳಬೇಕಿರೋ ವಿಷ್ಯಾ ಇಷ್ಟೇ' ಎಂದು ತಿದ್ದಿ ತಿದ್ದಿ ಹೇಳಿಕೊಟ್ಟಿದ್ದೆ. ಕೊನೆಗೆ ಹೇಳಲಾಗದ ಅವನನ್ನು ಕೂಡಿಸಿಕೊಂಡು ಎರಡೆರಡೇ ಸಾಲುಗಳನ್ನು ಉರು ಹೊಡೆಸಿದೆ. ಹೇಳಿದಂತೆ ಹೇಳಿ ಮತ್ತೆ ತಪ್ಪಿ ಬಿಡುತ್ತಿದ್ದ. ನನಗೋ ಕೋಪ ಸರ್ರನೆ ನೆತ್ತಿಗೆ ಏರಿಬಿಡುತ್ತಿತ್ತು. ಹಿಂದೆಯೇ ಅವನು 'ಮಾಡಲ್ಲ ಹೋಗಿ ಮೇಡಂ' ಅಂದುಬಿಟ್ಟರೆ ಎನ್ನುವ ಭಯ ಹುಟ್ಟಿ, 'ಮೊದಲ ಸಲ ಅಲ್ವಾ, ನನಗೆ ಕೊಟ್ಟರೂ

ನಾನೂ ಹೀಗೆ ತೊದಲುತ್ತೇನೆ' ಎಂದು ಸಮಾಧಾನ ಮಾಡಿದೆ. ಕೊನೆಗೆ ಇವನ ಕೈಲಿ ಇಷ್ಟು ದೊಡ್ಡ ಡೈಲಾಗ್ ಹೇಳಲಿಕ್ಕೆ ಸಾಧ್ಯವೇ ಇಲ್ಲಾ ಎನ್ನಿಸಿ ಅಲ್ಲೇ ಬಿಳಿಯ ಹಾಳೆಯ ಮೇಲೆ ಅವನ ಡೈಲಾಗ್ ಅನ್ನು ಕತ್ತರಿ ಹಾಕಿ ಬರೆದೆ. 'ಫ್ಲೋ ಹೋಗಿಬಿಡುತ್ತೆ' ಎನ್ನುವ ನಿರ್ದೇಶಕರನ್ನೂ ಒಪ್ಪಿಸಿ. 'ಇಲ್ಲಾ ಸಾರ್ ಇದು ಓಕೆ ಸುಮ್ಮನೆ ಟೈಂ ವೇಸ್ಟ್ ಆಗುತ್ತೆ. ಪಾತುಮ್ಮ ಮತ್ತು ಅವಳ ಮಗಳ ರಿಯಾಕ್ಷನ್ ಮೇಲೆ ಹೆಚ್ಚು ವರ್ಕೌಟ್ ಮಾಡಿ' ಎಂದಿದ್ದೆ. 'ನೀವೇ ನಿರ್ದೇಶಕರಾಗಿ ಬಿಡಿ' ಎಂದು ಬೇಸರಿಸಿಕೊಂಡಿದ್ದರೂ ಕೂಡಾ. ಬೇಜಾರು ಆಗುತ್ತೆ ನಿಜ ಯಾಕಂದ್ರೆ ಒಂದೊಂದು ಸಾಲು ಬರೆದುಕೊಳ್ಳುವಾಗಲೂ ಏನೇನೋ ಅಂದುಕೊಂಡಿರುತ್ತೇವೆ. ಐವತ್ತು ಸಲ ಬದಲಿಸಿರುತ್ತೇವೆ. ಜಗಳ ಆಡಿರುತ್ತೇವೆ. ಈಗ ಇದ್ದಕ್ಕಿದ್ದ ಹಾಗೆ ಬದಲಿಸಿಬಿಟ್ಟರೆ ಹೇಗೆ? ಎಲ್ಲವೂ ನನಗೂ ಗೊತ್ತಿದೆ. ಆದರೆ ಇದು ನನ್ನ ಜೀವನ್ಮರಣ ಪ್ರಶ್ನೆಯಾಗಿ ಕಾಡತೊಡಗಿದ್ದು ಮಾತ್ರ ಯಾಕೆ ಎನ್ನುವುದು ಅರ್ಥವಾಗಲಿಲ್ಲ. ಆ ಹುಡುಗನನ್ನು ನೋಡಿದ ದಿನದಿಂದ ನನ್ನೊಳಗೆ ಅವನೊಂದು ಪಾತ್ರವಾಗಿ ಕಾಡಿದನಾ? ಅಥವಾ ನಾನು ಆಯ್ಕೆ ಮಾಡಿದವ ನನ್ನ ಆಯ್ಕೆಯನ್ನು ಸಮರ್ಥಿಸಲಿಲ್ಲ ಅಂದ್ರೆ ಅವಮಾನವಾಗುತ್ತೆ ಅಂತಲಾ? ಅಥವಾ ಅವನು ನಟಿಸಲೇಬೇಕು ಎನ್ನುವ ಹಠಮಾರಿತನವಾ? ಗೊತ್ತಿಲ್ಲ, ಮನುಷ್ಯನ ಮನಸ್ಸು ಎಷ್ಟೆಲ್ಲಾ ಸಂಕೀರ್ಣವಾಗಿರುತ್ತೆ ಅಂತ. ಮನಸ್ಸಿಗೆ ಬಂತು ಅದನ್ನ ಸಾಧ್ಯ ಮಾಡಲಿಕ್ಕೆ ದುಡಿಯಲೇಬೇಕು. ಅಂತೂ ಇಂತೂ ಅವನನ್ನು ಓಕೆ ಎನ್ನುವ ರೆಡಿ ಮಾಡಿಬಿಟ್ಟೆ. ಪುಟ್ಟಣ್ಣ 'ಕೈಲೊಂದು ಕೋಲಿದ್ದಿದ್ರೆ ಥೇಟ್ ಮೇಷ್ಟ್ರೇ' ಎಂದು ರೇಗಿಸಿದ್ದ.

ಒಟ್ಟಿನಲ್ಲಿ ಅವತ್ತು ಫುಲ್ ಟೆನ್ಷನ್. ಇಷ್ಟೆಲ್ಲಾ ಹೇಳಿಕೊಟ್ಟ ಮೇಲೂ ಇವನು ಸರಿ ಹೇಳದಿದ್ದರೆ ಏನು ಗತಿ? 'ಏನ್ ಮೇಡಂ ನೀವು ಇಂಥಾ ಆರ್ಟಿಸ್ಟ್‌ನ ಹುಡುಕಿ ತರೋದು ಎಂದೆಲ್ಲಾ ಹೇಳಿಬಿಟ್ಟರೆ?' ಎಂದು. ಎಲ್ಲರೆದುರು ನನ್ನ ಮರ್ಯಾದೆ ಹೋಗುವ ಮಾತುಗಳು ಬಂದರೆ, ರಿಟೇಕುಗಳಾಗಿ ಎಲ್ಲರಿಗೂ ಬೇಸರ ಬಂದುಬಿಟ್ಟರೆ? ಹೀಗೆ ಏನೇನೋ ನನ್ನ ತಲೆಯಲ್ಲಿ ಓಡುತ್ತಿತ್ತು. ಹಸೀನಮ್ಮ, ಅಲೀಮಮ್ಮ ಎಲ್ಲರೂ ನನ್ನ, 'ಏನಿವತ್ತು ತುಂಬಾ ಟೆನ್ಷನ್ನಲ್ಲಿದ್ದೀರಲ್ಲಾ?' ಎಂದು ಮಾತಾಡಿಸಿದರೂ, 'ಆಮೇಲೆ ಮಾತಾಡಿಸ್ತೀನಿ' ಎಂದಿದ್ದೆ. ಮುಕ್ಕಚ್ಚೇರಿಯ ಶೂಟಿಂಗ್ ಅಂದ್ರೆ ನಾನು ಹಕ್ಕಿಯ ಹಾಗಾಗುತ್ತಿದ್ದೆ. ಅಲ್ಲಿನ ನನ್ನ ಸ್ನೇಹಿತರು, ಅವರ ಮಾತು, ನಗು, ಆಪ್ತತೆ ಎಲ್ಲವೂ ನನ್ನ ಭಾವಲೋಕವನ್ನು ಮತ್ತಷ್ಟು ಬಲಗೊಳಿಸುತ್ತಿತ್ತು. ಆದರೆ ಅವತ್ತು ಮಾತ್ರ ಜಗತ್ತಿನ ಭಾರವೆಲ್ಲಾ ನನ್ನ ನೆತ್ತಿಯ ಮೇಲೆ ಇತ್ತು. ಎಲ್ಲರಿಗೂ ಯಾಕಿಷ್ಟು ಟೆನ್ಷನ್ನು ಎನ್ನುವ ಅಚ್ಚರಿ. ಪುಟ್ಟಣ್ಣ, ಪುನೀತ ಇಬ್ಬರೂ, 'ಅವನು ಮಾಡಿಲ್ಲ ಅಂದ್ರೆ ಅದು ಅವರ ತಲೆನೋವು. ಸ್ಪಾಟ್‌ನಲ್ಲಿ ಆರ್ಟಿಸ್ಟ್‌ನ ಹುಡುಕಿದಾಗ ಇದೆಲ್ಲಾ ಕಾಮನ್ ಅಡ್ಜಸ್ಟ್ ಮಾಡಿಕೊಳ್ಳಬೇಕು ಬಿಡಿ' ಎಂದಿದ್ದರು.

ಬೆಳಗ್ಗೆ ಇದ್ದ ಸೀನು ಮಧ್ಯಾಹ್ನಕ್ಕೆ ಹೋಯಿತು. ಬೆಳಗ್ಗಿನ ಸೀನಿನ ಆರ್ಟಿಸ್ಟ್ ಸೈಕಲ್ ಹತ್ತಿದವರು ಇಳಿದಿರಲೇ ಇಲ್ಲ. 'ಇನ್ನು ಇವತ್ತೆಲ್ಲಾ ಇದೇ' ಎಂದು ಸೆಟ್‌ನಲ್ಲಿರೋರು ಮಧ್ಯಾಹ್ನದ ಸೀನನ್ನೂ ಗಮನದಲ್ಲಿರಿಸಿಕೊಂಡು ಮಾತಾಡಿದ್ದು ನನ್ನ ಕಿವಿಗೂ ಬಿದ್ದಿತ್ತು.

ಮಧ್ಯಾಹ್ನ ಊಟಕ್ಕೂ ಹೋಗದೆ ನನಗೆ ತೆಗೆದಿಡಲು ಹೇಳಿ ಎಂದು ತೆಂಗಿನ ಮರದ ನೆರಳಿನಲ್ಲಿ ಪಾಠವನ್ನು ಮುಂದುವರೆಸಿದ್ದೆ. 'ಡೈಲಾಗ್ ಹೇಳ್ತಾ ಮಾಡ್ಯುಲೇಷನ್ ಹೀಗೆ ತಗೋ... ಟೋನ್ ಇದಿರಲಿ ಹೀಗೆ...' ನಾನೇ ಆರ್ಟಿಸ್ಟ್ ಆಗಿದ್ದರೂ ಅಷ್ಟು ಟೆನ್ಷನ್ ಮಾಡಿಕೊಳ್ಳುತ್ತಿರಲಿಲ್ಲ.

ಊಟ ಮುಗಿಸಿದ ಮೇಲೆ ಲೈಟು ಮಾಡಿಕೊಳ್ಳುವುದೇ ತಡವಾಗಿದ್ದು. ನಮ್ಮ ಕಲಾವಿದ ಪಟ್ ಅಂತ ಡೈಲಾಗ್ ಹೇಳಿಯೇ ಬಿಟ್ಟ, ಒಂದೇ ಸಲಕ್ಕೆ ಓಕೆ! ನನಗೋ ಕುಣಿದು ಕುಪ್ಪಳಿಸುವ ಹಾಗಾಗಿತ್ತು. 'ಏನ್ರೀ ನಿಮ್ಮ ಆರ್ಟಿಸ್ಟ್ ಸಕ್ಕತ್ತಾಗಿ ಸೀನ್‌ನ ತಿಂದುಬಿಟ್ಟನಲ್ಲಾ!' ಎಂದಿದ್ದರು ಎಲ್ಲರೂ. 'ಇನ್ನು ಮುಂದೆ ಮೇಡಂ ಹತ್ರ ಪಾಠ ಹೇಳಿಸಿಕೊಳ್ರಪ್ಪಾ, ಸೀನ್ ಸಿಂಗಲ್ ಟೇಕಲ್ಲೇ ಓಕೆ ಆಗುತ್ತೆ' ಎಂದು ರೇಗಿಸಿದ್ದರು ಕೂಡಾ.

ನಿಟ್ಟುಸಿರಿಟ್ಟಿದ್ದೆ. ಆ ಹುಡುಗನೂ ಕೃತಜ್ಞತೆಯನ್ನು ಹೇಳಿ, 'ನಾನು ಹೆದ್ರುಬಿಟ್ಟಿದ್ದೆ ಮೇಡಂ. ಅಷ್ಟು ಸಲೀಸಾಗಿ ಆಗುತ್ತೆ ಅಂತಾನೇ ಅಂದುಕೊಂಡಿರಲಿಲ್ಲ' ಎಂದಿದ್ದ. 'ಮುಂದೆ ಯಾವತ್ತಾದ್ರೂ ದೊಡ್ಡ ಆರ್ಟಿಸ್ಟ್ ಆದ್ರೆ ನನ್ನ ಮರೀಬೇಡಪ್ಪಾ' ಎಂದಿದ್ದೆ. ಒಟ್ಟಿನಲ್ಲಿ ಆ ಗಳಿಗೆ ಖುಷಿ ಖುಷಿಯಾಗಿತ್ತು. ಆಗಲೇ ಹೊಟ್ಟೆ ನೆನಪು ಮಾಡಿದ್ದು ಇನ್ನೂ ನೀನು ಊಟ ಮಾಡಿಲ್ಲ ಅಂತ.

'ಏನು ಊಟ?' ಎಂದು ತಟ್ಟೆ ತೆಗೆದುಕೊಂಡೆ. ಅವತ್ತು ಮೀನೂಟ, ಮೀನು ಸಾರಿಂದ ಸೌಟನ್ನು ತೆಗೆದು ಮಾಮೂಲಿ ಸಾರಿಗೆ ಹಾಕಿದ ಹುಡುಗ. ಕೈಗೆ ತೆಗೆದುಕೊಂಡ ತಟ್ಟೆಯನ್ನು ಕೆಳಗಿರಿಸಿದೆ. 'ಮೇಡಂ ಗೊತ್ತಾಗಲಿಲ್ಲ, ಮೊಸರನ್ನನಾದ್ರೂ ತಿನ್ನಿ' ಎಂದು ತಟ್ಟೆಗೆ ಹಾಕಲು ಬಂದ. ಯಾಕೋ ಬೇಡ ಅನ್ನಿಸಿತು. ಹೀಗೆಲ್ಲಾ ಆಯಿತು ಎಂದು ಹಸೀನಮ್ಮನಿಗೆ ವಿಷಯ ತಲುಪಿ, ಪಾಪ ಅ ಹುಡುಗಿ 'ಹೊರಗೆ ಎಲ್ಲಾದರೂ ತಿಂದು ಬನ್ನಿ', 'ಇಲ್ಲಾ ನಾನೇ ತರಿಸಿಕೊಡ್ಲಾ' ಎಂದೆಲ್ಲಾ ಎರಡು ಮೂರು ಸಲ ಕೇಳಿದ್ಲು. ನಾನು 'ಇರಲಿ ಬಿಡು ಹಸೀನಮ್ಮಾ, ಇನ್ನೇನು ಸಂಜೆ ಸ್ನಾಕ್ಸ್ ಬರುತ್ತಲ್ಲಾ' ಅಂದೆ. ಅಷ್ಟು ಹೇಳಿದ್ದೇ ತಡ ನನ್ನ ಕೈ ಹಿಡಿದು ಅವರ ಅಡುಗೆ ಮನೆಗೆ ಕರೆದೊಯ್ದಳು. ಕರೆದೊಯ್ದಾಳು ಎಂದರೆ ತಪ್ಪಾದೀತು. ಎಳೆದೊಯ್ದಳು. ಯಾಕೆ ನನ್ನನ್ನು ಕರೆದೊಯ್ಯುತ್ತಿದ್ದಾಳೆ ಎಂದು ಆಶ್ಚರ್ಯ ಆಯಿತು. ಶೂಟಿಂಗ್ ನಡೀತಾ ಇದ್ದಿದ್ದರಿಂದ ಜೋರಾಗಿ ಮಾತಾಡುವ ಹಾಗಿರಲಿಲ್ಲ. 'ಏನಾಯ್ತು? ಯಾಕೆ ಹಸೀನಮ್ಮಾ?' ಎಂದೆ ಮೆಲ್ಲಗೆ. ನನ್ನನ್ನು ಸುಮ್ಮನಿರುವಂತೆ ಸನ್ನೆ ಮಾಡಿದಳು.

ನಾನು ನೋಡುತ್ತಿದ್ದಂತೆ ಅಡುಗೆ ಮನೆಯ ಅಟ್ಟದ ಮೇಲಿರಿಸಿದ್ದ ಸ್ಟೀಲ್ ಪಾತ್ರೆಯೊಂದನ್ನು ಕೆಳಕ್ಕೆ ಇಳಿಸಿದಳು. 'ನೋಡು ಇದು ಹೊಸಾದು' ಎಂದು ನನ್ನೆದುರೇ ಅದನ್ನ ತೊಳೆದು ಮುಂದಿರಿಸಿ, 'ಅವಲಕ್ಕಿ ಕೊಡ್ತೇನೆ, ನೀನೇ ಪದಾರ್ಥ ಮಾಡಿಕೋ' ಎಂದಳು. ನನ್ನ ಕಣ್ಣುಗಳಲ್ಲಿ ನೀರಾಡಿತು. 'ಏನೂ ಬೇಡ' ಎನ್ನಲಿಕ್ಕೂ ಗಂಟಲು ಕಟ್ಟಿ ಬಂದಿತ್ತು. 'ನಮ್ಮ ಮನೆಯವರೇ ಆದರೆ ಹೀಗೆ ಹಸಿದು ಇರಲಿಕ್ಕೆ ಬಿಡುತ್ತೇವಾ? ಮೊದಲು ಮಾಡಿಕೋ. ಇವತ್ತು ನಮ್ಮ ಮನೇಲೂ ಮೀನಿನ ಪದಾರ್ಥವೇ, ಮಾಡಿದ ಮೇಲೆ ಸ್ನಾನ ಮಾಡಿಲ್ಲ. ನೀವು ಮೊದಲೇ ಬೊಮ್ಮನ್‌ಗಳು ನಿನಗೆ ಬೇಸರ ಆಗಬಾರದಲ್ಲ, ಅದಕ್ಕೆ ಹೇಳಿದ್ದು' ಎಂದು ಎಲ್ಲಾ ಸಾಮಾನುಗಳನ್ನು ನನ್ನ ಮುಂದೆ ಇಟ್ಟಳು. ನನಗೆ ನಿಜಕ್ಕೂ ಕಣ್ಣೀರನ್ನು ತಡೆದುಕೊಳ್ಳಲಾಗಲಿಲ್ಲ. ಏನೆಂದು ಪ್ರತಿಕ್ರಿಯಿಸಬೇಕು ಅಂತ ಗೊತ್ತಾಗಲಿಲ್ಲ. ಕಂಠ ಬಿಗಿದು ಮಾತು ಮರೆತು ಹೋಗಿತ್ತು. ಹಸೀನಮ್ಮಾ ನನ್ನ ಆರೋಗ್ಯದ ಬಗ್ಗೆ, ಮನೆ, ಗಂಡ, ಮಗ ಎಲ್ಲರ ಬಗ್ಗೆಯೂ ಮಾತಾಡುತ್ತಾ, 'ನೀನು ಸರಿಯಿದ್ದರೆ ಎಲ್ಲಾ ಸರಿಯಿರುತ್ತಲ್ಲವೋ?' ಎನ್ನುತ್ತಿದ್ದಳು. ಅವಳ ಕಕ್ಕುಲಾತಿಯ ಎದುರು ಮೀನು ಮಾಂಸ ಯಾವುದೂ ಮುಖ್ಯವಲ್ಲ ಅನ್ನಿಸಿಬಿಟ್ಟಿತ್ತು. ಅದು ತಿನ್ನುವುದು ನನಗೆ ಅಭ್ಯಾಸವಿಲ್ಲ. ಹಾಗಂತ ಅದು ಮಡಿವಂತಿಕೆಯೂ ಅಲ್ಲ. ಅದೊಂದು ತಿನ್ನಲಾಗದ ಸ್ಥಿತಿ ಅಷ್ಟೆ.

ಮಾತು ಸೋತುಬಿಡುತ್ತೆ ಭಾವ ಬಲವಾದಾಗ. ನನ್ನ ಸ್ಥಿತಿಯೂ ಅದಕ್ಕಿಂತ ಬೇರೆ ಇರಲಿಲ್ಲ. ಅವಳ ಪ್ರೀತಿಗೆ ಸೋತು 'ನಿನಗೆ ತೊಂದರೆ ಇಲ್ಲಾಂದ್ರೆ ನೀನೆ ಮಾಡಿ ಕೊಟ್ಟುಬಿಡು ಹಸೀನಮ್ಮಾ' ಎಂದೆ. ಖುಷಿಯಿಂದ ಅವಲಕ್ಕಿ ನೆನೆಸಿ ಒಗ್ಗರಣೆ ಹಾಕಿ ಸಿದ್ಧ ಮಾಡಿದಳು. ಇದೆಲ್ಲಾ ನಡೆಯುವಾಗ ಎದ್ದ ಅವಳ ಮಗನನ್ನು ಜೋಲಿಯಿಂದ ಎತ್ತಿಕೊಂಡು ಆಟ ಆಡಿಸತೊಡಗಿದೆ.

ನನಗೆ ಚೆನ್ನಾಗಿ ನೆನಪಿದೆ ಹಸೀನಮ್ಮಾ ಮಾಡಿಕೊಟ್ಟ ಅವಲಕ್ಕಿಯ ರುಚಿಯನ್ನು ಯಾವುದೂ ಸರಿಕಟ್ಟಲಾರದು. ಅವಳ ಆ ಪ್ರೀತಿ, ಕಕ್ಕುಲಾತಿಗೂ ಕೂಡಾ. ನೆನೆಸಿಕೊಂಡಾಗಲೆಲ್ಲಾ ಆಕೆಯನ್ನು ನೋಡಬೇಕು ಅನ್ನಿಸುತ್ತೆ. ಎಲ್ಲಿ ಮೀನಿನ ಅಡುಗೆಯ ವಾಸನೆ ಬಂದರೂ ಪಟ್ಟೆಂದು ಈ ಘಟನೆ ನೆನಪಾಗಿ ನನಗೇ ಗೊತ್ತಿಲ್ಲದಂತೆ ಕಣ್ಣಾಲಿಗಳು ತುಂಬಿಬರುತ್ತದೆ. ಆಪ್ತಬಂಧು ನೆನಪಾದ ಹಾಗೆ ಮನಸ್ಸಿನ ತುಂಬಾ ಆನಂದ ತುಂಬುತ್ತದೆ. ಎಲ್ಲಾ ವಿಷಯ ಗೊತ್ತಿರುವ ನನ್ನ ಗಂಡ 'ಎಲ್ಲೋ ಸಾಬರ ಕೇರಿಯಲ್ಲಿರಬೇಕಾದವಳು ಇಲ್ಲಿದ್ದೀಯಾ. ಪೂರ್ವ ಜನ್ಮದ ವಾಸನೆ ತುಂಬಾ ಸ್ಟ್ರಾಂಗು ಮೀನಿನ ಹಾಗೆ' ಎಂದರೆ, ಮಗ 'ಚಾನ್ಸ್ ಬಿಟ್ಟೆಯಲ್ಲಾಮ್ಮಾ, ಒಳ್ಳೆ ಮೀನಿನ ರುಚಿ ನೋಡಬಹುದಿತ್ತಲ್ಲಾ' ಎಂದು ರೇಗಿಸುತ್ತಾನೆ. ಭಾವದೊಳಗಿನ ಹಸೀನಮ್ಮಾ ಎನ್ನುವ ಭಾಷ್ಯ ಮಾತ್ರ ನನ್ನೊಳಗನ್ನು ಬೆಳಕಾಗಿಸುತ್ತಲೇ ಇದೆ.

ಫ್ರೀಡಾ ಆ್ಯಂಡ್ರ್ಯೂ ಎನ್ನುವ ಆಮ್ರಪಾಲಿ

ನದಿಯೇ ಹೀಗೆ, ತನಗೆ ಬೇಕಾದ ತಿರುವುಗಳನ್ನು ತಾನೇ ರೂಪಿಸಿಕೊಳ್ಳುತ್ತದೆ. ತನ್ನ ಹೆಜ್ಜೆ ಗುರುತುಗಳನ್ನು ತಾನೇ ನೋಡುತ್ತಾ ಗಾಂಭೀರ್ಯತೆಯಿಂದ ಸೊಕ್ಕಿ ಹರಿಯುತ್ತದೆ. ಶಾಂಭವೀ ನದಿಯ ಸೌಂದರ್ಯ ಕೂಡಾ ಇಂಥಾದ್ದೇ. ಅಗಾಧವಾದ ಹರಹು ವಿಪರೀತ ತಿರುವು, ಮುಂದೆ ಪ್ರಸನ್ನವಾಗಿ ಹರಿವು. ಒಟ್ಟಾರೆ ಆ ನದೀ ಪಾತ್ರದಲ್ಲಿ ಕೂತು ನೋಡುವುದೇ ಚೆನ್ನ. ತೀರದಲ್ಲಿ ಸತ್ತವರ ಕ್ರಿಯಾ ಕರ್ಮಾದಿಗಳನ್ನು ಊರವರು ಮಾಡುವ ಗುರುತುಗಳಾದ ಮುಂಡನ ಮಾಡಿದ ಕೇಶರಾಶಿ, ಹಳೆಯ ಬಟ್ಟೆಗಳು, ಬಿಸುಟು ಹೋದ ಒಡೆದ ವಿಗ್ರಹಗಳು, ಹಳೆಯದಾದ ತಾಮ್ರಪಟಗಳು ಮತ್ತು ದಂಡೆಯ

ಮೇಲೆ ಬಟ್ಟೆ ಬದಲಿಸಲಿಕ್ಕೆ ಸಣ್ಣ ಕೊಠಡಿಯೂ ಇತ್ತು. ಆದರೆ ಅಲ್ಲಿಯ ದುರ್ನಾತಕ್ಕೆ ಒಳಗೆ ಹೋಗುವುದು ಅಸಾಧ್ಯವೇ ಆಗಿತ್ತು. ಇವುಗಳ ಮಧ್ಯೆಯೂ ಶಾಂಭವಿ ನದಿ ಸುಂದರ ಎನ್ನಿಸುವುದು ತೀರಗಳಲ್ಲಿ ಹರಡಿ ನಿಂತಿರುವ ಹಸಿರು ವನರಾಶಿ, ನಡುವೆ ನದಿಯೇ ಮಾಡಿರುವ ನಡುಗಡ್ಡೆಗಳು, ಅಲ್ಲೇ ಒಂದು ತೋಟ, ಜನವಾಸ, ಓಡಾಡಲು ದೋಣಿಗಳನ್ನ ಬಿಟ್ಟರೆ ಬೇರೆ ಏನೂ ಇಲ್ಲ.

ನಾವು ಜಾಗವನ್ನು ನೋಡಲಿಕ್ಕೆ ಅಂತ ಹೋದಾಗ ಫ್ರೀಡಾ ಎನ್ನುವ ಹೆಣ್ಣುಮಗಳು ತಾನೇ ದೋಣಿಯನ್ನು ಹುಟ್ಟು ಹಾಕಿ ನಡೆಸುತ್ತಿದ್ದಳು. ನನಗೆ ಮೊದಲಿನಿಂದಲೂ ಹೀಗೇ ಹೆಣ್ಣುಮಕ್ಕಳು ಸೈಕಲ್, ಸ್ಕೂಟಿ, ಕಾರು ಏನನ್ನಾದರೂ ಸರಿಯೇ ನಡೆಸುತ್ತಿದ್ದರೆ ಕೌತುಕವೇ. ನಮ್ಮ ಮನೆಯಲ್ಲಿ ನನ್ನ ಬಗ್ಗೆ ಇರುವ ಅಸಮಾಧಾನ ಒಂದೇ. 'ಏನೇನಕ್ಕೋ ಧೈರ್ಯ ಮಾಡುತ್ತೀಯ. ಗಾಡಿ ಒಂದು ಓಡಿಸು' ಎನ್ನುತ್ತಿರುತ್ತಾರೆ. ಗೊತ್ತಿಲ್ಲ ಮೊದಲಿನಿಂದಲೂ ನನಗೆ ಅದೊಂದೇ ಭಯ. ಸ್ಕೂಟಿ ಇರಲಿ ಸೈಕಲ್ ಕೂಡಾ ನನ್ನ ಕೈಲಾಗಲಿಲ್ಲ. ಎಲ್ಲವನ್ನೂ ಕಲಿತೆ ಆದರೆ ಕರಗತ ಮಾಡಿಕೊಳ್ಳಲಿಲ್ಲ. ಕಾರಣ ನನ್ನೊಳಗಿನ ಭಯ. ನನ್ನ ಅಕ್ಕಪಕ್ಕ ಯಾವ ವೆಹಿಕಲ್ಲೂ ಇಲ್ಲ ಅಂದರೆ ನನ್ನ ಹಾಗೆ ಕಾರು ಓಡಿಸುವವರು ಯಾರೂ ಇಲ್ಲವೇನೋ! ಅದೇ ಒಂದು ಚಿಕ್ಕ ಗಾಡಿ ನನ್ನ ಪಕ್ಕ ಬಂದರೆ ಕೈ ಕಾಲುಗಳಲ್ಲಿ ನಡುಕ ಶುರುವಾಗಿಬಿಡುತ್ತೆ. ನನಗೇನೋ ಆಗುತ್ತೆ ಅನ್ನುವುದಕ್ಕಲ್ಲ: ಅವರಿಗೆ ನನ್ನಿಂದ ತೊಂದರೆಯಾಗಿ ಬಿಟ್ಟರೆ ಎನ್ನುವುದಕ್ಕೆ. ಫ್ರೀಡಾ ಮಧ್ಯದ ನಡುಗಡ್ಡೆಯಿಂದ ದೋಣಿ ನಡೆಸುತ್ತಾ ಬಂದಾಗ ಯಾವ ಲೋಕದಿಂದಲೋ ಬಂದವಳ ಹಾಗೆ ನೋಡಿದ್ದೆ. ದಿನಾ ನೀವೇ ಇದನ್ನ ನಡೆಸುವುದಾ? ಎಂದಾಗ ನನ್ನ ಮಾತಿನಲ್ಲಿನ ಅಚ್ಚರಿಯನ್ನು ಗಮನಿಸಿದ ಅವಳು ನಗುತ್ತಾ 'ನಾನು ಮಾತ್ರವಲ್ಲ ನಡುಗಡ್ಡೆಯಲ್ಲಿರೋ ಎಲ್ಲಾ ಮನೆಯವರೂ, ಹೆಂಗಸರೂ, ಗಂಡಸರು ಇದನ್ನ ಕಲಿತೇ ಇರುತ್ತಾರೆ. ಇಲ್ಲಾಂದ್ರೆ ಹೊರಗಿನ ಸಂಪರ್ಕ ಎಷ್ಟು ಕಷ್ಟ ಅಲ್ಲವಾ?' ಎಂದಿದ್ದಳು. 'ದೋಣಿ ನಡೆಸುವುದು ಕಷ್ಟ ಅಲ್ಲವಾ?' ಎಂದ ನನ್ನ ಮಾತಿಗೆ, 'ಕಷ್ಟ ಎಂದುಕೊಂಡರೆ ಹೌದು, ಇಲ್ಲದಿದ್ದರೆ ಇಲ್ಲ. ಪ್ರಕೃತಿಯ ಮಡಿಲಲ್ಲಿ ಇರುವವರಿಗೆ ಸುಲಭದ್ದು ಯಾವುದಿದೆ? ದುಡಿಯ ಬೇಕು, ತಿನ್ನಬೇಕು. ಕಷ್ಟ ಮಾತ್ರ ಈಗಲ್ಲ ಬಿಡಿ, ಮಳೆಗಾಲಕ್ಕೆ ನೀವು ಇಲ್ಲಿ ಬರಬೇಕು. ಉಕ್ಕಿ ಹರಿಯುವ ನದಿಯ ನೀರಿನ ಸೆಳವನ್ನು ನೋಡಿದರೆ ಭಯ ಹುಟ್ಟಿಸುತ್ತೆ. ಅಂಥಾದ್ದರಲ್ಲಿ ದಿನ ಶಾಲೆಗೆ ಆಚೆ ಬದಿಗೆ ಹೋಗಬೇಕಿತ್ತಲ್ಲ ಅದೂ ಮಕ್ಕಳನ್ನು ಕೂಡಿಸಿಕೊಂಡು...' ಎಂದಿದ್ದಳು. ಅವಳ ಆಡದೆ ಉಳಿಸಿದ ಆ ಮಾತಿನ ಅರ್ಥ ಸಾವಿರ ಹೌದು. ಅದು ನಮಗೆ ಅರ್ಥವಾಗುತ್ತದೆ, ಆದರೆ ಕಷ್ಟ ಅರಿವಾಗುವುದಿಲ್ಲ.

ಫ್ರೀಡಾ ಗಂಡ ಹಿಂದೆ ಮೀನು ಫ್ಯಾಕ್ಟರಿಯಲ್ಲಿ ಕೆಲಸ ಮಾಡುತ್ತಿದ್ದವ, ಈಗ ಹೋಗುತ್ತಿಲ್ಲ. ಈಕೆ ತೋಟ ಮಾಡಿಕೊಂಡು ವ್ಯವಸಾಯ ಮಾಡುತ್ತಾಳೆ. ಮಕ್ಕಳನ್ನು ಓದಿಸಿ ಮಂಗಳೂರಿಗೆ ಮದುವೆ ಮಾಡಿಕೊಟ್ಟಿದ್ದಾಳೆ. ಈಗ ಗಂಡ ಹೆಂಡತಿ ಅಷ್ಟೇ

ಇರುವುದು. ಗಂಡ ಹೊರಗೆ ಹೋದಾಗ ಇವಳೊಬ್ಬಳೇ. ಭಯ ಎನ್ನುವ ಪದಕ್ಕೆ ಅರ್ಥವೇ ಗೊತ್ತಿಲ್ಲವೇನೋ. ಅಂದು ಭಾನುವಾರವಾದ್ದರಿಂದ ಆಕೆ ಚರ್ಚ್‌ಗೆ ಹೋಗುವ ಯೋಚನೆಯಲ್ಲಿದ್ದಳು. ನಮಗೆ ಜೀವನ ಕೊಟ್ಟ ದೇವರಿಗೆ ಒಂದು ದಿನವಾದರೂ ಕೃತಜ್ಞತೆ ಸಲ್ಲಿಸುವುದು ಬೇಡವೇ ಎಂದಿದ್ದಳು. 'ಹೋಗಿ ಬನ್ನಿ ಮತ್ತೊಮ್ಮೆ ನೀವು ದೋಣಿ ನಡೆಸುವುದನ್ನು ನೋಡಲಿಕ್ಕೆ ಇಲ್ಲೇ ಕಾಯುತ್ತೇವೆ' ಎಂದಿದ್ದೆವು. ನಮಗೆ ಜಟ್ಟಿಯ ದೃಶ್ಯಗಳನ್ನು ಚಿತ್ರೀಕರಿಸಲಿಕ್ಕಿತ್ತು.

ಹಾಗೆ ಹೋದವಳು ವಾಪಾಸು ಬಂದಿದ್ದು ಒಂದು ಗಂಟೆಯ ನಂತರ. ಅಷ್ಟರಲ್ಲಿ ನಾವು ಅವಳು ದೋಣಿಯನ್ನು ನಡೆಸುವ ದೃಶ್ಯವನ್ನು ಚಿತ್ರೀಕರಿಸಿದರೆ ಹೇಗೆ ಎನ್ನುವ ಯೋಚನೆ ಮಾಡುತ್ತಿದ್ದೆವು. ಹಾಗೆ ಮಾಡಿದರೆ ನಮ್ಮ ಕಥೆಯ ನಾಯಕಿ ಮಾತ್ರವಲ್ಲದೆ ಎಲ್ಲಾ ಹೆಣ್ಣುಗಳ ಬಗ್ಗೆಯೂ ಒಂದು ಕಥೆಯನ್ನು ಸಮಾನಾಂತರವಾಗಿ ಹೇಳಿದಂತೆ ಆಗುತ್ತದೆ. ಇಂದು ಹೆಣ್ಣು ಎಲ್ಲಾ ಕೆಲಸವನ್ನೂ ಮಾಡಬಲ್ಲಳು. ನಡೆಸುವುದು ದೋಣಿಯಾದರೇನು? ವಿಮಾನವಾದರೇನು? ನಡೆಸುವ ಕ್ರಿಯೆಯಷ್ಟೇ ಇಲ್ಲಿ ಮುಖ್ಯ ಎನ್ನುವುದು ನಮ್ಮ ಯೋಚನೆಯಾಗಿತ್ತು.

ಆಕೆಗಾಗಿ ಕಾಯುತ್ತಾ ಕುಳಿತಿದ್ದೆವು. ವಾಪಸು ಬರುವಾಗ ನಮಗಾಗಿ ಕೇಕ್ ತಂದಿದ್ದಳು. ನಾನು 'ಹೀಗೆ ನೀವು ದೋಣಿಯನ್ನು ಹುಟ್ಟು ಹಾಕುತ್ತಾ ನಮ್ಮ ನಾಯಕಿ ಯನ್ನು ಆಚೆ ದಡಕ್ಕೆ ಬಿಡುವ ದೃಶ್ಯವನ್ನು ಚಿತ್ರೀಕರಿಸಿಕೊಳ್ಳಬೇಕು' ಎಂದಿದ್ದೇವೆ ಎಂದೆ. ಅವಳಿಗೆ ಸಂತೋಷವಾಯಿತು. 'ಓಹೋ ಅದಕ್ಕೇನು ಆಗಲಿ' ಎಂದಳು. ನನಗೆ ಆಕೆಯ ಜೊತೆ ಒಂದು ಸಣ್ಣ ಸುತ್ತು ಹೋಗಬೇಕು ಎನ್ನಿಸಿತು. ಆಕೆಯೊಂದಿಗೆ ಹೇಳಿದೆ, 'ಅದೂ ಬಿಡುವಾಗಿದ್ದರೆ ಮಾತ್ರ' ಎನ್ನುವುದನ್ನೂ ಸೇರಿಸಿದೆ.

ಇಬ್ಬರೂ ನದಿಯ ದಡದಿಂದ ಸ್ವಲ್ಪ ದೂರ ಬಂದಿದ್ದೆವು. ಫ್ರೀಡಾ ಉದ್ದವಾದೊಂದು ಕೋಲಿನಿಂದ ನದಿಯ ಆಳದ ನೆಲವನ್ನು ಮೀಟಿ ದೋಣಿಯನ್ನು ಮುನ್ನಡೆಸುತ್ತಿದ್ದಳು. ಅಗಾಧವಾದ ಶಕ್ತಿ ಇತ್ತು ಎನ್ನುವುದನ್ನು ತೊಟ್ಟಿದ್ದ ಚೂಡಿದಾರ್‌ನ ಒಳಗೆ ಕಾಣುತ್ತಿದ್ದ ಹುರಿಗೊಂಡ ಅವಳ ತೋಳುಗಳು ಎತ್ತಿ ತೋರುತ್ತಿದ್ದವು. ನಾನು ಅವಳನ್ನೇ ಗಮನಿಸುತ್ತಿದ್ದೆ. ನನ್ನ ನೋಡಿ ನಕ್ಕ ಆಕೆ, 'ಯಾಕೆ ನಿಮ್ಮ ಕಡೆ ಹೆಣ್ಣು ಮಕ್ಕಳು ಕಷ್ಟದ ಕೆಲಸ ಮಾಡುವುದಿಲ್ಲವೋ?' ಎಂದಳು. 'ಇಲ್ಲ ಮಾಡುತ್ತಾರೆ. ಆದರೆ ನೀವು ಮಾಡುತ್ತಿರುವ ಈ ಕೆಲಸ ನಾನು ನೋಡಿಲ್ಲ' ಎಂದೆ. 'ಕರಾವಳಿಯ ಹೆಣ್ಣು ಮಕ್ಕಳಿಗೆ ಶಕ್ತಿ ಜಾಸ್ತಿ ಉಂಟು. ನಮ್ಮನ್ನ ಯಾವತ್ತೂ ಹೆಣ್ಣುಮಕ್ಕಳು ಅಂತ ಅಲ್ಲ ಮಕ್ಕಳು ಅಂತಲೇ ಸಾಕುತ್ತಾರೆ. ತಂದೆ ತಾಯಿಯರಿಗೆ ಎಲ್ಲರೂ ಒಂದೇ' ಎಂದಳು. ಅವಳ ಮಾತುಗಳಲ್ಲಿ ಸತ್ಯಾಂಶ ಇಲ್ಲವೆಂದಲ್ಲ. ಆದರೆ ಅದು ಪೂರ್ಣ ಸತ್ಯ ಅಲ್ಲ ಎನ್ನುವುದನ್ನು ಅನೇಕ ಸಂದರ್ಭಗಳಲ್ಲಿ ನೋಡಿದ್ದೇನೆ.

ಫ್ರೀಡಾ ತನ್ನ ಬಗ್ಗೆ ಹೇಳುವ ಹುಕಿಯಲ್ಲಿದ್ದಳು, 'ಅಪ್ಪ ಅಮ್ಮ ಇಬ್ಬರೂ ಕೆಲಸಕ್ಕೆ ಅಂತ ಕೊಡಗಿನ ಕಡೆಗೆ ಹೋಗಿಬಿಡುತ್ತಿದ್ದರು. ಕಾಫಿ ಕುಯ್ಲಿನ ಕಾಲಕ್ಕೆ ಇಲ್ಲಿಂದ

ಸುಮಾರು ಜನ ಹೋಗುತ್ತಿದ್ದರು ಕೂಡಾ. ಹಾಗೆ ಹೋಗುವಾಗ ನನ್ನನ್ನು, ನನ್ನ ತಂಗಿಯನ್ನೂ ಇಲ್ಲೇ ಬಿಟ್ಟು ಹೋಗುತ್ತಿದ್ದರು. ಹೀಗೇ ಬಿಟ್ಟು ಹೋದಾಗ ನನ್ನ ತಂಗಿಗೆ ಹುಷಾರಿಲ್ಲದ ಹಾಗಾಯ್ತು. ಹಣ ಖರ್ಚಾಗುತ್ತೆ ಇವರು ವಾಪಾಸು ಕೊಡ್ತಾರಾ ಇಲ್ಲವಾ? ಎಂದು ಯಾರೂ ನಮ್ಮ ಸಹಾಯಕ್ಕೆ ಬರಲೇ ಇಲ್ಲ. ಇದೇ ಹೊತ್ತಿನಲ್ಲಿ ನಮ್ಮ ಮನೆಯ ಪಕ್ಕದ ಮನೆಗೆ ಒಮ್ಮೆ ಆ್ಯಂಡ್ರ್ಯೂ ಬಂದಿದ್ದು. ನಮ್ಮ ಪರಿಸ್ಥಿತಿ ನೋಡಿ ತಾನೇ ಮುಂದಾಗಿ ಸಹಾಯ ಮಾಡಿದ. ನನ್ನ ಪ್ರೀತಿಗೂ ಬಿದ್ದ. ನನಗೂ ಒಳಗೇ ಆಸೆ ಆದರೆ ಹೇಳಿಕೊಳ್ಳಲಾರೆ. ಅಪ್ಪ ಅಮ್ಮ ಇಬ್ಬರೂ ಕೊಡಗಿಗೆ ಹೋಗಿದ್ದಾರೆ ಅವರು ಬರಬೇಕು. ಅವರದ್ದೇನೂ ತಕರಾರು ಇರುತ್ತಿರಲಿಲ್ಲ. ಮಗಳಿಗೆ ಹುಡುಕದೆಯೇ ಗಂಡು ಸಿಕ್ಕರೆ ಯಾಕೆ ಬೇಡ ಅನ್ನುವುದು. ಆದರೆ ಇದಕ್ಕೆಲ್ಲಾ ವಿರೋಧ ಇದ್ದದ್ದು ಅವರ ಕಡೆಯಲ್ಲೇ. ನಾವು ಬಡವರಲ್ಲವಾ? ಅವರ ಮನೆಯವರು ಒಪ್ಪಲಿಲ್ಲ. ಕನಿಷ್ಠ ಅಳಿಯ ಬಂದರೆ ಉಪಚಾರ ಮಾಡುವಷ್ಟಾದರೂ ಇರಬೇಕಲ್ಲವಾ? ಎಂದು. ಆ್ಯಂಡ್ರ್ಯೂ ಮಾತ್ರ ನಾನೇ ಬೇಕು ಎಂದ. ಅವರು ಈ ಹುಡುಗಿಯನ್ನು ಮದುವೆಯಾದರೆ ನಿನಗೆ ನಮ್ಮ ಆಸ್ತಿ ಸಿಗಲಾರದು ಎಂದು ಹೇಳಿಬಿಟ್ಟರಂತೆ.

ಎಲ್ಲಾ ಪ್ರೇಮ ಕಥೆಯಲ್ಲಿಯೂ ಹೀಗೇ ಒಂದು ಟ್ವಿಸ್ಟ್. ಮನೆಯವರನ್ನೆಲ್ಲಾ ಬಿಟ್ಟು ಬಂದ ಆ್ಯಂಡ್ರ್ಯೂ ನನ್ನ ಜೊತೆಗೆ ಉಳಿದ. ಆಮೇಲಿನದ್ದಿದೆಯಲ್ಲಾ ಅದು ಊಹಿಸಿಕೊಳ್ಳಲಿಕ್ಕೂ ಆಗದ ನರಕ. ಸುಖವಾಗಿ ಬೆಳೆದ ಆ್ಯಂಡ್ರ್ಯೂಗೆ ಯಾವ ಕೆಲಸವು ಗೊತ್ತಿಲ್ಲ. ಒಂದು ಹೊತ್ತಿನ ಊಟಕ್ಕೂ ಇಲ್ಲ. ಮೇಲಾಗಿ ನಾನು ನನ್ನ ಮಗಳನ್ನು ಹೊಟ್ಟೆಯಲ್ಲಿ ಇಟ್ಟುಕೊಂಡಿದ್ದೆ. ಸಾಮಾನ್ಯ ಮೀನುಗಾರನಂತೆ ಸಮುದ್ರಕ್ಕೂ ಹೋಗಿ ಬಂದ. ಆದರೆ ಅವನ ಓದು ಅವನ ಕೈ ಬಿಡಲಿಲ್ಲ. ಓದಿರುವವ ಎಂದು ಮೀನು ಫ್ಯಾಕ್ಟರಿಯಲ್ಲಿ ರೈಟರ್ ಕೆಲಸ ಸಿಕ್ಕಿತು. ಈ ಜಾಗ ಕೊಂಡೆವು. ಈ ಮನುಷ್ಯನ ಹಟಮಾರಿತನದ ಬಗ್ಗೆ ಆಗಲೇ ನನಗೆ ಗೊತ್ತಾಗಿದ್ದು. ಬೆಟ್ಟ ಕಡಿದು ತೋಟ ಮಾಡುವಾಗ ಅವನ ಗುದ್ದಾಟ ಇದೆಯಲ್ಲಾ! ಅಬ್ಬಾ ಅನ್ನಿಸಿತು. ಆ್ಯಂಡ್ರ್ಯೂಗೆ ಅಷ್ಟು ಹಟ ಎಲ್ಲಿಂದ ಬಂತು? ಒಂದೇ ಸಮನೆ ಕೆಲಸ ಮಾಡುವ ಶಕ್ತಿ ಅವನಲ್ಲಿ ಎಲ್ಲಿತ್ತು? ಫ್ಯಾಕ್ಟರಿಯಲ್ಲಿ ಕೆಲಸವನ್ನೂ ಮುಗಿಸಿ, ಇಲ್ಲೂ ಕೆಲಸ ಮಾಡಿ ಕಾಡು ಕಡಿದು, ಗುಡ್ಡ ಮಣಿಸಿ ಅಂತೂ ತೋಟ ಮಾಡಿಯೇ ಬಿಟ್ಟ. ನನ್ನ ಮಕ್ಕಳ ಜೊತೆ ತೋಟವೂ ಬೆಳೆಯಿತು. ಮಕ್ಕಳು ದೊಡ್ಡವರಾದ ಮೇಲೆ ನಾನು ಎಲ್ಲಾ ಜವಾಬ್ದಾರಿ ತೆಗೆದುಕೊಂಡೆ. ಈಗ ನೆಮ್ಮದಿಯಾಗಿದ್ದೇವೆ'. ಅವಳು ನನಗೆ ಆಮ್ರಪಾಲಿಯ ಹಾಗೆ ಕಂಡಳು. ಕೋಮಲವಾದ ದೇಹದಲ್ಲಿ ವಜ್ರದಷ್ಟು ಕಠಿಣವಾದ ಸಂಕಲ್ಪ. ಆದ್ದರಿಂದಲೇ ಬುದ್ಧ ಅವಳಿಗೆ ಯಾವ ಪ್ರಶ್ನೆಯನ್ನೂ ಕೇಳದೆ ದೀಕ್ಷೆ ಕೊಟ್ಟುಬಿಟ್ಟ. ಒಮ್ಮೆ ಫ್ರೀಡಾಳನ್ನು ಮುಟ್ಟಲೇ ಎಂದುಕೊಂಡೆ– ಅವಳನ್ನು ಮುಟ್ಟಿದರೆ ನನ್ನೊಳಗೂ ಒಂದು ಬದಲಾವಣೆಯಾಗಬಹುದು ಎಂದು.

ಫ್ರೀಡಾ ದೊಡ್ಡ ಸುತ್ತನ್ನು ಸುತ್ತಿಸಿ ಬಂದಳು. ಆಕೆ ನನಗೆ ತುಂಬಾ ಇಷ್ಟವಾಗಿಬಿಟ್ಟಿದ್ದಳು. ನನ್ನ ಕೈಲಿ ಸಿನಿಮಾ ಮಾಡುವ ಶಕ್ತಿ ಇದ್ದಿದ್ದರೆ ಇವಳೇ ನನ್ನ ನಾಯಕಿಯಾಗಿಬಿಡುತ್ತಿದ್ದಳು. 55ರ ಹರೆಯದಲ್ಲೂ ಸುಸ್ತಿಲ್ಲ, ಆಯಾಸವಿಲ್ಲ, ದೇಹ ತೂಕವಿಲ್ಲ. ದಿನಾ ಮೀನು ತಿನ್ನುತ್ತಾ ಈಕೆ ಮತ್ಸ್ಯಕನ್ಯೆಯೇ ಆಗಿಬಿಟ್ಟಿರಬೇಕು. ದೋಣಿಯಲ್ಲಿ ತೇಲುತ್ತಿದ್ದಾಳೆ ಅಷ್ಟೇ ಅನ್ನಿಸಿತ್ತು. 'ಇಷ್ಟು ಹೊತ್ತು ಹೋಗ್ತೀರ ಅಂದಿದ್ದರೆ ನಾವೂ ಬರ್ತಾ ಇದ್ವಲ್ಲಾ?' ಎಂದಿದ್ದರು ಪಂಚಾಕ್ಷರಿ ಮತ್ತು ಚಂದ್ರಹಾಸ್. 'ಹೋಗಬೇಕು ಅಂತ ಹೋಗಿದ್ದಲ್ಲವಲ್ಲ. ಎಲ್ಲಾ ಅಚಾನಕ್ ಆಗಿ ಆಗಿದ್ದು. ಜೀವನವೇ ಇಷ್ಟಲ್ಲವೇ?' ವೇದಾಂತ ಸುಮ್ಮನೆ ನಾಲಿಗೆಯ ಮೇಲೆ ಬಂತು.

ಡ್ರೋಣ್ ಕ್ಯಾಮೆರಾದಲ್ಲಿ ಜಟ್ಟಿ ಮತ್ತು ದೋಣಿಯ ಪಾಸಿಂಗ್ ದೃಶ್ಯ ಚಿತ್ರೀಕರಿಸುವ ದಿನ ನಾನು ಮೀನುಗಾರನೊಬ್ಬನಿಗೆ ನೂರು ರೂ ಮಾತಾಡಿಕೊಂಡು ಫ್ರೀಡಾಳನ್ನು ಹುಡುಕಿ ಅವಳ ದ್ವೀಪರಾಜ್ಯಕ್ಕೆ ಹೋದೆ. ಅವನು ನಮ್ಮನ್ನು ಬಿಟ್ಟು ಹೊರಟು ಬಿಟ್ಟ. ಫ್ರೀಡಾ ತೋಟದಿಂದ ಬಂದಿದ್ದು ಸ್ವಲ್ಪ ತಡ ಆಯ್ತು. ಆಕೆಯ ಗಂಡ, 'ನಾನೇ ಬರಲೇ?' ಎಂದಿದ್ದ. 'ಇಲ್ಲ ನಮಗೆ ಫ್ರೀಡಾ ಅವರೇ ಬೇಕಿತ್ತು' ಎಂದಿದ್ದೆ. ಗಂವ್ವೆನ್ನುವ ನಿಶ್ಯಬ್ದ ಸೂರ್ಯ ನೆತ್ತಿಗೆ ಬಂದಿದ್ದರಿಂದ ಯಾವ ಪಕ್ಷಿಯೂ ದನಿ ಎತ್ತಿ ಕೂಗುತ್ತಿರಲಿಲ್ಲ. ಫ್ರೀಡಾ ಮನೆಯ ನಾಯಿ ಎರಡು ಸಲ ಬೊಗಳಿ ಸುಮ್ಮನಾಗಿಬಿಟ್ಟಿತ್ತು. ಆಕೆಯ ಗಂಡ ಆ್ಯಂಡ್ರ್ಯೂ ಅಂಥಾ ಮಾತುಗಾರನಲ್ಲ. ಆದರೆ ಅತ್ಯಂತ ಸುಂದರ ಅರವತ್ತರ ಪ್ರಾಯದಲ್ಲೂ ಕೆಂಪಗೆ ಮಿಂಚುತ್ತಿದ್ದ. ಆಹಾ ವಯಸ್ಸಿದ್ದಾಗ ಹೇಗಿದ್ದಿರಬಹುದು? ಫ್ರೀಡಾಳಂಥಾ ಹೆಣ್ಣು ಇಂಥವನಿಗೆ ಒಲಿದಿದ್ದು ಸಾಧಾರಣವಾದ ಮಾತೇ. ಆದರೆ ಈತನ ಬದುಕಿನ ಬದ್ಧತೆ ಮಾತ್ರ ಅಪೂರ್ವ ಅನ್ನಿಸಿತ್ತು. 'ಈಗ ಸ್ವಲ್ಪ ಕಾಲು ನೋವು ಜಾಸ್ತಿ ಓಡಾಡಲ್ಲ. ಅದಕ್ಕೆ ಫ್ರೀಡಾನೇ ಎಲ್ಲಾ ನೋಡಿಕೊಳ್ಳುತ್ತಾಳೆ' ಎಂದ. ಆತನ ಮುಖದಲ್ಲಿ ಮಗುವಿನ ಮುಗ್ಧತೆ ಇತ್ತು.

ಫ್ರೀಡಾ ತೋಟದಿಂದ ಬರುತ್ತಲೇ. 'ನೆನ್ನೆಯೇ ಫೋನ್ ಮಾಡಿದ್ದರೆ ನಾನೇ ಅಲ್ಲಿಗೆ ಬಂದುಬಿಡುತ್ತಿದ್ದೆ' ಎಂದಿದ್ದಳು. ಆದರೆ ಅಷ್ಟರಲ್ಲಿ ತಡವಾಯಿತು ಎಂದು ಅಲ್ಲೇ ಇದ್ದ ಯಾರೋ ದೋಣಿಯವನ ಜೊತೆ ಮಾತಾಡಿಕೊಂಡು ಚಿತ್ರೀಕರಣ ಮುಗಿಸಿಬಿಟ್ಟಿದ್ದರು. ಫ್ರೀಡಾ ಮಾತ್ರ ಬೇಸರಿಸಿಕೊಳ್ಳದೆ, 'ಹೋಗಲಿ ಬಿಡಿ. ಈ ನೆಪದಲ್ಲಿ ನಾವಿಬ್ಬರೂ ಮಾತಾಡಲಿಕ್ಕಾಯಿತು' ಎಂದು ಆ ಕಡೆಯ ದಡಕ್ಕೆ ತಲುಪಿಸಿದ್ದಳು.

ಫ್ರೀಡಾ ಈ ಸಿನಿಮಾದಲ್ಲಿ ಕಂಡಿದ್ದಿದ್ದರೆ ನೆನಪಾದಾಗೆಲ್ಲಾ ನೋಡಬಹುದಿತ್ತು. ಸಿನೆಮಾ ಒಂಥರಾ ಆಲ್ಬಂ ಇದ್ದ ಹಾಗೆ. ವಯಸ್ಸಾದವರು ಇದ್ದರೆ– ಅವರೀಗ ಇದ್ದಾರೋ ಇಲ್ಲವೋ, ಸಣ್ಣ ವಯಸ್ಸಿನ ಮಗುವಿದ್ದರೆ– ಈಗ ಇದು ಎಷ್ಟು ದೊಡ್ಡದಾಗಿರಬಹುದು, ಕನ್ಯೆಯಿದ್ದರೆ– ಇಂಥಾ ಚಂದದ ಹುಡುಗಿ ಮುದುಕಿಯಾಗಿಬಿಟ್ಟಳೆ? ಹೀಗೆ ಏನೇನೆಲ್ಲಾ ಅನ್ನಿಸುತ್ತೆ. ಅಂತೂ ಫ್ರೀಡಾಳ ಜೊತೆಗಿನ ಈ ಪಯಣ ಮಾತ್ರ ನಿರುದ್ದಿಶ್ಯವಾಗಿ ಉಳಿದುಬಿಟ್ಟಿತ್ತು.

ಹೊತ್ತಿದ ಜನರೇಟರ್ ವೈರ್‌ಗಳು

ಉಲ್ಲಾಳ ಕೋಮು ವಿಷಯದಲ್ಲಿ ಅತೀ ಸೂಕ್ಷ್ಮವಾದ ಪ್ರದೇಶ ಎಂದೇ ಈ ಹೊತ್ತಿಗೂ ಹೆಸರು ಪಡೆದಿದೆ. ಹಿಂದೂ ಮುಸಲ್ಮಾನರ ನಡುವೆ ಯಾಕೆ ಅಲ್ಲಿ ಸೌಹಾರ್ದ ಇಲ್ಲ ಎನ್ನುವುದು ನನಗೆ ಈಗಲೂ ಅರ್ಥವಾಗುತ್ತಿಲ್ಲ. ಯಾಕೆಂದರೆ ನಾನು ನೋಡಿದ ಹಿಂದೂಗಳು, ಮುಸಲ್ಮಾನರೂ ಇಬ್ಬರೂ ಒಳ್ಳೆಯವರೇ. ಅವರ ಪಾಡಿಗೆ ಅವರು ಜೀವನ ನಡೆಸುತ್ತಿರುತ್ತಾರೆ. ರಾಜಕೀಯಕ್ಕಾಗಿ ಗಲಾಟೆ ಮಾಡುವವರು ಇಂಥವರನ್ನು ಯಾಕೆ ಬಲಿಪಶು ಮಾಡಬೇಕು? ಇದೆಲ್ಲಾ

ಅಲ್ಲಿನ ಜನರಿಗೆ ಅರ್ಥವಾಗುವುದಿಲ್ಲವಾ? ಅಥವಾ ಅವರು ತಮಗ್ಯಾಕೆ ಎಂದು ಸುಮ್ಮನಿದ್ದುಬಿಟ್ಟಿದ್ದಾರಾ? ಹೆಚ್ಚು ಓದದ ಮುಸಲ್ಮಾನರು, ಓದಿನ ಗೊಡವೆಗೇ ಹೋಗದ ಮೀನುಗಾರರಂಥಾ ಕೆಳ ಸಮುದಾಯದ ಜನರು ಬದುಕುತ್ತಿದ್ದಾರೆ. ಅವರೆಲ್ಲರೂ ತಮತಮಗೆ ತೋಚಿದ ಹಾಗೆ ಬದುಕುತ್ತಿದ್ದಾರೆ. ಹೀಗಿದ್ದೂ ಜಗಳ ಎಲ್ಲಿ ಹುಟ್ಟಿಕೊಳ್ಳುತ್ತದೆ? ಇಂಥ ಸಮುದಾಯದ ಹೊರಗೆ ಆಗುವ ಮದುವೆಗಳು ಗಲಾಟೆಗೆ ಮುಖ್ಯ ಕಾರಣ ಆಗಿರುತ್ತದೆ ಎನ್ನುವುದು ಅಲ್ಲಿನ ಜನರ ಅನಿಸಿಕೆ. ನಮ್ಮಲ್ಲಿಗೆ ಮದುವೆಯಾಗಿ ಬಂದರೆ ನಾವೇನೂ ಆ ಹುಡುಗಿಯನ್ನು ಹೊರನೂಕುವುದಿಲ್ಲ ಎನ್ನುವ ಎರಡೂ ವರ್ಗದ ಜನರಿಗೆ ಇದು ದೊಡ್ಡ ಸಮಸ್ಯೆ ಅಲ್ಲ. ಆದರೆ ಸಾಮಾನ್ಯವಾಗಿ ಹೆಣ್ಣು ಮಕ್ಕಳನ್ನು ತಮಗೆ ಬೇಕಾದ ಕಡೆಗೆ ಕೊಟ್ಟು ತಾವು ಹೋಗಿ ಬಂದು ಮಾಡಬೇಕು ಎನ್ನುವುದು ಪೋಷಕರ ಅಭಿಪ್ರಾಯವಾಗಿರುತ್ತೆ. ಅದು ಸಾಧ್ಯವಾಗದು ಅಥವಾ ತಮ್ಮ ಕೈಲಿ ಅದು ಆಗದು ಎಂದು ಗೊತ್ತಾದಾಗ ಅವರಲ್ಲಿ ಒಂದು ಆಕ್ರೋಶ ಹುಟ್ಟಿಕೊಳ್ಳುತ್ತದೆ. ಪೋಷಕರ ಅಂಥಾ ಹೊಟ್ಟೆ ಉರಿಯಲ್ಲಿ ಅಡುಗೆ ಮಾಡಿಕೊಳ್ಳಲು ಹೊರಟವರ ಬಗ್ಗೆ ಹೇಳುತ್ತಾ ಹೊರಟರೆ ಅದು ಬೇರೆಯದ್ದೇ ಕಥೆಯಾಗುತ್ತದೆ.

ಆದರೆ ಅವತ್ತು ಗಲಾಟೆಯಾದದ್ದು ಟಿಪ್ಪು ಜಯಂತಿಗೆ ಸಂಬಂಧಿಸಿದಂತೆ. ಟಿಪ್ಪು ಜಯಂತಿ ಸರಕಾರದ ಕಡೆಯಿಂದ ಮಾಡಬೇಕು ಎಂದು ಹೊರಟಾಗ ಸ್ಥಳೀಯವಾದ ಕೆಲ ಯುವಕರು ಹಿಂದೂ ಸಂಘಟನೆಯ ಜೊತೆ ಸೇರಿ ಜಯಂತಿಯನ್ನು ಮಾಡಬಾರದು ಎಂದು ಸ್ಟ್ರೈಕ್ ಮಾಡಿದ್ದರು. ಅಂಗಡಿ ಮುಗ್ಗಟ್ಟುಗಳನ್ನು ಬಲವಂತವಾಗಿ ಮುಚ್ಚಿಸಿಬಿಟ್ಟಿದ್ದರು. ಕಾನೂನು ಮತ್ತು ಶಿಸ್ತು ಪಾಲನೆಯ ಕಾರಣಕ್ಕೆ ಪೊಲೀಸರು ಕ್ರಮ ಕೈಗೊಳ್ಳುವುದು ಅನಿವಾರ್ಯವಾಗಿತ್ತು.

ಈ ಕಾರಣಕ್ಕಾಗೇ ಅವತ್ತು ಉಲ್ಲಾಳದಲ್ಲಿ 144 ಸೆಕ್ಷನ್ ಜಾರಿಯಲ್ಲಿತ್ತು. ಈ ವಿಷಯ ತಿಳಿಯದ ನಾವು ಶೂಟಿಂಗ್‌ಗೆ ಹೋಗಿಬಿಟ್ಟಿದ್ದೆವು. ಉಲ್ಲಾಳದ ಬೀದಿ ಬೀದಿಗಳಲ್ಲಿ ನರಪಿಳ್ಳೆಯೂ ಇಲ್ಲ. ಅಂದು ಸಮುದ್ರದ ತಟದ ಉದ್ದಕ್ಕೂ ಸ್ಕೂಲ್ ಇಲ್ಲದ್ದಕ್ಕೆ ಮಕ್ಕಳ ಗಲಾಟೆ ಜೋರಾಗಿತ್ತು. ಸಣ್ಣ ಪುಟ್ಟ ಕೆಲಸಕ್ಕೆ ಹೋಗುತ್ತಿದ್ದ ಯುವಕರೂ ಅವತ್ತು ಬಿಡುವಾಗಿ ಶೂಟಿಂಗ್ ನೋಡಲಿಕ್ಕೆ ಅಂತ ಬಂದುಬಿಟ್ಟಿದ್ದರು.

ಪಂಚಾಕ್ಷರಿ ವಿಷಯ ತಿಳಿದು ಗಾಬರಿಯಾಗಿ, ಬೇರೆ ದಾರಿ ಕಾಣದೆ ಉಲ್ಲಾಳದ ಪೋಲೀಸ್ ಸ್ಟೇಷನ್‌ಗೆ ಹೋಗಿದ್ದರು. 'ಸಾರ್ ಹೀಗೆಲ್ಲಾ ಆಗಿದೆ. ಇವತ್ತು ಮತ್ತೆ ವಾಪಸು ಹೋಗುವುದು ಎಂದರೆ ಸಾವಿರಗಟ್ಟಲೆಯ ನಷ್ಟ. ಇದು ಕಮರ್ಷಿಯಲ್ ಸಿನೆಮಾ ಅಲ್ಲ ಆದ ನಷ್ಟವನ್ನು ಭರಿಸಲಿಕ್ಕೆ. ಇದು ಬರೀ ಪ್ಯಾಷನ್‌ಗೋಸ್ಕರ ಮಾಡುತ್ತಿರುವುದು. ಅದಲ್ಲದೆ ಕೊನೆಯ ಹೊತ್ತಿಗೆ ಶೂಟಿಂಗ್ ಮಾಡ್ತಾ ಇರೋದ್ರಿಂದ ಸೆನ್ಸಾರ್ ಆಗಲಿಕ್ಕೆ ತೊಂದರೆ ಆಗುತ್ತೆ. ಹಾಗೇನಾದ್ರೂ ಆದ್ರೆ ಮುಂದಿನ ವರ್ಷಕ್ಕೆ ಈ ಸಿನೆಮಾ ಸೇರುತ್ತೆ. ಅವಾರ್ಡ್‌ಗೆಲ್ಲಾ ಕಳಿಸಲಿಕ್ಕೆ ಆಗುವುದಿಲ್ಲ. ಇದನ್ನ

ಥಿಯೇಟರ್‌ನಲ್ಲಿ ರಿಲೀಸ್ ಮಾಡಲಿಕ್ಕಾಗುವುದಿಲ್ಲ. ಬಂಡವಾಳ ಹಾಕಿ ಕಾಯುವುದು ಅಂದ್ರೆ ಕಷ್ಟ ಆಗುತ್ತೆ' ಎಂದೆಲ್ಲಾ ಅಲವತ್ತುಕೊಂಡ ಮೇಲೆ ಎಸ್‌ಐಗೆ ಏನನ್ನಿಸಿತೋ? 'ಆಯ್ತು, ಇಲ್ಲಿ ಆಗುತ್ತಿರುವುದು ನಿಮಗೇನೂ ಗೊತ್ತಿಲ್ಲ ಅನ್ನುವ ಹಾಗೆ ಕೆಲಸ ಮಾಡಿಕೊಳ್ಳಿ. ಆದ್ರೆ ಏನಾದ್ರೂ ತೊಂದ್ರೆ ಆದ್ರೆ ಮಾತ್ರ ನಾವು ಜವಾಬ್ದಾರಿಯಲ್ಲ' ಎಂದರಂತೆ. ಅಷ್ಟು ಹೇಳಿದರಲ್ಲ, ಅವರಿಂದ ತಡೆ ಬರದಿದ್ದರೆ ಅಷ್ಟೇ ಸಾಕು, ಒಂದು ದಿನ ಎಚ್ಚರಿಕೆಯಲ್ಲಿ ಕೆಲಸ ಮಾಡಿದ್ರೆ ಆಯ್ತು ಎಂದು ಪಂಚಾಕ್ಷರಿ ವಾಪಸು ಬಂದಿದ್ದಾರೆ.

ಪಂಚಾಕ್ಷರಿ ವಾಪಸು ಬರುವ ಹೊತ್ತಿಗೆ ಹನ್ನೆರಡು ಗಂಟೆಯ ಮೇಲಾಗಿದೆ. ಅವತ್ತು ಬಿಸಿಲು ತುಸು ಹೆಚ್ಚೇ ಇತ್ತು. ಇಂಥಾ ಹೊತ್ತಲ್ಲಿ ಐಸ್ ಕ್ರೀಂ ಗಾಡಿಯವರಿಗೆ ಒಳ್ಳೆಯ ವ್ಯಾಪಾರ. ಆ ಬಿಸಿಲಿನ ಎದುರು ಯಾವ ರೀತಿ ಮಾಡ್ತಾರೋ, ಏನು ನೀರೋ, ಯಾವುದೂ ಲೆಕ್ಕಕ್ಕೆ ಬರಲಿಲ್ಲ. ಎಲ್ಲರೂ ಸಣ್ಣ ಮಕ್ಕಳಂತೆ ಮುಗಿಬಿದ್ದು ತೆಗೆದುಕೊಂಡು ತಿಂದೆವು. ನಾಲಿಗೆಯಲ್ಲಿ ಉಳಿದ ಬಣ್ಣ ನಾವು ತಿಂದ ಐಸ್‌ನ ಕುರುಹನ್ನು ಹೇಳುತ್ತಾ ಬಾಲ್ಯವನ್ನು ನೆನಪಿಸಿತ್ತು.

ಅಷ್ಟರಲ್ಲಿ ಅಲ್ಲಿಗೆ ಬಂದ ಹಸೀನಮ್ಮಾ, ನನ್ನನ್ನು ಪಕ್ಕಕ್ಕೆ ಕರೆದು, 'ಇವತ್ತು ಊಟ ಸ್ವಲ್ಪ ಕಡಿಮೆ ತರಿಸಿ, ಉಲ್ಲಾಳದ ತನ್ನ ಅಕ್ಕನ ಗಂಡನ ಹೊಟೇಲಿನಲ್ಲಿ ವಿಷಯ ಗೊತ್ತಾಗುವ ಮೊದಲೇ ಬೆಳಗ್ಗೆಯೇ ಮಾಡಿಟ್ಟ ಪರೋಟಾಗಳು ಮತ್ತು ನಂಚಿಕೊಳ್ಳಲು ಮೀನು ಮತ್ತು ಮಾಂಸದ ಪದಾರ್ಥ ಇದೆ, ಇಲ್ಲಿಗೆ ಕಳಿಸಲಿಕ್ಕೆ ಹೇಳಿದ್ದೇನೆ' ಎಂದು ತಿಳಿಸಿದ್ದಳು. ಇವತ್ತು ಶೂಟಿಂಗ್ ಏನಾಗುತ್ತೋ ಗೊತ್ತಿಲ್ಲ, ಮಧ್ಯಾಹ್ನ ಒಳ್ಳೆ ಗಡದ್ದು ಊಟ ಮಾತ್ರ ಖಾಯಂ ಎಂದು ತೀರ್ಮಾನಕ್ಕೆ ವಿಷಯ ತಿಳಿದ ಎಲ್ಲರೂ ಬಂದುಬಿಟ್ಟಿದ್ದರು. 'ಹೊಟೇಲ್ ಬಿಸಿನೆಸ್ ಹಾಗಾದ್ರೆ ಇವತ್ತು ಲಾಸಾ?' ಎಂದು ಹಸೀನಮ್ಮನನ್ನು ಕೇಳಿದೆ. 'ಏನು ಮಾಡುವುದು ಹೇಳಿ. ದಿನಾ ಲಾಭಾನೇ ಬರಲಿಕ್ಕಾಗುತ್ತದಾ? ತೀರಾ ಹಾಳಾಗಿ ಎಸೆಯುವ ಬದಲು, ನಿಮಗಾದರೂ ಉಪಯೋಗವಾಗುತ್ತಲ್ಲ. ಅದಕ್ಕೆ ಇಲ್ಲಿಗೆ ಕಳಿಸಲು ಹೇಳಿದೆ' ಎಂದಿದ್ದಳು ಆಕೆ. ಹಣದ ಬಗ್ಗೆ ಕೇಳಿದಾಗ. 'ಬೇಡ' ಎಂದು ಖಡಾಖಂಡಿತವಾಗಿ ಹೇಳಿಬಿಟ್ಟಿದ್ದಳು.

ವಿಷಯ ತಿಳಿದಾಗಿನಿಂದ ಮಧ್ಯಾಹ್ನದ ಊಟದ ನೆನಪಲ್ಲೇ ಎಲ್ಲರೂ ಮುಳುಗಿಬಿಟ್ಟಿದ್ದರು. ಆದರೆ ಅನ್ನ ಇರಲಿಲ್ಲ ಎನ್ನುವ ಕಾರಣಕ್ಕೆ ಅಲ್ಲೇ ನಾವು ಶೂಟಿಂಗ್‌ಗಾಗಿ ತೆಗೆದುಕೊಂಡು ಹೋಗಿದ್ದ ಪಾತ್ರೆಯೊಂದರಲ್ಲಿ, ಅಲ್ಲೇ ಸಿಕ್ಕ ತೆಂಗಿನ ಮಟ್ಟೆ ಗರಿಗಳಿಂದ ಬೆಂಕಿಹಚ್ಚಿ ಅನ್ನ ಮಾಡಿಕೊಂಡು ಬಿಟ್ಟಿದ್ದರು ಹುಡುಗರು. ದುರಾದೃಷ್ಟವೆಂದರೆ ಅವತ್ತು ಯಾವ ಹೊಟೇಲೂ ತೆಗೆದಿರಲಿಲ್ಲವಾದ್ದರಿಂದ ಸಸ್ಯಾಹಾರಿಗಳಾದ ನಾವು ಕೆಲವರಿಗೆ ಊಟಕ್ಕೆ ತೊಂದರೆಯಾಯಿತು. ಅಲ್ಲೇ ಅಂಗಡಿಯಿಂದ ಮೊಸರಿನ ಪ್ಯಾಕೇಟನ್ನು ತಂದು ಅನ್ನವನ್ನೇ ತಿಂದಿದ್ದೆವು.

ಅವರೆಲ್ಲರ ಬಯಕೆಯಂತೆ ಊಟ ತುಂಬಾ ಚೆನ್ನಾಗಿತ್ತಂತೆ. ಹಸೀನಮ್ಮನಿಗೆ ಅವತ್ತು ಥ್ಯಾಂಕ್ಸ್‌ನ ಮೇಲೆ ಥ್ಯಾಂಕ್ಸ್ ಹೇಳಿದ್ದರು.

ಅವತ್ತು ನಾವು ಭಯಪಟ್ಟ ಹಾಗೆ ಏನೂ ನಡೆಯಲಿಲ್ಲ. ಸಂಜೆಯವರೆಗೂ ಯಾವ ತೊಂದರೆಯೂ ಇಲ್ಲದೆ ಶೂಟಿಂಗ್ ನಡೆಯಿತು. ಸಮುದ್ರದ ತಡೆಗೋಡೆಯ ಮೇಲೆ ಕುಳಿತ ಯುವಕರ ಗುಂಪು ಗುಜು ಗುಜು ಮಾಡುವಾಗಲೆಲ್ಲ ನಾವು ಅವರಲ್ಲಿ ಗಲಾಟೆ ಮಾಡದಿರುವಂತೆ ವಿನಂತಿಸಿಕೊಂಡೆವು. ಅವರೆಲ್ಲರೂ ರಿಲ್ಯಾಕ್ಸ್ ಆಗಿದ್ದರು. ಹಾಗಾಗಿ ಏನೂ ಕಿರಿಕಿರಿ ಮಾಡಲಿಲ್ಲ. ಇನ್ನು ಹೆಂಗಸರಿಗೆ ಮಾತ್ರ ಆ ದಿವಸ ಬಿಡುವಿಲ್ಲದ ಕೆಲಸ. ಗಂಡಸರೆಲ್ಲಾ ಮನೆಯಲ್ಲಿದ್ದರಲ್ಲಾ, ಏನಾದರೂ ವಿಶೇಷ ಮಾಡುವ ಹುಕಿಯಲ್ಲಿದ್ದರು. ಅವರ್ಯಾರಲ್ಲೂ ಹೊರಗೆ ಎರಡು ಕೋಮಿನ ಮಧ್ಯೆ ಗಲಾಟೆ ಆಗಿದೆ ಎನ್ನುವುದರ ಬಗ್ಗೆ ಕುತೂಹಲವೂ ಇರಲಿಲ್ಲ. ನಾವಾಗೇ ಕೇಳಿದ್ದಕ್ಕೆ 'ಟಿಪ್ಪು ಜಯಂತಿ ಮಾಡಿದರೆ ಸಂತೋಷ. ಅದಕ್ಕಾಗಿ ಯಾಕೆ ಜಗಳ ಆಡಬೇಕು? ನಮ್ಮ ಭಾವನೆ ಅರ್ಥ ಮಾಡಿಕೊಳ್ಳಲಿ. ಬೇರೆ ಯಾರ ಯಾರದ್ದೊ ಜಯಂತಿ ಮಾಡುವಾಗ ನಾವು ಗಲಾಟೆ ಮಾಡಿದ್ದೀವಾ? ಇಲ್ಲವಲ್ಲಾ!' ಎಂದಿದ್ದರು ಒಂದಿಬ್ಬರು. ಇತಿಹಾಸಕ್ಕೆ ಸಕತ್ತು ಮರೆವು. ಶೃಂಗೇರಿ ಶಾರದಾಂಬನ ಮೂಲ ವಿಗ್ರಹ ಪೇಶ್ವೆಗಳ ಕಾಲದಲ್ಲಿ ಧ್ವಂಸ ಮಾಡುತ್ತಾರೆ. ಮಠದವರು ಟಿಪ್ಪುವಿನ ಮೊರೆ ಹೋದಾಗ ಏನು ಮಾಡಲಿ? ನಿಮ್ಮವರೇ ನಿಮ್ಮ ದೇವರನ್ನು ಒಡೆದು ಹಾಕಿದ್ದು ಎನ್ನುತ್ತಾನೆ. ನಂತರ ಅವರನ್ನು ಓಡಿಸಿ, ಈಗಿರುವ ಅಮ್ಮನವರ ವಿಗ್ರಹವನ್ನು ಮೈಸೂರು ಸಂಸ್ಥಾನದಿಂದ ಮಾಡಿಸಿಕೊಡುತ್ತಾನೆ. ಇದನ್ನು ಯಾರೂ ನೆನಪಿಸಿಕೊಳ್ಳುವುದಿಲ್ಲ. ಬಪ್ಪನಾಡು ದುರ್ಗಾಪರಮೇಶ್ವರಿಯ ದೇವಸ್ಥಾನನ್ನು ಕಟ್ಟಿಸಿದವನು ಒಬ್ಬ ಮುಸ್ಲಿಂ ವ್ಯಾಪಾರಿ, ಸಂತ ಕಬೀರ ನಮ್ಮವನಲ್ಲ ಎನ್ನುವ ಧೈರ್ಯ ಯಾರಿಗಿದೆ? ಶಿಶುನಾಳ ಶರೀಫರ ಪದಗಳು ಯಾರಿಗೆ ಪ್ರಿಯವಲ್ಲ? ಇಲ್ಲಿ ಹೊಂದಾಣಿಕೆಯ ಯಾವುದೋ ತಂತುವಿದೆ. ಅತಿಮಾನುಷವಾದ ಗಾನವೊಂದು ಪ್ರೀತಿಯ ರಾಗವನ್ನು ಆಲಾಪಿಸುತ್ತಿದೆ. ರಕ್ತವನ್ನೇ ಹರಿಸಬೇಕು ಎಂದು ತೀರ್ಮಾನಿಸಿದ್ದರೆ, ಈ ಎಲ್ಲವನ್ನೂ ಮರೆತೇ ಬಿಡುತ್ತಾರೆ.

ಅವತ್ತಿನ ಶೂಟಿಂಗ್ ಸಂಜೆ ಎಂಟರವರೆಗೂ ಆಗುವ ಸಾಧ್ಯತೆ ಕಾಣತೊಡಗಿತ್ತು. ಯಾಕೆಂದರೆ ಶುರುವಾಗಿದ್ದೇ ಹನ್ನೆರಡನ್ನು ದಾಟಿ. ಜನರೇಟರ್ ನಾವು ಚಿತ್ರೀಕರಣ ಮಾಡುತ್ತಿದ್ದ ಜಾಗದಿಂದ ಕೆಲ ಫರ್ಲಾಂಗುಗಳ ದೂರದಲ್ಲಿತ್ತು. ಒಳಗೆ ಬರಲು ಜಾಗವಿರದಿದ್ದ ಕಾರಣ ಅನಿವಾರ್ಯವಾಗಿತ್ತು. ದೃಶ್ಯವೊಂದು ಮುಗಿಯಿತು. ಇನ್ನೊಂದು ದೃಶ್ಯಕ್ಕೆ ಶಿಫ್ಟ್ ಆಗಬೇಕು ಎಂದು ನಾವು ತಯಾರಾಗುತ್ತಿದ್ದೆವು. ಆಗ ಸುಮಾರು ಏಳರ ಹೊತ್ತಿರಬೇಕು. ಪಂಚಾಕ್ಷರಿ ಯಾರ ಜೊತೆಗೋ ಫೋನ್‌ನ ಮಾತಿನಲ್ಲಿದ್ದರು. ಜನರೇಟರ್ ಇರುವ ಕಡೆಯಿಂದ ಜೋರಾಗಿ ಗಲಾಟೆ ಕೇಳಿಸತೊಡಗಿತು. ಇಷ್ಟು ದಿನಗಳಲ್ಲಿ ಒಂದು ದಿನವೂ ಹೀಗೆ ಆತಂಕದ ಗಲಾಟೆಯ ಸಣ್ಣ ಘಟನೆಯೂ ನಡೆದಿಲ್ಲ. ಇವತ್ತು 144 ಸೆಕ್ಷನ್ ಬೇರೆ ಜಾರಿ ಇದೆ ಇವತ್ತೇ

ಹೀಗಾ? ಎಂದು ಆತಂಕಗೊಳ್ಳುವಾಗಲೇ ಕೆಲವರು ಓಡಿದ್ದರು. ಜಿತೇಂದ್ರ ಗಾಬರಿಯಿಂದ 'ಜನರೇಟರ್ ಗಾಡಿಗೆ ಬೆಂಕಿ ಹಚ್ಚಿಬಿಟ್ಟಿದ್ದಾರೆ. ಇನ್ನೇನು ಶೂಟಿಂಗ್ ಮಾಡುವುದು?' ಎಂದು ಕೂಗಿಕೊಂಡರು. ನಮಗೆಲ್ಲಾ ನಿಜಕ್ಕೂ ತುಂಬಾ ಆತಂಕವಾಯಿತು. 'ಅರೆ ಯಾರು ಬೆಂಕಿ ಹಚ್ಚುತ್ತಾರೆ? ಹಚ್ಚುವ ಜರೂರಾದರೂ ಯಾರಿಗಿದೆ? ಏನಾದರೂ ಆದರೆ ನಾಳೆ ಯಾರಿಗೆ ಉತ್ತರ ಕೊಡಬೇಕು?' ಎಂದೆಲ್ಲಾ ಗಾಬರಿಗೆ ಬಿದ್ದಿದ್ದೆವು. ಆ ಮಾತನ್ನ ಕೇಳಿದ ತಕ್ಷಣ ಅಲ್ಲಿದ್ದವರೆಲ್ಲಾ ಒಂದು ಕ್ಷಣ ದಂಗಾದರು. ಇದು ಯಾರಿಗೆ ಹೇಳಿದ ಮಾತು ಎಂದು ಜಿತೇಂದ್ರ ಬಾಯಿಬಿಟ್ಟು ಹೇಳದಿದ್ದರೂ ಎಲ್ಲರಿಗೂ ಅರ್ಥವಾಗಿತ್ತು. ಆದರೆ ಅಲ್ಲೇನಾಗಿದೆ ಎಂದು ಗೊತ್ತಾಗದೆ ಏನು ಹೇಳುವುದು? ಹಾಗೆಂದ ಜಿತೇಂದ್ರ ಮತ್ತೆ ಜನರೇಟರ್ ಇರುವ ಕಡೆಗೆ ಓಡಿದರು.

ನಾನು ಒಂದು ಕ್ಷಣ ಬಾವಿ ಕಟ್ಟೆಗೆ ಒರಗಿ ನಿಂತೆ. ಯಾಕೆಂದರೆ ಹಾಗೆ ಯಾರಾದರೂ ಬೆಂಕಿಯೇ ಹಚ್ಚಿದ್ದರೆ ಮುಂದಿನ ಪರಿಣಾಮ ಏನಾಗಿರುತ್ತೆ ಎನ್ನುವುದನ್ನು ಊಹಿಸಿಯೇ ನಾನು ಕಂಗಾಲಾಗಿದ್ದೆ. ಜಿತೇಂದ್ರ ಕೂಗಾಡಿದ್ದನ್ನ ಕೇಳಿದ ಮೇಲೆ ನಾವು ಜೀವಂತವಾಗಿ ಇಲ್ಲಿಂದ ಹೊರಗೆ ಹೋಗುತ್ತೇವಾ? ಇಲ್ಲವಾ? ಎನ್ನುವ ಅನುಮಾನ ಬಂದುಬಿಟ್ಟಿತ್ತು. ಮನಸ್ಸೇ ಹಾಗೆ, ಕೆಟ್ಟದನ್ನೇ ಮೊದಲು ಯೋಚಿಸುವುದು. ನನ್ನನ್ನು ಗಮನಿಸಿದ ಇಬ್ಬರು ಯುವಕರು ನನ್ನ ಬಳಿಗೆ ಬಂದು, 'ಆತಂಕ ಪಡಬೇಡಿ. ನೀವಿಲ್ಲಿಗೆ ನಮ್ಮವರಾಗಿ ಬಂದಿದ್ದೀರಿ. ಇಲ್ಲಿಂದ ಸೇಫ್ ಆಗಿ ಹೋಗುತ್ತೀರಿ. ಅಷ್ಟು ಭರವಸೆ ಮಾತ್ರ ನಮ್ಮದು' ಎಂದಿದ್ದರು. ಮೀಸೆಯೂ ಸರಿಯಾಗಿ ಮೂಡದ ಆ ಯುವಕರು 'ನಮ್ಮಿಂದ ನಿಮಗೆ ತೊಂದರೆಯಿಲ್ಲ' ಎನ್ನುವುದನ್ನು ಖಚಿತವಾಗಿ ಹೇಳಿದ್ದರು.

ಜನರೇಟರ್ ಗಾಡಿಯ ಹತ್ತಿರ ಹೋಗಿ ನೋಡಿದಾಗ ಪ್ಲಾಸ್ಟಿಕ್ ಸುಟ್ಟ ವಾಸನೆ ಬರುತ್ತಿತ್ತು. ಏನಾಗಿದೆ ಎಂದು ಹತ್ತಿರ ಹೋದಾಗ, 'ಅತಿಯಾದ ಶಾಖದಿಂದ ವೈರ್ ಸುಟ್ಟುಹೋಗಿದೆ' ಎಂದಿದ್ದರು ಜನರೇಟರ್ ಹುಡುಗರು. ಹೀಟ್ ಪ್ರೂಫ್ ಇದ್ದರೂ ಒಮ್ಮೊಮ್ಮೆ ಹೀಗಾಗುವುದುಂಟು ಎಂದು ವಿವರಿಸುತ್ತಿದ್ದರು. ಅಲ್ಲಿಗೆ ಯಾರೂ ಬೆಂಕಿ ಇಟ್ಟಿಲ್ಲ ಎನ್ನುವುದು ಸ್ಪಷ್ಟವಾಗಿತ್ತು. ಜಿತೇಂದ್ರರನ್ನ ಹುಡುಕಿದೆ– ಆದರೆ ಅವರೆಲ್ಲೂ ಕಾಣಲಿಲ್ಲ. 'ಅರೆ ಅವರೇಕೆ ಹೀಗೆ ಹೇಳಿದರು?' ಎಂದು ಆಶ್ಚರ್ಯವೂ ಆಯಿತು. ನಾವು ಗಾಡಿಯನ್ನು ಹತ್ತಿ ಪರೀಕ್ಷೆ ಮಾಡಿದೆವು. ನಮಗೆ ಏನು ಗೊತ್ತಾಗಬೇಕು? ಸುಟ್ಟಿರುವ ವೈರುಗಳು ಮಾತ್ರ ಕಾಣುತ್ತಿದ್ದವು. 'ವೈರ್ ಬರ್ಸ್ಟ್ ಆಗಿದ್ರೆ ನಾಳೆ ಶೂಟಿಂಗ್ ಇರಲ್ಲ' ಎನ್ನುತ್ತಿದ್ದರು ಜನರೇಟರ್‌ನವರು. ಮುಂದಿನದ್ದು ಏನಾದರೂ ಆಗಲಿ, ಆದರೆ ಬೆಂಕಿ ಯಾರೂ ಹಚ್ಚಿಲ್ಲ ಎನ್ನುವ ನಿರಾಳತೆ ಮಾತ್ರ ನಮ್ಮಲ್ಲಿ ಉಳಿದಿತ್ತು. ಚಂದ್ರಹಾಸರು, 'ಎಂಥಾ ಜನಾರೀ ತಿಳಿಯದೆ ಮಾತನಾಡುವುದಾ?' ಎಂದು ಬೇಸರ ವ್ಯಕ್ತಪಡಿಸಿದ್ದರು.

ಜಿತೇಂದ್ರ ಕೂಡ ಬೇಕಾಗಿ ಏನೂ ಆ ಮಾತನ್ನು ಹೇಳಿರಲಿಲ್ಲ, ನಾಲ್ಕಾರು ಯುವಕರು ಏನನ್ನೋ ನೋಡುವ ಕುತೂಹಲದಿಂದ ಜನರೇಟರ್ ಗಾಡಿಯನ್ನು ಹತ್ತಿದ್ದರಂತೆ. ಅದನ್ನು ನೋಡಿದ ಜಿತೇಂದ್ರ ಅವರನ್ನು ಬೈದು ಕೆಳಗಿಳಿಸಿದ್ದಾರೆ. ಅದಾಗಿ ಸ್ವಲ್ಪ ಹೊತ್ತಿಗೇ ಈ ಘಟನೆ ನಡೆದಿದೆ. ಆದ್ದರಿಂದ ಅವರೇ ಮಾಡಿದ್ದಾರೆ ಎನ್ನುವ ತೀರ್ಮಾನಕ್ಕೆ ಬಂದು ಗಲಾಟೆಯನ್ನು ಮಾಡಿಬಿಟ್ಟಿದ್ದಾರೆ. ನಂತರ ಯಾರೂ ಇದನ್ನು ಮಾಡಿಲ್ಲ ಎಂದು ಗೊತ್ತಾದ ತಕ್ಷಣ ಮಾತಿಲ್ಲದೆ ಅವರ ಕಾರನ್ನು ಹತ್ತಿ ಹೋಗಿಯೂ ಬಿಟ್ಟಿದ್ದಾರೆ. ನೋಡಿದ್ದೂ ಸುಳ್ಳಾಗಬಹುದು ಎನ್ನುವುದು ಇಂಥಾ ಸಂದರ್ಭಕ್ಕೆ ಹೇಳಿರುವುದಲ್ಲವೇ? ಆದರೆ ಜಿತೇಂದ್ರ ಅವರು ತಿಳಿಯದೇ ಆಡಿದ ಆ ಒಂದು ಮಾತು ಯಾರಲ್ಲೂ ಕಿಚ್ಚನ್ನು ಹಚ್ಚಲಿಲ್ಲ ಎನ್ನುವುದೇ ದೊಡ್ಡ ಸಮಾಧಾನದ ಸಂಗತಿ.

ಬಿಟ್ಟು ಬಂದ ಸ್ಕ್ರಿಪ್ಟ್ ಮತ್ತು ಸಲಾಂ ಸಾಬ್

ವೈರ್ ಹೊತ್ತಿದ ಬೆಂಕಿ ನಂದಿದ ಹಾಗೆ ನಮ್ಮ ಒಳಗಿನ ಆತಂಕಗಳು ಕರಗಿ ಪುನರೂರು ಹೊಟೇಲನ್ನು ಸೇರಿದಾಗ ಅವತ್ತು ಸ್ವಲ್ಪ ಜಾಸ್ತಿಯೇ ಹೊತ್ತಾಗಿತ್ತು. ಹೊಟೇಲಿನಲ್ಲಿ ರಾತ್ರಿಯ ಊಟದ ವ್ಯವಸ್ಥೆ ನಿಲ್ಲಿಸಿದ್ದರಿಂದ ಮತ್ತು ಹೊತ್ತಾಗಿದ್ದರಿಂದ ಹತ್ತು ಗಂಟೆಯ ಮೇಲೆ ಯಾರೂ ಹೊಟೇಲ್ ತೆರೆದಿಡುತ್ತಿರಲಿಲ್ಲ. ಮತ್ತೆ ಅರ್ಧ ಕಿಲೋ ಮೀಟರ್ ನಡೆದು ಹೋಗಿ ಊಟ ಮಾಡಬೇಕಾಯಿತು. ಅವು ಹೈವೇ ಡಾಬಾಗಳು ಆದ್ದರಿಂದ

ಹನ್ನೆರಡರವರೆಗೂ ತೆರೆದಿರುತ್ತಿತ್ತು. ನಮ್ಮ ಪುಣ್ಯಕ್ಕೆ ಅದರಲ್ಲೂ ಒಂದು ಪೂರ್ಣ ಸಸ್ಯಾಹಾರಿ ಡಾಬಾ ಆಗಿತ್ತು.

ಜಿತೇಂದ್ರ ಮಾತ್ರ ಅವತ್ತು ಕಾಣಲೇ ಇಲ್ಲ. ಅದೇನು ಅವರ ಮನೆಗೇ ಹೋಗಿಬಿಟ್ಟಿದ್ದರೋ? ಅಥವಾ ರೂಮಿನ ಒಳಗೇ ಇದ್ದೂ ಬಾಗಿಲನ್ನು ತೆರೆಯಲಿಲ್ಲವೋ ಗೊತ್ತಾಗಲಿಲ್ಲ. ನನಗೆ ಅವತ್ತು ರಾತ್ರಿ ಒಳ್ಳೆಯ ನಿದ್ದೆ; ಬಹುಶಃ ಮನಸ್ಸು ನಿರಾಳವಾಗಿದ್ದಕ್ಕೆ ಎಂದುಕೊಳ್ಳುತ್ತೇನೆ.

ಮಾರನೇ ದಿನ ಮುಲ್ಕಿಯಲ್ಲಿ ಶ್ರೀನಿವಾಸಾಚಾರಿಯ ಚಿನ್ನದ ಅಂಗಡಿಯಲ್ಲಿ ಶೂಟಿಂಗ್. ಮುಲ್ಕಿಯ ಊರು ಹಳೆಯದು ಮತ್ತು ಹೊಸದು ಎಂದು ಎರಡು ಭಾಗಗಳಲ್ಲಿದೆ. ಹಳೆಯ ಊರು ದೊಡ್ಡ ದೊಡ್ಡ ಮನೆಗಳು, ಮುರಿದುಬಿದ್ದ ಛಾವಣಿಯ, ಕುಸಿದ ಕಂಬಗಳ, ಜನಗಳೇ ಬದುಕಿರದ ಬಹಳಷ್ಟು ಮನೆಗಳು, ಜನಗಳಿದ್ದರೂ ಒಂದಿಬ್ಬರು. ಒಟ್ಟಿನಲ್ಲಿ ಶಾಪಗ್ರಸ್ತ ಊರು. ಆ ಊರ ತುದಿಯಲ್ಲಿ ವಿಜಯ ಕಾಲೇಜು. ಅಲ್ಲಿ ಮಾತ್ರವೇ ಸ್ವಲ್ಪ ಗಲಾಟೆ.

ಇದನ್ನು ಬಿಟ್ಟರೆ ಊರು ಅಂತ ಗಲಾಟೆಯಿಂದ ಇರುವುದು ಇನ್ನೊಂದು ಭಾಗದಲ್ಲಿ – ಅದು ಕಾರ್ನಾಡ್. ಊರಿನ ಹೆಸರನ್ನು ಬೋರ್ಡ್ ಮೇಲೆ ಓದಿದ ತಕ್ಷಣ ನನಗೆ ನೆನಪಗಿದ್ದು ಗಿರೀಶ್ ಕಾರ್ನಾಡ್. ಈ ಕಾರ್ನಾಡು ಅವರ ತಂದೆಯ ಊರೂ ಹೌದು. ನಂತರ ವೈದ್ಯ ವೃತ್ತಿಯ ಅವರು ಮಹಾರಾಷ್ಟ್ರಕ್ಕೆ ಹೋಗಿದ್ದು. ಮುಲ್ಕಿಗೆ ಸಂಬಂಧಿಸಿದ ಪೊಲೀಸ್ ಸ್ಟೇಷನ್ನು, ಆಸ್ಪತ್ರೆ, ಪೋಸ್ಟ್ ಆಫೀಸು ಎಲ್ಲವೂ ಇರೋದು ಆ ಕಾರ್ನಾಡಲ್ಲೇ.

ನಾವು ಶೂಟ್ ಮಾಡಿದ ಚಿನ್ನದ ಅಂಗಡಿ ಹುಡುಕಿದ್ದೇ ಒಂದು ಸಾಹಸಮಯ ಪಯಣವಾಗಿತ್ತು. ಮಂಗಳೂರು, ಮುಲ್ಕಿ ಉಡುಪಿ ಎಲ್ಲಾ ಕಡೆಯೂ ಹುಡುಕಾಟ ಮಾಡಿದೆವು. ಚಿನ್ನದ ಅಂಗಡಿಯನ್ನು ಯಾರು ಶೂಟಿಂಗ್‌ಗೆ ಕೊಡುತ್ತಾರೆ? ವ್ಯಾಪಾರ ಮಾಡುವುದು ಬೇಡವಾ? ಮೊದಲು ನಮಗೆ ಇದು ದೊಡ್ಡ ವಿಷಯ ಅನ್ನಿಸಲೇ ಇಲ್ಲ. ಆದರೆ ಹುಡುಕಾಟದಲ್ಲಿ ನಮಗೆ ತಿಳಿದ ಸತ್ಯ ನಮಗೆ ಯಾರೂ ಚಿನ್ನದ ಅಂಗಡಿಯನ್ನು ಕೊಡಲಾರರು ಎಂದು. ಒಂದು ಕಡೆ ವ್ಯಾಪಾರ ಲಾಸು ಇನ್ನೊಂದು ಕಡೆ ನಮ್ಮಿಂದ ಹೆಚ್ಚು ಹಣವೂ ಸಿಗುವುದಿಲ್ಲ.

ಹೋಗಲಿ ಅಂಥಾದ್ದೊಂದು ಸೆಟ್ ಹಾಕಿ ಬಿಡೋಣ ಎಂದು ಹಳೆಯ ಅಂಗಡಿಗಳನ್ನೆಲ್ಲಾ ಜಾಲಾಡಿಸಿದೆವು. ಊರಲ್ಲಿರುವ ಖಾಲಿ ಅಂಗಡಿಗಳು ಹಾಳುಬಿದ್ದು ಧೂಳು ಹಿಡಿದಿದ್ದವು. ನಮಗೆ ಹುಚ್ಚು ಹಿಡಿಸಿದ್ದ ಅಂಗಡಿಗಳ ಬಾಗಿಲುಗಳು ಮಾತ್ರ ಈಗಲೂ ಕಣ್ಣಿಗೆ ಕಟ್ಟಿದ ಹಾಗೇ ಇದೆ. ಮಜಬೂತಾದ ಮರದ ಹಲಗೆಗಳಿಂದ ಮಾಡಿದ ಒಂದರ ಪಕ್ಕ ಒಂದನ್ನು ಜೋಡಿಸಿ ಕಬ್ಬಿಣದ ಸರಪಳಿಯನ್ನು ಕೊಕ್ಕೆಗೆ ತಗುಲಿಸಿ ಬೀಗ ಹಾಕುವಂಥಾದ್ದು. ಆ ದೈತ್ಯವಾದ ಹಲಗೆಗಳನ್ನು ಎತ್ತಿಡುವುದೇ

ಸಾಹಸಮಯವಾದ ಕೆಲಸವಾಗಿತ್ತು. ನನಗಂತೂ ಇಲ್ಲಿ ಶೂಟಿಂಗ್ ಹೇಗಪ್ಪಾ?! ಎನ್ನುವ ಆತಂಕ ಶುರುವಾಗಿಬಿಟ್ಟಿತ್ತು. ಇದ್ದ ಕಡೆಯಲ್ಲಿ ಏನಾದರೂ ಸರಿ ಮಾಡುವುದೋ, ಅಲ್ಪ ಸ್ವಲ್ಪ ಸಾಮಾನುಗಳನ್ನು ತಂದಿಡುವುದೋ ಮಾಡಿದರೆ ಅದು ಬೇರೆಯ ಮಾತು. ಶೂನ್ಯದಲ್ಲಿ ಏನನ್ನಾದರೂ ಹುಟ್ಟು ಹಾಕುವುದು ಎನ್ನುವುದು ಕಷ್ಟದ ಕೆಲಸ. ಆದ್ದರಿಂದ ಚಿನ್ನದ ಅಂಗಡಿಯನ್ನು ಹುಡುಕುವುದೇ ಒಳಿತು ಎನ್ನುವ ತೀರ್ಮಾನಕ್ಕೆ ಬಂದುಬಿಟ್ಟೆವು. ಸಣ್ಣದಾದರೂ ಸರಿ ಚಿಕ್ಕ ಪುಟ್ಟದಾಗಿ ಒಡವೆ ರಿಪೇರಿ ಮಾಡುವ ಅಂಗಡಿಗಳು ಸಿಕ್ಕೇ ಸಿಗುತ್ತದೆ. ಅಲ್ಲಿ ಕುಲುಮೆ, ಚಿನ್ನ ಕರಗಿಸುವ ಮೂಸೆ, ಅರ ಇತ್ಯಾದಿಗಳು ಇರುತ್ತವೆ. ಅಷ್ಟು ಸಿಕ್ಕರೂ ಚಿನ್ನದ ಅಂಗಡಿ ಎಂದು ಎಸ್ಟಾಬ್ಲಿಷ್ ಮಾಡಿಬಿಡೋಣ, ಮೇಲೊಂದು ಗ್ಲಾಸ್ ಬಾಕ್ಸ್ ಹುಡುಕೋಣ ಎಂದೆಲ್ಲಾ ಯೋಚಿಸಿದೆವು. ಪಂಚಾಕ್ಷರಿಗೆ ಅಟ್ಮಾಸ್ಫಿಯರ್ ಕ್ರಿಯೇಟ್ ಮಾಡುವುದು ಕಷ್ಟ ಎನ್ನಿಸಿತು. ಅಲ್ಲೇ ಮುಂದೆ ಸ್ವಲ್ಪ ಆಧುನಿಕವಾಗಿದ್ದ ಚಿನ್ನದ ಅಂಗಡಿ ಕಂಡಿತು. ಅಂಗಡಿ ಒಂಥರಾ ಚೆನ್ನಾಗಿತ್ತು. ಪಕ್ಕದಲ್ಲೇ ದೊಡ್ಡದೊಂದು ಮಳೆನೀರು ಹಾಯುವ ಮೋರಿ. ಶಾಂಭವಿ ನದಿಯ ನೀರು ನೆಲದ ಕೆಳ ಪದರದಿಂದ ಹರಿದು ಇಲ್ಲಿ ಮೇಲಕ್ಕೆ ಉಕ್ಕಿ, ತಿಳಿಯಾದ ನೀರು ಜುಳು ಜುಳು ಎಂದು ಹರಿಯುತ್ತಲಿತ್ತು. ಅಕ್ಕ ಪಕ್ಕ ನೀರಿನ ಪಕ್ಕ ಮಾತ್ರವೇ ಹುಟ್ಟಿಕೊಳ್ಳುವ ಜರೀಗಿಡಗಳು, ಎತ್ತರೆತ್ತರಕ್ಕೆ ಬೆಳೆಯುವ ಯಾವುದೋ ಜಾತಿಯ ಹುಲ್ಲು ಹೀಗೆ.

ಅರುಣಾ ಜ್ಯೂಯಲರ್ಸ್ ಅಂತ ಚಿಕ್ಕದೊಂದು ಬೋರ್ಡು ತಗುಲಿಸಿಕೊಂಡಿದ್ದ ಆ ಅಂಗಡಿ ಒಳಗೆ, ಬೆಂಗಳೂರಿನ ಸಲೂನ್ ಶಾಪ್‌ಳಿರುತ್ತವಲ್ಲ ಹಾಗೆ ಸ್ವಲ್ಪ ಉದ್ದಕ್ಕೆ ಅಗಲ ಕಡಿಮೆ. ಅಂಗಡಿಯಾತ ಹುಡುಗ, ಹೆಸರು ಹರೀಶ್ ಅಂತ ನೆನಪು. ನಾವು ಶೂಟಿಂಗ್‌ಗೆ ಅಂಗಡಿ ಕೊಡು ಅಂತ ಕೇಳಿದ್ದಕ್ಕೆ ತಡಬಡಾಯಿಸಿ, 'ಕೊಡೋಕ್ಕಾಗಲ್ಲ ಸುಮ್ಮನೆ ರಗಳೆ ಆಗುತ್ತೆ' ಎಂದಿದ್ದ. ಅವನನ್ನು ಸಮಾಧಾನ ಮಾಡಿ, 'ಇಂಥಾ ಸಿನೆಮಾ ಮಾಡ್ತಾ ಇರೋದು, ಅದಕ್ಕೆ ಅಷ್ಟೇ' ಎಂದೆಲ್ಲಾ ಹೇಳಿದರೂ ಅವನು ಒಪ್ಪಲಿಲ್ಲ. ಸುತಾರಾಂ ಇಲ್ಲ ಎಂದುಬಿಟ್ಟ.

ಇದೊಳ್ಳೆ ಕಥೆ ಆಯ್ತಲ್ಲಾ ಎನ್ನುತ್ತಾ ತಲೆ ಕೆಡಿಸಿಕೊಂಡು, 'ನೋಡಪ್ಪ ನಿನ್ನ ವ್ಯಾಪಾರ ಇಲ್ಲದಿದ್ದಾಗಲೇ ಮಾಡಿಕೊಳ್ಳುತ್ತೇವೆ, ತೊಂದರೆ ಆಗಲ್ಲ' ಎಂದೆಲ್ಲಾ ಅವನಿಗೆ ತಿಳಿ ಹೇಳಿದೆ. ಕಡೆಗೆ 'ಈ ಅಂಗಡಿ ನನ್ನದಲ್ಲವೇ ಅಲ್ಲ. ನಮ್ಮ ಓನರ್ ಊರಲ್ಲಿ ಇಲ್ಲ' ಎಂದು ಪ್ಲೇಟ್ ಉಲ್ಟಾ ಮಾಡಿಬಿಟ್ಟ. ಬೇಸರದಿಂದ ಅಲ್ಲಿಂದ ಹೊರಟು ಸುಮ್ಮನೆ ಸುತ್ತಲಿಕ್ಕೆ ಶುರು ಮಾಡಿದೆವು. ಊರೂ ವಿಚಿತ್ರವೇ ಉದ್ದಕ್ಕೆ ಇದೆಯೇ ಹೊರತು ಅಗಲಕ್ಕಿಲ್ಲ ಅಂತ ಗೊತ್ತಾಗಿದ್ದೇ ಆ ಸುತ್ತಾಟದಲ್ಲಿ. ಹಾಗೆ ಸುತ್ತುತ್ತಾ ಕಾರ್ನಾಡಿಗೆ ಬಂದೆವು. ಅಲ್ಲಿ ನೋಡಿ ನಮ್ಮ ನಿಧಿ ಸಿಕ್ಕಿದ್ದು. ಆಚೆ ಈಚೆ ಕಡೆ ತರಕಾರಿ ದಿನಸಿಯ ಅಂಗಡಿ ಮತ್ತೊಂದು ಕಡೆ ಬ್ಯೂಟಿ ಪಾರ್ಲರ್. ಮಧ್ಯದಲ್ಲಿ ರಾರಾಜಿಸುತ್ತಿತ್ತು ಶ್ರೀ ಲಕ್ಷ್ಮೀ ಗಣೇಶ ಜ್ಯೂಯಲರಿ ವರ್ಕ್ಸ್. ಅದರ ಓನರ್ ಶರತ್

ಪ್ರಸಾದ್, 'ಅಯ್ಯೋ ಬನ್ನಿ ಸಾರ್. ನಿಮಗೆ ನಾನು ಕೊಡುತ್ತೇನೆ. ಆದರೆ ನನ್ನದು ಒಂದೇ ಕಂಡೀಷನ್ನು ನನಗೆ ವ್ಯಾಪಾರಕ್ಕೆ ಜನ ಬಂದಾಗ ಬಿಟ್ಟುಕೊಡಬೇಕು' ಎಂದಿದ್ದ. ಅದಕ್ಕೆ ನಾವು ಸಿದ್ಧವಾಗೇ ಇದ್ದೆವು. ಅದಲ್ಲದೆ ನಮಗೂ ಬೇರೆ ದಾರಿ ಇರಲಿಲ್ಲ. ಅಷ್ಟು ಜನ ಕಲಾವಿದ ತಂತ್ರಜ್ಞರನ್ನು ಇಟ್ಟುಕೊಂಡು ವ್ಯಾಪಾರಕ್ಕೆ ಅಂತ ಜನ ಬಂದಾಗಲೆಲ್ಲಾ ಬಿಟ್ಟುಕೊಡೋದು ಸಾಧ್ಯವಾ? ಎಂದು ಪಂಚಾಕ್ಷರಿ ಗೊಣಗಿಕೊಂಡರು. ಅವರ ಜವಾಬ್ದಾರಿ ಬೇರೆಯೇ. 'ದಿನಕ್ಕೆ ಎಷ್ಟು ಜನ ಬರ್ತಾರೆ ಏನು' ಎಂದೆಲ್ಲ ವಿಚಾರಿಸಿಕೊಂಡೆವು. 'ಒಂದು ಅಥವಾ ಎರಡು ವ್ಯಾಪಾರ ಆದ್ರೆ ಅದೇ ದೊಡ್ಡದು'. 'ಆಗ್ಲಿ ಬಿಡಪ್ಪ ಅವರು ಬಂದಾಗ ಬ್ರೇಕ್ ಕೊಡ್ತೀವಿ' ಎಂದೆವು. ಆತ ತುಂಬಾ ಮಾತಾಡಿದ. ನಾವೂ ಅಷ್ಟೇ ಮಾತಾಡಿದೆವು. ನಮಗೆ ನಮ್ಮ ಕೆಲಸ ಆಗಬೇಕಿತ್ತು. ಅವನಿಗೆ ತನ್ನ ಜ್ಯೂಯಲರಿ ಶಾಪ್ ಫೇಮಸ್ ಆಗುವುದು ಬೇಕಿತ್ತು.

ಜನರೇಟರ್ ವೈರು ಸುಟ್ಟಿತ್ತಲ್ಲ, ಅವತ್ತಿನ ಮಾರನೆ ದಿನವೇ ಕಾರ್ನಾಡಿನ ಚಿನ್ನದಂಗಡಿಯಲ್ಲಿ ಶೂಟಿಂಗ್. ಇನ್ನೇನು ಗಾಡಿ ಹತ್ತಬೇಕು ಎನ್ನುವಾಗ ಸಲಾಂ ಸಾಬ್‌ನದ್ದು ಫೋನ್ ಬಂದು. 'ಅರೆ ಈ ಹುಡುಗ ಯಾಕಪ್ಪಾ ಫೋನ್ ಮಾಡ್ತಾ ಇದಾನೆ. ನೆನ್ನೆಯ ಘಟನೆಯ ಅಹಿತ ಪರಿಣಾಮ ಏನಾದರೂ ಆಗಿದೆಯಾ?' ಎಂದೆಲ್ಲ ಕಾಡತೊಡಗಿತು. 'ನೆನ್ನೆ ಗಲಾಟೆಯಲ್ಲಿ ನಿಮ್ಮ ಪುಸ್ತಕವನ್ನು ಬಿಟ್ಟು ಹೋಗಿದ್ದೀರಿ' ಎಂದ. 'ಹೌದಾ? ಏನದು ಪುಸ್ತಕ' ಎಂದೆ. 'ಅದೇ ಡೈಲಾಗ್ ಬರೆದಿದೆಯಲ್ಲಾ ಅದು' ಎಂದ. ನಮ್ಮ ಸ್ಕ್ರಿಪ್ಟ್ ಅಲ್ಲೇ ಬಿಟ್ಟುಬಂದಿದ್ದೆವು. ಸಲಾಂ ಸಾಬ್ ಸ್ವಲ್ಪ ಗಂಭೀರವಾಗಿ, 'ನೀವು ಮಾಡುತ್ತಿರುವ ಸಿನೆಮಾ ಪಾತುಮ್ಮ ಅಲ್ಲವಾ?' ಎಂದ. ನನಗೆ ಆಶ್ಚರ್ಯವಾಯಿತು. 'ಪಾತುಮ್ಮ ಅಂತಲೇ ಹೆಸರನ್ನು ರಿಜಿಸ್ಟರ್ ಮಾಡಿಸಿರೋದು' ಎಂದೆ. 'ಸುಳ್ಳು ಹೇಳುತ್ತಿದ್ದೀರಿ, ನೀವು ಮಾಡುತ್ತಿರುವುದು ಒಂದು ತುಂಡು ಗೋಡೆಯನ್ನು' ಎಂದ ಅವನ ಮಾತಿನಲ್ಲಿ ಯಾಕೋ ಪ್ರಖರತೆ ಇತ್ತು ನೀವು ನಮ್ಮೊಂದಿಗೆ ಸುಳ್ಳನ್ನು ಹೇಳಿದ್ದೀರಿ ಎನ್ನುವ ಭಾವವಿತ್ತು ಅನ್ನಿಸಿತು.

ಮೊದಲಿಗೆ ನಾನು 'ಸಲಾಂ ಸಾಬ್, ಬೈ ಮಿಸ್ಟೇಕ್ ಹಾಗೆ ಪ್ರಿಂಟ್ ಆಗಿದೆ' ಎಂದೆ. 'ಇಲ್ಲಾ ಮೇಡಂ ನಾನು ಒಂದು ತುಂಡು ಗೋಡೆಯನ್ನು ಓದಿದ್ದೇನೆ. ನಮ್ಮ ಜನವೇ ಅಲ್ಲವಾ ಬರೆದದ್ದು' ಎಂದ. ನನಗೆ ಮಾತಾಡಲಿಕ್ಕೆ ಮಾತಿಲ್ಲವಾಗಿತ್ತು. ಮೊದಲಿಗೆ ನಾವು ಒಂದು ತುಂಡು ಗೋಡೆ ಎಂತಲೇ ಸಿನೆಮಾಗೆ ಹೆಸರನ್ನು ಇಟ್ಟುಕೊಳ್ಳುವುದೆಂದೂ, ಬದಲಿಸುವುದು ಬೇಡ, ಗೊತ್ತಿರುವ ಕಥೆಯಾದ್ದರಿಂದ ಹೆಸರೂ ಒಂದು ಹಂತಕ್ಕೆ ಸ್ಕೋರ್ ಮಾಡುತ್ತದೆ ಎನ್ನಿಸಿತ್ತು. ಆದರೆ ನಂತರ ಶೂಟಿಂಗ್ ಹೊರಡುವಾಗ ಹೆಸರನ್ನು ರಿಜಿಸ್ಟರ್ ಮಾಡಿಸುವಾಗ ಪಂಚಾಕ್ಷರಿ ಅದನ್ನು ಚರ್ಚೆ ಮಾಡಿ ಬದಲಿಸಿದ್ದರು. ಸುಮ್ಮನೆ ಅದೇ ಹೆಸರಿನಲ್ಲೇ ಹೋದರೆ ಬೇರೆ ಏನಾದರು ಕಾಂಟ್ರವರ್ಸಿಯಾಗಿ ಸಿನೆಮಾ ನಿಲ್ಲುವ ಹಾಗಾದ್ರೆ ಎನ್ನುವುದು ಅವರ ಉದ್ದೇಶವಾಗಿತ್ತು. ಆದರೆ ನಾನು ಸ್ಕ್ರಿಪ್ಟ್‌ನ ಪ್ರಿಂಟ್ ತೆಗೆದುಬಿಟ್ಟಿದ್ದರಿಂದ,

ಹೆಸರಿನಲ್ಲೇನಿದೆ ಎಂದು, ಮತ್ತೆ ಬದಲಿಸುವ ಗೋಜಿಗೆ ಹೋಗಲಿಲ್ಲ. ಮತ್ತದಕ್ಕೆ ಸಮಯವೂ ಇರಲಿಲ್ಲ. ಎಲ್ಲಾ ವಿಭಾಗಗಳಿಗೂ ಒಂದೊಂದು ಬೇಕಲ್ಲ ಎಂದು ಕಾಪಿಗಳನ್ನು ಕೊಟ್ಟಿದ್ದೆ. ಬಿಟ್ಟು ಬಂದಿದ್ದ ಆ ಕಾಪಿ ಕಾಸ್ಟ್ಯೂಮ್‌ನವರದ್ದಾಗಿತ್ತು. 'ಇರಲಿ ಮೇಡಂ ನೀವು ಯಾವ ಹೆಸರಿನಲ್ಲಾದರೂ ಸಿನೆಮಾ ತೆಗೆಯಿರಿ, ತೊಂದರೆಯಿಲ್ಲ. ನಿಮ್ಮ ಸ್ಕ್ರಿಪ್ಟ್ ನನ್ನ ಮನೆಯಲ್ಲೇ ಇರುತ್ತೆ. ನನ್ನನ್ನು ಬಿಟ್ಟರೆ ಮನೆಯಲ್ಲಿ ಯಾರಿಗೂ ಓದಲಿಕ್ಕೆ ಬರಲ್ಲ' ಎಂದುಬಿಟ್ಟ. ನನಗೆ ತೀರಾ ಅವಮಾನದಿಂದ ಕುಗ್ಗುವ ಹಾಗೆ ಆದೆ– ತಿಳಿಯಾದ ಮನಸ್ಸುಗಳಿಗೆ ನಾವು ಮೋಸ ಮಾಡಿದವಲ್ಲಾ ಎಂದು. ಟೈಟಲ್ ಬದಲಿಸದೇ ಸ್ಕ್ರಿಪ್ಟ್ ಅನ್ನು ಎಲ್ಲರಿಗೂ ಕೊಟ್ಟಿದ್ದಕ್ಕೆ ಪಂಚಾಕ್ಷರಿ ನನ್ನ ಮೇಲೆ ಅಸಮಾಧಾನಿತರಾದರು. ಇದೆಲ್ಲವನ್ನೂ ಗುಟ್ಟಾಗೆ ಇಡಬೇಕು. ಇದರಲ್ಲಿ ಮುಸ್ಲಿಂರ ವಿರುದ್ಧ ಯಾವ ಕೆಟ್ಟ ಸಂಗತಿಯೂ ಇಲ್ಲ. ಆದರೆ ಇಂಥಾ ಕಥೆ ಎಂದ ತಕ್ಷಣ ಇವರು ಹಿಂದೂ ಮುಸಲ್ಮಾನರ ಜಗಳದ ಕಥೆ ಹೇಳುತ್ತಾರೆ ಅದರಲ್ಲಿ ನಮ್ಮನ್ನು ವಿಲನ್‌ಗಳನ್ನಾಗಿ ಮಾಡಿಬಿಟ್ಟರೆ ಎನ್ನುವ ಅನುಮಾನ ಬಂದುಬಿಟ್ಟರೆ ಎನ್ನುವುದೇ ಕಾರಣವಾಗಿತ್ತು. ಹಾಗಾಗಿ ಯಾವುದನ್ನು ಹೇಳದೆ ಎಲ್ಲವನ್ನೂ ಗುಟ್ಟಾಗಿ ಇಟ್ಟಿದ್ದೆವು. ಅದೇ ಈಗ ನಮಗೆ ಹೊಡೆತ ಕೊಟ್ಟಿದ್ದು.

ಮಾರನೆ ದಿನ ಶೂಟಿಂಗ್‌ಗೆ ಹೋದಾಗ ಸಲಾಂ ನ್ಯೂಸ್ ಪೇಪರ್‌ನಲ್ಲಿ ಸುತ್ತಿದ್ದ ಸ್ಕ್ರಿಪ್ಟ್ ಅನ್ನು ತಂದುಕೊಟ್ಟು ಹೋಗಿದ್ದ, ಒಂದೂ ಮಾತಾಡದೆ. ಅವನ ಪ್ರೌಢತೆ ನನ್ನ ಒಳಗನ್ನು ಅಲ್ಲಾಡಿಸಿಬಿಟ್ಟಿತ್ತು. ಅದು ಪಾಪ ಪ್ರಜ್ಞೆಯಾ? ಮೋಸ ಮಾಡಿದೆವಲ್ಲಾ ಎನ್ನುವ ಸಂಕಟವಾ? ಅಥವಾ ನಮ್ಮ ಗುಟ್ಟು ಇವರಿಗೆ ಗೊತ್ತಾಯಿತಲ್ಲ ಎನ್ನುವ ಆತಂಕವಾ? ಗೊತ್ತಿಲ್ಲದ ತಳಮಳದಲ್ಲಿ ಒದ್ದಾಡಿಹೋಗಿದ್ದೆ.

ಬ್ಯೂಟಿ ಪಾರ್ಲರ್‌ನವರ ಪೈಸಾ ವಸೂಲ್ ಮತ್ತು ಪೊಲೀಸರ ಉದಾರತೆ

ಕಾನ್ಸಾಡಿನ ಪೇಟೆ ಬೀದಿಯಲ್ಲಿರುವ ಶ್ರೀ ಲಕ್ಷ್ಮೀ ಗಣೇಶ ಜ್ಯೂಯಲರಿ ವರ್ಕ್ಸ್‌ನಲ್ಲಿ ಶ್ರೀನಿವಾಸಾಚಾರಿಯ ಚಿನ್ನದಂಗಡಿಯ ಶೂಟಿಂಗ್ ನಡೆಯುತ್ತಿತ್ತು. ಓನರ್ ಶರತ್ ಪ್ರಸಾದ್‌ಗೆ ಅದೇನೋ ಸಂತಸ. ಎಲ್ಲವನ್ನೂ ಕುತೂಹಲದಿಂದ ನೋಡುತ್ತಿದ್ದ. ಶ್ರೀನಿವಾಸಾಚಾರಿ ಚಿನ್ನದ ಸರವನ್ನು ಪರೀಕ್ಷಿಸುವ ದೃಶ್ಯವಿತ್ತು. ಅದಕ್ಕಾಗಿ ನಾವು ನಕಲಿ ಚಿನ್ನದ ಸರವನ್ನು

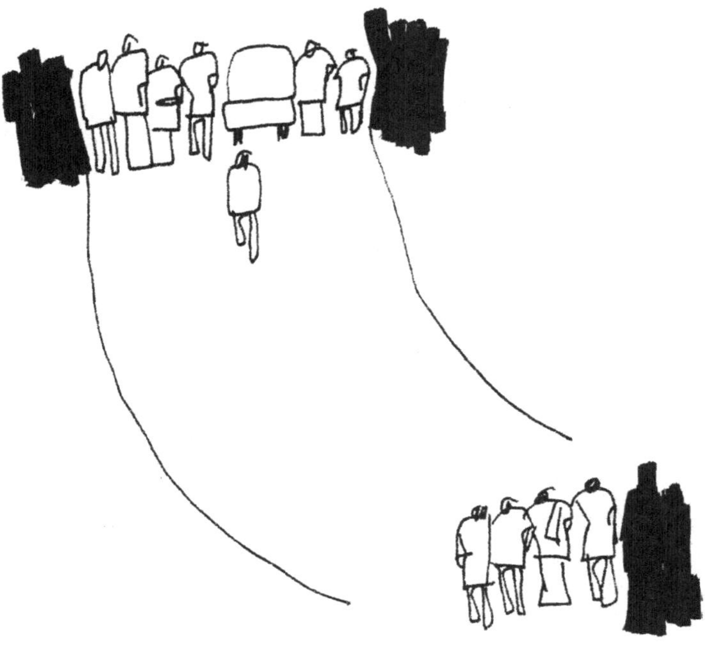

ಕೊಟ್ಟಿದ್ದೆವು. ನಿಜವಾದ್ದೇ ತೆಗೆದುಕೊಳ್ಳಿ. ನೀವು ಕದಿಯಲಿಕ್ಕಾಗುವುದಿಲ್ಲವಲ್ಲ ಎಂದಿದ್ದರು. ನಾವೇ ಅದಕ್ಕೆ ಒಪ್ಪಲಿಲ್ಲ. ಪಾತುಮ್ಮ ಚೀಲದಲ್ಲಿ ಪೈಸೆ ಪೈಸೆಯನ್ನು ಕೂಡಿಹಾಕಿ ಅತ್ಯಂತ ನಂಬಿಕೆಯಿಂದ ಶ್ರೀನಿವಾಸಾಚಾರಿಗೆ ತಂದುಕೊಡುವ ದೃಶ್ಯವದು. ಸಾವಿರಾರು ವರ್ಷಗಳಿಂದ ಒಟ್ಟಿಗೆ ಬದುಕುತ್ತಿರುವ ಸೌಹಾರ್ದದ ಕಥೆಯ ಜೀವಾಳವೇ ಆ ದೃಶ್ಯ. ನಾನು ನನ್ನ ಅಜ್ಜಿ (ಇಪ್ಪತ್ತು ವರ್ಷಗಳ ಕೆಳಗೆ ಅವರು ಜೀವನ ಕೊನೆಗೊಳಿಸಿದ್ದರು) ಇಟ್ಟಿದ್ದ ನಾಣ್ಯಗಳನ್ನು ನೋಟುಗಳನ್ನು ಮನೆಯಿಂದ ತಂದಿದ್ದೆ. ಆ ನಾಣ್ಯಗಳು ಈಗ ಸಿಗುವುದಿಲ್ಲ. ಅದನ್ನು ಜೋಪಾನವಾಗಿ ವಾಪಾಸು ತೆಗೆದುಕೊಂಡು ಹೋಗುವುದು ನನ್ನ ಆದ್ಯತೆಯೂ ಆಗಿತ್ತು. ಆಕೆ ಚೀಲದಿಂದ ಆ ನಾಣ್ಯಗಳನ್ನು ಸುರಿವ ದೃಶ್ಯ ನಿಜಕ್ಕೂ ತುಂಬಾ ಚೆನ್ನಾಗೇ ಬಂತು. ಅವತ್ತು ನನಗೆ ನೆನಪಿರುವ ಪ್ರಕಾರ ಸುಮಾರು ನಾಲ್ಕು ದೃಶ್ಯಗಳ ಚಿತ್ರೀಕರಣವಾಗಿತ್ತು.

ಪೇಟೆ ಬೀದಿ ಅಲ್ಲದೆ ಬೇರೆ ಕಡೆ ಶೂಟ್ ಮಾಡುವಾಗ ರಸ್ತೆ, ವಾಹನ ಕಿರಿಕಿರಿ ಇರುತ್ತಿರಲಿಲ್ಲ. ಸಂತೆಯಲ್ಲೊಂದು ಮನೆಯ ಮಾಡಿ ಶಬ್ದಕ್ಕೆ ನಾಚಿದೊಡೆಂತಯ್ಯ ಎನ್ನುವ ವಚನ ನನಗಂತೂ ಪದೇ ಪದೇ ನೆನಪಾಗುತ್ತಿತ್ತು. ಊರ ಮಧ್ಯೆ ನಿಂತು ವಾಹನ ಓಡಾಡಬಾರದು ಎಂದರೆ ಯಾರು ಕೇಳುತ್ತಾರೆ? ಸ್ಪಾಟ್ ರೆಕಾರ್ಡಿಂಗ್ ಬೇರೆ. ವಾಯ್ಸ್ ಡಬ್ ಮಾಡದೆ ನೇರ ರೆಕಾರ್ಡ್ ಮಾಡ್ತಾ ಇರೋದ್ರಿಂದ ಅದೇ ಫೈನಲ್ ಆಗುತ್ತಿತ್ತು. ಸ್ವಲ್ಪ ಸದ್ದಾದರೂ ಸೌಂಡ್ ರೆಕಾರ್ಡಿಂಗ್‌ನವರು ರಿಟೇಕ್ ಹೇಳುತ್ತಾರೆ. ಚಿತ್ರೀಕರಣ ಶುರುವಾಯಿತೆಂದರೆ ರಸ್ತೆ ಕಾವಲು ಕಾಯುತ್ತಾ ನಿಲ್ಲುವುದೊಂದೇ ದಾರಿ. ಆ ಸಮಯಕ್ಕೆ ಯಾವುದೂ ವೆಹಿಕಲ್‌ಗಳು ಓಡಾಡದ ಹಾಗೆ ರೋಡ್ ಬ್ಲಾಕ್ ಮಾಡಿ ದೃಶ್ಯವನ್ನು ಪೂರ್ಣಗೊಳಿಸುತ್ತಿದ್ದೆವು. ವಾರ್ತಾ ಇಲಾಖೆಯಲ್ಲಿ ನಾವು ಕರ್ನಾಟಕದ ಯಾವುದೇ ಜಾಗದಲ್ಲಿಯಾದರೂ ಚಿತ್ರೀಕರಣ ಮಾಡಬಹುದು ಎಂದು ಪರ್ಮಿಷನ್ ತೆಗೆದುಕೊಂಡಿದ್ದೆವು. ಹಾಗಂತ ಸ್ಥಳೀಯ ನಾಗರಿಕರಿಗೆ ತೊಂದರೆ ಮಾಡುವ ಹಾಗಿರಲಿಲ್ಲ. ಊರಿನ ಮಧ್ಯಭಾಗದಲ್ಲಿ ಶೂಟಿಂಗ್ ಮಾಡುವಾಗ ಪೋಲೀಸರಿಗೆ ತಿಳಿಸಬೇಕಿತ್ತು. ಅದನ್ನು ಮುಲ್ಕಿಯಲ್ಲಿ ಮಾಡಿರಲಿಲ್ಲ.

ನಮ್ಮ ಹುಡುಗರಿಗೆ ರೋಡ್ ಬ್ಲಾಕ್ ಮಾಡಿ ಎಂದ ತಕ್ಷಣ ನೂರು ಮೀಟರ್ ರಸ್ತೆಯನ್ನು ದೃಶ್ಯೀಕರಣದ ಜಾಗದಿಂದ ಎರಡು ಬದಿ ಸೇರಿದಂತೆ ಬ್ಲಾಕ್ ಮಾಡಿಬಿಡುತ್ತಿದ್ದರು. ಎಲ್ಲ ಹುಡುಗರೂ ಒಂದೇ ರೀತಿ ಇರುವುದಿಲ್ಲವಲ್ಲ. ಕೆಲವರು ಬರುವ ವೆಹಿಕಲ್‌ಗಳನ್ನು ತಡೆದು ಮನವಿ ಮಾಡಿಕೊಂಡರೆ, ಮತ್ತೆ ಕೆಲವರು ಒರಟೊರಟಾಗಿ ಮಾತಾನಾಡಿಬಿಡುತ್ತಿದ್ದರು. ಅದು ಕಾರ್ನಾಡಿನ ಪೇಟೆ ಬೀದಿಯಾದ್ದರಿಂದ ಜನರ ಓಡಾಟ ಸಹಜವಾಗೇ ಜಾಸ್ತಿ ಇರುತ್ತಿತ್ತು. ಸಹನೆ, ಸಮಯ ಇದ್ದವರು ಏನೋ ಮಾಡ್ತಾ ಇದಾರೆ ಅಂತ ನೋಡಿದ್ರೆ, ಇನ್ನು ಕೆಲವರು, 'ನಾವು ಹೋದಮೇಲೆ ನಿಮ್ಮ ಶೂಟಿಂಗ್ ಮಾಡಿಕೊಳ್ಳಿ' ಎಂದು

ಒರಟಾಗಿ ಹೇಳಿಬಿಡುತ್ತಿದ್ದರು. ಆ ಕಾರಣಕ್ಕೆ ಅಲ್ಲಿಯ ಸಾರ್ವಜನಿಕರ ಜೊತೆ ಜಗಳವಾಗಿ, ನಾವೇ ಹೋಗಿ ಮಧ್ಯದಲ್ಲಿ ಹುಡುಗರ ಪರವಾಗಿ ಕ್ಷಮೆ ಕೇಳಿ ಅವರನ್ನು ಸಮಾಧಾನ ಮಾಡಿದ್ದಿತ್ತು.

ಇದೆಲ್ಲದರ ನಡುವೆಯೇ ಶ್ರೀನಿವಾಸಾಚಾರಿ ಚಿನ್ನದ ಅಂಗಡಿಯ ಶೂಟಿಂಗ್ ನಡೆಯುತ್ತಿದ್ದ ಸಂಜೆ ದೊಡ್ಡ ಗಲಾಟೆಯಾಗಿ ಬಿಟ್ಟಿತ್ತು. ಚಿತ್ರೀಕರಣ ಮುಗಿದು ನಮ್ಮ ವಸ್ತುಗಳನ್ನೆಲ್ಲಾ ಪ್ಯಾಕ್ ಮಾಡುವಾಗ ಪಕ್ಕದಲ್ಲಿದ್ದ ಪಾರ್ಲರ್‌ನ ಹೆಂಗಸು ಬಂದು ಮಾತನಾಡಲಿಕ್ಕೆ ಶುರು ಮಾಡಿದಳು. ನಾವು ನಮ್ಮ ಬಗ್ಗೆ ವಿಚಾರಿಸಿಕೊಳ್ಳುತ್ತಿರಬಹುದು ಎಂದುಕೊಂಡು ನಮ್ಮ ಕೆಲಸದಲ್ಲಿ ನಾವು ತೊಡಗಿಕೊಂಡಿದ್ದೆವು. ಇದ್ದಕ್ಕಿದ್ದ ಹಾಗೆ ಮಾತು ಜೋರಾಯಿತು. ಸುತ್ತ ಮುತ್ತ ಇರುವವರೆಲ್ಲಾ ಬಂದು ಸೇರಿಬಿಟ್ಟರು. ಹೀಗೆ ಸ್ಥಳೀಯರ ಜೊತೆ ಜಗಳ ಮಾಡಿದರೆ ನಮ್ಮ ಮುಂದಿನ ಕೆಲಸಕ್ಕೆ ತೊಂದರೆ ಆಗುತ್ತೆ ಎಂದು ಭಾವಿಸಿ, ಆಕೆಯನ್ನು ಪಕ್ಕಕ್ಕೆ ಕರೆದುಕೊಂಡು ಹೋಗಿ ಏನಾಯಿತು ಎಂದೆಲ್ಲಾ ವಿಚಾರಿಸಿದೆವು. 'ನಿಮ್ಮ ಶೂಟಿಂಗ್ ಕಾರಣಕ್ಕೆ ನನ್ನ ವ್ಯಾಪಾರಕ್ಕೆ ತೊಂದರೆಯಾಗಿದೆ. ಈ ನಷ್ಟವನ್ನು ಯಾರು ಭರಿಸುತ್ತಾರೆ?' ಎಂದು ತನ್ನದೇ ವಾದವನ್ನು ಮುಂದಿಟ್ಟಳು. 'ಅರೆ ನಮ್ಮ ಶೂಟಿಂಗ್‌ಗೂ ನಿನ್ನ ವ್ಯಾಪಾರಕ್ಕು ಏನು ಸಂಬಂಧ? ನಾವು ನಿನ್ನ ಬಿಸನೆಸ್‌ಗೆ ತೊಂದರೆಯನ್ನೂ ಮಾಡಿಲ್ಲ. ನಿನ್ನ ಪಾರ್ಲರ್‌ಗೆ ಬರುವವರನ್ನು ತಡೆದಿಲ್ಲ' ಎಂದೆಲ್ಲಾ ಅವಳನ್ನು ಸಮಾಧಾನ ಪಡಿಸಲು ನೋಡಿದೆವು. ಆಕೆ ಮಾತ್ರ ಜಗ್ಗಲೇ ಇಲ್ಲ. 'ನನಗೆ ದಿನವೊಂದಕ್ಕೆ ಎರಡರಿಂದ ಮೂರು ಸಾವಿರ ವ್ಯಾಪಾರ ಆಗುತ್ತದೆ. ಇವತ್ತು ಒಂದು ಪೈಸವೂ ಆಗಲಿಲ್ಲ' ಎಂದಳು. 'ದಿನಾ ಇಷ್ಟು ಆಗೇ ಆಗುತ್ತೆ ಅನ್ನಲಿಕ್ಕೆ ನಿನ್ನದು ದಿನಸಿ ವ್ಯಾಪಾರವಲ್ಲ. ಒಂದೊಂದು ದಿನ ಸಹಜವಾಗೇ ವ್ಯಾಪಾರ ಆಗದೇ ಇರಬಹುದಲ್ಲಾ?' ಎಂದೆವು. ಆಕೆ ಯಾರ ಮಾತನ್ನು ಕೇಳಿಸಿಕೊಳ್ಳಲಿಕ್ಕೆ ಸಿದ್ಧವಿರಲಿಲ್ಲ. 'ನೀವು ಕೊಡಲಿಲ್ಲ ಅಂದ್ರೆ ನಾನು ಏನು ಮಾಡಬೇಕೋ ಅದನ್ನ ಮಾಡುತ್ತೇನೆ' ಎಂದಿದ್ದಳು ಆಕೆ. ಆಕೆಗೆ ನಾವು ಸಿನೆಮಾದವರು ನಮ್ಮಲ್ಲಿ ಹಣಕ್ಕೆ ಕೊರತೆ ಇರುವುದಿಲ್ಲ ಇದೊಂದು ಸಂದರ್ಭ ಹೇಗಾದರೂ ಮಾಡಿ ಪೈಸ ವಸೂಲಿ ಮಾಡಿಕೊಂಡು ಬಿಡೋಣ ಎನ್ನುವ ಉದ್ದೇಶವಿತ್ತು. ಅದಕ್ಕೆ ತಕ್ಕ ಹಾಗೆ ಮಾತಾಡುತ್ತಲೇ ಇದ್ದಳು. ಅಕ್ಕ ಪಕ್ಕದವರ್ಯಾರೋ ಈಕೆಯ ಸ್ನೇಹಿತೆ ಪೊಲೀಸರೊಬ್ಬರ ಪತ್ನಿ. ಆ ಕುಮ್ಮಕ್ಕಿನಿಂದಲೇ ಮಾತನಾಡುತ್ತಿರುವುದು ಎಂದಿದ್ದರು. ಗಲಾಟೆ ಮಾಡಿಕೊಂಡು ನಾವು ಸಾಧಿಸುವುದಾದರೂ ಏನನ್ನು? ಕಡೆಗೆ ನಮಗೆ ಮಾತಾಡಿ ಆಡಿ ಬೇಸರವಾಗಿ ಆಕೆಗೆ ಎರಡು ಸಾವಿರ ಕೊಟ್ಟೆವು. ಅದು ಸಾಕಾಗಲ್ಲ ಎಂದು ಪಟ್ಟು ಹಿಡಿದಳು. 'ನಾವು ಇಷ್ಟನ್ನ ಕೊಡಲಿಕ್ಕೆ ನಾವು ನಮ್ಮ ಲೆಕ್ಕದಲ್ಲಿ ಏನೆಲ್ಲಾ ಸರ್ಕಸ್ ಮಾಡಬೇಕು, ನಮ್ಮ ಪ್ರೊಡ್ಯೂಸರ್ ಕೇಳಲ್ಲ' ಎಂದೆಲ್ಲಾ ಹೇಳಿದೆವು. 'ಅಷ್ಟು ಹಣವಿಲ್ಲ ಎಂದ ಮೇಲೆ ನೀವು ಎಂತಕ್ಕೆ ಸಿನೆಮಾ ಮಾಡಿ ನಮ್ಮಂಥವರಿಗೆ ತೊಂದರೆ ಕೊಡುವುದಕ್ಕಾ?' ಎಂದಳು. ಅರೆ ಈಕೆಗೆ ಹಣ ಕೊಡುವುದಕ್ಕೆ ನಾವು

ಸಿನೆಮಾ ಮಾಡಬೇಕಾ? ಕೇಳುವುದಕ್ಕೂ ನ್ಯಾಯ ಇರಬೇಕಲ್ಲವಾ? ಆ ಊರಲ್ಲಿ ಬಂದರೆ ಐಬ್ರೋ ಮಾಡಿಸಿಕೊಳ್ಳಲಿಕ್ಕೋ ಕೂದಲು ಕತ್ತರಿಸಿಕೊಳ್ಳಲಿಕ್ಕೋ ಅಥವಾ ಫೇಷಿಯಲ್ ಮಾಡಿಸಿಕೊಳ್ಳಲಿಕ್ಕೋ ಬರುತ್ತಾರೆ. ಎಲ್ಲದರಿಂದ ಆಕೆಗೆ ಐನೂರೋ ಸಾವಿರವೋ ಬಂದರೆ ಹೆಚ್ಚು. ನಮ್ಮನ್ನು ಹಣಕ್ಕಾಗಿ ಹೀಗೆ ಸತಾಯಿಸುವುದಾ? ಎಂದು ಕೋಪ ಕೂಡಾ ಬಂತು. ಗಂಡಸರಾದರೆ ಗದರಿಸಬಹುದು ಹೆಂಗಸರ ಹತ್ತಿರ ಕಷ್ಟ. ಬೈಯ್ಯಲಿಕ್ಕೂ ಬರಲ್ಲ ಎಂದು ಗೊಣಗಿಕೊಂಡು ಇನ್ನೊಂದು ಸಾವಿರ ಕೊಟ್ಟರು ಪಂಚಾಕ್ಷರಿ. ಆಕೆ ಕೇಳಿದಷ್ಟನ್ನು ಕೊಟ್ಟ ನಮ್ಮನ್ನು ಗಮನಿಸುತ್ತಿದ್ದ ಪಕ್ಕದ ತರಕಾರಿ ಅಂಗಡಿಯವ ಕೂಡಾ ನಮ್ಮಿಂದ ಹಣವನ್ನು ನಿರೀಕ್ಷಿಸುತ್ತಿದ್ದ. ಅವನು ಮಾತಾಡಲಿಕ್ಕೆ ಬಂದ ತಕ್ಷಣ ನಾವು ಹೊರಟೇ ಬಿಟ್ಟೆವು. ನಮ್ಮ ಹುಡುಗರ ಹತ್ತಿರ ಅವನು 'ಮುಂದಿನ ಸಲ ಬನ್ನಿ. ಆಗ ಹೇಳ್ತೀನಿ' ಅಂತ ಧಮಕಿ ಹಾಕಿದನಂತೆ. ಕೇಳಲಿಕ್ಕೆ ನಾವಿಲ್ಲದಿದ್ದರಿಂದ ಗೊಣಗಿಕೊಂಡು ಸುಮ್ಮನಾಗುವುದನ್ನು ಬಿಟ್ಟರೆ ಅವನಿಗೂ ಬೇರೆ ದಾರಿ ಇರಲಿಲ್ಲ.

ನಮ್ಮ ಶೆಡ್ಯೂಲ್‌ನ ಪ್ರಕಾರ ಎರಡು ದಿನ ಚಿನ್ನದಂಗಡಿಯ ಚಿತ್ರೀಕರಣವಿತ್ತು. ನಾಲ್ಕೈದು ದಿನ ಬಿಟ್ಟು ಫೋನ್ ಮಾಡಿದರೆ ಚಿನ್ನದಂಗಡಿಯ ಓನರ್ ಶರತ್ ಪ್ರಸಾದ್ 'ದಯವಿಟ್ಟು ಕ್ಷಮಿಸಿ ನನಗೆ ಅಕ್ಕಪಕ್ಕದ ಜನ ಬೈತಾ ಇದಾರೆ. ಇನ್ನು ಅಂಗಡಿಯನ್ನು ಚಿತ್ರೀಕರಣಕ್ಕೆ ಕೊಡಲಿಕ್ಕಾಗಲ್ಲ' ಎಂದುಬಿಟ್ಟಿದ್ದರು.

ಚಿನ್ನದಂಗಡಿಯ ದೃಶ್ಯಗಳನ್ನು ಎಲ್ಲಿ ಚಿತ್ರೀಕರಿಸುವುದು? ಅದು ಒಮ್ಮೆ ಚಿತ್ರೀಕರಿಸಿದ ಜಾಗವನ್ನು ಬದಲಿಸುವುದಾದರೂ ಹೇಗೆ? ಕಾಂಪಾಕ್ಟ್ ಆಗಿ ಬೇರೆ ಚಿನ್ನದಂಗಡಿಯಲ್ಲಿ ಚಿತ್ರೀಕರಿಸೋಣ ಎಂದರೆ ನಮಗೆ ಅಂಗಡಿಯನ್ನು ಕೊಡುವವರು ಯಾರು? ಇದು ನಿಜಕ್ಕೂ ದೊಡ್ಡ ಸವಾಲೇ. ಮತ್ತೆ ರಾತ್ರಿಯೆಲ್ಲಾ ಯೋಚನೆ ಮಾಡಿ ಮತ್ತೆ ಚಿನ್ನದಂಗಡಿಯ ದೃಶ್ಯಗಳನ್ನೆಲ್ಲಾ ಶ್ರೀನಿವಾಸಾಚಾರಿಯ ಮನೆಗೇ ಶಿಫ್ಟ್ ಮಾಡಿದೆವು. ನಿಜಕ್ಕೂ ಮನೆಯ ಓನರ್ ಬೋಳ ರಂಗನಾಥರಾವ್ ನಮಗೆ ನೀಡಿದ ಸಹಕಾರಕ್ಕೆ ನಾವು ಕೃತಜ್ಞರಾಗಿರಬೇಕು. 'ನಾಳೆ ಇಲ್ಲಿಗೇ ಬರ್ತೀರಾ? ಬನ್ನಿ ಎಷ್ಟು ದಿನ ಬೇಕಾದರೂ ಮಾಡಿಕೊಳ್ಳಿ' ಎಂದು ಬಿಟ್ಟುಕೊಟ್ಟರು.

ಇನ್ನೊಂದು ಸಲ ನಮಗೆ ಕಾರ್ನಾಡಿನ ಬೀದಿಗಳನ್ನು ಬ್ಲಾಕ್ ಮಾಡಬೇಕಾಗಿ ಬಂದದ್ದು ಅಲ್ಲಿಯ ಖಾಸಗಿ ಆಸ್ಪತ್ರೆಯಲ್ಲಿ ಪಾತುಮ್ಮಳ ಮಗಳು ಸಲ್ಮಾ ಹೆರಿಗೆಗಾಗಿ ಬರುವ ದೃಶ್ಯವನ್ನು ಚಿತ್ರೀಕರಿಸುವಾಗ. ಅದೂ ಮುಖ್ಯ ರಸ್ತೆಯಾದ್ದ ಕಾರಣ ವಾಹನ ಓಡಾಟ ನಿಜಕ್ಕೂ ಜಾಸ್ತಿಯೇ ಇತ್ತು. ಒಳಗೆ ಚಿತ್ರೀಕರಣ ಶುರುವಾದ ತಕ್ಷಣ ರಸ್ತೆಯಲ್ಲಿ ವಾಹನ ಓಡಾಟವನ್ನು ತಡೆಯಬೇಕಿತ್ತು. ಅಲ್ಲಿ ಪೋಲೀಸರಿದ್ದಾರೆ ಎನ್ನುವುದು ಗೊತ್ತಿಲ್ಲದ ನಮ್ಮ ಹುಡುಗರು ಬರುತ್ತಿದ್ದ ವಾಹನವನ್ನು ತಡೆಗಟ್ಟಿದ ತಕ್ಷಣ ಗಮನಿಸಿ ಬಂದೇ ಬಿಟ್ಟರು. 'ಜನರಿಗೆ ತೊಂದರೆ ಕೊಡುತ್ತಿದ್ದೀರಲ್ಲಾ? ಹೀಗೆ ಮಾಡುವುದು ಕಾನೂನಿನ ಪ್ರಕಾರ ಅಪರಾಧ. ನಮ್ಮಲ್ಲಿ ನೀವು ಶೂಟಿಂಗ್‌ಗೆ

ಪರ್ಮಿಷನ್ ತಗೊಂಡಿದ್ದೀರಾ?' ಎಂದೆಲ್ಲಾ ಗಲಾಟೆ ಶುರು ಮಾಡಿದರು. ಹುಡುಗರು ಬಂದು 'ಹೀಗಾಗಿದೆ' ಎಂದು ನನ್ನನ್ನು ಕರೆದರು. ನನ್ನನ್ನು ನೋಡಿದ ತಕ್ಷಣ 'ಮೊನ್ನೆಯೂ ಪೇಟೆ ಬೀದಿಯಲ್ಲಿ ಜನರನ್ನು ತಡೆಯುತ್ತಿದ್ದವರು ನೀವೇನೇನ್ರೀ. ನಮಗೆ ಪಬ್ಲಿಕ್‌ನಿಂದ ಕಂಪ್ಲೇಂಟ್ ಬಂದಿದೆ. ಸಿನೆಮಾದೋರಾದ್ರೆ ಏನು ಬೇಕಾದ್ರೂ ಮಾಡಬಹುದಾ?' ಎಂದೆಲ್ಲಾ ಜೋರು ಮಾಡಿದರು. ಇದು ವಿಪರೀತಕ್ಕೆ ಹೋಗುತ್ತೆ ಎನ್ನುವ ಕಾರಣಕ್ಕೆ ನಾನು ಏನೂ ಗೊತ್ತೇ ಇಲ್ಲ ಎನ್ನುವ ಹಾಗೆ, 'ಇಲ್ಲ ಸಾರ್ ನಮಗೂ ಅದಕ್ಕೂ ಸಂಬಂಧವಿಲ್ಲ. ನಾವು ವಾರ್ತಾ ಇಲಾಖೆಗೆ ಜನರನ್ನು ಎಜ್ಯುಕೇಟ್ ಮಾಡಲಿಕ್ಕೆ ಅಂತ ಡಾಕ್ಯುಮೆಂಟರಿ ಮಾಡ್ತಾ ಇದೀವಿ. ಬೇಕಾದ್ರೆ ನೋಡ ಬನ್ನಿ, ಮುಸ್ಲಿಂ ಹೆಣ್ಣುಮಕ್ಕಳು ಹೆಚ್ಚು ಹೆರದ ಹಾಗೆ, ಫ್ಯಾಮಿಲಿ ಪ್ಲಾನಿಂಗ್ ಕುರಿತು ಡಾಕ್ಟರ್ ಮಾತಾಡ್ತಾ ಇದಾರೆ' ಎಂದೆ. ಅವರು ಬಂದು ನೋಡಿದರು. ನಿಜಕ್ಕೂ ಅವತ್ತು ಅದೇ ದೃಶ್ಯದ ಚಿತ್ರೀಕರಣವೇ ನಡೀತಾ ಇತ್ತು. ಪೊಲೀಸರಿಗೆ ನಮ್ಮ ಬಗ್ಗೆ ಅನುಮಾನ ಬರಲಿಲ್ಲ. 'ಆಯ್ತು ಬಿಡಿ, ಹಣ ಇದೆ ಅಂತ ದರ್ಪ ತೋರಿಸ್ತಾರೆ. ಅದಕ್ಕೆ ಮಾತನಾಡಿದೆವು. ಪಾಪ ನೀವು ಒಳ್ಳೆ ಕೆಲಸ ಮಾಡ್ತಾ ಇದೀರ' ಎಂದು ಹೊಗಳಿದರು. ನಾನೂ ಬ್ರೇಕ್‌ನಲ್ಲಿ ಪಂಚಾಕ್ಷರಿಯನ್ನು ಅವರಿಗೆ ಪರಿಚಯಿಸಿ, 'ನೋಡಿ ಮೊನ್ನೆ ಯಾರೋ ಸಿನೆಮಾದವರು ರೋಡ್ ಬ್ಲಾಕ್ ಮಾಡಿದ್ದರಂತೆ. ಇವರು ನಮ್ಮ ಮೇಲೆ ಕೋಪ ಮಾಡಿಕೊಂಡರು. ಅದಕ್ಕೆ ನಾವು ಫ್ಯಾಮಿಲಿ ಪ್ಲಾನಿಂಗ್ ಬಗ್ಗೆ ಡಾಕ್ಯುಮೆಂಟರಿ ಫಿಲ್ಮ್ ಮಾಡ್ತಾ ಇದೀವಿ ಎಂದು ಕರೆದುಕೊಂಡು ಬಂದೆ, ನೀವಾದರೆ ಸರಿಯಾಗಿ ಹೇಳ್ತೀರ ಅಂತ' ಎಂದೆ. ಪಂಚಾಕ್ಷರಿಗೆ ಪೂರ್ತಿ ವಿಷಯ ಅರ್ಥವಾಗಿತ್ತು. ಅವರೂ ನನಗಿಂತ ನಾಟಕ ಮಾಡಿದರು. ಬಂದ ಪೊಲೀಸರು ನಿಜ ಎಂದು ನಂಬಿದರು. ಅತ್ಯಂತ ಕಾಳಜಿಯಿಂದ 'ನಮ್ಮ ಈ ಭಾಗದ ಮುಸಲ್ಮಾನ ಹೆಣ್ಣು ಮಕ್ಕಳು ನಿಜಕ್ಕು ತುಂಬಾ ಕಷ್ಟದಲ್ಲಿದ್ದಾರೆ. ಅವರಿಗೆ ಅರ್ಥವಾಗುವ ಹಾಗೆ ಸರಿಯಾಗಿ ಹೇಳಿ. ಹೆರುವ ಯಂತ್ರಗಳೇ ಆಗಿಬಿಟ್ಟಿದ್ದಾರೆ. ನೋಡಿದರೆ ಪಾಪ ಅನ್ನಿಸುತ್ತೆ. ಎಜ್ಯುಕೇಟೆಡ್ಸ್ ಪರವಾಗಿಲ್ಲ, ಮಿಕ್ಕವರ ಕತೆ ಹೇಳುವುದು ಬೇಡ' ಎಂದಿದ್ದರು. ಚಿತ್ರೀಕರಣದ ಮಧ್ಯೆ ನಾನು ಹೊರಗೆ ಬಂದಾಗ ನನಗೆ, 'ಒಳ್ಳೆ ಕೆಲಸ ಮಾಡ್ತಾ ಇದೀರ' ಎಂದು ಎಳನೀರನ್ನೂ ಕುಡಿಯಲು ಬಲವಂತ ಮಾಡಿದರು. ನಾನು ನಮ್ಮ ಹುಡುಗರಿಗೆ ವಿಷಯ ತಿಳಿಸಿಬಿಟ್ಟಿದ್ದೆ ಕೇಳಿದರೆ ಹೀಗೇ ಹೇಳಿ ಎಂದು.

ಒಳ್ಳೆಯ ಕೆಲಸ ಎನ್ನುವುದನ್ನು ನಾವು ಅರ್ಥ ಮಾಡಿಸಿದರೆ ಯಾರಾದರೂ ಸರಿಯೇ ಖಂಡಿತಾ ನಮಗೆ ಬೆಂಬಲ ಕೊಡುತ್ತಾರೆ. ಆದರೆ ನಾವು ತಪ್ಪು ಮಾಡಿದೆವು ಎಂದು ನನಗೆ ಗೊತ್ತಾಗಿದ್ದು ಮಾತ್ರ ಪೊಲೀಸರು ಆ ಮಾತನ್ನು ಹೇಳಿದಾಗಲೇ. ಆದರೆ ಸಮಯಕ್ಕೆ ಸರಿಯಾಗಿ ಹೊಳೆದ ಸುಳ್ಳೊಂದು ಅವತ್ತು ಕಾನೂನಿನ ಜೊತೆ ಜಗಳಕ್ಕೆ ನಿಲ್ಲದೆ ಎಲ್ಲವನ್ನೂ ತುಂಬಾ ಸರಳವಾಗಿ ಸಹಜವಾಗಿ, ಸಲೀಸಾಗಿ ಕೆಲಸ ನಡೆಯುವಂತೆ ಮಾಡಿತ್ತು.

ಹಾಲಿನವನ ಲೆಕ್ಕ

ಮಳೆಗಾಲದಲ್ಲಿ ಕಡಲ ಕೊರೆತದಿಂದ ಪಾತುಮ್ಮನ ಬಾಡಿಗೆಯ ಮನೆಯೂ ಬಿದ್ದು ಹೋಗಿ, ತನ್ನ ಸ್ವಂತ ಸೂರಿನ ಕನಸನ್ನು ಕಾಣುತ್ತಿದ್ದ ಅವಳು ದೊಡ್ಡ ಆಘಾತಕ್ಕೆ ಒಳಗಾಗುತ್ತಾಳೆ. ಈ ಸಂಗತಿ ಶ್ರೀನಿವಾಸಾಚಾರಿಗೆ ತಿಳಿದು ಅವನು ಪಾತುಮ್ಮಳಲ್ಲಿಗೆ ಹೋಗಿ, 'ನೀನು ನನ್ನಲ್ಲಿ ವಿಶ್ವಾಸ ಇಟ್ಟಿದ್ದೀಯ, ನಿನ್ನ ಜೊತೆಗೆ ನಾನು ಇದ್ದೇನೆ' ಎನ್ನುವ ಭರವಸೆಯನ್ನು ಕೊಡಬೇಕು. ಇದು ಕಥಾ ಭಾಗ. ಶತಮಾನಗಳಿಂದ ಒಟ್ಟಿಗೆ ಬದುಕುತ್ತಿರುವವರ ನಂಬಿಕೆ ಇಂದು ರಾಜಕೀಯ ಷಡ್ಯಂತ್ರಕ್ಕೆ ಒಳಗಾಗಿ ನಶಿಸುವ

ಸ್ಥಿತಿಯನ್ನು ತಲುಪಿದೆ. ಈ ದುರಂತದಿಂದ ಸಮಾಜವನ್ನು ಮೇಲೆತ್ತಲಿಕ್ಕೆ ಇರುವ ದಾರಿ ಒಟ್ಟಾಗಿ ನಡೆಯುವುದು ಮಾತ್ರ ಎನ್ನುವುದು ತಿಳುವಳಿಕೆ ಇರುವವರೆಲ್ಲರ ಅಭಿಪ್ರಾಯ. ಯಾವತ್ತೋ ಬರೆದು ಚಿತ್ರೀಕರಿಸಿ ಆಗಿ ಹೋಗಿರುವ ಕಥೆ ಇದು. ಆದರೆ ಒಂದು ಸೃಜಶೀಲ ಪ್ರಕಾರಕ್ಕೆ ಯಾವತ್ತೂ ಈ ಸಮಾಜಕ್ಕೆ ಬೇಕಾಗುವ ಸಂದೇಶವನ್ನು ತನ್ನ ಒಡಲಲ್ಲಿ ಹುದುಗಿಸಿಕೊಳ್ಳುವ ಅಪಾರವಾದ ಶಕ್ತಿ ಇರುತ್ತದೆ ಎನ್ನುವುದನ್ನು ಈಗಲೂ ನನಗೆ ಈ ಕಥೆ ಕಾಣಿಸುತ್ತಲೇ ಇದೆ.

ಪಾತುಮ್ಮಳ ಮನೆ ಬಿದ್ದು ಹೋಗಿದೆ ಎಂದು ಶ್ರೀನಿವಾಸಾಚಾರಿಗೆ ತಿಳಿಸಲಿಕ್ಕೆ ಒಂದು ದಾರಿ ಬೇಕಲ್ಲ? ಪಾತ್ರ ಬೇಕಲ್ಲಾ? ಕತೆಯಲ್ಲಾದರೆ ಅವನಿಗೆ ತಿಳಿಯಿತು ಅಂತ ಬರೆದರೆ ಆಗಿ ಹೋಗುತ್ತದೆ. ಆದರೆ ಸಿನೆಮಾ ಸವಿವರಗಳ, ಸದೇಹಿಯಾದ್ದರಿಂದ ಅದಕ್ಕೆ ಎಲ್ಲಾ ವಿವರಗಳನ್ನು ತುಂಬುತ್ತಾ ಪೂರ್ಣ ಮಾಡಬೇಕಾಗುತ್ತದೆ. ಸಂಗತಿಯೊಂದನ್ನು ಸ್ಪಷ್ಟಗೊಳಿಸಲಿಕ್ಕೆ ಒಂದು ಸಾಲಿರುವ ಕಡೆಗೆ ಎಷ್ಟೋ ಡೈಲಾಗ್ ಸೇರಿದರೆ, ಎಷ್ಟೋ ವಿವರಗಳಿರುವ ಕಡೆ ಒಂದೇ ಒಂದು ದೃಶ್ಯ ಸಾಕಾಗುತ್ತದೆ. ಇದು ಕಥೆಗಳನ್ನು ಚಿತ್ರವಾಗಿಸುವಾಗ ಎಲ್ಲರೂ ಎದುರಿಸುವ ಸಾಮಾನ್ಯವಾದ ಸವಾಲು. ಹೀಗೆ ವಿವರಗಳಿಗಾಗಿ ಅನೇಕ ಪಾತ್ರಗಳು ಹುಟ್ಟಿಕೊಳ್ಳುತ್ತದೆ. ಹುಟ್ಟಿಕೊಂಡ ಪಾತ್ರಗಳಿಗೆ ಅವನ ಸಾಮಾಜಿಕ ಹಿನ್ನೆಲೆ, ಅವನ ದಿನ ನಿತ್ಯದ ವ್ಯವಹಾರಗಳು, ಭಾಷೆ... ಹೀಗೆ ಎಲ್ಲದರ ಜೊತೆಗೆ ಕ್ರಿಯೆಯೂ ಸೇರಿಯೇ ಕಟ್ಟಿಕೊಡಬೇಕಾಗುತ್ತದೆ. ಜೀವನ ವಿವರಗಳ ಸೂಕ್ಷ್ಮ ಸ್ಥಿತಿ ಸಿಗುವುದೂ ಇಂತಲ್ಲೆ. ಕೆಲವೊಮ್ಮೆ ದಿನ ನಿತ್ಯ ನಾವು ನೋಡುವ ಅನೇಕ ಸಂಗತಿಗಳು ನಮ್ಮನ್ನು ಪ್ರಭಾವಿಸುತ್ತಿರುತ್ತದೆ. ಒಂದು ವಿಷಯವನ್ನು ಯಾರೂ ಹೇಳಬಹುದು. ಆದರೆ ಯಾರು ಹೇಳಿದರೆ ಪರಿಣಾಮದಲ್ಲಿ ಹೆಚ್ಚು ಗಾಢವಾಗುತ್ತದೆ ಎನ್ನುವುದೂ ಗಣನೆಗೆ ಬರುತ್ತದೆ.

ಹಾಲಿನವನು ನಮ್ಮ ಕಥೆಗೆ ಬಂದು ಸೇರಿದ್ದು ಸ್ವಾರಸ್ಯಕರವಾಗಿ. ಸಿನೆಮಾ ಮಾಡಲಿಕ್ಕೆ ಮೊದಲು ನಮ್ಮ ಟೀಂ ಮುಲ್ಕಿಯನ್ನು ನೋಡಲಿಕ್ಕೆ ಹೋಗಿತ್ತಲ್ಲ ಆಗ ಹಗಲು, ರಾತ್ರಿ, ಸಂಜೆ, ಮುಂಜಾವುಗಳಲ್ಲಿ ನಾವು ಚಿತ್ರೀಕರಿಸುವ ಊರು, ಜಾಗಗಳು ಹೇಗಿರುತ್ತದೆ ಎನ್ನುವುದನ್ನು ಅಭ್ಯಾಸ ಮಾಡಬೇಕಾಗುತ್ತದೆ. ಸಿನೆಮಾ ಇರುವುದೇ ಕಾಣಿಸುವುದರಲ್ಲಿ, ಆದ್ದರಿಂದ ಇಲ್ಲಿ ಕಲ್ಪನೆಗೆ ಹೆಚ್ಚು ಅವಕಾಶವಿಲ್ಲ. ಆ ಊರಿನ ಜೀವನ ಸಹಜ ಕ್ರಿಯೆಗಳು, ವಿದ್ಯಮಾನಗಳನ್ನು ನೋಡಿದ ಮೇಲೆ ಇಂಥಾ ಹೊತ್ತಲ್ಲಿ ನಾವು ಈ ದೃಶ್ಯವನ್ನು ಚಿತ್ರೀಕರಿಸಬಹುದು ಎನ್ನುವ ಲೆಕ್ಕಾಚಾರ ಶುರುವಾಗುತ್ತದೆ. ದೃಶ್ಯವೊಂದು ಫ್ರೇಂ ಆಗುವುದೇ ಹೀಗೆ.

ಬೆಳಗ್ಗೆ ಆರು ಗಂಟೆಯ ಹೊತ್ತಿಗೆ ಮುಲ್ಕಿಯ ಬೀದಿಗಳಲ್ಲಿ ಸೈಕಲ್‌ನಲ್ಲಿ ಹಾಲಿನ ಕ್ಯಾನುಗಳನ್ನು ಕಟ್ಟಿಕೊಂಡು, ಆ ಕ್ಯಾನಿನ ಮೇಲೆ ಪಾತ್ರೆಯನ್ನು ಮೊಗಚಿ ಹಾಕಿ, ಬೆಲ್ ಮಾಡುತ್ತಾ ಮನೆಗಳ ಮುಂದೆ ಹೋದರೆ, ಮನೆಯ ಜನ ಯಾರೋ

ಒಬ್ಬರು ಬಂದು ಹಾಲನ್ನು ಹಾಕಿಸಿಕೊಳ್ಳುವುದು ಸಾಮಾನ್ಯವಾಗಿತ್ತು. ವಾಕಿಂಗ್ ಹೋಗುತ್ತಿದ್ದ ನಮಗೆ ಇಂಥಾ ಬೇರೆ ಬೇರೆ ಅನೇಕ ದೃಶ್ಯಗಳು ಕಾಣಸಿಗುತ್ತಿದ್ದವು. ಎಲ್ಲಕ್ಕಿಂತ ವಿಶೇಷವಾಗಿ ಕಂಡಿದ್ದು ಹಾಲು ಹಾಕುವ ದೃಶ್ಯ ಅದು ನೋಡಲಿಕ್ಕೆ ಚೆನ್ನಾಗಿ ಕಾಣುತ್ತಿತ್ತು. ಹಾಗೆ ಹಾಲು ಹಾಕುವುದು ಅವರ ಜೀವನ ಆಗಿದ್ದರಿಂದಲೋ ಏನೋ ಹಾಲನ್ನು ಕ್ಯಾನಿನ ಒಳಗಿನಿಂದ ಉದ್ದ ಹಿಡಿಕೆಯ ಬಟ್ಟಲಿನಿಂದ ತೆಗೆದು, ಅಳತೆಯ ಪಾತ್ರೆಗೆ ಸುರಿದು ನಂತರ ಮನೆಯವರ ಪಾತ್ರೆಗೆ ಹಾಕಲಾಗುತ್ತಿತ್ತು. ನಮಗೆ ಇದನ್ನು ಹೇಗಾದರೂ ನಮ್ಮ ಸಿನೆಮಾದಲ್ಲಿ ತರಬೇಕು ಅನ್ನಿಸಿತ್ತು. ಇದು ತುಂಬಾ ಮಹತ್ವದ್ದು ಅಂತ ಅಲ್ಲ ಕೆಲವೊಮ್ಮೆ ಚಿಕ್ಕ ಚಿಕ್ಕ ವಿವರಗಳು ಸಿನೆಮಾಗೆ ಗಾಢತೆಯನ್ನು ತಂದುಕೊಡುತ್ತದೆ ಎನ್ನುವ ಕಾರಣಕ್ಕೆ. ಹೀಗೇ ವಾಕಿಂಗ್ ಹೋದಾಗ ಹಾಲು ಹಾಕುವವನೊಬ್ಬ ಸಿಕ್ಕು, ನಮ್ಮ ಅಗತ್ಯಗಳಿಗೆ ಸ್ಪಂದಿಸುವುದಾಗಿ ಹೇಳಿದ. ಹಳೆಯದಾದ ನೆಗ್ಗಿ ಹೋದ ಅವನ ಕ್ಯಾನು ನಮ್ಮನ್ನು ವಿಶೇಷವಾಗಿ ಆಕರ್ಷಿಸಿತ್ತು. ಫೋನ್ ನಂಬರ್ ಕೇಳಿದ್ದಕ್ಕೆ, 'ನಾನು ಯಾವಾಗಲೂ ದುರ್ಗಾಪರಮೇಶ್ವರಿಯ ದೇವಾಲಯದ ಹಿಂದಿನ ಬೀದಿಯಲ್ಲಿರುತ್ತೇನೆ. ಬನ್ನಿ, ಹಾಲು ಹಾಕಿದ ಮೇಲೆ ನನಗೆ ಬೇರೆ ಯಾವ ಕೆಲಸವೂ ಇರುವುದಿಲ್ಲ' ಎಂದಿದ್ದ. ಸಿಕ್ಕೇ ಸಿಗುತ್ತಾನೆ ಎನ್ನುವ ಭರವಸೆಯ ಮೇಲೆ ನಾವೂ ಅವನನ್ನು ಮತ್ತೆ ಮಾತಾಡಿಸುವುದಕ್ಕೆ ಹೋಗಲಿಲ್ಲ.

ಹಾಲಿನವನು ಬಂದು ಪಾತುಮ್ಮಳ ಮನೆ ಬಿದ್ದ ವಿಷಯವನ್ನು ಶ್ರೀನಿವಾಸಾಚಾರಿಗೆ ಹೇಳಬೇಕು. ಅದಕ್ಕಾಗಿ ನಮ್ಮ ಟೀಂನ ಪುನೀತ ತಾನೇ ಹಾಲಿನವನ ಪಾತ್ರವನ್ನು ಮಾಡುವ ಹುಮ್ಮಸ್ಸಿನಲ್ಲಿದ್ದ. ಎಂಥೆಂಥಾ ಡೈರೆಕ್ಟರ್ ಹತ್ತಿರ ಕೆಲಸ ಮಾಡಿದ್ದೇನೆ ಎನ್ನುವುದು ಅವನ ಹೆಮ್ಮೆ. ನಟನೆ ಮಾಡಲಿಕ್ಕೆ ಪೂರ್ಣ ಪ್ರಮಾಣದ ಸಿದ್ಧತೆಯನ್ನೂ ಮಾಡಿಕೊಂಡಿದ್ದ. ಮೊದಲೇ ನನ್ನ ಕಡೆಯಿಂದ ಡೈಲಾಗ್ ಕೇಳಿ ಉರು ಹೊಡೆದಿದ್ದ. ಇನ್ನೇನು ಹಾಲಿನವ ಸಿಕ್ಕ ತಕ್ಷಣ ಅವನ ಪೂರ್ತಿ ವ್ಯವಸ್ಥೆಯನ್ನು ಬಳಸಿಕೊಂಡು ಶೂಟ್ ಮಾಡುವುದಷ್ಟೇ ಕೆಲಸ. 'ಹಾಲಿನವನನ್ನು ನೀವು ಕರೆದು ತನ್ನಿ, ನಾವು ಮನೆಯ ಒಳಗೆ ಶೂಟ್ ಮಾಡ್ತಾ ಇರ್ತೀವಿ. ಹಾಲಿನವನೊಂದಿಗೆ ಕೇವಲ ಎರಡು ಪುಟ್ಟ ದೃಶ್ಯಗಳು ಮಾತ್ರವಲ್ಲವ ಬೇಗ ಮುಗಿದುಹೋಗುತ್ತೆ' ಎಂದರು ಪಂಚಾಕ್ಷರಿ. ನಾನು ಮತ್ತು ಪುನೀತ ಹಾಲಿನವನನ್ನು ಹುಡುಕುತ್ತಾ ಹೊರಟೆವು. ಆರ್ಟ್ ಡೈರೆಕ್ಷನ್ ಸುಲಭದ ಕೆಲಸ ಅಂದುಕೊಂಡಿದ್ದ ನನಗೆ ಯಾವುದೂ ಪುಗಸಟ್ಟೆಯಾಗಿ ಸಿಗಲ್ಲ, ಅತಿಯಾದ ಆತ್ಮವಿಶ್ವಾಸವೂ ಒಳ್ಳೆಯದಲ್ಲ ಎಂದು ಅರ್ಥ ಮಾಡಿಸಿದ ಪ್ರಸಂಗವಿದಾಗಿಬಿಟ್ಟಿತ್ತು.

ಯಾವುದಕ್ಕೂ ಇರಲಿ ಎಂದು ನಾನು ಊರಿಂದ ತೂತಾಗಿದ್ದ ಹಳೆಯ ಅಲ್ಯೂಮಿನಿಯಮ್ನ ಕ್ಯಾನೊಂದನ್ನು ತಂದಿದ್ದೆ. ಅದನ್ನೇ ಅಡ್ಜಸ್ಟ್ ಮಾಡುವ ಎಂದರೆ ಪಂಚಾಕ್ಷರಿ ಕೇಳಲಿಲ್ಲ. ಅವನ ಹಾಗೆ ಪೂರ್ತಿ ವ್ಯವಸ್ಥೆ ಮಾಡಲಿಕ್ಕೆ ನಿಮಗೆ ಆಗಲ್ಲ.

ಸೈಕಲ್‌ನಿಂದ ಹಿಡಿದು ಎಲ್ಲವೂ ಬೇಕು ಎಂದಿದ್ದರು. ಏನು ಮಾಡಲಿಕ್ಕಾಗುತ್ತೆ? ನಾನೂ ಪುನೀತ ಹುಡುಕಿ ಹೊರಟೆವು.

ಹಾಲಿನವನು ಹುಡುಕಿಕೊಂಡು ಹೋದರೆ ಅವನು ಬೆಳಗ್ಗೆಯೇ ಹಾಲನ್ನು ಹಾಕಿ ಅವನ ಅಕ್ಕನ ಮನೆಯಲ್ಲಿ ಕಾರ್ಯಕ್ರಮ ಎಂದು ಹೊರಟಾಗಿತ್ತು. ಈಗ ನಮಗೆ ಏನು ಮಾಡಬೇಕೆಂದು ದಿಕ್ಕು ತೋಚದ ಸ್ಥಿತಿ. ಸುತ್ತಾ ಯಾರು ಹೀಗೆ ಹಾಲು ಹಾಕುವವರಿದ್ದಾರೆ ಅವರ ಮನೆಗಳಿಗೂ ಹೋಗಿ ಬಂದೆ. ಒಬ್ಬೊಬ್ಬರದ್ದು ಒಂದೊಂದು ಕಥೆ. ಕೆಲವರು ಕ್ಯಾನನ್ನೇ ಇಟ್ಟಿರಲಿಲ್ಲ, ಸ್ಟೀಲ್ ಕ್ಯಾರಿಯರ್ ಬಳಸಿದರೆ ಕೆಲವರು ಪ್ಲಾಸ್ಟಿಕ್ ಕ್ಯಾನ್‌ಗಳನ್ನು ಬಳಸುತ್ತಿದ್ದರು. ಕ್ಯಾನ್ ಒಂದೇ ಅಲ್ಲವಲ್ಲ ಜೊತೆಗೆ ಅಳತೆಗಾಗಿ ಸೇರು. ಹಾಲನ್ನು ಹೊರಗೆ ತೆಗೆಯಲಿಕ್ಕೆ ಉದ್ದ ಹಿಡಿಕೆಯ ಬಟ್ಟಲು ಇವನ್ನೆಲ್ಲಾ ತರುವುದು ಎಲ್ಲಿಂದ? ನಾಲ್ಕಾರು ಕಡೆ ಓಡಾಡಿದೆವು ಅಲ್ಲೇ ಅಕ್ಕಪಕ್ಕದಲ್ಲಿದ್ದ ಹಳ್ಳಿಗೂ ಹೋಗಿ ಬಂದೆವು. ಅಲ್ಲೆಲ್ಲಾ ಇಲ್ಲವೆಂತಲ್ಲ; ಇದ್ದರೂ ಕೊಟ್ಟು ಕಳೆದುಹೋದರೆ ನಾಳಿನ ಗತಿ ಏನು? ಎನ್ನುವುದು ಅವರ ಚಿಂತೆ. ಒಂದಿಬ್ಬರಲ್ಲಿ ಗೋಗರೆದದ್ದಕ್ಕೆ ಅವರು ನಮ್ಮನ್ನು, 'ಎಂಥಾ ನೀವು ಹೀಗೆ ಜೀವ ತಿನ್ನುವುದು' ಎಂದು ಬೈದುಬಿಟ್ಟಿದ್ದರು. ನನಗೂ ರೋಸಿಹೋಗಿತ್ತು. ಪಂಚಾಕ್ಷರಿ ಮೇಲೆ ಮೇಲೆ ಫೋನ್ ಬೇರೆ ಮಾಡುತ್ತಿದ್ದರು. 'ನಡಿ ಪುನೀತ ಇವರು ಕೊಡದಿದ್ದರೇನು? ನಾವು ನಮ್ಮದೇ ವ್ಯವಸ್ಥೆ ಮಾಡಿಕೊಳ್ಳೋಣ' ಎಂದು ಆಟೋ ಹತ್ತಿ ಹೊರಟೇಬಿಟ್ಟೆವು.

ಬೋಳ ರಂಗನಾಥ್ ರಾವ್ ಅವರ ಮನೆಯ ಮುಂದೆ ಇಳಿಯುವಾಗ ಪಂಚಾಕ್ಷರಿ 'ಎಲ್ಲಿ ಹಾಲಿನವ?' ಎಂದರು. 'ಬರುತ್ತಾನಂತೆ' ಎಂದು ಹೇಳಿದವರೇ, ಮನೆಯ ಪಕ್ಕದಲ್ಲಿ ನಿಲ್ಲಿಸಿದ್ದ ಬಾಡಿಗೆಗೆ ತಂದಿದ್ದ ಚಂದ್ರಣ್ಣ ಬಳಸುತ್ತಿದ್ದ ಸೈಕಲ್ ಅನ್ನೇ ತಂದು ಅದರ ಕ್ಯಾರಿಯರ್‌ಗೆ ನಮ್ಮ ಬಳಿ ಇದ್ದ ತೂತಿನ ಕ್ಯಾನನ್ನೇ ಕಟ್ಟಿದೆವು. ಪುಟ್ಟಣ್ಣ 'ಯಾಕೆ ಮೇಡಂ ಸಿಗಲಿಲ್ಲವಾ?' ಎಂದ. ಅಂದುಕೊಂಡ ಹಾಗೆ ಆಗಿಬಿಟ್ಟರೆ ಸ್ವಾರಸ್ಯ ಏನಿದೆ ಈಗ ನಮಗೆ ಚಾಲೆಂಜ್. ಕಡಿಮೆ ಸಮಯದಲ್ಲಿ ಎಲ್ಲವನ್ನೂ ಜೋಡಿಸಬೇಕು ಎಂದೆ. ಅವನೂ ನಮ್ಮ ಜೊತೆ ಕೈಜೋಡಿಸಿದ. ರಂಗನಾಥ್ ರಾವ್ ಅವರನ್ನು ಕೇಳಿ ಅದರೊಳಗೆ ಹಿಡಿಯುವ ಪಾತ್ರೆಯನ್ನು ಇಟ್ಟು ಒಂದು ಲೀಟರ್ ಹಾಲನ್ನು ಆ ಪಾತ್ರೆಗೆ ಸುರಿದೆವು. ಸಮಾರಾಧನೆಯಲ್ಲಿ ಸಾರನ್ನು ಬಡಿಸುವ ವಿಶೇಷವಾದ ಸೌಟನ್ನು ಹುಡುಕಿ ತೆಗೆದೆವು. ನಾವು ಕೇಳಿದ್ದಕ್ಕೆಲ್ಲಾ ರಂಗನಾಥ ರಾವ್ ಇಲ್ಲ ಎನ್ನದಂತೆ ಹುಡುಕಿ ಹುಡುಕಿ ಕೊಟ್ಟರು. ಕ್ಯಾನಿನ ಮೇಲೆ ಒಂದು ಪಾತ್ರೆಯನ್ನೂ ಬಾರಲು ಹಾಕಿ ಥೇಟ್ ಹಾಲಿನವನ ಸೆಟ್ ಅಪ್ ಥರಾನೇ ಇರುವ ಹಾಗೆ ನೋಡಿಕೊಂಡೆವು. ಉಸ್ಸೆಂದು ನಿಟ್ಟುಸಿರಿಟ್ಟು, ನಾವು 'ರೆಡಿ' ಎಂದ ತಕ್ಷಣ ಬಂದು ನೋಡಿದ ಪಂಚಾಕ್ಷರಿಯ ಹದ್ದಿನಕಣ್ಣಿಗೆ ಇದು ಚಂದ್ರಣ್ಣನ ಸೈಕಲ್ ಎನ್ನುವುದು ಗೊತ್ತಾಗಿಬಿಟ್ಟಿತು. ಬಿಲ್ಕುಲ್ ಆಗಲ್ಲ ಅಂದುಬಿಟ್ಟರು. 'ಎಲ್ಲಾ ಸೈಕಲ್ಲುಗಳು

ಒಂದೇ ಚಂದ್ರಣ್ಣನ ಹತ್ತಿರ ಇರುವ ಸೈಕಲ್ ಥರದ್ದೆ ಸೈಕಲ್ ಹಾಲಿನವನ ಹತ್ತಿರ ಇರಬಾರದೇಕೆ?' ಎನ್ನುವುದು ನಮ್ಮ ವಾದ. 'ಪ್ರತಿಯೊಂದು ಪ್ರಾಪರ್ಟಿಗೂ ಒಂದೊಂದು ಚಹರೆ ಇರುತ್ತೆ, ಹಾಗೆಲ್ಲ ಅನ್ನಲಿಕ್ಕೆ ಆಗಲ್ಲ' ಎನ್ನುವುದು ಅವರ ನಿಲುವು. ಬೆಳಗಿನಿಂದ ಒಂದೇ ಸಮನೆ ಹಾಲಿನವನಿಗಾಗಿ ಸುತ್ತಿದ್ದ ಸಿಟ್ಟು ಇದ್ದಕ್ಕಿದ್ದ ಹಾಗೆ ನೆತ್ತಿಗೇರಿತು. ಸೈಕಲ್‌ನ ಚಹರೆ ನೋಡಿ ತಾನೇ ಗುರುತಿಸುವುದು ಎಂದು ಬೇಕಾಬಿಟ್ಟಿಯಾಗಿ ಬದಲಿಸಿಬಿಟ್ಟೆವು ಎಲ್ಲೆಲ್ಲೋ ಏನೇನೋ ಸುತ್ತಿ, ಮೆತ್ತಿ, ಅಲ್ಲಲ್ಲಿ ಬಣ್ಣ ಹಚ್ಚಿ... ಕೆಸರನ್ನು ಸುರಿದು... ಹೀಗೆ. ನಂತರ ಅವರ ಮುಂದೆ ಸೈಕಲ್ ಅನ್ನು ತಂದು ನಿಲ್ಲಿಸಿ, 'ಇದು ಚಂದ್ರಣ್ಣ ಸೈಕಲ್ ಇದ್ದ ಹಾಗೆ ಇದ್ಯಾ ಈಗ ಹೇಳಿ?' ಎಂದೆ. ಮಾತನಾಡುವುದ್ಯಾಕೋ ಸರಿ ಬರಲ್ಲ ಎಂದು ಅವರೂ ಸುಮ್ಮನೆ ಹೊರಟರು. ಅಂತೂ ಇಂತೂ ಒಂದು ಯುದ್ಧದಲ್ಲಿ ಗೆದ್ದ ಹಾಗೆ ಆಯಿತು.

ಎಲ್ಲಾ ಸರಿಯಾಯಿತು, ಇನ್ನೇನು ಎಲ್ಲವೂ ಸಲೀಸು ಎನ್ನುವಾಗ ಪುನೀತ ಡೈಲಾಗ್ ಹೇಳಲು ನಿಂತ. ಅವನ ಕಣ್ಣುಗಳಲ್ಲಿ ಅತಿಯಾದ ಆತ್ಮವಿಶ್ವಾಸ; ನನಗೂ ಕೂಡಾ, ಯಾಕೆಂದರೆ ಡೈಲಾಗ್ ಉರು ಹೊಡೆಸಿದವಳೆ ನಾನಲ್ಲವಾ? ಅದೇ ವಿಶ್ವಾಸದಿಂದ ಗೇಟನ್ನು ತೆಗೆದುಕೊಂಡು ಒಳಗೆ ಬಂದ ಬಾಗಿಲ ಹತ್ತಿರ ನಿಂತು 'ಹಾಲೂ' ಎಂದು ಕೂಗಿದ ಯಾವ ತಾಪತ್ರಯವೂ ಇಲ್ಲ. ಸೀನ್ ಮುಗಿದ ತಕ್ಷಣ ಅಮ್ಮಾ ಹೇಗಿತ್ತು ಎಂದ. 'ಸೂಪರ್' ಎಂದು ನಾನೂ ನಕ್ಕೆ. ಎಲ್ಲರೂ 'ಏನ್ರಿ ನಿಮ್ಮ ಹುಡುಗ ಹೀಗೆ ಸೀನನ್ನು ತಿಂದು ಹಾಕ್ತಾ ಇದಾನೆ' ಎಂದು ಎಲ್ಲರೂ ಹಿಂದಿನಂತೆ ಹೊಗಳಿದರು. ನಾನೂ ಹಮ್ಮಿನಿಂದ ಬೀಗುತ್ತಿದ್ದೆ- ನಾನು ಪಳಗಿಸಿದ ನಟ ಎಂದು. ಎರಡನೇ ದೃಶ್ಯಕ್ಕೆ ಶ್ರೀನಿವಾಸಾಚಾರಿ ಖಾಲಿ ಪಾತ್ರೆಯನ್ನು ಹಿಡಿದು ಬಂದಾಗ ಆ್ಯಕ್ಷನ್ ಎಂದರು ಪಂಚಾಕ್ಷರಿ. ಪುನೀತ ಪಟ್ ಪಟ್ ಎಂದು ಡೈಲಾಗ್ ಹೇಳಿಬಿಟ್ಟ. ಪಂಚಾಕ್ಷರಿಗೆ ಸಮಾಧಾನ ಆಗಲಿಲ್ಲ, 'ಸುಮ್ಮನೆ ನಿಂತು ಡೈಲಾಗ್ ಒಪ್ಪಿಸುವುದಲ್ಲ ವಿತ್ ಆಕ್ಷನ್ ಹೇಳಪ್ಪಾ. ನೋಡು ಹಾಲನ್ನು ಡಬ್ಬದಿಂದ ತೆಗೆದು ಪಾತ್ರೆಗೆ ಹಾಕುತ್ತಾ ಹೇಳಬೇಕು' ಎಂದರು. ಎಡವಟ್ಟಾಗಿಬಿಟ್ಟಿತು, ಕೈ ಆಡಿದರೆ ಬಾಯಾಡಲ್ಲ, ಬಾಯಾಡಿದರೆ ಕೈ ಸಾಗಲ್ಲ. ಸ್ಟಾಂಡ್ ಹಾಕ್ಕೊಂಡು ಸೈಕಲ್ ಹೊಡೆದೇ ಹೊಡೆದ. ಕೊನೆಗೆ ಪಂಚಾಕ್ಷರಿ 'ಡೈಲಾಗೆಲ್ಲಾ ಕಟ್ ಮಾಡಿ ಒಂದೊಂದೇ ಸಾಲು ಬರಬೇಕು ಹಾಗೆ ಬರೆದುಕೊಡಿ' ಎಂದರು. 'ಕಟ್ ಷಾರ್ಟ್ಸ್ ಮಾಡಿ' ಎಂದೆ. 'ಚೆನ್ನಾಗಿರಲ್ಲ ಮೇಡಂ, ನಿಮ್ಮ ಶಿಷ್ಯನಿಗಾಗಿ ಏನೇನೋ ಮಾಡಲಿಕ್ಕಾಗಲ್ಲ, ಕಡಿಮೆ ಮಾಡಿಕೊಡಿ. ಹೀಗಾದರೆ ಈ ಸಣ್ಣ ಸೀನಿಗೆ ಇವತ್ತೆಲ್ಲಾ ಇಲ್ಲೇ ಇರಬೇಕಾಗುತ್ತೆ' ಎಂದರು. ನಾನು ಕಷ್ಟ ಪಟ್ಟು ಎಲ್ಲಾ ಮಾತುಗಳನ್ನೂ ಕಡಿಮೆ ಮಾಡಿದೆ. ಆದರೂ ಅವನಿಗೆ ಹೇಳಲು ಕಷ್ಟವಾಯಿತು. ಕಡೆಗೆ ಅವನ ಬೆನ್ನಿಗೆ ಕ್ಯಾಮೆರಾ ಇಟ್ಟು, ಶ್ರೀನಿವಾಸಾಚಾರಿಯ ಪ್ರತಿಕ್ರಿಯೆಯ ಮೇಲೆ ಡೈಲಾಗ್ ಹಾಕುವ ಯೋಚನೆ ಮಾಡಿ, ಅಷ್ಟನ್ನು ಮಾತ್ರ

ಪ್ರತ್ಯೇಕ ವಾಯ್ಸ್ ತೆಗೆದುಕೊಳ್ಳಲಾಯಿತು. ಸೀನ್ ಮುಗಿದ ಮೇಲೆ, 'ಏನೋ ಪುನೀತಾ?' ಎಂದೆ. 'ಏನ್ ಮಾಡೋದಮ್ಮಾ ಅವರು ಸುಮ್ಮನೆ ಮಾತು ತಗೋಬೇಕಿತ್ತು ತಾನೆ? ಅದನ್ನ ಬಿಟ್ಟು, ಹೀಗೆ ಮಾಡು ಹಾಗೆ ಮಾಡು ಎಂದರೆ ಏನು ಮಾಡೋದು ಎಲ್ಲಾ ಮರೆತು ಹೋಯ್ತು' ಎಂದ. 'ಆಗ ದೇವರನ್ನು ನೆನೆಸಿಕೊಳ್ಳಬೇಕಿತ್ತು' ಎಂದು ರೇಗಿಸಿದ ಪುಟ್ಟಣ್ಣ. 'ಕಲಾವಿದ ಆಗೋದು ಅಷ್ಟು ಸುಲಭ ಅಲ್ಲ ಆಂಗಿಕ, ವಾಚಿಕ ಜೊತೆಗೆ ಭಾವ ಪ್ರಕಾಶ ಸುಮ್ಮನೆ ಮಾತಲ್ಲ' ಎಂದೆ. ಪುನೀತನಿಗೆ ಅವನದ್ದೇ ವಾದವಿತ್ತು. ಅಂಥಾ ವಾದಗಳ ಜೊತೆ ನನಗೆ ಕಷ್ಟ. ಕಲಾವಿದರಲ್ಲದವರನ್ನು ಕರೆತಂದಾಗ ಅವರು ಪ್ರತಿಭಾವಂತರಾದರೆ ನಾವು ಗೆಲ್ಲುತ್ತೇವೆ. ಇಲ್ಲದಿದ್ದರೆ ಅದು ಯಾವಾಗಲೂ ರಿಸ್ಕೇ.

ಸಾಮಿಲ್ಲಿನ ಎದುರು

ಎಲ್ಲೆಲ್ಲೋ ಅಲೆದರೂ ಕೊನೆಗೆ ಸಿಕ್ಕಿದ್ದು ಉಲ್ಲಾಳದ ಜಟ್ಟಿಯ ಪಕ್ಕದಲ್ಲಿದ್ದ ಸಾಮಿಲ್ಲು. ಒಂದು ದೃಶ್ಯಕ್ಕಾಗಿ ತುಂಬಾ ದೂರ ಹೋಗುವುದು ಬೇಡ ಎಂದು ಉಲ್ಲಾಳದ ಸಾಮಿಲ್ಲಿನಲ್ಲೇ ಚಿತ್ರೀಕರಣ ಮಾಡೋಣ ಎಂದು ನಿರ್ಧರಿಸಿದೆವು. ಸಮುದ್ರದ ಜಾಗ ಕಿರಿದಾಗುತ್ತಾ ಕೋಚೆಯಾಗುವ ಜಾಗದಲ್ಲಿ ಸಾಲು ಸಾಲಾಗಿ ದಡದಲ್ಲಿ ನಿಂತಿರುವ ದೋಣಿಗಳು. ಒಂದು ದೋಣಿಯ ಮೇಲೆ ಹಸಿರು ಧ್ವಜವಿದ್ದರೆ ಇನ್ನೊಂದರ ಮೇಲೆ ಬಿಳಿಯದ್ದು, ಮತ್ತೊಂದರ ಮೇಲೆ ಭಾರತದ ಧ್ವಜ ಹಾರಾಡುತ್ತಿದ್ದವು. ಗಾಳಿಗೆ ತೂಗುತ್ತಾ ನಿಂತ ಈ ಧ್ವಜಗಳಿಗೆ ಯಾವ ನಿರ್ಬಂಧವೂ ಇಲ್ಲ, ಗಾಳಿಗೆ ಸ್ವಚ್ಛಂದ ಆಡುತ್ತಿದ್ದವು.

ಅದೇ ಮನುಷ್ಯರೆಲ್ಲರೂ ಹೀಗೆ ಪಕ್ಕ ಪಕ್ಕದಲ್ಲಿ ಎಲ್ಲ ಧರ್ಮಗಳೂ ನಿಲ್ಲುವ ದಿನ ಬರಲಿ ಎನ್ನುವ ಪ್ರಾರ್ಥನೆ ಮಾಡುವ ಹಾಗಿತ್ತು.

ಸಾಮಿಲ್ಲು ಆಬ್ದುಲ್ಲಾ ಎನ್ನುವ ವ್ಯಕ್ತಿಯದ್ದೆಂದು ಅಂದುಕೊಳ್ಳುತ್ತೇನೆ. ಉದಾರವಾದ ಮನಸ್ಸಿನಿಂದ ಅದನ್ನು ನಮಗೆ ಚಿತ್ರೀಕರಿಸಲು ಕೊಟ್ಟಿದ್ದರು. ಇಂಥಾ ಜಾಗಗಳಿಗೆ ನಾವು ಹೆಚ್ಚು ಹಣವನ್ನೇನು ಕೊಡುತ್ತಿರಲಿಲ್ಲವಾದ್ದರಿಂದ ಎಷ್ಟೋ ಬಾರಿ ನಮಗೆ ಬೇಕಾದ ಲೊಕೇಷನ್ ಸಿಗುತ್ತಲೇ ಇರಲಿಲ್ಲ. ಸಾಮಿಲ್ಲು ಗಾತ್ರದಲ್ಲಿ ತುಂಬಾ ದೊಡ್ಡದಲ್ಲದಿದ್ದರೂ ನಮ್ಮ ಚಿತ್ರೀಕರಣಕ್ಕೆ ಅನುಕೂಲವಾಗುವ ಹಾಗೆ ಎಲ್ಲ ಕಡೆಯಲ್ಲಿ ಬಾಗಿಲುಗಳಿತ್ತು. ಬಹುಶಃ ಮರವನ್ನು ಕುಯ್ಯುವಾಗ ಸಣ್ಣ ದೂಳು ಕೊಡುವ ಕಾಟವನ್ನು ನಿಯಂತ್ರಿಸಲಿಕ್ಕೆ ಹೀಗೆ ಬಾಗಿಲುಗಳು ಇದ್ದಿರಬೇಕು. ಒಂದು ನಿಮಿಷವೂ ಆ ಸಾಮಿಲ್ಲಿನಲ್ಲಿ ಬಿಡುವಿರುತ್ತಿರಲಿಲ್ಲ. ಜಟ್ಟಿ ಪಕ್ಕದಲ್ಲೇ ಇದ್ದಿದ್ದರಿಂದ ದೋಣಿಗಳ ಸಣ್ಣ ಪುಟ್ಟ ರಿಪೇರಿಗೂ ಅಲ್ಲಿ ಜನ ಇರುತ್ತಿದ್ದರು. ಕಬ್ಬಿಣದ ಪಟ್ಟಿಗಳು ಮರ ಕುಯ್ಯುವ ಸಣ್ಣ ಸಣ್ಣ ಮಿಷನ್ನುಗಳು, ಮೊಳೆ, ಸುತ್ತಿಗೆ, ಗರಗಸ, ರಿಪೇರಿ ಮಾಡುತ್ತಿದ್ದ ಕಟ್ ಕಟ್ ಶಬ್ದ, ಹಳೆಯದಾಗಿ ರಿಪೇರಿಗೆ ಬರಲೇ ಆಗದು ಎನ್ನುವಷ್ಟು ಹಾಳಾದ ದೋಣಿಗಳು ಗಾಳಿ ಮಳೆಗೆ ತುಂಡಾಗುತ್ತಾ ತಮ್ಮ ಕುರುಹುಗಳನ್ನು ಬಿಟ್ಟುಕೊಡುತ್ತಿದ್ದವು. ನೆನೆಯಿಟ್ಟ ಮರದ ತುಂಡುಗಳು, ಬಿಸಿಲಿನಲ್ಲಿ ಒಣಗುತ್ತಿದ್ದ ದೊಡ್ಡ ದೊಡ್ಡಮರದ ದಿಮ್ಮಿಗಳು, ಎಲ್ಲಿಂದಲೋ ತಂದ ದಿಮ್ಮಿಗಳನ್ನು ಅನ್ಲೋಡ್ ಮಾಡುತ್ತಿದ್ದ ಲಾರಿಗಳು. ಸದಾ ಚಟುವಟಿಕೆಯಲ್ಲಿದ್ದ ಜಾಗವದಾಗಿತ್ತು.

ಸಲ್ಮಾ ಹೆರಿಗೆಗಾಗಿ ತವರಿಗೆ ಹೋಗುವ ಮುನ್ನ ಗಂಡ ಮಹಮದನಿಗೆ ಹೇಳಿ ಹೋಗಲು ಬರುವ ದೃಶ್ಯವನ್ನು ಅಲ್ಲಿ ಚಿತ್ರೀಕರಿಸುವುದಿತ್ತು. ಸಾಮಿಲ್ಲಿನಲ್ಲಿ ಕೆಲಸ ಮಾಡುತ್ತಿರುವ ಮಹಮದನಿಗೆ ಮಗಳು ಬಂದು, 'ಅಮ್ಮ ಕರೆಯುತ್ತಿದ್ದಾಳೆ' ಎನ್ನುತ್ತಾಳೆ. ಆ ಶಬ್ದದಲ್ಲಿ ಏನೂ ಕೇಳುತ್ತಿರಲಿಲ್ಲ. ಆದರೆ ಆ ಮಗುವಿನ ಹಾವ ಭಾವ ಚೆನ್ನಾಗಿತ್ತು. ನೀನಾಸಂನ ಕಲಾವಿದೆಯಾಗಿದ್ದ ಸ್ಪಂದನಾಳ ಮಗಳು ಅದು. ಹುಟ್ಟಿದಂದಿನಿಂದ ತಾಯಿಯನ್ನು ನೋಡುತ್ತಾ ಬಂದ ಮಗುವಿಗೆ ಕಲೆಯ ಬಗ್ಗೆ ಹೇಳದೆಯೇ ಅರ್ಥ ಮಾಡಿಕೊಳ್ಳುವ ಸಾಮರ್ಥ್ಯ ಬಂದುಬಿಟ್ಟಿತ್ತು. 'ಬಂದೆ' ಎನ್ನುತ್ತಾ ಹೊರಗೆ ಬರುವ ಮಹಮದ್, ಅಜಲಮೊಗೇರು ದರ್ಗಾಗೆ ಹರಕೆ ಹೊತ್ತದ್ದರ ಬಗ್ಗೆ ಮಾತಾಡಿ, ಗಂಡು ಮಗುವಿನ ಆಸೆಯನ್ನು ಹೇಳಿಕೊಳ್ಳಬೇಕು. ಸಂಜೆಯ ಸೂರ್ಯಾಸ್ತಮಾನದ ದೃಶ್ಯವದಾಗಿತ್ತು. ಮಹಮದ್ ಬಂದು ನಿಂತು ಡೈಲಾಗ್ ಅನ್ನೂ ಹೇಳಿಬಿಟ್ಟ. ಅದಕ್ಕೆ ಸಲ್ಮಾ ಹೆಣ್ಣು ಮಕ್ಕಳೋ ಗಂಡೋ ಮುಖ್ಯವಲ್ಲ. ಅವರು ಚೆನ್ನಾಗಿ ಬದುಕಲಿಕ್ಕೆ ಒಳ್ಳೆಯ ವಿದ್ಯಾಭ್ಯಾಸ ಕೊಡಿಸಿದ್ರೆ ಸಾಕು ಎಂದು ಪ್ರತಿ ಮಾತನ್ನು ಹೇಳುವಾಗ ಇಬ್ಬರಿಗೂ ಜಗಳ ಆಗಿ ಅವಳು ಬ್ಯಾಗನ್ನು ತೆಗೆದುಕೊಂಡು ಹೋಗಬೇಕು, ಡೈಲಾಗ್ ಹೇಳಿ ಪಕ್ಕದಲ್ಲಿದ್ದ ಬ್ಯಾಗನ್ನು ಎತ್ತಿಕೊಳ್ಳಲು ನೋಡುತ್ತಾಳೆ, ಬ್ಯಾಗೇ ಇಲ್ಲ! 'ಪ್ರಾಪರ್ಟಿ ಎಲ್ಲಿ ಮೇಡಂ?' ಎಂದು ಪಂಚಾಕ್ಷರಿ ಕೇಳಿದರು,

ನಾನು ಅದನ್ನು ತೆಗೆದುಕೊಂಡು ಬನ್ನಿ ಎಂದು ಕಾಸ್ಟೂಮ್‌ನವರ ಬಳಿ ಹೇಳಿ, ಸಾಮಿಲ್ಲಿನಲ್ಲಿ ವ್ಯವಸ್ಥೆ ಮಾಡಲಿಕ್ಕೆ ಬಂದಿದ್ದೆ. ಅವರು ತಮ್ಮದ್ದಲ್ಲದ್ದರಿಂದ ಮರೆತು ಅದನ್ನು ಅಲ್ಲೇ ಬಿಟ್ಟು ಬಂದರು.

ಅವತ್ತು ನಮಗೂ ತುಂಬಾ ಕೆಲಸ ಆಗಿತ್ತು. ಬೆಳಗ್ಗೆ ಬೆಟ್ಟಂಪಾಡಿಯ ಮಹಮದನ ಮನೆಯಲ್ಲಿ, ಮಧ್ಯಾಹ್ನ ಸಾಮಿಲ್ಲು ಮತ್ತು ಸಂಜೆ ಪಾತುಮ್ಮನ ಮನೆಯ ಚಿತ್ರೀಕರಣ ಹಾಕಿಕೊಂಡಿದ್ದೆವು. ಜಯಶ್ರೀಯವರು ಹತ್ತು ದಿನಗಳನ್ನು ನಮಗೆ ಕೊಟ್ಟಿದ್ದರು. ಅಷ್ಟರಲ್ಲಿ ಅವರ ದೃಶ್ಯಗಳನ್ನು ಚಿತ್ರೀಕರಿಸಿಕೊಳ್ಳಬೇಕಿತ್ತು. ಮಧ್ಯದಲ್ಲಿ ಎರಡು ಸಲ ಅವರ ಸ್ವಂತ ಕೆಲಸದ ಕಾರಣಕ್ಕೆ ಬೆಂಗಳೂರಿಗೆ ಬರಬೇಕಿತ್ತು. ಅವರಿಲ್ಲದಿದ್ದಾಗ ಬೇರೆ ದೃಶ್ಯಗಳನ್ನು ಚಿತ್ರೀಕರಿಸುವ ಹಾಗೆ ಪ್ಲಾನ್ ಮಾಡಿದ್ದೆವು. ಹೀಗಾಗಿ ಅವತ್ತು ವಿಪರೀತ ಕೆಲಸ ಆಗಿಬಿಟ್ಟಿತ್ತು. ಊಟಕ್ಕೂ ಸಮಯವಿಲ್ಲದೆ ಕೆಲಸ ಮಾಡುತ್ತಿದ್ದೆವು. ಹಾಗಾಗಿ ಎಡವಟ್ಟಾಗಿಬಿಟ್ಟಿತ್ತು.

ಪೊಸಿಷನ್‌ನಲ್ಲಿ ನಿಂತು ಡೈಲಾಗ್ ಹೇಳಿದ ಸಲ್ಮಾ ಪಾತ್ರಧಾರಿ ಸ್ಪಂದನಾ ತನ್ನ ಬ್ಯಾಗಿಗಾಗಿ ಹುಡುಕಾಟ ಮಾಡಿದರು. ಅದು ಇರಲಿಲ್ಲ ಬ್ಯಾಗನ್ನು ನಮ್ಮ ಡಿಪಾರ್ಟ್‌ಮೆಂಟಿನವರೇ ತಂದಿಡಬೇಕಿತ್ತು. ಆದರೆ ನಾವು ಕಾಸ್ಟೂಮ್‌ನವರಿಗೆ ಒಪ್ಪಿಸಿದ್ದರಿಂದ ಅವರೇ ಕೊಟ್ಟಿರುತ್ತಾರೆ ಎನ್ನುವ ಭಾವನೆಯಲ್ಲಿ ನಾವಿದ್ದೆವು. ಬ್ಯಾಗ್ ಹಿಂದಿನ ದೃಶ್ಯವನ್ನು ಮಾಡಿದ ಜಾಗದಲ್ಲೆ ಉಳಿದುಬಿಟ್ಟಿತ್ತು ಎನ್ನುವುದು ಅಲ್ಲಿಯವರೆಗೆ ಗಮನಕ್ಕೆ ಬಂದಿರಲಿಲ್ಲ. ಕೆಲಸದ ಒತ್ತಡಕ್ಕೆ ಬಿದ್ದು ತಪ್ಪಾಗಿಬಿಟ್ಟಿತ್ತು. ಸಮರ್ಥನೆ ದೋಷಾರೋಪಣೆ ಸಾಮಾನ್ಯ. ಆದರೆ ಸಮಯ ವ್ಯರ್ಥವಾಗುವುದನ್ನು ತಡೆಯಲಾಗಲೇ ಇಲ್ಲ.

ಉಳಿದು ಹೋದ ದೃಶ್ಯದ ಒಂದು ಭಾಗವನ್ನು ಸುಮ್ಮನೆ ಹಾಗೆ ಚಿತ್ರೀಕರಿಸಲು ಬರುವುದಿಲ್ಲ. ಬಟ್ಟೆ, ವಸ್ತುಗಳ ಕಂಟಿನ್ಯುಟಿಯ ಹಾಗೆ ಕಾಲದ ಕಂಟಿನ್ಯುಟಿ ಕೂಡಾ ಇರುತ್ತದೆ. ಮತ್ತೆ ಆ ದೃಶ್ಯವನ್ನು ಚಿತ್ರೀಕರಿಸಲಿಕ್ಕೆ ಇದೇ ಹೊತ್ತಿಗೆ ಬರಬೇಕು. ಇಲ್ಲದಿದ್ದರೆ ಹಿಂದಿನ ದೃಶ್ಯಕ್ಕೂ ಈಗ ನಡೆಯುವ ದೃಶ್ಯಕ್ಕೂ ಸಮಯದ ಹೊಂದಾಣಿಕೆಯಾಗುವುದಿಲ್ಲ. ಮತ್ತು ಅದೇ ಬೇರೆ ಸಮಯ, ಇದೇ ಬೇರೆ ಸಮಯ ಎನ್ನುವುದು ಬೆಳಕಿನ ಟೋನ್‌ನಲ್ಲೇ ಗೊತ್ತಾಗಿಬಿಡುತ್ತದೆ. ಮಾರನೇ ದಿನ ಈ ದೃಶ್ಯವನ್ನು ಪೂರ್ಣ ಮಾಡುವ ಅನಿವಾರ್ಯತೆ ಇದ್ದಿದ್ದರಿಂದ ಮತ್ತೆ ಹೊರಾಂಗಣ ಚಿತ್ರೀಕರಣ ಹಾಕಿಕೊಂಡರೆ ಕಷ್ಟವಾಗುತ್ತೆ ಎಂದು ಮನೆಯ ಒಳಗಿನ ದೃಶ್ಯಗಳಿಗೆ ಬದಲಿಸಿಕೊಂಡು, ಆ ಸಮಯಕ್ಕೆ ಕಾದು ಶೂಟ್ ಮಾಡಬೇಕಾಯಿತು.

ಹಾಗೆ ಚಿತ್ರೀಕರಣ ಮಾಡುವಾಗ ಎರಡು ದೋಣಿಗಳು ಸ್ವಲ್ಪ ಸ್ವಲ್ಪ ದೂರದಲ್ಲಿ ಇದ್ದವು. ಆಸಕ್ತಿದಾಯಕ ಸಂಗತಿ ಎಂದರೆ ಒಂದು ಹಸಿರು ಬಾವುಟವನ್ನೂ ಇನ್ನೊಂದು ಭಾರತದ ಬಾವುಟವನ್ನೂ ಹೊಂದಿದ್ದವು. ನಮಗಾಗಿ ಹೊಳೆದು

ಮಾಡಲಿಕ್ಕಾಗದ ಸಂಗತಿಯೊಂದು ಅಲ್ಲಿ ತಾನಾಗೇ ಆಗಿತ್ತು. ಆ ಎರಡೂ ದೋಣಿಗಳು ಕವರ್ ಆಗುವ ಹಾಗೆ ಸಲ್ಮಾ ಮತ್ತು ಮಹಮದ್ ನಿಂತು ಮಾತನಾಡುತ್ತಿದ್ದುದನ್ನು ಶೂಟ್ ಮಾಡಿದೆವು. ಒಂದು ಧರ್ಮದ ನಂಬಿಕೆಯಾದರೆ, ಇನ್ನೊಂದು ಭಾರತದ ಸಂವಿಧಾನದ ಉದ್ದೇಶವನ್ನು ಹೇಳುವ ಹಾಗೆ ಆ ದೃಶ್ಯ ಸಂಭಾಷಣೆಯ ಜೊತೆಗೆ ಸೇರಿತ್ತು. ಇವೆಲ್ಲಾ ನೋಡುಗರು ಗಮನಿಸುತ್ತಾರೆ ಅಂತ ಅಲ್ಲ. ಆದರೆ ಒಂದು ಸಿನೆಮಾ ಏನು ಹೇಳಬೇಕು ಎನ್ನುವುದನ್ನು ಎಲ್ಲರೂ ಮನಗಂಡಾಗ ಸಿಗುವ ಕೆಲ ಝಲಕುಗಳು ಇಂಥವು. ಇವು ಸಾಂಕೇತಿಕವಾಗಿ ಪ್ರಾತಿನಿಧಿಕತೆಯನ್ನು ಈ ಕಾರಣಕ್ಕೆ ಪಡೆದುಕೊಳ್ಳುತ್ತವೆ.

ಈ ದೃಶ್ಯವನ್ನು ನೋಡಲಿಕ್ಕೆ ಎಲ್ಲಾ ವಯೋಮಾನದ ಗಂಡಸರುಗಳು ಅಲ್ಲಿ ಸೇರಿದರು. ಏನು ನಡೀತಿದೆ ಎನ್ನುವ ಕುತೂಹಲ ಅವರಿಗೆ. ಕೆಲವರು ದಿಮ್ಮಿಗಳ ಮೇಲೆ ಕೂತು ಬೀಡಿ ಸೇದಿದರೆ, ಇನ್ನು ಕೆಲವರು ಸಾಮಿಲ್ಲಿಗೆ ಬಂದವರು ತಮಗೆ ಬೇಕಾದ ಮರವನ್ನು ಖರೀದಿಸುತ್ತಾ ನೋಡಿದರು. ಹಾಗೆ ಹೀಗೆ ಹೋಗುತ್ತಿದ್ದ ಕೆಲ ಯುವಕರೂ ಅಲ್ಲಿ ಬಂದು ಸೇರಿದರು. ನಮಗೆ ಸ್ವಲ್ಪ ಭಯ ಕೂಡಾ ಇತ್ತು. ನಂಬಿಕೆ ಮತ್ತು ಬದುಕಿನ ಕ್ರಮಗಳ ಬಗ್ಗೆ ಹೀಗೆ ಸಾರ್ವಜನಿಕವಾಗಿ ಮಾತಾಡುವಾಗ ಯಾರು ಏನನ್ನುತ್ತಾರೋ ಎಂದು. ಎಲ್ಲರನ್ನೂ 'ಸ್ವಲ್ಪ ದೂರವೇ ನಿಲ್ಲಿ' ಎಂದು ಕೇಳಿಕೊಂಡೆವು, ಸ್ಪಷ್ಟವಾಗಿ ಆ ಮಾತುಗಳು ಅವರನ್ನು ತಲುಪದೇ ಇರಲಿ ಎಂದು.

ಅದು ಸಂಜೆಯ ಏರು ಸಮಯ. ಮದರಸಾ ಬಿಟ್ಟಿದ್ದರಿಂದ ಹೆಣ್ಣುಮಕ್ಕಳೆಲ್ಲಾ ಮಕ್ಕಣಿ ಧರಿಸಿ ಚೀಲವನ್ನು ಬಗಲಿಗೆ ಹಾಕಿಕೊಂಡು ಹೊರಟಿದ್ದರು. ಈ ದೃಶ್ಯಕ್ಕೆ ಆ ಹಿನ್ನೆಲೆಯೂ ಸಿಕ್ಕಿಬಿಟ್ಟಿತ್ತು. ಕೆಲವೊಮ್ಮೆ ನಿರೀಕ್ಷಿಸದೆ ಏನಾದರೂ ಹೀಗೆ ವಿಶೇಷವಾಗಿ ಸಿಕ್ಕರೆ ಆಗುವ ಸಂತೋಷಕ್ಕೆ ಪಾರವೇ ಇರುವುದಿಲ್ಲ. ನಾವು ಸೃಜನಶೀಲವಾದಾಗ ಇಂಥಾ ಸಂಗತಿಗಳು ಗೋಚರಿಸುತ್ತವೆ. ಅದನ್ನು ಬಳಸಿಕೊಳ್ಳುವ ಸಮಯ ಪ್ರಜ್ಞೆ ಮಾತ್ರ ನಮಗೆ ಬೇಕಾಗುತ್ತದೆ.

ಅವತ್ತು ಸಲ್ಮಾ ಪಾತ್ರಧಾರಿ ಸ್ಪಂದನಾ ಅದ್ಭುತವಾಗಿ ನಟನೆ ಮಾಡಿದರು. ಅವರನ್ನು ಪ್ರಶಂಸಿಸುವ ಹಾಗೆ ನಾವೆಲ್ಲಾ ಚಪ್ಪಾಳೆ ತಟ್ಟಿದೆವು. ಅಚ್ಚರಿಯೆಂದರೆ ನಾವು ಮಾತ್ರವಲ್ಲ ಅಲ್ಲಿದ್ದ ಮುಸಲ್ಮಾನ ಬಂಧುಗಳೂ ಕೂಡಾ ಚಪ್ಪಾಳೆ ತಟ್ಟಿದ್ದರು. ನಾವು ತಟ್ಟಿದೆವು ಅಂತಲಾ? ಅಥವಾ ಕಲಾವಿದರನ್ನು ಪ್ರೋತ್ಸಾಹಿಸಲಿಕ್ಕಾ? ಅಥವಾ ನಿಜಕ್ಕೂ ಆ ಡೈಲಾಗ್ ಅವರಿಗೆ ತುಂಬ ಇಷ್ಟ ಆಯಿತಾ? ಎಂದು ನಮಗೆ ಅರ್ಥವಾಗಲಿಲ್ಲ. ನಮ್ಮೊಳಗಿದ್ದ ಗೊಂದಲವನ್ನು ಒಡೆದು ಹಾಕುವ ಹಾಗೆ ಅಲ್ಲಿದ್ದ ಹಿರಿಯರೊಬ್ಬರು, 'ನಮ್ಮ ಹೆಣ್ಣುಮಕ್ಕಳ ಬಗ್ಗೆ ನಾವೆಲ್ಲಾ ಹೀಗೆ ಯೋಚಿಸಿಬಿಟ್ಟರೆ ನಮ್ಮ ಮಕ್ಕಳೂ ಚೆನ್ನಾಗಿರುತ್ತಾರೆ ಅಲ್ಲವಾ?' ಎಂದರು. ಸಂಜೆ ಸೂರ್ಯ ಮೆಲ್ಲನೆ ಕೆಂಪಗಾಗುತ್ತಿದ್ದ. ಸಮುದ್ರವೂ ಕೂಡಾ. ಮುಖದಲ್ಲಿ ಫಲಿಸಿದ ಕೆಂಪು ಬದುಕನ್ನೂ ಆವರಿಸಲಿ ಎನ್ನಿಸಿದ್ದು ಮಾತ್ರ ಖಂಡಿತಾ ಆಕಸ್ಮಿಕ ಅಲ್ಲ.

ಮನುಷ್ಯತ್ವಕ್ಕೆ ಮಾತು ಭಾರ

ಮುಸ್ಲಿಮರ ಸಂಸ್ಕೃತಿಯನ್ನು ಬಿಂಬಿಸುವ ಹಲವಾರು ದೃಶ್ಯಗಳನ್ನು ಚಿತ್ರೀಕರಿಸುವ ಸವಾಲುಗಳು ನಮ್ಮ ಮುಂದೆ ಇತ್ತು. ಅದರಲ್ಲಿ ನಮಾಜ್ ಮಾಡುವುದು, ಮಸೀದಿ, ಕೌಟುಂಬಿಕ ತೀರ್ಮಾನಗಳನ್ನು ತೆಗೆದುಕೊಳ್ಳುವ ಜಮಾತ್‌ನ ಸಭೆ ಇವೆಲ್ಲದರ ನಿಖರವಾದ ಚಿತ್ರೀಕರಣ ಆಗಬೇಕಿತ್ತು.

ಪಾತುಮ್ಮನ ಮನೆಯನ್ನು ಸಿದ್ಧಮಾಡಲಿಕ್ಕೆ ಅಕ್ಕಪಕ್ಕದ ಮನೆಯವರೇ ಮುತುವರ್ಜಿ ತೆಗೆದುಕೊಂಡಿದ್ದರಿಂದ ನಮಗೆ

ಆ ಮನೆಯ ವಾತಾವರಣ ಸೃಷ್ಟಿಸುವಲ್ಲಿ ಕಷ್ಟವಾಗಲಿಲ್ಲ. ನಮಾಜು ಮಾಡುವ ಕ್ರಮಗಳನ್ನು ಅಲೀಮಮ್ಮ, ಹಸೀನಮ್ಮನ ಅತ್ತೆ ಎಲ್ಲರೂ ಸೇರಿ ಹೇಳಿಕೊಟ್ಟರು. ವಯೋಸಹಜ ಕಾರಣಕ್ಕೆ ಅವರ ಅಭ್ಯಾಸಗಳನ್ನು ತದ್ವತ್ತಾಗಿ ಜಯಶ್ರೀಯವರು ಮಾಡಲಿಲ್ಲ ಅಂತ ನಮಗೆ ಆಗ ಅನ್ನಿಸಿದರೂ ನಂತರ ತೆರೆಯ ಮೇಲೆ ನೋಡಿದಾಗ ಚೆನ್ನಾಗೇ ಕಾಣುತ್ತಿತ್ತು.

ಮನೆಯ ಒಳಗಿನ ದೃಶ್ಯಗಳು ನಮ್ಮ ಹಿಡಿತದಲ್ಲೇ ಇದ್ದವು. ಹಾಗಾಗಿ ಅವೆಲ್ಲಾ ಸವಾಲಿನದ್ದಾಗಿರಲಿಲ್ಲ. ನಿಜವಾದ ಸವಾಲು ನಮಗೆ ಎದುರಾಗಿದ್ದು ಮಸೀದಿಯಲ್ಲಿ ಪ್ರಾರ್ಥನೆಯನ್ನು ಸಲ್ಲಿಸುವಾಗ. ಜನರು ಪ್ರಾರ್ಥನೆಗಾಗಿ ಬರುವ ಜಾಗವನ್ನು ಮರುಸೃಷ್ಟಿ ಮಾಡುವುದು ಸುಲಭದ ಸಂಗತಿಯಲ್ಲ. ಹೀಗಾಗಿ ಜಿತೇಂದ್ರ ಅವರ ಪರಿಚಯದವರ ಕಡೆಯಿಂದ ಕೆಮ್ಮಣ್ಣು ಊಡೆಯ ಮಸೀದಿಯ ಹೊರಭಾಗವನ್ನು ಶೂಟ್ ಮಾಡಲಿಕ್ಕೆ ಮಾತಾಡಿದ್ದೆವು. ಆದರೆ ಅದು ಕಾರಣಾಂತರದಿಂದ ಸಾಧ್ಯವಾಗಲಿಲ್ಲ. ಮಸೀದಿ ಜಾಗವನ್ನು ಖಾಲಿ ಶೂಟ್ ಮಾಡಿಕೊಂಡು ಆಮೇಲೆ ಏನೋ ಸರ್ಕಸ್ ಮಾಡಿದೆವು. ಎಲ್ಲರೂ ನಮಾಜಿಗಾಗಿ ಹೋಗುವ ದೃಶ್ಯವನ್ನು ಅವರಿಗೆ ಗೊತ್ತಿಲ್ಲದ ಹಾಗೆ ಚಿತ್ರೀಕರಿಸಬೇಕಾಯಿತು.

ನಮಾಜಿನ ನಂತರ ಜಮಾತಿನ ಸಭೆಯನ್ನು ಸೇರುವುದು, ಅಲ್ಲಿ ಮೌಲ್ವಿ ಖ್ವಾಜಿಯವರ ಸಂಭಾಷಣೆಯಲ್ಲಿ ಶರೀಯತ್‌ನಲ್ಲಿ ಮೂರು ಸಲ ಒಮ್ಮೆಗೇ ತಲ್ಲಾಖ್ ಹೇಳುವ ಕ್ರಮವಿಲ್ಲ. ಹಾಗೆ ಮಾಡಿದರೆ ಅದು ಸಾಧುವಲ್ಲ. ಇದೆಲ್ಲವನ್ನೂ ಬರಿಯಲಿಕ್ಕೆ ನಾವು ಕಷ್ಟ ಪಟ್ಟೆವು. ಯಾಕೆಂದರೆ ಮುಸಲ್ಮಾನ ಪಂಡಿತರು ನಮಗೆ ಗೊತ್ತಿರಲಿಲ್ಲ. ಮತ್ತೆ ಮತ್ತೆ ಸ್ನೇಹಿತರನ್ನು, ಬೊಳುವಾರರನ್ನು, ಕುರ್‌ಆನ್‌ನಲ್ಲಿ ಬರುವ ಕಾನೂನುಗಳನ್ನು ಕುರಿತಾದ ಪುಸ್ತಕಗಳನ್ನು, ಹೆಣ್ಣಿನ ಹಕ್ಕುಗಳನ್ನು ಕುರಿತಾದಂತೆ ಎದ್ದ ಕೆಲ ವಿವಾದಗಳನ್ನು ಎಲ್ಲಕ್ಕಿಂತ ಹೆಚ್ಚಾಗಿ ತ್ರಿವಳಿ ತಲ್ಲಾಖ್ ಬಗ್ಗೆ ಕೋರ್ಟ್‌ನ ನಿಲುವುಗಳನ್ನು ಗಮನಿಸಿದೆವು. ನಿಜಕ್ಕೂ ನಾವು ತೆಗೆದುಕೊಂಡ ವಿಷಯ ಎಷ್ಟು ಪ್ರಚಲಿತದಲ್ಲಿತ್ತೆಂದರೆ, ನಮ್ಮ ಸಂಭಾಷಣೆಯನ್ನು ಚರ್ಚೆಯಲ್ಲೇ ಬೆಳೆಸಿದ್ದೂ ಇದೆ. ನಮಗೆ ಆಗಲೇ ಗೊತ್ತಾಗಿದ್ದು ಕುರ್‌ಅನ್ ಹೆಣ್ಣುಮಕ್ಕಳ ಬಗ್ಗೆ ತುಂಬಾ ಉದಾರವಾಗಿ ನಡೆದುಕೊಂಡಿದೆ ಎನ್ನುವುದು. ಅವಳಿಗೆ ಗಂಡನ ಜೊತೆ ಸಂಸಾರ ಸುಗಮವಲ್ಲ ಎನ್ನಿಸಿದರೆ ಖುಲಾ ಕೇಳುವ ಸ್ವಾತಂತ್ರ್ಯವೂ ಇದೆ. ಆದರೆ ಸಾಮಾಜಿಕವಾಗಿ ಇಂಥಾ ಹಕ್ಕುಗಳನ್ನು ಹೆಣ್ಣುಮಕ್ಕಳಿಗೆ ತಿಳಿಯದೇ ಇರುವ ಹಾಗೆ ನೋಡಿಕೊಳ್ಳಲಾಗಿದೆ, ಮತ್ತು ಹಾಗೆ ಖುಲಾ ಕೇಳಿದವರಿಗೆ ಸಾಮಾಜಿಕವಾಗಿ ಮನ್ನಣೆ ಸಿಗದ ಹಾಗೆ ನೋಡಿಕೊಳ್ಳಲಾಗಿದೆ ಎನ್ನುವುದು ವಾಸ್ತವ ಸತ್ಯ. ಕುರ್‌ಆನ್ ಪ್ರಕಾರ ತಲ್ಲಾಖ್ ಎನ್ನುವುದು ಒಟ್ಟಿಗೆ ಬಾಳಲಿಕ್ಕೆ ಇರುವ ಅವಕಾಶವೇ ಹೊರತು ಬಿಟ್ಟುಹೋಗಲಿಕ್ಕಲ್ಲ ಎನ್ನುವುದನ್ನು ಅರ್ಥ ಮಾಡಿಕೊಳ್ಳಬೇಕು. ಹೆಣ್ಣಿನ ಘನತೆಯನ್ನು ಎತ್ತಿ ಹಿಡಿಯುವ ಇಂಥಾ ಅನೇಕ ಸಂಗತಿಗಳು ಅಲ್ಲಿ ಇವೆ. ಇದರೊಂದಿಗೆ ತಲ್ಲಾಖ್ ಕೊಟ್ಟವನಿಗೆ

ಮತ್ತೆ ಅದೇ ಹೆಂಡತಿಯ ಜೊತೆ ಬಾಳುವೆ ಬೇಕೆಂದ ಪಕ್ಷದಲ್ಲಿ ಆಕೆ ಇನ್ನೊಬ್ಬನನ್ನು ವಿವಾಹವಾಗಿ ಆತನೊಡನೆ ಬಾಳಲಾರದೆ ಆತನಿಂದ ತಲಾಖ್ ಪಡೆದು ಬಂದವಳಾಗಿರಬೇಕು. ಅಥವಾ ಮೊದಲಿನ ಗಂಡನನ್ನು ಪುನರ್ ವಿವಾಹವಾಗಲು ಒಂದು ರಾತ್ರಿಗೆ ಓರ್ವನನ್ನು ವಿವಾಹವಾಗಬೇಕೆಂಬ ನಿಯಮವನ್ನು ಕುರ್‌ಆನ್ ಎಲ್ಲೂ ವಿಧಿಸಿಲ್ಲ. ಇದೇ ಅಲ್ಲದೆ ಕುರ್‌ಆನ್‌ನಲ್ಲಿ ಬರೀ ಹೆಣ್ಣು ಮಕ್ಕಳೇ ಹುಟ್ಟಿದ್ದಕ್ಕೆ ತಲ್ಲಾಖ್ ಹೇಳಬಹುದು ಎನ್ನುವುದೂ ಇಲ್ಲ. ಇದೆಲ್ಲಾ ಅನುಕೂಲ ಸಿಂಧುಗಳಾದ ಗಂಡಸರು ತಮ್ಮ ಸೌಕರ್ಯಕ್ಕಾಗಿ ಕೈಗೊಂಡ ಉಪಾಯಗಳು ಎನ್ನುವುದು ಗಮನಿಸಬೇಕಾದ ಸಂಗತಿ.

ವ್ಯವಸ್ಥೆಯೊಂದಿಗೆ ಸಂಘರ್ಷಕ್ಕಿಳಿಯುವುದರಿಂದ ಯಾವ ಪ್ರಯೋಜನವೂ ಇಲ್ಲ. ಆದರೆ ವ್ಯವಸ್ಥೆಯನ್ನು ಬದಲಿಸಲಿಕ್ಕೆ ಇರುವ ಮಾರ್ಗಗಳನ್ನು ಕಂಡುಕೊಳ್ಳಬೇಕು ಮತ್ತು ಅದನ್ನು ಜನರ ಹತ್ತಿರಕ್ಕೆ ಕರೆದೊಯ್ಯಲಿಕ್ಕೆ ಏನು ಮಾಡಬೇಕು ಎನ್ನುವುದನ್ನು ಯೋಚಿಸಬೇಕು. ಎರಡೇ ದಾರಿಗಳು ನಮ್ಮ ಮುಂದಿರುವುದು ಎನ್ನುವುದನ್ನು ಯೋಚಿಸತೊಡಗಿದೆವು. ಬುದ್ಧಿ ಮುಖ್ಯವಾದ ಪರಿಣಾಮ ಆ ಭಾಗದ ಸಂಭಾಷಣೆ ಸ್ವಲ್ಪ ಗ್ರಾಂಥಿಕವೇ ಆಯಿತು. ಇರಲಿ ಎಂದುಕೊಂಡೆವು. ನಮ್ಮ ಮಾತುಗಳಲ್ಲಿ ಯಾವುದೇ ಗೊಂದಲಗಳೂ ಇರಬಾರದು ಎನ್ನುವುದು ಮೊದಲ ಆದ್ಯತೆಯಾಗಿತ್ತು. ಹೀಗಾಗಿ ಜಮಾತಿನ ಅಧ್ಯಕ್ಷರ ಹತ್ತಿರ 'ಏಕಪಕ್ಷೀಯವಾಗಿ ಒಮ್ಮೆಗೇ ಮೂರು ತಲ್ಲಾಖ್ ನೀಡುವುದನ್ನು ಭಾರತೀಯ ಮುಸ್ಲಿಂ ಮಹಿಳೆಯರು ತೀವ್ರವಾಗಿ ವಿರೋಧಿಸುವುದಿಲ್ಲವೋ ಅಲ್ಲಿಯವರೆಗೆ ಮಹಿಳೆಯರು ಅನ್ಯಾಯವಾಗಿ ಇಂಥ ವಿಧಿಗಳಿಗೆ ಬಲಿಯಾಗುತ್ತಿರುತ್ತಾರೆ. ಸರಕಾರಕ್ಕಾಗಲೀ, ಕಾನೂನು ವ್ಯವಸ್ಥೆಗಾಗಲೀ ನಮ್ಮ ಹೆಣ್ಣು ಮಕ್ಕಳಿಗೆ ನಿಖಾ, ತಲ್ಲಾಖ್, ಮಕ್ಕಳ ಜೀವನಾಂಶದ ನೀಡುವ ಬಗ್ಗೆ ಕುರ್‌ಆನ್ ಆಧಾರದ ಮೇಲೆಯೇ ಮುಸ್ಲಿಂ ಪರ್ಸನಲ್ ಲಾ ಅನ್ನು ಪುನರ್ ನಿರ್ಮಿಸಲು ಯಾಕೆ ಸಾಧ್ಯವಾಗದು?' ಎನ್ನುವ ಪ್ರಶ್ನೆಗಳನ್ನು ಕೇಳಿಸಿದೆವು. ಅದು ಪರಿಹಾರದ ಮಾರ್ಗ ಕೂಡ ಎಂದು ನಮಗೆ ಅನ್ನಿಸಿತ್ತು. ಸಬಲೀಕರಣದ ಉತ್ತರಗಳು ಎಲ್ಲಿಯಾದರು ಸಿಕ್ಕಲಿ, ಸಿಗುತ್ತದೆ ಎನ್ನುವುದೇ ದೊಡ್ಡ ಸಮಾಧಾನವಾಗಿತ್ತು.

ಜಮಾತಿನ ಮನೆಗಾಗಿ ಮಂಗಳೂರಿನ ಯಶವಂತ ಕಾಮತ್ ಅವರ ಮನೆಯನ್ನು ಮಾತಾಡಿ ಬಂದಿದ್ದೆವು. ಹಸೀನಾ ಚಿತ್ರಕ್ಕಾಗಿ ಅಲ್ಲಿ ಚಿತ್ರೀಕರಣವನ್ನು ಕಾಸರವಳ್ಳಿ ಸರ್ ಮಾಡಿದ್ದರಂತೆ. ಹಾಗೆ ಪರಿಚಯವಿದ್ದರಿಂದ ಪಂಚಾಕ್ಷರಿಗೆ ಅವರನ್ನು ಕನ್ವಿನ್ಸ್ ಮಾಡುವುದು ಸುಲಭವಾಯ್ತು. ಆದರೆ ಅಲ್ಲೊಂದು ಜಮಾತಿನ ಮೀಟಿಂಗ್ ನಡೆಯುತ್ತೆ ಅನ್ನುವುದನ್ನು ಅವರಿಗೆ ಹೇಳಲಿಲ್ಲ. ನನಗೆ ಪ್ರತಿ ಸಲ ಪಂಚಾಕ್ಷರಿ ಯಾಕೆ ಹೀಗೆ ಮುಚ್ಚು ಮರೆ ಮಾಡುತ್ತಾರೆ ಎನ್ನುವುದು ಗೊತ್ತಾಗಲಿಲ್ಲ. ಅವರಿಗೂ ಇಂಥಾ ವಿಷಯಗಳನ್ನು ಡೀಲ್ ಮಾಡುವಾಗ ಗೊಂದಲವಿದ್ದಿರಬೇಕು.

ಮತ್ತು ನಮ್ಮ ಕಥೆಯನ್ನು ಬಿಟ್ಟುಕೊಡಬಾರದು ಎನ್ನುವುದೂ ಇದ್ದಿರಬಹುದು. ಅವರ ಈ ನಿಲುವಿನಿಂದ ಸುಮಾರು ಕಡೆ ತೊಂದರೆಯಾಗಿತ್ತು. ಇಲ್ಲೂ ಹೀಗೇ ಆಯಿತು. ನಿಗದಿತ ದಿನದಂದು ಬರುತ್ತಿದ್ದೇವೆ ಎಂದು ನೆನಪಿಸಲು ಚಂದ್ರಹಾಸ ಉಲ್ಲಾಳರು ಯಶವಂತ ಕಾಮತ್ ಅವರಿಗೆ ಫೋನ್ ಮಾಡಿದ್ದಾರೆ. ಅವರಿಂದ ವಿಷಯ ತಿಳಿದುಕೊಂಡ ಕಾಮತ್ ಮನೆಯವರು, 'ಇದಕ್ಕಾದರೆ ನಾವು ಕೊಡುವುದಿಲ್ಲ' ಎಂದು ನೇರವಾಗಿ ಹೇಳಲಿಲ್ಲ. ಆದರೆ 'ನಮ್ಮ ಮನೆಯಲ್ಲಿ ಏನೋ ಸಮಸ್ಯೆ, ಈಗ ಚಿತ್ರೀಕರಣಕ್ಕೆ ಕೊಡಲಿಕ್ಕೆ ಆಗುವುದಿಲ್ಲ' ಎಂದು ಕೈತೊಳೆದುಕೊಂಡಿದ್ದಾರೆ. 'ಇನ್ನೊಂದು ದಿನಕ್ಕಾದರೂ ಕೊಡಿ' ಎಂದರೆ 'ಇಲ್ಲ' ಎಂದುಬಿಟ್ಟಿದ್ದಾರೆ. ನಂತರ ಚಂದ್ರಹಾಸರು ಸುಮಾರು ಮನೆಗಳನ್ನು ಹುಡುಕಿದ್ದಾರೆ. ಎಷ್ಟೇ ಪ್ರಯತ್ನ ಪಟ್ಟರೂ ಯಾವುದೂ ಆಗಲಿಲ್ಲ. ಕಡೆಗೆ ತಮ್ಮ ಮನೆಯನ್ನೇ ಜಮಾತಿನ ಸಭೆಗಾಗಿ ಬಿಟ್ಟುಕೊಟ್ಟರು.

ಜಮಾತಿನ ಸಭೆ ನಡೆಯುವಾಗಲೇ ಕೃತಕ ಮಳೆಗಾಗಿ ನಾನು ಫೈರ್ ಇಂಜಿನ್‌ನ ಜೊತೆ ಯುದ್ಧ ಮುಗಿದ ನಿರಾಳದಲ್ಲಿ ಉಲ್ಲಾಳಕ್ಕೆ ಬಂದದ್ದು. ಇನ್ನೆರಡು ದಿನದ ಶೂಟಿಂಗ್ ಬಾಕಿ ಇತ್ತು. ಫೈರ್ ಇಂಜಿನ್ ಗಾಡಿ ಬಂದು ನಿಂತುಬಿಟ್ಟಿದೆ. ಜನ ಮಾತ್ರ ಒಬ್ಬರೂ ಇಲ್ಲ. ಇಪ್ಪತ್ತನಾಲ್ಕು ಗಂಟೆಗಳ ಕಾಲ ನಮಗೆ ಕಾಲಾವಕಾಶ. ಅಷ್ಟರಲ್ಲಿ ಚಿತ್ರೀಕರಣ ಮುಗಿಯಬೇಕು. ಇಲ್ಲದಿದ್ದರೆ ಮತ್ತೆ ಹಣ ತುಂಬ ಬೇಕಿತ್ತು ನಮ್ಮ ಇವತ್ತಿನ ಸಂದರ್ಭಕ್ಕೆ ಅದು ಸಾಧ್ಯವಿರಲಿಲ್ಲ. ಹೀಗಾಗಿ ನನ್ನಲ್ಲಿ ಕೂಡ ಆತಂಕ ಮನೆ ಮಾಡಿತ್ತು. ಅಲ್ಲಿ ಬೆಳಗ್ಗೆ ಶುರುವಾದ ದೃಶ್ಯ ಮುಗಿದಿದ್ದೇ ತಡವಾಗಿ ಆದ್ದರಿಂದ ಪಂಚಾಕ್ಷರಿಗೂ ಬೇರೆ ದಾರಿ ಇರಲಿಲ್ಲ.

ಪುನೀತ ಮತ್ತು ಪುಟ್ಟರಾಜು ಪಾತುಮ್ಮಳ ಮನೆಯ ಲೊಕೇಷನ್‌ಗೆ ಬಂದರು. ಫೈರ್ ಇಂಜಿನ್‌ನವರು ಟ್ಯಾಂಕರ್‌ನಲ್ಲಿ ನೀರನ್ನು ತುಂಬಿಸಿಕೊಂಡು ಬಂದಿದ್ದರು. ಆದರೆ ಅದು ಸಾಲುವುದಿಲ್ಲವಾದ್ದರಿಂದ ಹೊರಗಿನಿಂದ ಟ್ಯಾಂಕರ್‌ನ ವ್ಯವಸ್ಥೆ ಆಗ ಬೇಕಿತ್ತು. ಲೋಕಲ್ ಜನರ ಜೊತೆ ಮಾತಾಡಿಕೊಂಡು ತಯಾರಿ ನಡೆಸಿಕೊಂಡೆವು. ಫೈರ್ ಇಂಜಿನ್ ಜೊತೆ ಬಂದವರಿಗೆ ಕಾಫಿ, ತಿಂಡಿ ಕೊಡಿಸಿ, ಶೂಟಿಂಗ್ ಮುಗಿಸಿ ಬರುವ ನಮ್ಮ ಟೀಂಗಾಗಿ ಕಾಯುತ್ತಾ ಕುಳಿತೆವು.

ಅಷ್ಟು ದಿನಗಳಲ್ಲಿ ತುಂಬಾ ರಿಲ್ಯಾಕ್ಸ್ ಆಗಿ ಕುಳಿತದ್ದು ಆಗಲೇ ಇರಬೇಕು. ಸಮುದ್ರದ ತಡೆಗೋಡೆಯನ್ನು ದಾಟಿ, ಕೆಳಗಿಳಿದು ನೀರ ಬಳಿ ಕುಳಿತೆವು. ನಾನೂ ಹಾಡುಗಳನ್ನು ಹೇಳುತ್ತಿದ್ದೆ. ಸಮುದ್ರದ ತೆರೆಯ ಶಬ್ದದಲ್ಲಿ ಯಾರ ಮಾತು ಯಾರಿಗೂ ಕೇಳುತ್ತಿರಲಿಲ್ಲ. ಒಳಗಿನ ಹುಕಿಗಾಗಿ ಮಾತ್ರ ಹಾಡುತ್ತಿದ್ದೆ.

ನಾವು ಮಾತ್ರ ಓಡಾಡುತ್ತಿದ್ದನ್ನು ಗಮನಿಸಿದ ಅಲೀಮಮ್ಮ, 'ಯಾರೂ ಇಲ್ಲದೆ ಇವರು ಮಾತ್ರ ಯಾಕೆ ಹೀಗೆ ಓಡಾಡುತ್ತಿದ್ದಾರೆ? ಶೂಟಿಂಗ್ ಇಲ್ಲವೋ'

ಎಂದುಕೊಂಡು ನಮ್ಮ ಬಳಿ ಬಂದರು. 'ಇಲ್ಲ ಬರುವವರಿದ್ದಾರೆ' ಎಂದ ನನ್ನ ಮಾತಿಗೆ, 'ಬಂದಾಗ ನಿಮಗೆ ಕೆಲಸ ಜಾಸ್ತಿಯಾಗಿಬಿಡುತ್ತಲ್ವಾ?' ಎಂದು ಮಾತಿಗಿಳಿದರು. ಮಾತು ಶೂಟಿಂಗ್ ಮುಗಿಸಿ ಇನ್ನೇನು ಹೊರಡುವ ದಿನ ಹತ್ತಿರ ಬರುತ್ತಿದೆ ಎನ್ನುವ ವಿಷಯಕ್ಕೆ ತಿರುಗಿದಾಗ, 'ಅಯ್ಯೋ ನೀವು ಹೊರಟೇ ಬಿಡುತ್ತೀರಾ?' ಎಂದು ಆಕೆ ಉದ್ಗಾರ ತೆಗೆದರು. 'ನನಗೆ ಬೀಡಿ ಕಟ್ಟುವುದನ್ನು ಹೇಳಿಕೊಟ್ಟುಬಿಡಿ, ನಾನಿಲ್ಲೇ ಇದ್ದುಬಿಡುತ್ತೇನೆ' ಎಂದೆ ನಗುತ್ತಾ. 'ನೀವಿರುತ್ತೀರಾ ಎಂದರೆ ನಾನು ಏನು ಬೇಕಾದರೂ ಕಲಿಸಿಕೊಡುತ್ತೇನೆ' ಎಂದರು ಅಲೀಮಮ್ಮ. 'ನಾನು ಹೋಗಲಿಕ್ಕೆ ಇಲ್ಲಿಗೆ ಬಂದವಳು. ಕೆಲಸ ಮುಗಿದ ಮೇಲೆ ಇಲ್ಲಿ ನಾನು ಹೇಗಿರಲಿಕ್ಕೆ ಆಗುತ್ತೆ? ನನಗೂ ನಿಮ್ಮನ್ನೆಲ್ಲಾ ಬಿಟ್ಟು ಹೋಗಲಿಕ್ಕೆ ನೋವಾಗುತ್ತೆ' ಎಂದೆ. 'ಹೋಗುವುದು ಎನ್ನುವ ಮಾತು ಎಷ್ಟು ಬೇಜಾರಾಗಿ ಕೇಳುತ್ತೆ ಅಲ್ಲವಾ?' ಎಂದರು ಆಕೆ. ಇಬ್ಬರ ಮಾತಿನಲ್ಲಿ ಗಾಢವಾಗುತ್ತಿದ್ದ ಆಪ್ತತೆ. ಅಲೀಮಮ್ಮನಿಗೆ ಏನೋ ಹೇಳಲಿಕ್ಕಿತ್ತು, ಅವರ ಕಣ್ಣುಗಳಲ್ಲಿ ತೀವ್ರವಾದ ಹೊಳಪು. ಇದ್ದಕ್ಕಿದ್ದ ಹಾಗೆ ನನ್ನ ಕೈಗಳನ್ನು ಹಿಡಿದುಕೊಂಡು, 'ನೀವು ನಮ್ಮ ಜಾತಿಯಲ್ಲಿ ಹುಟ್ಟಬೇಕಿತ್ತು' ಎಂದುಬಿಟ್ಟರು.

ಆ ಮಾತುಗಳನ್ನು ಕೇಳಿ ಕ್ಷಣಕಾಲ ದಿಗ್ಭ್ರಾಂತಳಾದೆ. ದಿಕ್ಕು ತೋಚಲಿಲ್ಲ. ಅಲೀಮಮ್ಮ ತಮ್ಮ ಮನಸ್ಸಿನಲ್ಲಿದ್ದುದನ್ನು ಹೇಳಿಯಾಗಿತ್ತು. ಅವರ ಮನಸ್ಸಿನ ಭಾರ ನನ್ನ ಮನಸ್ಸಿಗೆ ವರ್ಗಾವಣೆಯಾಗಿತ್ತು. ಇಂಥಾದ್ದೊಂದು ಕ್ಷಣ ನನ್ನ ಜೀವನದಲ್ಲಿ ಬರುತ್ತೆ ಎಂದುಕೊಳ್ಳಲಿಕ್ಕೆ ಸಾಧ್ಯವೇ ಇರಲಿಲ್ಲ. ನನ್ನ ಕಣ್ಣಲ್ಲಿ ಆಯಾಚಿತವಾಗಿ ನೀರು ಬಂದಿತ್ತು. ಅವರ ಕೈಗಳನ್ನು ಬಿಗಿ ಮಾಡುತ್ತಾ, 'ಅಲೀಮಮ್ಮ ಈಗಲೂ ನಾನು ನಿಮ್ಮವಳೇ' ಎಂದಿದ್ದೆ. ಭೂಮಿ, ಆಕಾಶ, ನೀರು ಕೊನೆಗೆ ಆಡುತ್ತಿದ್ದ ಉಸಿರೂ ಭಾರವೇ. ಕಳಕೊಳ್ಳುವ ನೋವು ಕೂಡಿಕೊಳ್ಳುವ ಸುಖವನ್ನು ಇಲ್ಲವಾಗಿಸುತ್ತದೆ. ಅಲೀಮಮ್ಮನಿಗೆ ನಾನು ಯಾರೆಂದು ಸರಿಯಾಗಿ ಗೊತ್ತಿಲ್ಲ. ಆದರೆ ತನ್ನ ಧರ್ಮದವಳಲ್ಲವೆಂದು ಸ್ಪಷ್ಟವಾಗಿ ಗೊತ್ತಿದೆ. ಆದರೂ ನನ್ನನ್ನು ತನ್ನವಳನ್ನಾಗಿ ಮಾಡಿಕೊಳ್ಳಬೇಕು ಅನ್ನಿಸಿತ್ತಲ್ಲ! ಅದು ದಿವ್ಯತೆಯದ್ದು. ಹುಟ್ಟಬೇಕಿತ್ತು ಎನ್ನುವುದು ಆಕೆಯ ಇಚ್ಛೆಯೇ ಆಗಿದ್ದರೆ ನಾನು ಅವರ ಧರ್ಮದವಳೇ. ಮನುಷ್ಯತ್ವಕ್ಕೆ ಮಾತು ಯಾವತ್ತೂ ಭಾರವೇ. ಪ್ರೀತಿ ಯಾವತ್ತೂ ಹಗುರವೇ. ಆದರೂ ಅಲೀಮಮ್ಮನ ಮನಸ್ಸನ್ನು ಹಗುರಗೊಳಿಸಬೇಕಿತ್ತು ನಾನೂ ಹಗುರಾಗಬೇಕಿತ್ತು. 'ಅಲೀಮಮ್ಮ ನನ್ನ ಬಗ್ಗೆ ಒಂದು ಕಥೆ ಕಟ್ಟಿಬಿಡಿ, ನಿಮ್ಮ ಕಥೆಯಲ್ಲಿ ನಾನು ಶಾಶ್ವತವಾಗಿ ಇದ್ದುಬಿಡುತ್ತೇನೆ' ಎಂದೆ. 'ನಿಮಗೆ ನಾನು ಹೇಳುವುದು ಕತೆಯ ಹಾಗೆ ಅನ್ನಿಸಿದ್ದಾ? ಎಂದು ತುಸು ಕೋಪ, ತುಸು ನಗುವಿನ ಜೊತೆ ಹೇಳಿದಾಗ ನಾನು ಜೋರಾಗಿ ನಕ್ಕೆ.

ಮುಗಿದ ಶೂಟಿಂಗ್: ಉಳಿದ ಕೃತಜ್ಞತೆ

ಮುತುವಲಿಯ ಮನೆಯ ಶೂಟಿಂಗ್ ಮುಗಿಸಿ ಸಂಜೆಯ ಹೊತ್ತಿಗೆ ಎಲ್ಲರೂ ಪಾತುಮ್ಮನ ಮನೆಯ ಲೊಕೇಷನ್‌ಗೆ ಬಂದರು. ಮಧ್ಯದಲ್ಲಿ ನೀರು ಖಾಲಿಯಾದರೆ ಎಂದು ಎರಡು ಟ್ಯಾಂಕರ್‌ಗಳಿಗೆ ಹೇಳಿಟ್ಟಿದ್ದೆವು. 'ಫೋನ್ ಮಾಡಿ ತಕ್ಷಣ ಕಳಿಸುತ್ತೇನೆ' ಎಂದಿದ್ದರು ಟ್ಯಾಂಕರ್ ಮಾಲೀಕರು. ಸೂರ್ಯಾಸ್ತದ ಹೊತ್ತಿಗೆ ಶೂಟಿಂಗ್ ಶುರುವಾದ್ದರಿಂದ ಮಳೆಯ ವಾತಾವರಣದ ವಿವರಗಳನ್ನು ತೋರಿಸುವುದು ತೊಡಕಾಗಲಿಲ್ಲ. ಜೋರು ಮಳೆ ಸಮುದ್ರ ಉಕ್ಕುವುದನ್ನು ಸೂಚಿಸುವಂತೆ ಚಿತ್ರಿಸಬೇಕಿತ್ತು. ಅದು ಬೇಸಿಗೆ ಕಾಲವಾದ್ದರಿಂದ

ಮೋಡದ ವಾತಾವರಣ ತರುವುದು ಕಷ್ಟವೇ. ಅದನ್ನು ದಾಟಿಕೊಳ್ಳಲಿಕ್ಕೆ ನಾವು ಹೀಗೆ ಮಾಡದೆ ಬೇರೆ ದಾರಿಯೂ ಇರಲಿಲ್ಲ. ಅವತ್ತು ತುಂಬಾ ಚಿತ್ರೀಕರಣ ಸಾಧ್ಯವಾಗದೇ ಹೋದ್ದರಿಂದ ಮೊದಲ ದೃಶ್ಯವೇ ಬಾಕಿ ಉಳಿದುಬಿಟ್ಟಿತ್ತು. ಆ ದೃಶ್ಯದಲ್ಲಿ ಕಥೆಯ ಒಟ್ಟು ಆಶಯ ವ್ಯಕ್ತವಾಗಬೇಕಿತ್ತು. ಸೀತರಾಮ ಬೈತಾಡಿಯಪ್ಪ ಎನ್ನುವ ವಿಲೇಜ್ ಅಕೌಂಟೆಂಟ್ ಬಂದು ಸರಕಾರ ಕೊಟ್ಟಿರುವ ಜಾಗದಲ್ಲಿ ಪಾತುಮ್ಮನ ಮನೆ ಕಟ್ಟಿಕೊಳ್ಳುವುದರ ಬಗ್ಗೆ ಹೇಳುತ್ತಾ, 'ಇಲ್ಲದಿದ್ದರೆ ನಿನ್ನ ಜಾಗದಲ್ಲಿ ಬೇರೆ ಯಾರಾದರೂ ಮನೆ ಕಟ್ಟಿಯಾರು. ಆಗ ನಿನ್ನ ಹಕ್ಕು ಪತ್ರಗಳನ್ನು ತಗೊಂಡು ಹೋಗಿ ಒಲೆಗೆ ಇಕ್ಕಬೇಕಾಗುತ್ತದೆ' ಎಂದು ಹೇಳುತ್ತಾನೆ. ಅಲ್ಲಿಂದಲೇ ಪಾತುಮ್ಮನ ಮನೆ ಕಟ್ಟುವ ಪ್ರಯತ್ನ ಆರಂಭ ಆಗಬೇಕಿತ್ತು.

ನಾವು ಮೊದಲ ದೃಶ್ಯ ಮತ್ತು ಕೊನೆಯ ದೃಶ್ಯವನ್ನು ಒಟ್ಟಿಗೆ ಹಾಕಿಕೊಂಡಿದ್ದೆವು. ಕಾರಣ ಎರಡೂ ದೃಶ್ಯದ ಹಿನ್ನೆಲೆ ಮಳೆಯಾಗಿತ್ತು. ಪ್ರಸಂಗ ಬೇರೆಯಾದರೂ ಸಂದರ್ಭ ಮಳೆ ಆಗಿತ್ತು. ಮಳೆ ಬಂದು ಮನೆಯಲ್ಲಿ ತುಂಬಿಕೊಂಡಿದ್ದ ನೀರನ್ನು ಎತ್ತಿ ಆಚೆಗೆ ಹಾಕುತ್ತಿರುವಾಗ ವಿಲೇಜ್ ಅಕೌಂಟೆಂಟ್ ಬಂದು ಮಾತಾಡಬೇಕಿತ್ತು. ಮತ್ತು ಕೊನೆಯ ದೃಶ್ಯ ಮಳೆ ಬಂದು ಪಾತುಮ್ಮಳ ಮನೆ ಬಿದ್ದು ಹೋಗುವ ದೃಶ್ಯವಾಗಿತ್ತು. ಎರಡಕ್ಕೂ ಮಳೆಯು ಬೇಕಿದ್ದರಿಂದ ಅನಿವಾರ್ಯವಾಗಿ ಮೊದಲ ಹಾಗೂ ಕೊನೆಯ ದೃಶ್ಯಗಳನ್ನು ಒಟ್ಟಿಗೆ ಇಟ್ಟುಕೊಂಡಿದ್ದೆವು.

ತಡವಾಗಿ ಪಾತುಮ್ಮಳ ಮನೆಯ ಲೊಕೇಶನ್‌ಗೆ ಬಂದಿದ್ದರಿಂದ ಮುಖ್ಯ ಪಾತ್ರವಾಗಿದ್ದ ಮಳೆ ಬರುವಾಗ ಪ್ರಾಕೃತಿಕವಾಗಿ ಏನೆಲ್ಲಾ ನಡೆಯುತ್ತದೆ ಎಂದು ಅಂದುಕೊಂಡಿದ್ದೆವೋ ಅದನ್ನು ಮಾತ್ರ ಚಿತ್ರೀಕರಿಸಲಿಕ್ಕೆ ಅವತ್ತಾಯಿತು. ಜೋರು ಮಳೆ ಶುರುವಾಗುವುದು. ಪಾತುಮ್ಮ ಮತ್ತವಳ ಮೊಮ್ಮಗಳು ಎಲ್ಲಾ ಸಾಮಾನುಗಳನ್ನು ಒಂದು ಕಡೆಯಿಂದ ಇನ್ನೊಂದು ಕಡೆಗೆ ಸಾಗಿಸುವುದೂ ಮಾತಿಲ್ಲದ ಬರೀ ಕ್ರಿಯೆಯಿರುವ ಇಂಥಾ ದೃಶ್ಯಗಳನ್ನು ಚಿತ್ರೀಕರಿಸಿಕೊಂಡೆವು.

ಮಾರನೆ ದಿನ ಚಿತ್ರೀಕರಣದ ಕೊನೆಯ ದಿನ ಅಂತ ನಿರ್ಧಾರ ಮಾಡಿಬಿಟ್ಟಿದ್ದೆವು. ಕಾರಣ ಜಯಶ್ರೀಯವರು ಬೆಂಗಳೂರಿಗೆ ಹೊರಡಬೇಕಿತ್ತು. ಅವರು ನಮಗೆ ಕೊಟ್ಟಿದ್ದ ಕಾಲ್ ಶೀಟ್ ಅವತ್ತಿಗೆ ಮುಗಿಯುತ್ತಿತ್ತು. ಅವರಿಗೆ ಫ್ಲೈಟ್ ಟಿಕೇಟ್ ಬುಕ್ ಮಾಡಿದ್ದೆವು. ಈಗ ನಮಗೆ ಆತಂಕ ಶುರುವಾಗಿತ್ತು. ಮಳೆ, ಮನೆ ಬೀಳುವುದು ಎಲ್ಲವನ್ನೂ ಇಟ್ಟುಕೊಂಡು ಜಯಶ್ರೀಯವರದ್ದೇ ದೃಶ್ಯಗಳನ್ನು ನಾವು ಸಂಜೆ ಐದರ ಒಳಗೆ ಮುಗಿಸಲಿಕ್ಕೆ ಆಗುತ್ತಾ? ಎಂದು.

ನಮ್ಮ ಆತಂಕದ ಮಧ್ಯೆಯೇ ಶೂಟಿಂಗ್ ಶುರು ಮಾಡಿದೆವು. ನೀರನ್ನು ಗುಡಿಸಿಲಿನೊಳಗೆ ತುಂಬಿಸಿ ಅದನ್ನು ತೆಗೆದು ಹೊರಗೆ ಹಾಕುವ ದೃಶ್ಯವನ್ನು ಚಿತ್ರೀಕರಿಸಿಕೊಳ್ಳುವಾಗಲೇ ಫೈರ್ ಇಂಜಿನ್‌ನ ಟ್ಯಾಂಕರ್‌ನಲ್ಲಿ ನೀರು ಖಾಲಿಯಾಯಿತು.

ಮಾತಾಡಿದಂತೆ ನೀರಿನ ಟ್ಯಾಂಕರ್‌ಗೆ ಫೋನ್ ಮಾಡಿದ್ರೆ, 'ಹೊರಗೆ ಹೋಗಿದೆ. ನೆನ್ನೆಯೆಲ್ಲಾ ಕಾದೆವು, ನೀವು ಫೋನ್ ಮಾಡಲಿಲ್ಲ. ಅದಕ್ಕೆ ಇವತ್ತು ನಿಮಗಾಗಿ ಕಾಯಲಿಲ್ಲ' ಎಂದರು. ಎಲ್ಲರದ್ದೂ ಬಿಸಿನೆಸ್ ಏನು ಮಾಡಲಿಕ್ಕಾಗುತ್ತೆ? ಮತ್ತೆ ಬೇರೆ ಟ್ಯಾಂಕರ್‌ನವರಿಗೆ ಹೇಳಿ ನೀರನ್ನು ತರಿಸುವಾಗ ಮತ್ತರ್ಧ ಗಂಟೆ ನಾಶವಾಗಿತ್ತು. ನಮಗೆ ಯೋಚನೆ ಮಾಡಲಿಕ್ಕೂ ಆಗುತ್ತಿಲ್ಲ ಅಷ್ಟು ಆತಂಕ. ಜಕ್ಕು ಮಹಮದ್ ಕಾಯುತ್ತಾ ನಿಂತಿದ್ದರು. ನಾನು ಆತನಿಗೆ ನಮಸ್ತೆ ಹೇಳಿ ನನ್ನ ಕೆಲಸ ಮುಂದುವರೆಸಿದೆ. ಆತ ತನ್ನ ಸೈಕಲ್ ಅನ್ನು ಅಲ್ಲೇ ತೆಂಗಿನ ಮರಕ್ಕೆ ಒರಗಿಸಿ ನಿಂತರು. ಸೈಕಲ್‌ಗೆ ಕಟ್ಟಿದ್ದ ಮೀನಿನ ಕ್ರೇಟ್ ಖಾಲಿಯಾಗಿದ್ದರೂ ವಾಸನೆ ಬರುತ್ತಿತ್ತು. 'ಇವತ್ತು ಕಾಕ ಯಾಕೆ ಬಂದಿರುವುದು ಗೊತ್ತಾ?' ಎಂದಳು ಹಸೀನಮ್ಮ. ಯಾಕೆ? ಎನ್ನುವಂತೆ ಅವಳನ್ನು ನೋಡಿದೆ. 'ಹಣ ವಸೂಲಿ ಮಾಡಲಿಕ್ಕೆ' ಎಂದು ನಕ್ಕಳು. ಪಾಪ ಆತನಿಗೆ ಎಷ್ಟೆಲ್ಲಾ ನಿರೀಕ್ಷೆಗಳಿರಬಹುದೋ ಎಂದು ನೆನೆದು ನನಗೆ ಬೇಸರವಾಯಿತು.

ಅರ್ಧ ಗಂಟೆಯ ನಂತರ ನೀರಿನ ಟ್ಯಾಂಕರ್ ಬಂತು. ಅಷ್ಟರಲ್ಲಿ ಸಣ್ಣ ಪುಟ್ಟ ದೃಶ್ಯ ಭಾಗಗಳನ್ನು ಚಿತ್ರೀಕರಿಸಿಕೊಂಡೆವು. ಹವ್ಯಾಸಿ ತಂಡದ ನಟರುಗಳನ್ನು ಕರೆತಂದಿದ್ದರಿಂದ ಮೊದಲ ಸೀನು ಅಂಥಾ ಕಷ್ಟವಾಗಲಿಲ್ಲ. ಅವತ್ತು ಜಯಶ್ರೀಯವರು ತುಂಬಾ ಚೆನ್ನಾಗಿ ಆಕ್ಟ್ ಮಾಡುತ್ತಿದ್ದರು. ಚಂದ್ರಹಾಸರು ಎಲ್ಲರಿಗೂ ಭಾಷೆಯನ್ನು ತಿದ್ದುತ್ತಿದ್ದರು. ಅಲ್ಯುಮಿನಿಯಮ್ ಪಾತ್ರೆಗಳು ಗುಡಿಸಿಲಿನಲ್ಲಿ ತುಂಬಿಸಿದ್ದ ನೀರಿನಲ್ಲಿ ತೇಲುತ್ತಿದ್ದವು. ಅದರಿಂದಲೇ ಒಂದನ್ನು ತೆಗೆದು ನೀರನ್ನು ಚೆಲ್ಲುತ್ತಾ ಜಯಶ್ರೀ ತೀರಾ ಸಹಜವಾಗಿ ಮಾತಾಡುತ್ತಿದ್ದರು.

ಊಟದ ಬಿಡುವಿನಲ್ಲಿ ಸಲಾಂ ಸಾಬ್‌ನನ್ನು ಕರೆದು, ಇವತ್ತು ಈ ಗುಡಿಸಲನ್ನು ಬೀಳಿಸಬೇಕು. ಎಲ್ಲೆಲ್ಲಿ ಹಗ್ಗ ಕಟ್ಟಿದ್ದೀರೋ ಅದನ್ನು ಸಡಿಲ ಮಾಡು'ವಂತೆ ಹೇಳಿದ್ದೆ. ಸಲಾಂ ಸಾಬ್ ನಗುತ್ತಾ, 'ನೋಡಿ, ಹದಿನೈದು ದಿನಗಳ ಹಿಂದೆ ಇಲ್ಲಿ ಏನೂ ಇರಲಿಲ್ಲ. ನೀವು ಗುಡಿಸಲನ್ನು ಹಾಕಿದಿರಿ, ನಮಗೆ ಇದು ಮುಂಚಿನಿಂದಲೂ ಇತ್ತೇನೋ ಅನ್ನಿಸುತ್ತಿದೆ. ಈಗ ಬೀಳಿಸುವುದು ಸ್ವಲ್ಪ ನೋವಿನ ಮಾತು. ಇರಲಿ, ಬಿಡಿ ಸ್ವಲ್ಪ ಬಿಗಿ ಮಾಡಿದರೆ ಜನ ಇದನ್ನು ಬಳಸಿಕೊಳ್ಳಲೂ ಬಹುದಲ್ಲವಾ?' ಎಂದ. 'ನಾವು ಸೆಟ್ ಹಾಕಿರುವುದೇ ಚೆನ್ನಾಗಿರೋ ಮನೆಯನ್ನು ಬೀಳಿಸಲಿಕ್ಕೆ ಯಾರೂ ಕೊಡಲ್ಲ ಅಂತ. ನೀವು ಇದನ್ನೂ ಬೀಳಿಸಬೇಡಿ ಅಂತ ಹೇಳಿದ್ರೆ ಹೇಗೆ?' ಎಂದೆ. 'ಅದೂ ಸರಿಯೇ' ಎಂದು ಸಲಾಂ ಸಾಬ್ ನಕ್ಕು ಹೊರಟ. ಹೊರಡುವಾಗ ನಾನು ಮತ್ತೆ 'ನೆನಪಿರಲಿ ಮತ್ತೆಲ್ಲೋ ಕೆಲಸ ಎಂದು ಹೋಗಿಬಿಡಬೇಡಿ' ಎಂದೆ. ಗೊತ್ತಿದೆ ಎನ್ನುವಂತೆ ಸನ್ನೆ ಮಾಡಿ ಹೊರಟ.

ಎಷ್ಟು ಬೇಗ ಸಮಯ ಜಾರಿ ಹೋಯಿತು. ಹದಿನೈದು ದಿನಗಳನ್ನು ಈ ಜಾಗಗಳಲ್ಲಿ ಕಳೆದುಬಿಟ್ಟೆವಲ್ಲಾ? ನಾಳೆ ಕಳೆದರೆ ಮತ್ತೆ ನಮ್ಮ ನಮ್ಮ ಊರುಗಳಿಗೆ

ಹೊರಡಬೇಕು. ಆಶ್ಚರ್ಯ ಅನ್ನಿಸುತ್ತೆ, ಮಗ, ಗಂಡ, ಮನೆ ಎಲ್ಲಾ ಕಾಡಿಸಲಿಕ್ಕೆ ಶುರುವಾಯಿತು. ಬದುಕು ವಿಚಿತ್ರ. ನಮ್ಮದಲ್ಲದ ಜಾಗದಲ್ಲಿ ಬಂದು, ಎಲ್ಲವನ್ನೂ ನಮ್ಮದು ಮಾಡಿಕೊಳ್ಳುವ ಜಾದೂಗೆ ಏನು ಹೇಳಬೇಕು?

ಮಧ್ಯಾಹ್ನದ ಮೇಲೆ ವಾತಾವರಣ ಬದಲಾಗಿಬಿಟ್ಟಿತು. ಅಂಥಾ ಉರಿಬಿಸಿಲಿನ ನಡುವೆ ಮೋಡಗಳು ದಟ್ಟೈಸಿಕೊಂಡು ಬಂದವು. ನಮಗೆ ಆಶ್ಚರ್ಯ. ಕೃತಕ ಮಳೆಯ ಜೊತೆ ನಿಜವಾದ ಮಳೆ ಹನಿಗಳು ಬೆರೆತು ನಮಗೆ ಇಡೀ ಪ್ರಕೃತಿಯೇ ನಮ್ಮ ಕೆಲಸಕ್ಕೆ ಸಹಕರಿಸಿತೇನೋ ಎನ್ನುವಂತೆ ಅನ್ನಿಸಿಬಿಟ್ಟಿತು. 'ಇಂಥಾದ್ದು ಅಪರೂಪಕ್ಕೆ ನಡೆಯುತ್ತೆ' ಅಂತ ಕ್ಯಾಮೆರಾಮನ್ ಅಶೋಕ್ ಹೇಳುತ್ತಿದ್ದರು. ನಮಗಂತೂ ಅದು ದೊಡ್ಡ ಸೋಜಿಗದ ಹಾಗೆ ಅನ್ನಿಸಿತ್ತು.

ಹಗ್ಗಗಳನ್ನು ಸಡಿಲಿಸಿದ್ದರಿಂದ ಗುಡಿಸಲನ್ನು ಬೀಳಿಸುವುದು ಸುಲಭವಾಗಿತ್ತು. ಒಮ್ಮೆ ಸರಿಯಾಗಿ ಬೀಳಲಿಲ್ಲ ಎಂದರೆ ಮತ್ತೆ ಬೀಳಿಸಲಾಗುವುದಿಲ್ಲ. ಬೇರೆ ಯಾವ ದೃಶ್ಯಕ್ಕಾದರೂ ಟ್ರಯಲ್ ನೋಡಬಹುದು, ಇಂಥಾ ದೃಶ್ಯಗಳಿಗೆ ಆಗುವುದಿಲ್ಲ. ಇದು ಸಮಸ್ಯೆ ಆದ್ದರಿಂದ ನಾವೆಲ್ಲಾ ಅದರ ಬಗ್ಗೆ ಬಹಳಷ್ಟು ಕಾಳಜಿ ವಹಿಸಿದ್ದೆವು. ಪುಟ್ಟಣ್ಣ, ಪುನೀತಾ, ಸಲಾಂ ಸಾಬ್ ಮತ್ತು ನಾನು ಗುಡಿಸಿಲಿನ ಹಿಂಭಾಗದಲ್ಲಿದ್ದೆವು. ಬೀಳಿಸಿದ ಮೇಲೆ ನಾವು ಯಾರೂ ಕ್ಯಾಮೆರಾಕ್ಕೆ ಕಾಣಬಾರದು. ಎಲ್ಲಾ ಎಚ್ಚರಿಕೆಯನ್ನೂ ತೆಗೆದುಕೊಂಡಿದ್ದರಿಂದ ಕೆಲಸ ಸರಿಯಾಗಿ ಆಯಿತು. ಮೇಲಿಂದ ಮಳೆ ಜೋರಾಗಿ ಸುರಿದು ಗುಡಿಸಿಲು ಸಹಜವಾಗಿ ಬಿದ್ದಿತು ಎನ್ನುವ ಹಾಗೆ ಕಾಣಿಸುವ ಹಾಗೆ ವ್ಯವಸ್ಥೆ ಮಾಡಿದ್ದೆವು. ನಮ್ಮ ನಿರೀಕ್ಷೆ ಸರಿಯಾಗೇ ಇತ್ತು. ಆ ದೃಶ್ಯ ಚೆನ್ನಾಗಿಯೇ ಬಂತು.

ಗುಡಿಸಲು ಬಿದ್ದಿದ್ದರಿಂದ ಹಣೆಯಲ್ಲಿ ಗಾಯವಾಗಿದ್ದ ಪಾತುಮ್ಮ ಶ್ರೀನಿವಾಸಾಚಾರಿಯನ್ನು ನೋಡಿ ಅಳುತ್ತಾಳೆ. ಆ ದೃಶ್ಯದಲ್ಲಿ ಜಯಶ್ರೀಯವರು ಗ್ಲಿಸರಿನ್ ಇಲ್ಲದೆ ಕಣ್ಣಲ್ಲಿ ನೀರನ್ನು ತಂದುಕೊಂಡಿದ್ದರು.

ಈ ಮಧ್ಯೆಯೇ ಸಮಯ ಮುಗಿದು ಹೊರಡುವಾಗ ಫೈರ್ ಇಂಜಿನ್‌ನವರು ಹಣಕ್ಕಾಗಿ ಬೇಡಿಕೆಯನ್ನಿಟ್ಟರು. ನಾವು ಒಂದು ಸಾವಿರ ರೂಪಾಯಿಗಳನ್ನು ಕೊಟ್ಟೆವು. ಊಟ, ತಿಂಡಿ ಕಾಫಿ ಎಲ್ಲವನ್ನೂ ಹೊತ್ತು ಹೊತ್ತಿಗೆ ನೋಡಿಕೊಂಡೂ ನಾವು ಹೇಳಿದಂತೆ ಒಂದಿಷ್ಟು ಕೆಲಸ ಮಾಡಿಕೊಟ್ಟರಲ್ಲ ಎಂದು. ಕೊಟ್ಟ ಹಣ ಸಾಲದು ಎಂದು ಮಿಜಿ ಮಿಜಿ ಮಾಡಿದರು. ನಾನವರಿಗೆ ಖಡಾಖಂಡಿತವಾಗಿ, 'ನೋಟ್ ಬ್ಯಾನಿನಿಂದ ಹಣವೇ ಇಲ್ಲದ ಈ ಸ್ಥಿತಿಯಲ್ಲಿ ಇಷ್ಟನ್ನು ಕೊಡುತ್ತಿರುವುದೇ ಹೆಚ್ಚು' ಎಂದಿದ್ದೆ. ಪಂಚಾಕ್ಷರಿ, 'ಅದನ್ನಾದ್ರೂ ಯಾಕೆ ಕೊಡಬೇಕು? ಫೀಸ್ ಕಟ್ಟಿಲ್ಲವಾ?' ಎಂದಿದ್ದರು.

ಸ್ಥಳದಲ್ಲೇ ಹೊಳೆಯುವ ಸಣ್ಣ ಪುಟ್ಟ ದೃಶ್ಯಗಳನ್ನು ಸೇರಿಸಿಕೊಳ್ಳುವಾಗ, ಬಿದ್ದು ಹೋದ ಗುಡಿಸಲನ್ನು ನೋಡಲಿಕ್ಕೆ ಜನ ಸೇರಿದರೆ ಚೆನ್ನಾಗಿರುತ್ತೆ ಅಂತ ಅನ್ನಿಸಿತು. ಜನರನ್ನು ತಂದು ನಿಲ್ಲಿಸುವುದು ಹೇಗೆ? ಎನ್ನುವ ಸವಾಲು ಎದುರಾಯಿತು.

'ಮುಖವನ್ನು ತೋರಿಸುವುದಿಲ್ಲ, ನಿಮ್ಮ ನೆನಪಾಗಿ ಈ ದೃಶ್ಯ ಇರಲಿ' ಎಂದು ಕೇಳಿಕೊಂಡಿದ್ದರ ಪರಿಣಾಮ ಮುಕ್ಕಚ್ಚೇರಿಯ ಇಪ್ಪತ್ತಕ್ಕೂ ಹೆಚ್ಚು ಜನ ಹೆಣ್ಣುಮಕ್ಕಳು ಬಂದು ನಿಂತರು. ನನ್ನನ್ನೂ ಜೊತೆಯಲ್ಲಿ ಬಂದು ನಿಲ್ಲುವಂತೆ ಹೇಳಿದರು. ನಾನೂ ತಲೆಯ ಮೇಲೊಂದು ಬಟ್ಟೆಯನ್ನು ಹಾಕಿಕೊಂಡು ಮುಖ ಕಾಣದಂತೆ ಅವರೊಂದಿಗೆ ನಿಂತೆ.

'ಎಲ್ಲಾ ಮುಗಿಯಿತಲ್ಲವೇ? ಇನ್ನೇನಾದರೂ ಬಾಕಿ ಇದೆಯಾ?' ಎಂದು ಕೇಳಿದರು ಪಂಚಾಕ್ಷರಿ. 'ಇನ್ನು ಕಾಶಿಯ ಭಾಗವನ್ನು ಬಿಟ್ಟರೆ ಎಲ್ಲಾ ಮುಗಿದ ಹಾಗೆ' ಎಂದೆ. 'ಈಗ ಸದ್ಯ ಇನ್ನೇನೂ ಇಲ್ಲವಲ್ಲ. ಇವತ್ತಿಗೆ ಮುಗಿಸಬಹುದಲ್ಲವೇ?' ಎಂದರು. 'ಖಂಡಿತಾ' ಎಂದೆ. ಪಂಚಾಕ್ಷರಿ, 'ಶೂಟಿಂಗ್ ಮುಗಿಯಿತು' ಎಂದು ಘೋಷಣೆ ಮಾಡಿದರು.

ನಮ್ಮ ನಮ್ಮ ವಸ್ತುಗಳನ್ನು ತೆಗೆದುಕೊಂಡು ಹೊರಡುವಾಗ, ಜಕ್ಕು ಮಹಮದ್ ಎದುರಾದರು. ಆತನಿಗೆ, 'ಸರ್ ದಯವಿಟ್ಟು ನಾಳೆ ಬನ್ನಿ' ಎಂದೆ. 'ಶೂಟಿಂಗ್ ಮುಗಿದ ಮೇಲೆ ಮತ್ತೆ ನೀವೆಲ್ಲಿ ಬರ್ತೀರಾ?' ಎಂದು ಕೇಳಿದ ಜಕ್ಕು ಮಹಮದ್‌ಗೆ, ಹಸೀನಮ್ಮಾ 'ಅವರ ಎಲ್ಲ ವಸ್ತುಗಳು ಇಲ್ಲೆ ಇವೆಯಲ್ಲಾ ಮೋನಕಾ. ಬರುತ್ತಾರೆ ಬಿಡು, ನಾಳೆ ಬಂದುಬಿಡು' ಎಂದಳು. 'ಬರುವಿರಲ್ಲವೆ?' ಎನ್ನುತ್ತಾ ಆತ ಹೊರಟರು. ಸಲಾಂ ಸಾಬ್‌ಗೆ 'ಹಾಕಿರುವ ಗುಡಿಸಿಲಿನ ಎಲ್ಲಾ ಸೆಟ್ ತೆಗೆದು ಮೊದಲಿದ್ದ ಹಾಗೆ ಮಾಡಬೇಕು, ಆಮೇಲೆ ನಿಮಗೆ ಪೂರ್ತಿ ಪೇಮೆಂಟ್ ಕೊಡುವುದು' ಎಂದೆ. ಅದಕ್ಕಾತ ಒಪ್ಪಿದ.

ಕಾಸ್ಟೂಮ್, ಪ್ರಾಪರ್ಟಿ ಎಲ್ಲಾ ತೆಗೆದುಕೊಂಡು ಟಿಟಿ ಹತ್ತುವಾಗ ನಮಗೂ ಈ ಜಾಗಕ್ಕೂ ಏನು ಸಂಬಂಧ? ಯಾಕಿಲ್ಲಿಗೆ ಬಂದೆವು? ಯಾಕೆ ಹೋಗುತ್ತಿದ್ದೇವೆ? ಎಂದೆಲ್ಲಾ ಅನ್ನಿಸಿತು. ನಿಜಕ್ಕೂ ನನ್ನನ್ನಾವರಿಸಿದ್ದು ಶೂನ್ಯವಾ? ನಿರಾಳತೆಯಾ? ಗೊತ್ತಾಗಲಿಲ್ಲ. ತುಂಬಾ ಸಮಯ ನಾವು ಕೇಳಿಕೊಳ್ಳುವ ಪ್ರಶ್ನೆಗಳು ತಾತ್ವಿಕವಾಗಿರುತ್ತದೆ. ಅದಕ್ಕೆ ಭಾವನಾತ್ಮಕತೆಯನ್ನು ಬೆರೆಸಿಬಿಟ್ಟರೆ ಸಹಿಸಿಕೊಳ್ಳುವುದು ಕಷ್ಟವಾಗುತ್ತದೆ. ಬಹುಶಃ ಅವತ್ತು ನನಗಾದದ್ದು ಅದೇ.

ಅಂದು ರಾತ್ರಿ ಎಲ್ಲರೂ ಒಬ್ಬೊಬ್ಬರಾಗಿ ಹೊರಟರು. ಮೊದಲು ಹೊರಟದ್ದು ಕ್ಯಾಮರಾಮನ್, ನಂತರ ನಟರು, 'ಹೊರಡುವವರೆಲ್ಲಾ ಹೊರಡಿ' ಎಂದಿದ್ದರಿಂದ ನಾನೂ, ಪುನೀತ, ಪಂಚಾಕ್ಷರಿಯನ್ನು ಬಿಟ್ಟರೆ ಪುಟ್ಟಣ್ಣನೂ ಸೇರಿದಂತೆ ಎಲ್ಲರೂ ಹೊರಟರು. ಪಾತುಮ್ಮನ ಮನೆಯಲ್ಲಿದ್ದ ಅಕ್ಕಪಕ್ಕದವರ ಮನೆಯಿಂದ ತೆಗೆದುಕೊಂಡಿದ್ದ ಕೆಲ ಪಾಪರ್ಟಿಗಳನ್ನು ಕೊಟ್ಟುಬಿಟ್ಟಿದ್ದರೆ ನಾನೂ ಹೊರಟು ಬಿಡಬಹುದಿತ್ತು ಅನ್ನಿಸಿತು. ಆದರೆ ಕರ್ತವ್ಯ ಇದ್ದಿದ್ದರಿಂದ ಉಳಿದುಕೊಳ್ಳಲೇ ಬೇಕಿತ್ತು. ನಾನು ಒಪ್ಪಿಸಿದ್ದ ಕೆಲಸಗಳಿಗೆ ಪೇಮೆಂಟ್ ಬಾಕಿಯಿತ್ತು. ಎಲ್ಲಕ್ಕಿಂತ ಹೆಚ್ಚಾಗಿ ಮುಕ್ಕಚ್ಚೇರಿಯ ಆ ಹೆಣ್ಣುಮಕ್ಕಳಿಗೆ ಒಂದು ಕೃತಜ್ಞತೆಯನ್ನು ಹೇಳಬೇಕಿತ್ತು.

ಗುರಿಯಲ್ಲ ಅದರೆಡೆಗಿನ ಪಯಣವೇ ಮುಖ್ಯ

ಮಳೆಬಿಟ್ಟರೂ ಮರದ ಹನಿ ಬಿಡದು ಎನ್ನುವಂತಿತ್ತು ನಮ್ಮ ಕೆಲಸ. ಮಾರನೆಯ ದಿನ ಬೆಳಗ್ಗೆ ಚಂದ್ರಹಾಸರು ತಮ್ಮ ಕಾರನ್ನು ತೆಗೆದುಕೊಂಡು ಬಂದರು. ಅವರ ಸಾರಥ್ಯದಲ್ಲಿ ಮುಲ್ಕಿ–ಉಲ್ಲಾಳದ ಮಧ್ಯೆ ಇದ್ದ ಎಸ್ ಪಿ ಸೆಂಟರ್ ಎನ್ನುವ ಅಂಗಡಿಯಲ್ಲಿ ಅಲೀಮಮ್ಮ, ಹಸೀನಮ್ಮ ಮತ್ತು ಪ್ರೇಮಾ ಬೋಳ ರಂಗನಾಥ್ ಅವರಿಗೆ ಸೀರೆಗಳನ್ನು ತೆಗೆದುಕೊಂಡೆವು.

ಪಾತುಮ್ಮನ ಮನೆಯ ಜಾಗಕ್ಕೆ ಬಂದಾಗ ಜಕ್ಕು ಮಹಮದ್‌ನ ಸೈಕಲ್ ಕಾಣಿಸಿತು. ಹಸೀನಮ್ಮ ನಮ್ಮನ್ನು ನೋಡಿ ಮಾರ್ಮಿಕವಾಗಿ, 'ಬೆಳಗಿನಿಂದ ಕಾಯ್ತಾ ಇದಾರೆ ನಮ್ಮ ಜಕ್ಕು ಕಾಕ' ಎಂದಳು. 'ನಿಮ್ಮ ಜಕ್ಕು ಕಾಕ ನಮ್ಮ ಹತ್ತಿರ ಇವತ್ತು ಜಗಳ ಆಡದಿದ್ದರೆ ಅಷ್ಟೇ ಸಾಕು' ಎಂದು ನಾನೂ ತಿಳಿ ನಗುವಿನೊಂದಿಗೆ ಹೇಳಿದೆ. 'ನಿಮ್ಮ ಬಳಿ ಜಗಳ ಆಡಿದರೆ ನಾವೆಲ್ಲಾ ಸುಮ್ಮನೆ ನೋಡಿಕೊಂಡು ಇರುತ್ತೀವಾ?' ಎಂದು ಹಸೀನಮ್ಮ ಹೇಳಿದಾಗ ಅರಿಯದಲೇ ನನ್ನ ಕಣ್ಣಿನಲ್ಲಿ ನೀರು ಜಿನುಗಿತ್ತು. ನನಗೆ ಮೊದಲಿನಿಂದಲೂ ಈ ಸೌಹಾರ್ದ ಎನ್ನುವ ಪದದ ಮೇಲೆ ನಂಬಿಕೆ ಇಲ್ಲ. ಅದೊಂದು ರಾಜಕೀಯ ಪ್ರೇರಿತವಾದ ಮಾತೆಂದೇ ಅನ್ನಿಸುತ್ತದೆ. ಅದು ಪ್ರೀತಿ ಮಾತ್ರ ಮನುಷ್ಯನ ಎದೆಯಿಂದ ಎದೆಗೆ ಹರಿವ ಅಮೃತವಾಹಿನಿ. ಕೊಟ್ಟ ಮಾತಿನಂತೆ ಅಲೀಮಮ್ಮನ ಬಳಿ ಉಪ್ಪಿನಕಾಯನ್ನು ಕೊಂಡೆ. ಎಲ್ಲಿ ನಿಮ್ಮ ಹೀರೋ ಒಮ್ಮೆಗೂ ಕಾಣಿಸಲೇ ಇಲ್ಲ ಎಂದೆ. 'ನಿಮ್ಮದು ತಮಾಷೆಯಾ?' ಎಂದು ನಾಚಿಕೊಂಡರು ಅಲೀಮಮ್ಮ. ಈಗಲೂ ನಾನು ಹೇಳದೆ ಇದ್ದರೆ ತಪ್ಪಾದೀತು ಎಂದು, ಹಣ ಕೊಡುವ ನೆಪದಲ್ಲಿ, ಮೊದಲ ಬಾರಿಗೆ ಪರದೆಯನ್ನು ಸರಿಸಿ ಕರೆದ ಅವರ ಕೈಗಳನ್ನು ಹಿಡಿದು, 'ಅಲೀಮಮ್ಮ ನೀವು ಥೇಟ್ ಮಧುಬಾಲಾ ಥರಾನೇ ಇದೀರಿ' ಎಂದೆ. ಅವರ ಗಲ್ಲ ಕೆಂಪಾಯಿತು. 'ನನ್ನ ಸಾಬ್ ಕೂಡಾ ಹೀಗೇ ಹೇಳಿದ್ದರು' ಎಂದರು. ನಾನು ಹುಸಿ ಮುನಿಸಿನಿಂದ, 'ಎಲ್ಲವನ್ನೂ ಹೇಳಿದ್ದೀರಿ, ನಿಮ್ಮ ಸಾಬ್ ಹೇಳಿದ ಈ ಮಾತನ್ನು ಯಾಕೆ ಹೇಳಲಿಲ್ಲ' ಎಂದೆ. 'ಇಷ್ಟೇ ಅಲ್ಲ, ಹೇಳಲಿಕ್ಕೆ ತುಂಬಾ ಇದೆ' ಎಂದರು ಹೆಮ್ಮೆಯಿಂದ ಅಲೀಮಮ್ಮ. 'ಮುಂದೆ ಒಂದು ದಿನ ಬಿಡುವಾಗಿ ಬರುತ್ತೇನೆ, ಆಗ ಎಲ್ಲವನ್ನೂ ಹೇಳಿ, ನಿಮ್ಮ ಮೇಲೆ ನಾನೊಂದು ಕಾದಂಬರಿ ಬರೆಯುತ್ತೇನೆ' ಎಂದೆ. 'ನೀವೊಂದು ಸುಮ್ಮನಿರಿ' ಎಂದು ಪ್ರೀತಿಯಿಂದ ನನ್ನ ಬೆನ್ನ ಮೇಲೆ ಹೊಡೆದರು. ನಾನ್ಯಾಕೆ ಬರುತ್ತೇನೆ ಎಂದು ಇವರಿಗೆ ಮಾತನ್ನು ಕೊಡುತ್ತಿದ್ದೇನೆ? ಅಥವಾ ಬರಿಯ ಮಾತಿಗೆ ಹೇಳುತ್ತಿದ್ದೇನೆಯೇ? ಯಾಕೋ ಇದ್ದಕ್ಕಿದ್ದ ಹಾಗೆ ಅಮ್ಮ ಹೇಳುತ್ತಿದ್ದ ಮಾತು ನೆನಪಾಯಿತು. 'ದೇವಸ್ಥಾನದಿಂದ ಹೊರಗೆ ಬರುವಾಗ ಗಂಟೆ ಹೊಡೆಯಬೇಡ ಅದು ಮತ್ತೆ ಬರುತ್ತೇನೆಂದು ದೇವರಿಗೆ ಹೇಳಿದ ಹಾಗೆ. ಅಕಸ್ಮಾತ್ ಬರಲಾಗಲಿಲ್ಲ ಎಂದರೆ ಮಾತು ತಪ್ಪಿದ ಹಾಗೆ ಆಗುತ್ತಲ್ಲವಾ? ಅದಕ್ಕೆ' ಎಂದು. ನಿಜ ಅಲೀಮಮ್ಮನಿಗೆ ಹೇಳಿದ್ದಕ್ಕಾದರೂ ಮತ್ತೆ ಇಲ್ಲಿಗೆ ಬರಬೇಕು ಎಂದುಕೊಂಡೆ.

ಇಷ್ಟೆಲ್ಲಾ ಆಗುವಾಗ ಶುರುವಾಗಿದ್ದು ನಮ್ಮ ಹಗ್ಗ ಜಗ್ಗಾಟ. ಜಕ್ಕು ಮಹಮದ್ ತಮ್ಮ ತುಸುವೇ ಉಬ್ಬಿದಂತಿದ್ದ ಹೊಟ್ಟೆಯನ್ನು ಮುಂದಕ್ಕೆ ಹಾಕಿಕೊಂಡು ನಮ್ಮ ಜೊತೆ ಮಾತಿಗೆ ಇಳಿದಿದ್ದರು. ಅವರ ಕೃಶವಾಗಿದ್ದ ಕೈಕಾಲುಗಳು ಅವಶ್ಯಕತೆಗಿಂತ ಹೆಚ್ಚೇ ಆಡುತ್ತಿತ್ತು. ಎಕ್ಸೈಟ್ಮೆಂಟ್ ಇದ್ದೀತು. ತನ್ನ ಅಬ್ಬ ಅಲಿಯಬ್ಬ, ತಾಯಿ ಪಾತುಮ್ಮಾಬಿ ಕಟ್ಟಿಸಿದ್ದ ಮನೆಯನ್ನು ಕಾಪಾಡಿಕೊಳ್ಳುವ ಹಠವೂ ಸೇರಿತ್ತು.

ನಾನು ನಾಜೂಕಾಗಿ ಜಕ್ಕು ಎನ್ನುವ ಪದ ನನ್ನ ಬಾಯಿಂದ ಅಪ್ಪಿ ತಪ್ಪಿಯೂ ಬರದೇ ಇರುವ ಹಾಗೆ ನೋಡಿಕೊಂಡು ಮಾತಾಡಿದೆ. 'ಮಹಮದರೇ, ನಿಮ್ಮ ಈ ಮನೆಯನ್ನು ರಿಪೇರಿ ಮಾಡಿಸಲಿಕ್ಕೆ ಆಗುವಷ್ಟು ಹಣವನ್ನು ನಮ್ಮಿಂದ ಕೊಡಲು ಸಾಧ್ಯವಿಲ್ಲ. ನಿಮಗೆ ನಾವು ಗೌರವ ಧನವನ್ನು ಮಾತ್ರ ಕೊಡಲಿಕ್ಕಾಗುತ್ತದೆ' ಎಂದೆ. ಜಕ್ಕು ಮಹಮದರ ಮುಖ ಬಾಡಿತು. 'ಹಾಗೆಂದರೆ ಹೇಗೆ ಇವರೇ, ನಾನು ಬಡವ, ನನಗೆ ಇರುವುದು ಇದೊಂದೇ ಅವಕಾಶ, ನನ್ನ ಮನೆ ಕಡೆಯವರೆಗೂ ಇರುವ ಹಾಗೆ ನೋಡಿಕೊಳ್ಳಬೇಕಲ್ಲವಾ?' ಎಂದರು. ಕಡೆಗೆ ಐವತ್ತು ಆಗದಿದ್ದರೆ ಇಪ್ಪತ್ತೈದು, ಇಪ್ಪತ್ತೈದು ಆಗದಿದ್ದರೆ ಹತ್ತಾದರೂ ಕೊಡುವಂತೆ ಚೌಕಾಸಿ ಮಾಡಿ ಪಟ್ಟನ್ನು ಸಡಿಲಿಸಿ ಸಡಿಲಿಸಿ ಹಿಡಿಯುತ್ತಿದ್ದರು. ನಾವು ನಯವಾಗೇ ಅವರ ಮಾತನ್ನು ತಿರಸ್ಕರಿಸುತ್ತಾ ಬಂದೆವು. ನನ್ನ ಅಂದಾಜಿನ ಪ್ರಕಾರ ಹತ್ತು ಸಾವಿರವನ್ನಾದರೂ ಕೊಡಬಹುದು ಎಂದಿತ್ತು. ಆದರೆ ಪಂಚಾಕ್ಷರಿ ಹಾಗೆಲ್ಲಾ ಕೊಡಲಿಕ್ಕೆ ಆಗಲ್ಲ. ಗೌರವಯುತವಾದ ಮೊತ್ತವನ್ನು ಕೇಳಲಿ ಕೊಡುವ' ಎಂದರು. 'ನನ್ನ ಮನೆಯನ್ನು ನಾನು ಹೇಗೆ ಕಾಪಾಡಿಕೊಳ್ಳಲಿ?' ಎನ್ನುತ್ತಿದ್ದ ಆತನನ್ನು ನಾನೂ ಚಂದ್ರಹಾಸರು ಪಕ್ಕಕ್ಕೆ ಕರೆದುಕೊಂಡು ಹೋದೆವು. ಚಂದ್ರಹಾಸರೂ ಆತನನ್ನು ಕನ್ವಿನ್ಸ್ ಮಾಡಲಿಕ್ಕೆ ನೋಡಿದರು. ಆಗಲಿಲ್ಲ. ಕಡೆಗೆ ನನ್ನ ತಲೆಯಲ್ಲಿ ಒಂದು ವಿಚಾರ ಮೂಡಿತು. ನಾನು ಜಕ್ಕು ಮಹಮದ್‌ರಿಗೆ, 'ಮಹಮದರೆ ನೀವು ನಿಮ್ಮ ಮನೆಯನ್ನು ಉಳಿಸಬೇಕು ಅಂತ ಹೇಳುತ್ತಿದ್ದೀರಾ ಅಲ್ಲವಾ? ಈಗ ನಮ್ಮ ಸಿನೆಮಾದಿಂದ ನಿಮ್ಮ ಮನೆ ಉಳಿದು ಬಿಟ್ಟಿದೆ' ಎಂದೆ. ಅದು ಹೇಗೆ ಎನ್ನುವ ಪ್ರಶ್ನೆ ಅವರ ಮುಖದಲ್ಲಿ ಮೂಡಿತು. 'ಈ ಮನೆಯನ್ನು ರಿಪೇರಿ ಮಾಡಿಸಿದರೂ ಮುಂದಿನ ಮಳೆಗಾಲಕ್ಕೆ ಜೋರು ಕಡಲ ಕೊರೆತ ಉಂಟಾಗಿ ಮನೆ ಬಿದ್ದು ಹೋಗಲೂಬಹುದು. ನೋಡಿ ನಿಮ್ಮ ಮನೆ ನಮ್ಮ ಸಿನೆಮಾದಲ್ಲಿ ಸೆರೆಯಾಗಿ ಬಿಟ್ಟಿದೆ. ನಿಮ್ಮ ಅಬ್ಬು ಮತ್ತು ಅಮ್ಮಿ ಕಟ್ಟಿದ ಇದನ್ನ ಕರ್ನಾಟಕದಲ್ಲಿ ನೋಡುತ್ತಾರೆ, ನ್ಯಾಷನಲ್ ಅವಾರ್ಡ್ ಬಂದರೆ ದೇಶವೆಲ್ಲಾ ನೋಡುತ್ತೆ, ಈ ಸಿನೆಮಾಗೆ ಯಾವುದಾದರೂ ಇಂಟರ್ ನ್ಯಾಷನಲ್ ಅವಾರ್ಡ್ ಬಂದರೆ ಇಡೀ ವಿಶ್ವವೇ ಇದನ್ನು ನೋಡುತ್ತೆ' ಎಂದೆ. ನನ್ನ ಮಾತುಗಳಲ್ಲಿ ನಿಮ್ಮ ಮನೆ ಶಾಶ್ವತವಾಗಿಬಿಟ್ಟಿದೆ ಎನ್ನುವ ಧ್ವನಿಯನ್ನು ಉದ್ದೇಶಪೂರ್ವಕವಾಗಿ ಇರುವ ಹಾಗೆ ನೋಡಿಕೊಂಡೆ. ಒಂದು ಕ್ಷಣ ಜಕ್ಕು ಮಹಮದ್‌ರಿಗೆ ದಿಕ್ಕು ತೋಚಲಿಲ್ಲ. ನಿಧಾನಕ್ಕೆ ಅರ್ಥ ಮಾಡಿಸಿದೆ. 'ಹಾಗಾದ್ರೆ ನನ್ನ ಅಬ್ಬ ಅಮ್ಮಿ ಕಟ್ಟಿದ ಈ ಮನೆಯನ್ನು ಕರ್ನಾಟಕದ ಎಲ್ಲರೂ ನೋಡ್ತಾರಾ?' ಎಂದರು. 'ಹೌದು ಮಹಮದರೇ'' ಎಂದೆ. ತುಸುವೇ ಚಾಚಿದ ಹಲ್ಲುಗಳನ್ನು ಇನ್ನಷ್ಟು ಮುಂದಕ್ಕೆ ಚಾಚಿ ನಗುವನ್ನು ತುಳುಕಿಸಿದರು. ನನಗೆ ಆ ನಗು ಸಮಾಧಾನವನ್ನು ತಂದುಕೊಟ್ಟಿತು. ಈಗ ನಾವು ಕೊಟ್ಟಷ್ಟನ್ನು ಅವರು ತೆಗೆದುಕೊಳ್ಳಬಹುದು ಅನ್ನಿಸಿತು. ನಾನು ಚಂದ್ರಹಾಸರಿಗೆ ಇದರ ಜೊತೆ ಇನ್ನೊಂದು ಸಾವಿರ ಕೊಡುತ್ತೇನೆ ಸೇರಿಸಿ ಕೊಟ್ಟುಬಿಡೋಣ

ಎಂದೆ. ಆದರೆ ಈಗ ಜಕ್ಕು ಮಹಮದ್ ನಮ್ಮಿಂದ ಹಣ ತೆಗೆದುಕೊಳ್ಳಲು ಸಿದ್ಧವೇ ಇರಲಿಲ್ಲ. ಅವರಿಗೆ ತನ್ನ ಮನೆ ಅಜರಾಮರ ಆಗಿಬಿಟ್ಟಿದೆ ಎನ್ನುವುದು ತಲೆಗೆ ಬಂದುಬಿಟ್ಟಿತ್ತು. 'ಅಲ್ಲಾಹ್ ನನಗೆ ದುಡಿಯಲಿಕ್ಕೆ ಶಕ್ತಿ ಕೊಟ್ಟಿದ್ದಾನೆ. ನನಗೆ ಬೇಕಿದ್ದಿದ್ದು ಈ ಮನೆಗಾಗಿ ಮಾತ್ರ. ಈಗ ನಿಮ್ಮ ಮಾತಿಂದ ಇದರ ರಿಪೇರಿಯ ಯೋಚನೆಯೂ ಬಿಟ್ಟುಹೋಯಿತು. ಇನ್ನು ಎಂತಕ್ಕೆ ಹಣ' ಎಂದು ಹಣವನ್ನು ತೆಗೆದುಕೊಳ್ಳಲೇ ಇಲ್ಲ. ಅರೆ! ಇದೊಳ್ಳೆ ಪೀಕಲಾಟ ಆಯಿತಲ್ಲಾ? ಹಣ ಜಾಸ್ತಿ ಬೇಕು ಎನ್ನುತ್ತಿದ್ದವರು ಈಗ ಬೇಡವೇ ಬೇಡ ಎನ್ನುತ್ತಿರುವುದನ್ನು ಹೇಗೆ ತೆಗೆದುಕೊಳ್ಳಬೇಕು ಎಂದು ಅರ್ಥವಾಗದೆ ಹೋಯಿತು. ಬಲವಂತ ಮಾಡಿ ಹಣವನ್ನು ಕೊಟ್ಟೆವು. ಆತನ ಕಣ್ಣುಗಳು ಕೃತಜ್ಞತೆಯನ್ನು ಸೂಸುತ್ತಿದ್ದವು. ನನಗೆ ಮಾತುಗಳು ಸಿಕ್ಕದೆ ಪರದಾಡಿದೆ. ಆ ಹಣವನ್ನು ಕೈಲಿ ಹಿಡಿದು ಆತ ನಿಂತೇ ಇದ್ದರು. ಮನೆಯ ಪಕ್ಕದಲ್ಲಿ ಹಾಕಿದ್ದ ಗುಡಿಸಿಲಿನ ತೆರವಿನ ಕಾರ್ಯ ನಡೆಯುತ್ತಿತ್ತು. ಪಂಚಾಕ್ಷರಿ 'ಯಾಕೆ ಸಾಕಾಗಲ್ಲ ಅಂತ ಮತ್ತೆ ಕೇಳುತ್ತಿದ್ದಾರಾ?' ಎಂದರು. 'ಇಲ್ಲ ನಿಮ್ಮಿಂದ ಹಣವನ್ನೇ ತೆಗೆದುಕೊಳ್ಳುವುದು ಬೇಡ' ಅನ್ನುತ್ತಿದ್ದಾರೆ ಎಂದು ವಿವರಿಸಿದೆ. ಅವರು ಮಾತಾಡಲಿಲ್ಲ. ಭಾವ ತೀವ್ರವಾಗುವ ಕ್ಷಣಗಳು ಹೀಗೇ ತಾನೆ. ಕೆಲವೊಮ್ಮೆ ದೊಡ್ಡ ಜನರಿಗೂ ಬಡತನವಿರುತ್ತೆ. ಆದರೆ ಬಡತನದಲ್ಲಿರುವವರ ಶ್ರೀಮಂತಿಕೆ ನಿಜಕ್ಕೂ ದೊಡ್ಡದು ಅನ್ನಿಸಿಬಿಡುತ್ತೆ. ಜಕ್ಕು ಮಹಮದ್ ತನ್ನ ಸೈಕಲ್ ಅನ್ನು ಮರಳಿನಲ್ಲಿ ಎಳೆದುಕೊಂಡು ಹೋಗುತ್ತಿದ್ದ ದೃಶ್ಯವನ್ನು ನಾನು ಯಾವತ್ತೂ ಮರೆಯಲಾರೆ. ಯಾಕೋ ಅದು ನೆನಪಾದಾಗಲೆಲ್ಲಾ ಮನಸ್ಸು ಭಾರವೇ ಆಗುತ್ತದೆ.

ಅಲೀಮಮ್ಮ, ಹಸೀನಮ್ಮನಿಗೆ ಸೀರೆ ಕೊಟ್ಟೆವು. ಇಬ್ಬರೂ ಪ್ರೀತಿಯಿಂದ ತೆಗೆದುಕೊಂಡರು. ಬೇರೆಯವರಿಗೆ ಹೇಳಬೇಡಿ ಅವರಿಗೆಲ್ಲಾ ತರುವಷ್ಟು ಹಣ ನಮ್ಮ ಬಳಿ ಇಲ್ಲ ಎಂದೆವು. ಅವರು 'ನಿಮ್ಮನ್ನು ನಾವು ಯಾವತ್ತೂ ಮರೆಯೊಲ್ಲ' ಅಂದರು.

ಸಲಾಂ ಸಾಬ್ ಗುಡಿಸಿಲಿನ ತೆರವು ಕೆಲಸದಲ್ಲಿದ್ದ. ಆತ ಕೆಲಸ ಜಾಸ್ತಿಯಾಗಿದೆ ಅದಕ್ಕೆ ಇನ್ನೊಂದು ಸಾವಿರ ಜಾಸ್ತಿ ಕೇಳುತ್ತಿದ್ದ. ನಾನು, 'ಕೊನೆಯವರೆಗೂ ನೀವು ಮಾಡಿ ಮುಗಿಸಿ ಕೊಡುತ್ತೇನೆ' ಎಂದು ಒಪ್ಪಿಸಿದ್ದೆ. ಕೊನೆಯ ದಿನವೂ ಆತ, 'ನಾನು ಕೇಳಿದಷ್ಟು ಹಣವನ್ನು ಕೊಡಿ' ಎಂದು ಡಿಮ್ಯಾಂಡ್ ಮಾಡುತ್ತಲೇ ಇದ್ದ. ಅವರ ಮನೆಯಿಂದ ತಂದಿದ್ದ ಸಿಮೆಂಟ್ ಒಲೆಯನ್ನು ಎತ್ತಿಕೊಳ್ಳುವಾಗ ಒಡೆದುಬಿಟ್ಟಿದ್ದೆ. ಅದನ್ನು ಸಿಮೆಂಟ್ ಹಾಕಿ ಸರಿ ಮಾಡಬಹುದು, ಅದಕ್ಕೆಲ್ಲಾ ಹಣ ಬೇಡ ಎಂದು ಹೇಳಿದ್ದ. 'ನನ್ನ ಕೆಲಸ ನೋಡಿ ಹಣ ಕೊಡಿ ಮೇಡಂ' ಎನ್ನುವುದೊಂದೇ ಅವನ ಮಾತಾಗಿತ್ತು. 'ಸರಿಯಪ್ಪ ನಾನು ಸಂಜೆಯ ವೇಳೆಗೆ ಬರುತ್ತೇನೆ ಆಗ ಮಿಕ್ಕದ್ದನ್ನು ಕೊಡುತ್ತೇನೆ ಎಂದು ಹೇಳಿದೆ. 'ಇಲ್ಲ ಚುಕ್ತಾ ಮಾಡುವಾಗ ಪೂರ್ತಿ ಮಾಡಿಬಿಡಿ. ಮತ್ತೆ ನೀವು ಬಂದಾಗ ನಾನು ಇಲ್ಲದೆ ಹೋದರೆ ಎಲ್ಲ ರಗಳೆ' ಎಂದ. 'ನೋಡಪ್ಪಾ

ನಿಮಗೆ ಕೊಡಬೇಕಿರುವುದನ್ನು ಕೊಟ್ಟೇ ಕೊಡುತ್ತೇನೆ. ಮತ್ತೆ ನಾನು ಎಟಿಎಂಗೆ ಹೋಗಬೇಕು. ನನ್ನ ಹತ್ತಿರ ಹಣ ಇಲ್ಲ' ಎಂದೆ. ಕಡೆಗೆ ನನಗೆ ಬೇಸರವಾಗಿ, 'ನಿನ್ನ ವಾದವನ್ನೇ ಮಾಡುತ್ತಿದ್ದರೆ ಹೇಗೆ? ಏಳು ಸಾವಿರಕ್ಕೆ ಗುಡಿಸಲನ್ನು ಹಾಕಿ ಮತ್ತು ತೆಗೆಯಲಿಕ್ಕೆ ಅಂತ ಮಾತಾಡಿದ್ದು ಅಷ್ಟನ್ನು ಕೊಟ್ಟಿದ್ದೇವೆ. ಈಗ ಹಣ ಇಲ್ಲ ನಂಬಿಕೆ ಇಲ್ಲಾಂದ್ರೆ ನನ್ನ ನಂಬರ್ ತೆಗೆದುಕೊಳ್ಳಿ. ಕೊಡಲಿಲ್ಲ ಅಂದ್ರೆ ಫೋನ್ ಮಾಡಿ' ಎಂದು ನನ್ನ ಫೋನ್ ನಂಬರ್ ಕೊಡಲಿಕ್ಕೆ ಮುಂದಾದೆ. ಸಲಾಂ ಸಾಬ್ ಏನಂದರೂ ನನ್ನ ನಂಬರ್ ತೆಗೆದುಕೊಳ್ಳಲಿಲ್ಲ. 'ಬೇಡ ಅಕಸ್ಮಾತ್ ನೀವು ಹಣ ಕೊಡದೆ ಹೋದರೆ ನಾನು ನಿಮಗೆ ಫೋನ್ ಮಾಡ್ತೀನಿ. ಆಗ ನಿಮ್ಮ ಯಜಮಾನರು ಪಕ್ಕದಲ್ಲಿದ್ದರೆ ಇವ ಯಾರೋ ಯಾಕೆ ಫೋನ್ ಮಾಡಿದ್ದು ಅಂತ ಕೇಳ್ತಾರೆ. ಸುಮ್ಮನೆ ನನ್ನಿಂದ ನಿಮಗೆ ತೊಂದರೆ ಆಗಬಾರದು. ನಮ್ಮ ಮನೆಯ ಹೆಣ್ಣುಮಕ್ಕಳಿಗೆ ತೊಂದರೆ ಆದರೆ ಮನಸ್ಸಿಗೆ ನೋವಾಗುತ್ತಲ್ಲಾ?' ಎಂದು ಬಿಟ್ಟ. ಅವನ ಆ ಮಾತುಗಳು ಅವನೊಬ್ಬ ಜವಾಬ್ದಾರಿ ಮನುಷ್ಯ ಅನ್ನುವುದನ್ನು ಸಾಬೀತುಗೊಳಿಸಿತ್ತು. ಅವನ ಮಾತುಗಳನ್ನು ನಾನು ಎಂದಿಗೂ ನೆನಪಿಟ್ಟುಕೊಳ್ಳುತ್ತೇನೆ. ಇನ್ನೊಬ್ಬರಿಗೆ ತೊಂದರೆ ಆಗದ ಹಾಗೆ ಬದುಕುವುದು ದೊಡ್ಡ ಸಂಗತಿಯೇ. ಅಂದು ಸಂಜೆ ಆತನಿಗೆ ಹಣವನ್ನು ಕೊಟ್ಟೆ. 'ಸಾರಿ ಮೇಡಂ' ಅಂದ. 'ಇರಲಿ ಪರವಾಗಿಲ್ಲ ನೀವೆಲ್ಲಾ ವಯಸ್ಸಿನಲ್ಲಿ ಸಣ್ಣವರು, ಸ್ವಲ್ಪ ಇಂಥಾ ದುಡುಕು ಇರುತ್ತೆ' ಅಂದೆ.

ಆ ಕೇರಿಯ ಎಲ್ಲ ಹೆಂಗಸರು ಮಕ್ಕಳು ನಮ್ಮನ್ನು ಬೀಳ್ಕೊಡಲು ಬಂದರು. ಅವರ ಮಕ್ಕಳಿಗಾಗಿ ಚಾಕೋಲೇಟ್‌ಗಳನ್ನು ತೆಗೆಸಿಕೊಟ್ಟೆ. 'ಶೂಟಿಂಗ್ ಇದ್ದಷ್ಟು ದಿನ ನಿಮಗಾಗಿ ನಾವು ಕಾಯುತ್ತಿದ್ದೆವು. ನಾಳೆಯಿಂದ ಯಾರನ್ನ ಕಾಯುವುದು. ಮತ್ತೆ ಮೊದಲಿನ ಹಾಗೆ ಜೀವನ ಬೇಸರವಾಗುತ್ತೆ' ಎಂದರು ಹೆಂಗಸರು. 'ನಮ್ಮ ಜೀವನವೂ ಅಷ್ಟೇ ಇಲ್ಲಿಂದ ಹೋದ ಮೇಲೆ ಎಲ್ಲವೂ ಮಾಮೂಲಿಯೇ. ನಿಮ್ಮ ಪ್ರೀತಿಯನ್ನು ನಾವು ಯಾವತ್ತೂ ಮರೆಯೊಲ್ಲ' ಎಂದೆ ನಾನು. 'ಸಾಧ್ಯವಾದರೆ ನಮಗೆಲ್ಲಾ ಈ ಸಿನೆಮಾವನ್ನು ತೋರಿಸಿ' ಎಂದರು ಒಬ್ಬರು. 'ಸಾಧ್ಯವಾದಷ್ಟೂ ಪ್ರಯತ್ನಿಸುತ್ತೇವೆ' ಎಂದರು ಪಂಚಾಕ್ಷರಿ. ಮಕ್ಕಳು ಶಾಲೆಗೆ ಹೋಗಿದ್ದರಿಂದ ಸಿಗಲ್ಲಿಲ್ಲ. ಅಲ್ಲಿಯವರೆಗೂ ಕಾಯುವಷ್ಟು ಸಮಯ ನಮ್ಮಲ್ಲಿರಲಿಲ್ಲ. ಎಲ್ಲರಿಗೂ ನನ್ನ ನೆನಪನ್ನು ಹೇಳುವಂತೆ ಹೇಳಿ ಹೊರಟೆ. ಕಾರು ಹೊರಟಾಗ ಎಲ್ಲರ ಕಣ್ಣು ತೇವ, ಮನಸ್ಸು ಆರ್ದ್ರ. ಆಡುತ್ತಿದ್ದ ಕೈಗಳು ನಿಧಾನಕ್ಕೆ ದೂರವಾಗುತ್ತಾ ಹೋಯಿತು. ಅಲಿಯಬ್ಬ ಮತ್ತು ಫಾತುಮ್ಮಾಬಿ ಕಟ್ಟಿದ ಆ ಮನೆ ನಮ್ಮ ದೃಷ್ಟಿಯಿಂದ ದೂರಾಯಿತು. ಆದರೆ ಎಷ್ಟು ಸಂಬಂಧಗಳು ಹತ್ತಿರ ಹತ್ತಿರ.

ಈಗಲೂ ಆ ಕಡಲ ತಡಿ, ತಡೆಗೋಡೆ. ಸಮುದ್ರದ ಮೊರೆತ, ಆ ಜನರ ನಗು ನನ್ನ ಮನಸ್ಸಿನಿಂದ ಅಳಿಸಲಿಕ್ಕೆ ಆಗುತ್ತಲೇ ಇಲ್ಲ. ನಾನು ಕಡಲ ತುದಿಯಬಂಡೆಯ

ಮೇಲೆ ಕುಳಿತಿರುತ್ತೇನೆ. ನನ್ನ ಮನಸ್ಸಿನಲ್ಲಿ ಯಾಕೋ ದುಃಖವಿದೆ. ನಿರ್ಧಿಷ್ಟ ಕಾರಣಗಳು ಯಾವಾಗಲೂ ಇರುವುದಿಲ್ಲವಲ್ಲ. ಆಗ ಒಂದಿಷ್ಟು ಜನ ಬುರ್ಕಾಧಾರಿ ಹೆಣ್ಣುಮಕ್ಕಳು ಅಲ್ಲಿಗೆ ಬರುತ್ತಾರೆ. ನಾನು ಅವರನ್ನು ನೋಡಿ ದುಃಖಿಸುತ್ತೇನೆ. ನನಗೆ ಗೊತ್ತಿದೆ ಆ ಬುರ್ಖಾದ ಹಿಂದೆ ಅಲೀಮಮ್ಮ, ಹಸೀನಮ್ಮ, ಪಾತುಮ್ಮ, ನುಸ್ರತ್, ಶಹಜಾನಾ, ನೂರುನ್ನೀಸಾ... ಹೀಗೆ ನನ್ನ ಪರಿಚಯದ ಎಲ್ಲಾ ಹೆಣ್ಣುಮಕ್ಕಳೂ ಇದ್ದಾರೆ ಎಂದು. ಅವರೆಲ್ಲಾ ನನ್ನ ಮುತ್ತಿಕೊಳ್ಳುತ್ತಾರೆ. ನಾನು ಕಾಣದಾಗುತ್ತೇನೆ. ಕಪ್ಪು ಕಪ್ಪು ಬುರ್ಕಾದ ಮಧ್ಯದಿಂದ ಒಂದು ಬಿಳಿಯ ಪಾರಿವಾಳ ಹಾರಿ ಹೋಗುತ್ತದೆ. ಈ ಕನಸು ನನ್ನನ್ನು ಆಗಾಗ ಕಾಡುತ್ತಲೇ ಇರುತ್ತದೆ.

ಒಂದು ಸಿನೆಮಾ ಪಯಣ ಇಷ್ಟು ನೆನಪುಗಳನ್ನು ಉಳಿಸಬಲ್ಲದು ಎನ್ನುವ ಊಹೆ ಕೂಡ ನನಗೆ ಇರಲಿಲ್ಲ. ಮೂಲೆ ಮುಡುಕುಗಳಲ್ಲಿ ಇನ್ನೂ ಒಂದಿಷ್ಟು ನೆನಪುಗಳು ಮಾಸಿದ ಹಾಗಿವೆ. ಅಥವಾ ನನಗೆ ಈ ಕ್ಷಣಕ್ಕೆ ಅವು ಪ್ರಮುಖ ಅನಿಸದೇ ಇದ್ದರೂ ಇರಬಹುದು. ತುಂಬಾ ಆಪ್ತವಾದ ನೆನಪುಗಳಿಗೆ ಮತ್ತೊಮ್ಮೆ ಬರಹರೂಪ ಕೊಡುವಾಗ ಒಂದು ಸಂತೋಷ ಇರುತ್ತದೆ. ಆ ಸಂತೋಷ ಓದುಗರಾದ ನಿಮ್ಮದೂ ಆದರೆ ಅದೇ ಸಾರ್ಥಕ.

ಚಂದ್ರಿಕಾ ಅವರ ನೆನಪಿನ ದೋಣಿಯಲ್ಲಿ ನನ್ನದೊಂದು ಸುತ್ತು

ಪಿ.ಚಂದ್ರಿಕಾ ನಾನು ಕಂಡ ಅಪರೂಪದ ಲೇಖಕರು. ಅವರ ಕಾವ್ಯ, ಕಾದಂಬರಿ ಮತ್ತು ನಾಟಕಗಳನ್ನು ಅತ್ಯಂತ ಕುತೂಹಲದಿಂದ ಕಾಯುವ ಹಲವು ಓದುಗರಲ್ಲಿ ನಾನೂ ಒಬ್ಬ. ಅಂತಹ ಚಂದ್ರಿಕಾ ಅವರು 'ಅವಧಿ'(avadhimag.in)ಯಲ್ಲಿ ಹೊಸ ಅಂಕಣ ಬರೆಯಲು ಆರಂಭಿಸಿದಾಗ ನಾನು ಕಾದು ಓದಿದ್ದೆ. ಈಗ ಆ ಅಂಕಣದ ಬರಹಗಳೆಲ್ಲ ಒಂದು ಗುಚ್ಛವಾಗಿ 'ಮೂವರು ಮಹಮದರು' ಎಂಬ ಹೆಸರಲ್ಲಿ ಕೈ ಸೇರಿದೆ. ಆಗೀಗ ಓದಿದ್ದನ್ನು ಒಟ್ಟಿಗೆ ಓದುವುದು ಬೇರೆಯದೇ ಅನುಭವ. ಹಾಗಾಗಿ ಈ ಹೊತ್ತಿಗೆ ಕೈ ಸಿಕ್ಕ ಕೂಡಲೇ ಒಂದೇ ದಿನದಲ್ಲಿ ಓದಿದೆ. ಕರಾವಳಿಯ ಹಲವು ಲೋಕಗಳಲ್ಲಿ ಚಂದ್ರಿಕಾ ಅವರ ಕಣ್ಣುಗಳ ಮೂಲಕ ತಿರುಗಿದ ಆನಂದದ ಜೊತೆಗೆ ಈ ಟಿಪ್ಪಣಿ ಬರೆಯುತ್ತಿದ್ದೇನೆ.

*

ಪಿ. ಚಂದ್ರಿಕಾ ನನಗೆ ಎರಡು ದಶಕಗಳ ಹಿಂದೆ ಸಿಕ್ಕವರು. ಆಗ ನಾನು 'ನಾಕುತಂತಿ' ಎಂಬ ಧಾರಾವಾಹಿ ಯನ್ನು ಬರೆದು ನಿರ್ದೇಶಿಸುತ್ತಿದ್ದೆ. ಇಂತಹದೊಂದು ಮೆಗಾ ಧಾರಾವಾಹಿ ಬರೆಯುವುದಕ್ಕೆ ಕೇವಲ ಗಂಡು ಪಿಳ್ಳೆಗಳ ತಂಡದಿಂದ ಆಗುವುದಿಲ್ಲ. ಜೊತೆಗೊಂದಾದರೂ ಹೆಣ್ಣು ಜೀವ

ಇರಬೇಕು ಎಂದು ಹುಡುಕುತ್ತಾ ಇದ್ದಾಗಲೇ, ಈ ಬಗೆಯ ಕೆಲಸ ಅರಸಿಕೊಂಡು ಚಂದ್ರಿಕಾ ಅವರು ನಮ್ಮ ಜಾಗಕ್ಕೆ ಬಂದಿದ್ದರು. ಅದಾಗಲೇ ಕವಿಯಾಗಿ ಹೆಸರು ಮಾಡಿದ್ದವರು ಈ ಲೋಕಕ್ಕೆ ಹೊಂದುತ್ತಾರೆಯೇ? ಎಂಬ ಅನುಮಾನದಿಂದಲೇ ಚಂದ್ರಿಕಾ ಅವರನ್ನು ತಂಡಕ್ಕೆ ಸೇರಿಸಿಕೊಂಡಿದ್ದೆ. ನಂತರ 'ನಾಕುತಂತಿ' ಧಾರಾವಾಹಿಯು ಸರಿಸುಮಾರು ಆರೂವರೆ ವರುಷಗಳ ಕಾಲ ಪ್ರಸಾರವಾಯಿತು. ಆ ಹಾದಿಯಲ್ಲಿ ನನ್ನ ಜೊತೆಗಿದ್ದ ಬಹುತೇಕ ಗಂಡು ಪಿಳ್ಳೆಗಳು ನಾಪತ್ತೆಯಾದರೂ ಚಂದ್ರಿಕಾ ಮಾತ್ರ ಜೊತೆಗೆ ನಿಂತಿದ್ದರು. ಆ ನಂತರವೂ ಹಲವು ಧಾರಾವಾಹಿಗಳಿಗೆ ನಮ್ಮ ತಂಡದ ಜೊತೆಯಾದರು. ಈ ಹಾದಿಯಲ್ಲಿ ಚಂದ್ರಿಕಾ ಅವರು ದೃಶ್ಯ ಮಾಧ್ಯಮಕ್ಕೆ ಹೊಂದಿಕೊಂಡದ್ದು ಮತ್ತು ಕತೆಯೊಂದನ್ನು ಬೆಳೆಸುತ್ತಾ ಬೆಳೆಸುತ್ತಾ ದಡ ಸೇರಿಸುವ ಆಟದ ಸಂಪೂರ್ಣ ತಂತ್ರವನ್ನು ತಮ್ಮದಾಗಿಸಿಕೊಂಡದ್ದೇ ಒಂದು ವಿಶಿಷ್ಟ ಕತೆಯಾಗಬಲ್ಲ ವಿಷಯ. ಅದನ್ನು ಮತ್ತೆಂದಾದರೂ ಚಂದ್ರಿಕಾ ಅವರೇ ಬರೆಯಬಹುದು.

ಆದರೀಗ ಚಂದ್ರಿಕಾ ಅವರು ಪಂಚಾಕ್ಷರಿಯವರೊಂದಿಗೆ ಸೇರಿ, ಚಿತ್ರಕತೆ ಬರೆದ ಸಿನಿಮಾ ಒಂದರ ಚಿತ್ರೀಕರಣದ ಕಾಲದಲ್ಲಿ ಆದ ಅನುಭವವನ್ನು ದಾಖಲಿಸುವ ಪ್ರಯತ್ನ ಮಾಡಿದ್ದಾರೆ. ಅದು 'ಮೂವರು ಮಹಮದರು' ಎಂಬ ಹೆಸರಲ್ಲಿ ನಮ್ಮೆದುರು ಇದೆ.

*

ಬೊಳುವಾರು ಮಹಮ್ಮದ್ ಕುಂಞ ಅವರ 'ಒಂದು ತುಂಡು ಗೋಡೆ' ನಾನು ಇಷ್ಟಪಡುವ ಕತೆಗಳಲ್ಲಿ ಒಂದು. ಇಂತಹದೊಂದು ಕತೆಯನ್ನು ಸಿನಿಮಾ ಮಾಡುವ ಆಲೋಚನೆಯನ್ನು ಮಾಡಿ, ಆ ಹಾದಿಯಲ್ಲಿ ಸಿನೆಮಾ ತಂಡದೊಂದಿಗೆ ಅವರು ಯಾರೆಲ್ಲರನ್ನೂ ಭೇಟಿ ಮಾಡಿದರು, ಹೇಗೆ ಆ ಸಿನಿಮಾಕ್ಕಾಗಿ ಸ್ಥಳಗಳನ್ನು ಪಾತ್ರಗಳನ್ನು ಗೊತ್ತುಪಡಿಸಿದರು ಎಂಬ ವಿವರಗಳಿರುವ ಪುಸ್ತಕವಿದು. ಸಿನಿಮಾ ಒಂದಕ್ಕೆ ಕತೆ ಆರಿಸುವುದು ಹೇಗೆ? ಚಿತ್ರಕತೆ ಬರೆಯುವುದು ಹೇಗೆ? ಎಂಬುದಕ್ಕೆ ಹಲವು ಪುಸ್ತಕಗಳು ಸಿಗುತ್ತವೆ. ಆದರೆ ಸಿನಿಮಾ ಒಂದರ ಚಿತ್ರೀಕರಣಕ್ಕೆ ಮಾಡಿಕೊಳ್ಳುವ ಸಿದ್ಧತೆ ಹಾಗೂ ಚಿತ್ರೀಕರಣ ಕಾಲದಲ್ಲಿ ಆದ ಘಟನೆಗಳು ಸವಿವರವಾಗಿ ಪುಸ್ತಕವಾಗಿರುವುದು ಕಡಿಮೆ. ಕೆಲವು ಯಶಸ್ವಿ ಸಿನಿಮಾಗಳನ್ನು ಕುರಿತಂತೆ ಆಯಾ ಸಿನಿಮಾದ ನಿರ್ದೇಶಕರು ಅಥವಾ ನಟರು ಬರೆದಿರುವ ಲೇಖನಗಳು ಇವೆ. 'ಮುಂಗಾರು ಮಳೆ' ಕುರಿತು ಯೋಗರಾಜಭಟ್ ಬರೆದದ್ದು, 'ಅಮೇರಿಕಾ ಅಮೇರಿಕಾ' ಕುರಿತು ನಾಗತಿಹಳ್ಳಿ ಚಂದ್ರಶೇಖರ್ ಬರೆದಿರುವುದು, ಮಂಸೋರೆ ಅವರು 'ಹರಿವು' ಹಾಗೂ 'ಆ್ಯಕ್ಟ್ 1978' ಕುರಿತಂತೆ ಬರೆದಿರುವುದಿದೆ. ಅಲ್ಲಿಲ್ಲಿ ಆಯಾ ಚಿತ್ರ ತಯಾರಕರು ಸಂದರ್ಶನಗಳಲ್ಲಿ ಈ ಬಗೆಯ

ಮಾತಾಡಿರುವುದು ಕಂಡಿದ್ದೇನೆ. ಕೆಲವರು ಕ್ಲುಪ್ತವಾಗಿ ಚಿತ್ರ ತಯಾರಾದ ವಿವರವನ್ನು ಲೇಖನವಾಗಿಸಿರುವುದನ್ನು ಓದಿದ್ದೇನೆ. ಆದರೆ ಇಷ್ಟೊಂದು ವಿವರವಾಗಿ ಒಂದು ಸಿನಿಮಾದಲ್ಲಿ ಒಬ್ಬ ಹೆಣ್ಣು ಮಗಳು ತೊಡಗಿಸಿಕೊಂಡದ್ದು ಮತ್ತು ಆ ಹಾದಿಯಲ್ಲಿ ಆ ಹೆಣ್ಣು ಮಗಳಿಗೆ ಎದುರಾದ ಸವಾಲುಗಳನ್ನು ಬಿಚ್ಚಿಟ್ಟದ್ದು ಅಪರೂಪ. ಹಾಗಾಗಿ ಈ ಪುಸ್ತಕವು ಸಿನಿಮಾ ಮಾಡಲು ಹೊರಡುವ ಹೊಸಬರಿಗೆ ಕಲಿಕೆಯ ಸಾಮಗ್ರಿ ಆದರೆ, ಅದಾಗಲೇ ಸಿನಿಮಾ ತಯಾರು ಮಾಡುವ ಲೋಕದಲ್ಲಿ ಇರುವವರಿಗೆ ಇದು ತಮ್ಮ ಅನುಭವಗಳನ್ನು ಮತ್ತೊಂದು ಅನುಭವದೊಡನೆ ನಿಕಷಕ್ಕೊಡ್ಡುವ ಅವಕಾಶ.

*

ಸಿನಿಮಾ ತಯಾರಿ ಅಂದರೆ ನಿರಂತರವಾಗಿ ಹಲವು ಬಗೆಯ ಜನರೊಂದಿಗಿನ ಒಡನಾಟ. ಹಾಗಾಗಿಯೇ ನಮ್ಮಲ್ಲಿ ಸಿನಿಮಾ ತಯಾರಿಕೆ ಎಂಬುದರಲ್ಲಿ ಬಹುತೇಕ ಮಾನವ ಸಂಪನ್ಮೂಲ ನಿರ್ವಹಣೆಯೇ ಹೆಚ್ಚು. ಆ ಮಾತಿಗೆ ಪುಷ್ಟಿ ನೀಡುವಂತೆ ಚಂದ್ರಿಕಾ ಅವರ ಈ ಹೊತ್ತಿಗೆಯಲ್ಲೂ ಉದ್ದಕ್ಕೆ ಹಲ ಬಗೆಯ ಜನರೊಡನೆ ಮಾಡಿದ ಓಡಾಟ, ಆ ವ್ಯಕ್ತಿಗಳ ನಡವಳಿಕೆ, ಸಾಮಾನ್ಯ ಜನ ತೋರುವ ಅಸಾಮಾನ್ಯ ಎನಿಸುವ ಪ್ರೀತಿ – ಇಂತಹ ಮನಸ್ಸಿಗೆ ತಾಗುವ ವಿವರಗಳಿವೆ. ಇದನ್ನು ಓದುತ್ತಾ ನಾನು, 'ಜಂಬೂಸವಾರಿ' ಎಂಬ ಸಿನಿಮಾಗಾಗಿ ದಶಾವರ ಎಂಬ ಹಳ್ಳಿಯಲ್ಲಿ ಕಳೆದ ಹದಿನೈದು ದಿನಗಳ ಬದುಕು ಕಣ್ಣೆದುರು ಬಂದದ್ದು ಸುಳ್ಳಲ್ಲ. ಒಂದು ಸಿನಿಮಾ ತಯಾರಿಕೆಯ ಎರಡು ವಾರಗಳ ಅವಧಿ ಎಂದರೆ ಅಲ್ಲಿನ ಪ್ರತಿದಿನವೂ ಕ್ಯಾಮೆರಾದ ಹಿಂದೆ ಕೆಲಸ ಮಾಡುವವರಿಗೆ ಹೆರಿಗೆ ಬೇನೆಯೇ. ನಮ್ಮ ಪಡಿಪಾಟಲುಗಳನ್ನು ನೋಡುತ್ತಲೇ ಇರುವ ಸ್ಥಳೀಯರು ಈ ಸಂದರ್ಭದಲ್ಲಿ ತೋರುವ ಪ್ರೀತಿ ಸಹ ಅಂತಹುದೇ ಆಗಿರುತ್ತದೆ. ಚಂದ್ರಿಕಾ ಅವರ ಪುಸ್ತಕದುದ್ದಕ್ಕೂ ಈ ಬಗೆಯ ಮಾನವೀಯ ವಿವರಗಳಿವೆ. ದೋಣಿ ನಡೆಸುವ ಫ್ರೀಡಾಳ ಜೀವಂತಿಕೆ, ಸಲಾಂ ಎಂಬ ಹುಡುಗನಿಗೆ ಇರುವ ಕಾಯಕ ನಿಷ್ಠೆ, ಅಲೀಮಮ್ಮ ಎಂಬ ನೆರೆಯ ಮನೆಯಾಕೆ ತೋರುವ ಕಕ್ಕುಲಾತಿಗಳು... ಚಂದ್ರಿಕಾ ಅವರು ಕಟ್ಟಿಕೊಡುವ ವಿವರಗಳ ಮೂಲಕವೇ ಕಣ್ಣು ತುಂಬಿಸುತ್ತವೆ. ಚಂದ್ರಿಕಾ ಅವರ ಬರಹದಲ್ಲಿ ತೀರಾ ತೆಳುವಾದ ವಿವರವೂ ಭಾವತೀವ್ರತೆ ಪಡೆದು, ಸಮಕಾಲೀನ ರಾಜಕೀಯ ಕುರಿತ ನಿಲುವಾಗಿ ಕಾಣಿಸಿ, ನಂತರ ಅಂತಿಮವಾಗಿ ನಾವೆಲ್ಲರೂ ಮನುಷ್ಯರೇ ಎಂಬ ಕಾವ್ಯಾತ್ಮಕ ಸ್ಥಿತಿಗೆ ಸಾಗುತ್ತದೆ. ಹೀಗಾಗಿಯೇ ಈ ಪುಸ್ತಕ ಒಂದು ಸಿನಿಮಾ ತಯಾರಾದ ಬಗೆಯ ದಿನಚರಿಯಾಗಷ್ಟೇ ಉಳಿಯದೆ, ಓದುಗನ ಮನಸ್ಸಿನಲ್ಲಿ ಉಳಿಯುವಂತಹ ನುಡಿಚಿತ್ರವಾಗುತ್ತದೆ.

*

ಈ ಪುಸ್ತಕದುದ್ದಕ್ಕೂ ಬರುವ 'ಪಾತುಮ್ಮ' ಸಿನಿಮಾ ನಾನು ನೋಡಿದ್ದೇನೆ. ಆ ಸಿನಿಮಾಗಿಂತ ಈ ಪುಸ್ತಕದೊಳಗಿನ ಚಿತ್ರೀಕರಣದ ದಿನಚರಿ ಹೆಚ್ಚು ಮನಸ್ಸಿಗೆ ತಾಗುತ್ತದೆ. ಯಾವುದೇ ಕಲಾಕೃತಿಯ ತಯಾರಿಗೆ ಮಿತಿಗಳು, ಸವಾಲುಗಳು ಇದ್ದೇ ಇರುತ್ತವೆ. ಅವುಗಳನ್ನು ಹೇಗೆ ಮೀರುತ್ತೇವೆ, ಮಿತಿಗಳನ್ನೇ ಆ ಕಲಾಕೃತಿಗೆ ಹೇಗೆ ದುಡಿಸಿಕೊಳ್ಳುತ್ತೇವೆ ಎಂಬುದು ಬಹುಮುಖ್ಯವಾದುದು. ಈ ದಿನಚರಿಯುದ್ದಕ್ಕೂ ಅಂತಹ ಸವಾಲುಗಳ ಪಟ್ಟಿ ಇದೆ. ಜೊತೆಗೆ ಆ ಸವಾಲು ದಾಟಿಕೊಳ್ಳಲು ಮಾಡಿಕೊಂಡ ಹೊಂದಾಣಿಕೆಗಳೂ ಇವೆ. ವೃತ್ತಿ ನಿರತರು ಮಾಡಬೇಕಾಗಿದ್ದ ಕೆಲಸಗಳನ್ನೆಲ್ಲಾ ಸಿನಿಮಾ ಭಾಷೆಯ ತಿಳುವಳಿಕೆ ಇಲ್ಲದ ಹವ್ಯಾಸಿಗಳು ಅಥವಾ ಆಸಕ್ತರು ಮಾಡಲು ಹೊರಟಿರುವುದು ಮತ್ತು ಒಂದು ವಿವರದ ತಯಾರಿಗೆ ಎಂದು ನಿಗದಿಯಾದ ಹಣದಲ್ಲೆ ಕಲಾಕೃತಿ ತಯಾರಾಗುವಾಗ, ಮಿತಿಗಳನ್ನು ಮೀರುವ ದಿಢೀರನೆ ಎದುರಾಗುವ ಹೊಸ ಸವಾಲುಗಳ ಪಟ್ಟಿಯೂ ದೊಡ್ಡದು. ಆ ಸವಾಲುಗಳ ನಿರ್ವಹಣೆಯ ಮೂಲಕವೇ ಒಂದು ಕಲಾಕೃತಿಗೆ ಅಪರೂಪದ ಹೊಸ ಚೌಕಟ್ಟು ದೊರಕುವ ಸಾಧ್ಯತೆಯುಂಟು. ಈ ಹೊತ್ತಿಗೆಯಲ್ಲಿ ನಿರ್ವಚಿಸಲಾದ ಬಹುತೇಕ ಇಂತಹ ಸವಾಲುಗಳು ಎಲ್ಲಾ ಕಡಿಮೆ ಬಜೆಟ್ಟಿನ ಸಿನಿಮಾ ತಯಾರಕರೂ ಎದುರಿಸುವಂತಹುದೇ. ಇಂತಲ್ಲಿ ಚಂದ್ರಿಕಾ ಅವರು ತೆಗೆದುಕೊಳ್ಳುವ ನಿಲುವುಗಳು ನಿಜಕ್ಕೂ ಮೆಚ್ಚತಕ್ಕವಾಗಿವೆ. ಆ ನಿಲುವುಗಳೇ ಕಷ್ಟವನ್ನು ದಾಟಿಕೊಳ್ಳಲು ಬಹುದೊಡ್ಡ ಸಹಾಯ ಮಾಡಿವೆ ಎನಿಸುತ್ತದೆ. ಈ ನಿರ್ಧಾರಗಳಿಗೆ ಚಂದ್ರಿಕಾ ಅವರೊಳಗಿರುವ ತಾಯಿಗುಣ ಮತ್ತು ಕಕ್ಕುಲಾತಿಯೇ ಬಹುದೊಡ್ಡ ಸಹಾಯ ಮಾಡಿರುವಂತಿದೆ. ತಂಡದ ಒಬ್ಬ ಹುಡುಗ ಮುನಿಸಿಕೊಂಡು ಹೊರಟ ನಂತರದ ವಿವರಗಳಲ್ಲಿ ಚಂದ್ರಿಕಾ ಅವರೊಳಗಿನ ತಳಮಳ ಮತ್ತು ಮರಳಿ ಆತನನ್ನು ಕರೆತರುವ ವಿವರಗಳಲ್ಲಿ ಇದು ಕಾಣುತ್ತವೆ. ಹಾಗಾಗಿಯೇ ಚಿತ್ರೀಕರಣ ಎಲ್ಲಾ ಮುಗಿದ ನಂತರವೂ ಒಂದು ದಿನ ಕರಾವಳಿಯ ಆ ಊರಲ್ಲಿ ಉಳಿದ ಚಂದ್ರಿಕಾ ಅವರಿಗೆ ಸ್ಥಳೀಯರು ನೀಡಿದ ಬೀಳ್ಕೊಡುಗೆ ಚಿತ್ರವತ್ತಾಗಿ ಉಳಿಯುತ್ತದೆ.

*

ಇಂದು ನಮ್ಮ ಸಮಕಾಲೀನ ಮಾಧ್ಯಮಗಳು ನಿರಂತರವಾಗಿ 'ಅವರು-ಇವರು' ಎಂದು ಒಡೆಯುವ ಮಾತಾಡುತ್ತಿರುವುದನ್ನು ಕೇಳುತ್ತಿರುವಾಗ ಬದುಕು ಖಂಡಿತವಾಗಿ ಹಾಗಿಲ್ಲ ಎಂಬುದಕ್ಕೆ ಈ ಹೊತ್ತಿಗೆಯಲ್ಲಿ ಹಲವು ಸಾಕ್ಷಿಗಳಿವೆ. ಸಾಮಾನ್ಯ ಜನ ಅವರಿವರ ಮತಬೇಧ ನೋಡದೆ ತಮ್ಮ ತಮ್ಮ ಬದುಕು ನಡೆಸುವ ಕಡೆ ಗಮನ ಕೊಡುವ ವಿವರ ಮತ್ತು ಬದುಕಿಗಾಗಿ ಮಾಡುವ ಹೋರಾಟಗಳೇ ಬೃಹತ್ತಾಗಿರುವಾಗ, ಇಂತಹ ಮತಧರ್ಮದ ವಿಚಾರಗಳ ಚಿಂತೆಗೂ ಸಮಯವಿಲ್ಲ ಎಂಬಂತೆ ಇರುವುದನ್ನು ಸ್ವತಃ ನೋಡಿದ್ದೇವೆ. ಅದನ್ನು ಈ ಹೊತ್ತಿಗೆಯಲ್ಲಿ ಚಂದ್ರಿಕಾ ಸ್ಪಷ್ಟವಾಗಿ ದಾಖಲಿಸುತ್ತಾರೆ. ನಾನು ಕಂಡಿರುವ

ಕರಾವಳಿಯ ಜನರಂತೂ ಯಾವತ್ತಿಗೂ ಸೌಹಾರ್ದದ ಜೊತೆಗೇ ಬದುಕುವವರು. ಈ ಹೊತ್ತಿಗೆಯಲ್ಲಿ ಪಾತ್ರವಾಗಿ ಬರುವ ವಾಸ್ತವದ ಜನ ಭಿನ್ನರಲ್ಲ. ಜನರೇಟರ್‌ನ ಕೇಬಲ್ ಒಂದು ಸುಟ್ಟಾಗ ಕೆಟ್ಟ ಆಲೋಚನೆ ಮಾಡುವ ಕೆಲವರಿಗೂ, ಸಾಮಾನ್ಯ ಜನ ಅದೇ ವಿಷಯವನ್ನು ನೋಡುವ ಕ್ರಮಕ್ಕೂ ಇರುವ ವ್ಯತ್ಯಾಸ ಸ್ಪಷ್ಟವಾಗಿ ಗೊತ್ತಾಗುತ್ತದೆ. ಇದೆಲ್ಲ ವಿವರವನ್ನೂ ಮೀರುವಂತೆ ಸಿನಿಮಾದ ಚಿತ್ರೀಕರಣಕ್ಕೆ ತನ್ನ ತಾಯಿ ತಂದೆ ಬದುಕಿದ ಮನೆಯನ್ನು ಕೊಟ್ಟಿದ್ದ ಜಕ್ಕೂ ಮಹಮದ್‌ರಿಗೆ ತನ್ನ ಹಿರಿಯರ ಮನೆಯು ಬಹುಕಾಲ ಸಿನಿಮಾದ ಮೂಲಕ ಬಾಳುತ್ತದೆ ಎಂಬ ಅರಿವು ಮೂಡುವುದು ಮತ್ತು ಆತ ಸಿನಿಮಾ ತಂಡದವರು ಕೊಡಲು ಬಂದ ಹಣವನ್ನು ಮೊದಲು ನಿರಾಕರಿಸಿದರೂ ನಂತರ ಕೊಟ್ಟ ಹಣವನ್ನು ತೆಗೆದುಕೊಂಡು ಶಾಶ್ವತ ಭಾವದ ಜೊತೆಗೆ ಹೊರಡುವುದು ಓದುಗರ ಮನಸ್ಸಿಗೆ ತಾಗುತ್ತದೆ. ಇಂತಹ ಹಲವು ವಿವರಗಳ ಕಾರಣಕ್ಕಾಗಿ ಚಂದ್ರಿಕಾ ಅವರ ಈ ಹೊತ್ತಿಗೆ ಕೋಮು ಸೌಹಾರ್ದ ಕುರಿತಂತೆ ಹಲವು ಕರಪತ್ರಗಳಿಗಿಂತ ಉತ್ತಮವಾದ ಕೆಲಸ ಮಾಡುತ್ತದೆ ಎನ್ನಬಹುದು.

ಈ ಹಿಂದೆ ಹಲವು ಯಶಸ್ವಿ ಸಿನಿಮಾಗಳನ್ನು ಕುರಿತಂತೆ ಆಯಾ ನಿರ್ದೇಶಕರು ಸಿನಿಮಾ ಆದ ಬಗೆಯನ್ನು ಬರೆದಿರುವುದುಂಟು. ಆದರೆ ಅವುಗಳಲ್ಲಿ ಈ ಪುಸ್ತಕದಲ್ಲಿ ಇರುವ ಹಾಗೆ ಮಹಿಳಾ ವಿಶಿಷ್ಟ ದೃಷ್ಟಿಕೋನ ಇರುವುದಿಲ್ಲ. ಹಾಗಾಗಿ ಅವುಗಳು ಈ ಪುಸ್ತಕದ ಓದಿನ ಹಾಗೆ ನನ್ನ ಮನಸ್ಸಿನಲ್ಲಿ ನಿಂತಿಲ್ಲ. ಜೊತೆಗೆ ಯಶಸ್ವೀ ಆದ ಸಿನಿಮಾ ಒಂದನ್ನು ಕುರಿತಂತೆ ಓದುವುದಕ್ಕಿಂತ ಸಾರ್ಥಕವಾದ ಸಿನಿಮಾ ಒಂದನ್ನು ಕುರಿತ ಬರೆಹವನ್ನು ಓದಿದಾಗ ಆಗುವ ಕಲಿಕೆ ದೊಡ್ಡದು. ಇಂತಹ ಓದಿಗೆ ಅವಕಾಶ ಮಾಡಿಕೊಟ್ಟ ಚಂದ್ರಿಕಾ ಅವರಿಗೆ ಥ್ಯಾಂಕ್ಸ್.

– ಬಿ. ಸುರೇಶ